இஸ்தான்புல்: நிலவறைக் கைதிகளின்
நினைவுக் குறிப்புகள்

இஸ்தான்புல்: நிலவறைக் கைதிகளின் நினைவுக் குறிப்புகள்

முடவன் குட்டி முகம்மது அலி (பி. 1953)
மொழிபெயர்ப்பாளர்

இயற்பெயர் மு.கா. முகம்மது அலி. சொந்த ஊர் கடையநல்லூர். தாயார்: நாகூர் மீறாள். தந்தை: காதர் நாகூர்.

பெங்களூர் பிஎஸ்என்எல் நிறுவனத்தில் வேலை செய்தார். பணி ஓய்விற்குப் பின்னர் சொந்த ஊரான கடையநல்லூரில் வசிக்கிறார். சபாநக்வி எழுதிய 'In good Faith', நோபல்பரிசு பெற்ற ஃப்ரான்ஸ் எமில் சீலன்பா எழுதிய 'Meek Heritage', Jairam Ramesh எழுதிய 'Indira Gandhi, A Life in Nature' ஆகிய நூல்களை ஆங்கிலத்திலிருந்து தமிழில் மொழிபெயர்த்துள்ளார். இவை 'வாழும் நல்லிணக்கம்', 'சாதுவான பாரம்பரியம்', 'இந்திரா காந்தி: இயற்கையோடு இயைந்த வாழ்வு' எனக் 'காலச்சுவடு' வெளியீடாக தமிழில் வெளிவந்துள்ளன. 'முடவன்குட்டி' என்ற புனைபெயரில் கவிதை, சிறுகதை என எப்போதாவது எழுதுவதுண்டு. அவை *திண்ணை, சமரசம், உயிர்எழுத்து* ஆகிய பத்திரிகைகளில் வெளிவந்துள்ளன.

மனைவி: தாமரை. மகன்: முகம்மது கஸ்ஸாலி.

மின்னஞ்சல்: thamaraiali@gmail.com

புர்ஹான் ஸென்மெஸ்

இஸ்தான்புல்: நிலவறைக் கைதிகளின் நினைவுக் குறிப்புகள்

ஆங்கிலத்திலிருந்து தமிழில்
முடவன் குட்டி முகம்மது அலி

காலச்சுவடு பதிப்பகம்

அன்பார்ந்த வாசகருக்கு,

வணக்கம்.

காலச்சுவடு நூலை வாங்கியமைக்கு நன்றி.

நூலின் உள்ளடக்கம், உருவாக்கம், அட்டைப்படம் இன்ன பிற அம்சங்கள் பற்றிய உங்கள் கருத்துகளையும் ஆலோசனைகளையும் காலச்சுவடு வரவேற்கிறது. தகவல், எழுத்து, வாக்கியப் பிழைகள் தென்பட்டால் கட்டாயம் தெரிவித்து உதவுங்கள். நூல் தயாரிப்பில் கடும் குறைபாடு இருப்பின் மாற்றுப் பிரதி உங்களுக்குக் கிடைக்கக் காலச்சுவடு ஏற்பாடு செய்யும்.

மின்னஞ்சல்: *publisher@kalachuvadu.com*

காலச்சுவடு நாகர்கோவில் தலைமையகத்துக்கும் கடிதம் அனுப்பலாம்.

தங்கள்
எஸ்.ஆர். சுந்தரம் (கண்ணன்)
பதிப்பாளர் — நிர்வாக இயக்குநர்

İSTANBUL İSTANBUL

© *BURHAN SÖNMEZ - KALEM AGENCY*
All rights reserved

இஸ்தான்புல்: நிலவறைக் கைதிகளின் நினைவுக் குறிப்புகள் ❖ துருக்கி நாவல் ❖ ஆசிரியர்: புர்ஹான் ஸென்மெஸ் ❖ ஆங்கிலத்தில்: ஊமிட் ஹுசைன் ❖ ஆங்கிலத்திலிருந்து தமிழில்: முடவன் குட்டி முகம்மது அலி ❖ முதல் பதிப்பு: ஆகஸ்ட் 2022 ❖ வெளியீடு: காலச்சுவடு, 669, கே.பி. சாலை, நாகர்கோவில் 629001

காலச்சுவடு பதிப்பக வெளியீடு: 1109

istaanpul: nilavaRaik kaitikaLin ninaivuk kuRippukal ❖ Tamil Translation of Turkish Novel ❖ Author: Burhan Sonmez ❖ Oomit Hussain (English) ❖ Tamil Translation from English by Mudavan Kutty Mohammed Ali ❖ Language: Tamil ❖ First Edition: August 2022 ❖ Size: Royal ❖ Paper: 18.6 kg maplitho ❖ Pages: 240

Published by Kalachuvadu, 669, K.P. Road, Nagercoil 629001, India ❖ Phone: 91-4652-278525 ❖ e-mail: publications@kalachuvadu.com ❖ Printed at Mani Offset, Chennai 600077

ISBN: 978-93-5523-176-5

பொருளடக்கம்

நன்றி	8
முதல் நாள்: *மாணவன் திமிர்த்தே கூறியது*	
இரும்பு வாயிற் கதவு	9
இரண்டாம் நாள்: *டாக்டர் கூறியது*	
வெண்ணிற நாய்	35
மூன்றாம் நாள்: *நாவிதன் காமோ கூறியது*	
சுவர்	56
நான்காம் நாள்: *குஹெய்லேன் மாமா கூறியது*	
பசித்த ஓநாய்	77
ஐந்தாம் நாள்: *மாணவன் திமிர்த்தே கூறியது*	
இரவு விளக்குகள்	97
ஆறாம் நாள்: *டாக்டர் கூறியது*	
காலப் பறவை	120
ஏழாம் நாள்: *மாணவன் திமிர்த்தே கூறியது*	
பாக்கெட் கடிகாரம்	142
எட்டாம் நாள்: *டாக்டர் கூறியது*	
கத்தி போன்ற வானளாவிய கட்டடங்கள்	166
ஒன்பதாம் நாள்: *நாவிதன் காமோ கூறியது*	
அனைத்துக் கவிதைகளின் கவிதை	188
பத்தாம் நாள்: *குஹெய்லேன் மாமா கூறியது*	
மஞ்சள் சிரிப்பு	215

நன்றி

இந்த நூலை மொழிபெயர்க்கும் வாய்ப்பினை ஏற்படுத்தித் தந்த காலச்சுவடு கண்ணன்,

நூலின் மிகச் சிக்கலான வாக்கியங்களைச் சரியாக மொழிபெயர்ப்பதில் பேருதவி புரிந்த கவிஞர் அபி,

மூலப்பிரதியுடன் என் மொழிபெயர்ப்பை ஒப்பிட்டுத் திருத்தங்கள் செய்து செம்மைப்படுத்திய அரவிந்தன்,

ஒரு வாசகனாக ஆலோசனைகள் வழங்கிய நண்பன் ஹாஜாமைதீன்,

காலச்சுவடு அலுவலகத்தில் பணிபுரியும் செந்தூரன், கலா, மஞ்சு, ஜெபா, மணிகண்டன்

ஆகிய அனைவருக்கும் நன்றி.

என்னை எப்போதும் எழுதத் தூண்டியவாறே இருந்த என் பெரியண்ணன் சென்ற ஆண்டு இதே நாளில் (03.09.2021) இறந்துபோனார். கண்ணீர் சிந்தும் நினைவுகளோடு அவரை இப்போது நினைத்துக்கொள்கிறேன்.

கடையநல்லூர்   **முடவன் குட்டி முகம்மது அலி**
03.09.2022   மொழிபெயர்ப்பாளர்

முதல் நாள்

மாணவன் திமிர்த்தே கூறியது

இரும்பு வாயிற் கதவு

"உண்மையில் இது ஒரு நீண்ட கதை. ஆனால் சுருக்கமாகச் சொல்லிவிடுகிறேன். இஸ்தான்புல்லில் இந்த அளவு பனி பெய்வதை ஒருவரும் ஒருபோதும் பார்த்திருக்க மாட்டார்கள். காரோகோய்[1] பகுதியிலுள்ள புனித ஜார்ஜ் மருத்துவனையிலிருந்து புனித அந்தோனியார் பேச்சுவா தேவாலயத்திற்கு இரண்டு கன்னிகாஸ்திரிகள் நள்ளிரவில் கிளம்பிக்கொண்டிருந்தனர். இறவார[2]த்தில் நிறையப் பறவைகள் செத்துக் கிடந்த கெட்ட செய்தியைத் தேவாலயத்திற்குத் தெரிவிக்க வேண்டியதிருந்தது. பனிக்காற்று கூரிய சவரக் கத்தியாய்த் தெரு நாய்களைக் குதறிற்று. பனிக் கட்டிகள் ஜூடா மர மலர்களைக் கீறியிருந்தன. ஏப்ரல் மாதத்தில் பனி பெய்வதை நீங்கள் கேள்விப்பட்டிருக்கிறீர்களா டாக்டர்? அது ஒரு நீண்ட கதை. சுருக்கமாகச் சொல்லிவிடுகிறேன். இரு கன்னிகாஸ்திரிகளில் ஒருத்திக்கு இளவயது. பனிப்புயலில் சறுக்கியும் தடுமாறி இடறியவாறுமிருந்தாள். இன்னொருத்தி வயதானவள். இருவரும் கிட்டத்தட்ட கியாலாட்டா டவருக்கு வந்துவிட்டார்கள். வழி நெடுக மலைக் குன்றுவரை ஒரு மனிதன் தங்களைப் பின்தொடர்ந்து வந்துகொண்டிருப்பதாக இளம் கன்னிகாஸ்திரி வயதானவளிடம் அப்போது கூறினாள். பனிப் புயலில் அந்தக் கும்மிருட்டில் ஒருவன் தங்களைப் பின்தொடர்ந்து வர ஒரே ஒரு காரணம்தான் இருக்க முடியும் என்றாள் வயதானவள்."

1. இஸ்தான்புல்லில் கடற்கரைக்கு அருகேயுள்ள பகுதி. இஸ்தான்புல்லின் சிறந்த சுற்றுலாத் தலங்களில் ஒன்று; புனித அந்தோணியார் பேச்சுவா தேவாலயம், இஸ்தான்புல்லில் உள்ள மிகப்பெரிய கத்தோலிக்கத் தேவாலயம்.

2. சுவர்களுக்கு மேல் வெளியே நீட்டிக்கொண்டிருக்கும் கூரை விளிம்பு.

அப்போது இரும்பு வாயிற் கதவு திறக்கப்படும் சத்தம் தொலைவில் கேட்டது. கதை கூறுவதை நிறுத்தி டாக்டரைப் பார்த்தேன்.

நாங்கள் இருந்த சிறை குளிராக இருந்தது. கதையைக் கூறிக் கொண்டிருந்தபோது நாவிதன் காமோ கான்கிரீட் வெறுந்தரையில் சுருண்டு படுத்திருந்தான். மூடிக்கொள்ளத் துணியோ போர்வையோ எங்களிடம் இல்லை. எனவே நாய்க்குட்டிகளைப் போல நெருக்கமாகச் சேர்ந்து படுத்து உடம்பைக் கதகதப்பாக வைத்துக்கொண்டோம். பல நாட்களாகக் காலம் நகராது அங்கேயே ஸ்தம்பித்து நின்ற காரணத்தால் அது பகலா இரவா என்பதும் எங்களுக்குத் தெரியாதிருந்தது. ஆனால் வலி என்றால் என்னவென்று நாங்கள் அறிந்திருந்தோம். சித்திரவதைக்காக எங்களைக் கொண்டுசெல்லும்போது எங்கள் இதயத்தைக் கவ்விப் பிடிக்கும் திகிலும் அச்சமும் மீண்டும் மீண்டும் எழ அந்த உணர்வில் ஒவ்வொருநாளும் வாழ்ந்தோம். சித்திரவதையின் வேதனையைத் தாங்கிக்கொள்ள எங்களை ஆயத்தப்படுத்திக்கொள்ளும் குறுகிய இடைவெளியில் மனிதர்கள், விலங்குகள், பைத்தியங்கள், மனநலம் கொண்டோர், தேவதைகள், சாத்தான்கள் என அனைவரும் ஒன்றுதான். அப்போது இரும்பு வாயிற் கதவு உராயும் சத்தம் வராந்தாவில் எதிரொலிக்க, 'என்னை அழைத்துப்போகவே வந்திருக்கின்றனர்' என்றுகூறியவாறு காமோ எழுந்து உட்கார்ந்தான்.

நான் எழுந்து சிறைக்கதவின் கம்பிகளூடே உற்றுப்பார்த்தேன். இரும்பு வாயிற் கதவு இருந்த திசையிலிருந்து வருவது யாரெனக் கண்டுகொள்ள முயல்கையில் வராந்தா விளக்கு வெளிச்சம் என் முகத்தில் அடித்தது. ஆனால் அங்கு யாரையும் பார்க்க முடியவில்லை. ஒருவேளை வராந்தா நுழைவாசலிலேயே அவர்கள் காத்திருக்கக் கூடும். வெளிச்சம் கண்களைக் கூசச்செய்தது. நான் கண்களைச் சிமிட்டினேன். அடிபட்ட விலங்கைப் போலிருந்த ஒரு இளம் பெண்ணை அன்று காலை எதிரில் உள்ள சிறையில் தள்ளினர். அவள் உயிருடன் இருக்கிறாளா இல்லையா என்பதை அறிய அந்தச் சிறையைப் பார்த்தேன்.

வராந்தாவில் நடைச்சத்தம் மெல்லத் தேய்ந்ததும் மீண்டும் கீழே அமர்ந்து டாக்டரின்மீதும் நாவிதன் காமோவின்மீதும் கால்களைப் போட்டேன். கதகதப்பிற்காக வெறுங்கால்களைச் சேர்த்து வைத்துக்கொண்டோம். மூச்சுக் காற்றின் வெம்மைக்காக, அருகருகே எங்கள் முகங்களை வைத்துக்கொண்டோம். காத்திருப்பதும் ஒரு கலையே. சுவருக்கு மறுபுறம் கிணுகிணுப்புச் சத்தமோ தடதட ஒலியோ லேசாகக் கேட்கிறதாவெனக் கூர்ந்து கவனித்தோம்.

உடல் முழுக்க ரத்தக் காயமாய் இருந்த என்னை அங்கே தள்ளியபோது அந்தச் சிறையில் இரண்டு வாரங்களாக டாக்டர் இருந்துவந்திருந்தார். நான் வந்த மறுநாளும் டாக்டர் எனது காயங்களைத் தொடர்ந்து துப்புரவு செய்தவாறே இருந்தார். அது மட்டுமல்லாது தனது மேற்சட்டையைக் கழற்றி என்மீது போர்த்தியிருந்தார். ஒவ்வொரு நாளும் வெவ்வேறு விசாரணைக் குழுக்கள் எங்களின் கண்களைக் கட்டி விசாரணைக்காக வெளியே இழுத்துச் சென்றனர். சில மணி நேரத்தில் பாதி உணர்விழந்த நிலையில் எங்களை

மீண்டும் சிறைக்கே கொண்டுவந்தனர். ஆனால் காமோ மூன்று நாட்களாக உள்ளேயே இருந்தான். எனினும் விசாரணைக்காக அவனை வெளியே அழைத்துச் செல்லவும் இல்லை, அவன் பெயரைக் குறிப்பிடவுமில்லை.

ஒன்றுக்கு மூன்று மீட்டர் அளவேயான சிறை முதலில் சிறியதாகத் தெரிந்தது. போகபோக அது பழகிவிட்டது. தரையும் சுவர்களும் கான்கிரீட். சாம்பல் நிற இரும்புக் கதவு. வேறு எதுவும் சிறைக்குள் இல்லை. வெறுமையாக இருந்தது. தரையில் அமர்ந்தோம். கால்கள் மரத்துப் போகும்போது எழுந்து சிறைக்குள் உலாவினோம். சில சமயங்களில் தூரத்தில் அலறும் சத்தம் கேட்கையில் தலையை உயர்த்தி வராந்தாவிலிருந்து சிறைக்குள்கசியும் மங்கலான வெளிச்சத்தில் ஒருவர் முகத்தை மற்றவர் கூர்ந்து பார்த்துக்கொண்டோம். தூங்கியும் ஏதேதோ பேசியும் பொழுதைக் கழித்தோம். சிறையில் எப்போதும் கடுமையான குளிர் இருந்தது. நாளுக்கு நாள் நாங்கள் மெலிந்துகொண்டிருப்பது எங்களுக்கே தெரிந்தது.

துருப்பிடித்த இரும்பு வாயிற் கதவு கர்ண கடூரமாய் உராயும் சத்தம் மீண்டும் கேட்டது. சிறையிலிருந்து ஒருவரையும் அழைத்துச்செல்லாமல் விசாரணையாளர்கள் திரும்பிச் சென்றுவிட்டதாகத் தெரிந்தது. அதை உறுதி செய்துகொள்ளக் காத்திருந்தோம். வாயிற் கதவு சாத்தப்பட்டதும் சத்தம் எதுவும் இல்லை. வராந்தா காலியாக இருந்தது. "தாயோழிகள் என்னை விசாரணைக்குக் கொண்டுசெல்லவில்லை. வேறு யாரையும் இழுத்துச் செல்லாமலேயே போய்விட்டார்கள்" ஆழமாகப் பெருமூச்சு விட்டவாறே காமோ கூறினான். தலையை உயர்த்தி இருண்ட மேற்கூரையைக் கூர்ந்து பார்த்த காமோ பின்னர் தரையில் சுருண்டு படுத்துக்கொண்டான்.

என் கதையைத் தொடருமாறு டாக்டர் கூறினார்.

"கடுமையான குளிரில் இரு கன்னிகாஸ்திரிகள்..." என்று என் கதையை நான் சொல்லத் தொடங்கியதும் என் தோளைச் சட்டென இறுக்கிப் பிடித்த காமோ, "ஏய் மட்டமான இந்தக் கதையை விட்டுவிட்டு வேறு நல்ல கதை இருந்தால் சொல். ஏற்கெனவே இங்கே கடுமையான குளிர். இந்தக் கான்கிரீட் தரை வேறு சில்லிட்டு உறையச் செய்கிறது. இது போதாதென்று பனி, பனிப்புயல் என கதைகள் வேறு. போதும் நிறுத்து" என்றான்.

காமோவிற்கு நாங்கள் யார்? நண்பர்களா, பகைவர்களா? அவன் எங்களை எப்படிப் பார்த்தான்? மூன்று நாட்களாய் அவன் தூக்கத்தில் கோபமாக ஏதேதோ பேசிக்கொண்டிருந்தான் என்பதை அவனிடம் நாங்கள் கூறியதால் எங்கள்மீது கோபமாக இருக்கிறானா? அதனால்தான் அத்தகைய வெறுப்புடன் எங்களை முறைத்துப் பார்த்தானா? கண்களைக் கட்டி விசாரணையாளர்கள் அவனை இழுத்துச்சென்று அவன் சதையை நார் நாராய்க் கிழித்துக் கைகளை விரிய நீட்டி மணிக்கணக்காய் அவனைத் தொங்கவிட்டால் எங்கள்மீது அவன் நம்பிக்கை கொள்ளக் கூடும். இப்போதைக்கு எங்கள் வார்த்தைகளையும், சித்திரவதையால்அடிபட்ட எங்கள் உடம்பையும் அவன் சகித்துக்கொள்ளத்தான் வேண்டும். தோளோடு அவனைச் சாய்த்துத் தாங்கிப் பிடித்தவாறு 'நன்றாகத் தூங்கு காமோ' என்று நயந்து கூறி அவனை மீண்டும் படுக்கவைத்தார் டாக்டர்.

மீண்டும் கதையைக் கூறத் தொடங்கினேன். 'உண்மையில் அது ஒரு நீண்ட கதை. ஆனால் சுருக்கமாகக் கூறிவிடுகிறேன். இஸ்தான்புல்லில் அது போன்ற வெப்பத்தை யாரும் பார்த்திருக்க முடியாது. அது வரை இருந்ததில்லை. இரு கன்னிகாஸ்திரிகளும் நல்ல செய்தியைத் தெரிவிப்பதற்காகக் கராக்காயிலுள்ள புனித ஜார்ஜ் மருத்துவமனையிலிருந்து பேச்சுவாவிலுள்ள புனித அந்தோணியார் தேவாலயத்திற்கு நள்ளிரவில் புறப்பட்டபோது இறவாரத்திலிருந்த பறவைகள் சந்தோஷமாகக் கீச்சிட்டுக்கொண்டிருந்தன. யூதாஸ் மரங்களிலிருந்த மொட்டுக்கள் குளிர்கால மத்தியிலும் மலரத் தொடங்கியிருந்தன. கடுமையான வெப்பத்தினால் தெரு நாய்கள் உருகி ஆவியாகிவிடுவதுபோல் தோன்றின. குளிர்காலத்தின் மத்தியில் பாலைவனத்தின் சுட்டெரிக்கும் வெயில் இஸ்தான்புல்லில் தகிப்பதைக் கேள்விப்பட்டிருக்கிறீர்களா டாக்டர்? உண்மையில் அது ஒரு நீண்ட கதை. சுருக்கமாகக் கூறிவிடுகிறேன். கடுமையான வெப்பத்தில் தள்ளாடிக்கொண்டிருந்த இரு கன்னிகாஸ்திரிகளில் ஒருத்திக்கு இள வயது. மற்றொருத்தி வயதானவள். இருவரும் கிட்டத்தட்ட கேலேட்டா டவருக்கு வந்துவிட்டிருந்தனர். அப்போது மலைக்குன்று வரை வழி முழுவதும் தங்களை ஒருவன் பின்தொடர்ந்து வருவதாக இளம் கன்னிகாஸ்திரி மற்றவளிடம் கூறினாள். இருட்டில் ஆள் நடமாட்டமில்லாத தெருவில் தங்களை ஒருவன் பின்தொடர்ந்து வர ஒரு காரணம் மட்டுமே இருக்க முடியும்: வன்புணர்ச்சி – என்று வயதானவள் கூறினாள். பயந்து நடுங்கியவாறு மலைக்குன்றின்மீது ஏறத் தொடங்கினாள். ஒருவரும் கண்ணில் படவில்லை. திடீரென எழுந்த வெப்ப அலை ஒவ்வொருவரையும் கேலட்டா பாலத்திற்கும் கோல்டன் ஹார்ன் கரைக்கும் குளிர்காய்வதற்காக ஓடும்படி செய்தது. இரவு வெகு நேரமாகிவிட்டிருந்தது. தெருக்கள் வெறிச்சோடிக் கிடந்தன. அந்த மனிதன் நெருங்கி வருகிறான். நாம் மலைக் குன்றின் உச்சியை அடையும் முன் அவன் நம்மிடம் வந்து சேர்ந்துவிடுவான் என்று இளம் கன்னிகாஸ்திரி கூறினாள். அப்படியானால் வா ஓடலாம் என்றாள் வயதானவள். சிக்கலான சூழ்நிலையில் இருந்த அவர்கள் நீளமான ஸ்கர்ட்ஸ் அணிந்திருந்தனர். எனினும் விளம்பரைப் பலகை வர்ணம் தீட்டுவோர், இசைத் தட்டு விற்போர், புத்தகக் கடைகள் ஆகியோரைக் கடந்து வேகவேகமாய் ஓடினர். எல்லாக் கடைகளும் மூடப்பட்டிருந்தன. பின்னால் திரும்பிப் பார்த்த இளம் கன்னிகாஸ்திரி அந்த ஆளும் ஓடி வருவதாகக் கூறினாள். அவர்களுக்கு மூச்சுவாங்கியது. வியர்வை அவர்களின் முதுகுப்புறத்தில் வழிந்தோடியது. நம்மை அவன் பிடிப்பதற்குள் நாம் பிரிந்து தனித்தனியே போய்விடலாம். இதன் மூலம் ஒருவராவது தப்பிக்க முடியும் என்றாள் முதியவள். தங்களுக்கு என்ன நேருமோவென அறியாது வெவ்வேறு தெருக்களில் அவர்கள் ஓடினர். தெருக்களினூடே அங்குமிங்கும் பாய்ந்தோடினாள் இளம் கன்னிகாஸ்திரி. பின்னால் திரும்பிப் பார்ப்பதை நிறுத்திவிடுவது நல்லது என நினைத்த அவள் குறுகலான தெருக்களில் தன் கவனத்தைக் குவித்து அந்த இருட்டில் வெவ்வேறு திசைகளில் தொடர்ந்து ஓடினாள். இன்று சபிக்கப்பட்ட நாள் என யாரோ கூறியிருந்தனர். அது சரிதான். குளிர்கால மத்தியில் இவ்விதம் வெப்ப அலை வருவது பேராபத்து வர இருப்பதன் முன்னறிகுறி என்று ஊடகங்கள் அறிவித்திருந்தன. சுற்றுப்புறத்தில் உள்ள மூடர்கள் நாள்

முழுக்கத் தகரத்தை அடித்துத் தொந்தரவு செய்தவாறிருந்தனர். தான் நடந்து வருவதன் எதிரொலி தன் காதில் விழுவதை அவளால் கேட்க முடிந்தது. இதனைச் சிறிது நேரத்திற்குப் பிறகே அவள் உணர்ந்து ஒரு மூலையில் தன் நடை வேகத்தை மட்டுப்படுத்தினாள். பழக்கமில்லாத தெருவின் சுவரில் சிறிது சாய்ந்தவளுக்குத் தான் வழி தவறி வந்துவிட்டோம் என்ற எண்ணம் உதித்தது. அனைத்துத் தெருக்களும் வெறிச்சோடிக் கிடந்தன. துள்ளி விளையாடியவாறு ஒரு நாய் அவள் அருகே வந்துகொண்டிருந்ததை அவளால் தடுக்க முடியவில்லை. சுவர்களின் வரிசையைப் பின்தொடர்ந்து வந்தவாறு மெதுவாகச் சென்றாள். உண்மையில் இது நீண்ட கதை. ஆனால் சுருக்கமாகச் சொல்லிவிடுகிறேன். பேச்சுவாவிலுள்ள புனித அந்தோணியார் தேவாலயத்திற்கு வந்துசேர்ந்த இளம் கன்னிகாஸ்திரி மற்றவள் இன்னும் வரவில்லை என்பதை அறிந்தாள். தனது துரதிருஷ்டங்களைத் தேவாலயத்தில் கூறியதும் அங்கே பெருங்கூச்சல் எழுந்தது. வயதான கன்னிகாஸ்திரியைத் தேடுவதற்கு ஒரு குழு புறப்படத் தயாராக இருந்த சமயத்தில் வாசல் கதவைத் திறந்து வேகமாய் அவள் உள்ளே நுழைந்தாள். அவளுக்கு மூச்சு வாங்கியது. தலைமுடி கலைந்திருந்தது. அங்கிருந்த முக்காலியில் சற்று அமர்ந்து ஆழமாக மூச்சை உள்ளே இழுத்தாள். இரு குவளை நீர் அருந்தினாள். ஆவலைக் கட்டுப்படுத்த முடியாத இளம் கன்னிகாஸ்திரி என்ன நடந்ததென அவளைக் கேட்டாள். தெருத்தெருவாக ஓடினேன், அவனிடமிருந்து தப்ப முடியாதென இறுதியில் உணர்ந்துகொண்டேன் என வயதான கன்னிகாஸ்திரி கூறினாள். சரி பிறகு என்ன நடந்தென இளம் கன்னிகாஸ்திரி கேட்டாள். ஓடுவதை நிறுத்தி ஒரு மூலையில் நின்றேன். அவனும் நின்றான். அப்புறம்? எனது அரைப் பாவாடையை மேலே தூக்கினேன். பின்னர்? அவன் தனது பேன்டை அவிழ்த்துக் கீழே இறக்கினான். பின்? நான் மீண்டும் ஓடத் தொடங்கினேன். பின் என்னவானது? தெரிந்ததுதானே. பாதி கீழிறங்கிய கால்சட்டையுடன் ஓடும் ஓர் ஆணைக் காட்டிலும் அரைப் பாவடையைத் தூக்கியவாறு ஒரு பெண்ணால் வேகமாக ஓட முடியும்."

இன்னும் தரையிலேயே படுத்திருந்த நாவிதன் காமோ சிரிக்கத் தொடங்கினான். அவன் சிரிப்பதைப் பார்ப்பது இதுவே முதல்முறை. கனவில் ஏதோ விசித்திரமான அபூர்வப் பிராணிகளுடன் குதூகலமாக இருப்பதுபோல் அவன் உடல் மெல்லக் குலுங்கிற்று. கடைசி வாக்கியத்தை மீண்டும் கூறினேன். "பாதி கீழிறங்கிய கால்சட்டையுடன் ஓடும் ஒரு ஆணைக் காட்டிலும் அரைப் பாவாடையைத் தூக்கியவாறு ஒரு பெண்ணால் வேகமாக ஓட முடியும்". காமோ வெடித்துச் சிரிக்கத் தொடங்கியதும் அவன் வாயை மூடுவதற்குக் கீழே குனிந்தேன். திடீரெனக் கண்ணைத் திறந்து என்னை முறைத்தான். நாம் பேசுவது சிறைக் காவலர்கள் காதில் விழுந்தால் நமக்கு அடி விழும் அல்லது மணிக்கணக்காகச் சுவரை ஒட்டி நிற்கச் செய்து நம்மைத் தண்டிப்பார்கள். சித்திரவதைக்காக மீண்டும் கொண்டுசெல்லப்படுவதற்கு முன்னர் நேரத்தை இப்படிக் கழிக்க எங்களுக்கு விருப்பமில்லை.

படுத்திருந்த காமோ எழுந்து சுவரில் சாய்ந்துகொண்டான். மூச்சை ஆழமாக இழுத்தபோது அவன் முகம் தீவிரமடைந்தது, பின்னர் வழக்கமான நிலைக்குத் திரும்பியது. முந்தைய இரவில் சாக்கடையில் தடுமாறி விழுந்து,

கண் விழிக்கையில் எங்கிருக்கிறோம் என்பதை அறியாத ஒரு குடிகாரனைப் போல் அவன் இருந்தான்.

"நெருப்பில் எரிந்துகொண்டிருந்ததாக இன்று கனவு கண்டேன்" என்று கூறிய காமோ மேலும் தொடர்ந்தான். "நரகத்தின் அடிபாதாளத்தில் இருந்தேன். ஒவ்வொருவரும் எரிந்துகொண்டிருந்தனர். ஒவ்வொருவரின் நெருப்பிலிருந்தும் கொள்ளிக்கட்டையை எடுத்து என்மீது போட்டு என்னை எரியச் செய்தனர். நாசமாய்ப் போக... தீ என்னைச் சுடவில்லை, எரிந்துபோகாமல் குளிர்ந்த நிலையிலேயே அப்போதும் இருந்தேன். இதர பாவிகள் அனைவரும் கதறினர். அந்த அலறலில் ஆயிரம் முறை என் செவிப்பறை கிழிந்து பின் சரியானது. நெருப்பு மேலும் பெரியதாகி வளர்ந்துகொண்டிருந்தது. ஆனால் அது என்னைச் சுடவில்லை. நீங்கள் யாரும் அங்கு இல்லை. ஒவ்வொரு முகத்தையும் உற்றுப் பார்த்தேன். ஆனால் டாக்டரோ யாரும் தென்படவில்லை. என்மீது மேலும் நெருப்பு வைக்கும்படி கசாப்புக் கடைக்குப் போகும் விலங்கைப்போல அவர்களிடம் இரந்து மன்றாடினேன். செல்வந்தர்கள், மதபோதகர்கள், மோசமான கவிஞர்கள், கல் நெஞ்சக்கார அன்னையர் என என் கண் முன்னால் எரிந்துகொண்டிருந்தவர்கள் நெருப்பு ஜுவாலையினூடே என்னை வெறித்துப் பார்த்தவாறிருந்தனர். என் இதயத்திலிருந்த காயமோ ஒருபோதும் எரிந்து சாம்பலாகாது. எனது பழைய ஞாபகங்கள் உருகி மறதியினுள் அமிழ்ந்துபோகத் தயாராக இல்லை. உலோகத்தையும் திரவமாக மாற்றும் நெருப்பில் நான் எரிந்துகொண்டிருந்தபோதிலும் சபிக்கப்பட்ட என் கடந்த காலத்தை என்னால் நினைத்துப் பார்க்க முடிந்தது. செய்த தவறுக்காக மனம் வருந்து என்றனர். ஆனால் வருந்தினால் போதுமா? உங்கள் ஆன்மா அதனால் ரட்சிக்கப் படுமா? ஓ நரகவாசிகளே! வேசி மகன்களே! சாதாரண நாவிதன் நான், வீட்டிற்கு உணவு கொண்டுவருவேன், புத்தகங்கள் வாசிப்பது எனக்குப் பிடிக்கும். குழந்தைகுட்டி எனக்கு இல்லை. எங்கள் வாழ்வில் ஒவ்வொன்றும் தவறாகிப் போனது. எனினும் என் மனைவி என்னைக் கண்டிக்கவில்லை. அவள் என்னைக் கடிந்துகொள்ள வேண்டுமென விரும்பினேன். அவள் என்னைப் பழிக்கவில்லை. சபிக்க வேண்டியதிருக்கிறதே எனக் குறைபட்டுக் கொண்டாள். குடிக்காது நிதானத்தில் இருந்தபோது அவளைப் பற்றி (தவறாக) என்னவெல்லாம் நினைத்தேன் என நன்றாகக் குடித்திருந்தபோது கூறினேன். ஒரு நாள் இரவு நான் மிகவும் கேடுகெட்டவன் என்று கூறியவனாக அவள் முன் நின்றேன், கோபத்தில் கூச்சலிட்டு அவள் என்னை அவமதிக்க வேண்டுமென விரும்பினேன், அவள் முகத்தில் ஏளனம் தெரிகிறதா எனத் தேடினேன். ஆனால், அவள் முகத்தைத் திருப்பிக்கொள்ள அதில் வருத்தத்தின் அறிகுறி மட்டுமே தென்பட்டது. ஒரு பெண்ணைப் பற்றிய மோசமான விஷயம் என்னவென்றால் அவள் எப்போதும் நம்மைவிட மேலானவளாக இருக்கிறாள் என்பதே. என் அம்மாவையும் சேர்த்தே சொல்கிறேன். நான் கூறுவது உங்களுக்கு விசித்திரமாகப் படலாம். அது பற்றி எனக்குக் கவலையில்லை."

காமோ தாடியைத் தடவிக்கொண்டான். அறைக் கதவின் கம்பிகளுக்கிடையேயிருந்து வந்த வெளிச்சத்தை நோக்கி அவன் முகம்

திரும்பிற்று. காயங்களாலும் உடல் பலவீனத்தாலும் கடந்த மூன்று நாட்களாக அவனால் குளிக்க முடியவில்லை என்றாலும் சிக்குப் படிந்த அவன் தலைமுடி, நீளமான நகங்கள், சிறைக்கு வந்த முதல் நாளில் அவன்மீது வீசிய கெட்டுப்போன தயிரின் துர்வாடை ஆகியவற்றை வைத்துப் பார்க்கும்போது வெளியில் இருக்கும்போதும் அவன் உடலில் தண்ணீர் பட்டுப் பலநாள் ஆகியிருக்கும் என்பது தெரிந்தது. டாக்டரிடமிருந்து வந்த துர்வாசனையும் எனது உடல் நாற்றமும் எனக்குப் பழகிப் போயிருந்தன, காமோவிடமிருந்து வந்த துர்வாசனை தன்னை அழுத்தமாகக் காட்டிக்கொள்வதாகவும் அவன் ஆன்மாவை ஒடுக்கவிருக்கும் கெட்ட சகுனத்தை முன்னறிவிப்புச் செய்வதாகவும் இருந்தது. மூன்று நாள் பேசாது மௌனமாக இருந்த காமோ இப்போது பேசத் தொடங்கினான், அவனைத் தடுத்து நிறுத்த முடியாது.

“சன்னலில் ‘முடி திருத்துபவர் காமோ’ என்ற பெயர்ப் பலகையுடன் எனது முடிதிருத்தும் நிலையத்தைத் திறந்த முதல் நாளில் என் வருங்கால மனைவியைச் சந்தித்தேன். பள்ளிக்கூடம் செல்லத் தொடங்கியிருந்த தனது தம்பியை முடி வெட்டுவதற்காக அழைத்து வந்திருந்தாள். என் பெயர் காமில், ஆனால் காமோ என என்னை அழைப்பார்கள் என்று என்னை அறிமுகப்படுத்தியவாறு பையனிடம் அவன் பெயரைக் கேட்டேன். சரி காமோ அக்பி[3] என்றான் அவன். அவனிடம் விடுகதைகள் போட்டுப் பள்ளிக்கூடம் பற்றிய விநோதமான கதைகளைக் கூறினேன். மூலையிலிருந்து எங்களைக் கவனித்துக்கொண்டிருந்த என் வருங்கால மனைவியை விசாரித்தேன். மேல்நிலைப் பள்ளியை முடித்திருப்பதாகவும் வீட்டில் தையல் வேலை செய்துகொண்டிருப்பதாகவும் அவள் கூறினாள். பார்வையை என்னிடமிருந்து திருப்பிச் சுவரில் தொங்கிய மெய்டன் டவர் புகைப்படம், அதற்குக் கீழேயிருந்த துளசிச் செடி, நீலநிறச் சட்டம் போட்ட முகம் பார்க்கும் கண்ணாடி, சவரக் கத்திகள் ஆகியவற்றைப் பார்த்தாள். பையன் தலைமுடியில் கலோனை[4]த் தேய்த்த பின் அதை அவளிடம் நீட்டினேன். கையைத் திறந்து தனது சிறிய உள்ளங்கையில் அதனை வாங்கிக்கொண்ட அவள் கண்களை மூடியவாறு அதனைத் தன் நாசிக்கருகே கொண்டுசென்று முகர்ந்து மணத்தை உள்ளே இழுத்தாள். அந்த நொடியில் அவள் கண்ணிமைகளுக்கிடையே அவள் பார்வையில் இருந்தது நான் எனக் கனவு கண்டேன். நான் வாழும் வரை அந்தப் பார்வை தவிர வேறு கண்கள் எதுவும் என்மேல் படக் கூடாதென விரும்பினேன். பூப்போட்ட சேலையில் கலோனின் எலுமிச்சை மணம் வீசக் கடையை விட்டுப் போனாள் என் மனைவி. வாசலில் நின்று அவள் போவதைப் பார்த்தேன். அவள் பெயரைக் கேட்கவில்லை. அவள் மஹைசர். சிறிய கரங்களைக் கொண்ட அவள் வாழ்வில் என்னுடன் இணைந்தாள். என்னை விட்டு ஒருபோதும் அவள் பிரியமாட்டாள் என நினைத்தேன்.

“அந்த இரவில் நான் பழைய கிணற்றுக்குத் திரும்பினேன். வீட்டிற்குப் பின்புறமிருந்த தோட்டத்தில் அந்தக் கிணறு இருந்தது. மேனெக்ஸ் கிராமத்தில்தான் நான் வளர்ந்தேன். தனியே இருக்கையில் கிணற்றுக்கு

---

3. வயதான ஆண்களை அன்புடனும் மரியாதையுடனும் அழைக்கப் பயன்படுத்தப்படும் சொல்.

4. நறுமணத் திரவம்

மேலேயிருந்து கீழே உள்ள இருளை நாள் முழுக்க வெறித்தவாறிருப்பேன். அந்த நாள் எப்படிக் கழிந்தது என்பதை ஒருபோதும் உணர்ந்ததில்லை; கிணற்றுக்குத் தொடர்பில்லாத மற்றொரு உலகம் எனக்குண்டு என்ற நினைவும் ஒருபோதும் வந்ததில்லை. இருள் என்பது அமைதி, அது புனிதம். கிணற்று ஈரத்தின் மணத்தில் போதை கொண்டேன். அந்த சந்தோஷம் கிறக்கம் தந்தது. என் தந்தையை ஒருபோதும் நான் பார்த்ததில்லை. ஜாடையில் என் தந்தையைப்போல இருப்பதாக யாராவது கூறினாலோ, காமோ என்ற என் பெயருக்குப் பதிலாக காமில் என என் தந்தையின் பெயரால் அம்மா என்னை அழைத்தாலோ கோபத்தில் குமுறியவனாக மூச்சிரைக்கக் கிணற்றுக்கு ஓடுவேன். அதற்குள் எட்டிப் பார்ப்பேன். இருளில் இருந்த காற்றினை நெஞ்சு நிறைய இழுப்பேன். கிணற்றுக்குள் சடாரெனப் பாய்ந்துவிடுவதாகக் கற்பனை செய்துகொள்வேன். என் தாய், என் தந்தை, என் குழந்தைப் பருவம் எதுவும் எனக்கு வேண்டாம், அனைத்திலிருந்தும் விடுபட விரும்பினேன். தாயோழிகள்! என் அம்மாவைத் திருமணம் செய்துகொள்ள இருந்தவன் அவளைக் கர்ப்பமாக்கிய பின் தற்கொலை செய்துகொண்டான். குடும்பத்தார் தன்னைக் கை விட்டு விடுவர் எனத் தெரிந்தும் அம்மா என்னைப் பெற்றெடுத்தாள். தன்னைத் திருமணம் செய்துகொள்ள இருந்தவனின் பெயரையே எனக்குச் சூட்டினாள். வெளியே விளையாடும் வயதை அடைந்த பின்னரும் சில சமயங்களில் என்னை மார்போடு அணைத்து அழுதவாறே முலைப்பால் தருவது ஞாபகம் வருகிறது. தாய்ப்பாலுக்குப் பதிலாக அவள் கண்ணீரையே நான் சுவைத்தேன். கண்களை மூடி, விரல் விட்டு எண்ணியபடி, அனைத்தும் விரைவிலேயே முடிவுக்கு வந்துவிடுமென மீண்டும் மீண்டும் எனக்கு நானே சொல்லிக்கொள்வேன். ஒருநாள் இரவு இருள் கவிந்துகொண்டிருந்த சமயத்தில் கிணற்றினுள் நான் எட்டிப் பார்த்துக்கொண்டிருந்ததைக் கண்ட அம்மா உடனே என் கைகளைப் பிடித்து வெடுக்கென வெளியே இழுத்தாள். அந்தக் கணத்தில் அவள் நின்றிருந்த கல் திடீரென வழுக்க கீழே கிணற்றினுள் விழுந்த அவளின் அலறலை என்னால் இன்னும் கேட்க முடிகிறது. கிணற்றிலிருந்து அவள் சடலத்தை வெளியே எடுத்தபோது நள்ளிரவாகியிருந்தது. அம்மா இறந்த பின் தாருஸ்ஸாஃபக்கா[5] அனாதை இல்லத்தில் சேர்ந்து அங்கே வாழத் தொடங்கினேன். அங்கே பகல் கனவுகள் கண்டவாறு படுக்கை அறையில் தூங்கிவிடுவேன். வாழ்வின் முடிவுறாக் கதைகளை ஒவ்வொருவரும் அங்கே கூறுவதுண்டு.”

காமோ தன் கதையை நாங்கள் கவனித்துக் கேட்கிறோமா என்பதை அறிய எங்களைக் கூர்ந்து பார்த்தான்.

“எனக்கும் மஹைசருக்குமான திருமண நிச்சயதார்த்தத்தின்போது புதினங்களையும் கவிதை நூல்களையும் அவளிடம் தந்தேன். ஒவ்வொருவருக்கும் அவர்களுக்கே உரிய மொழி உண்டு. சிலரைப் புத்தகங்கள் மூலம் புரிந்துகொள்ளலாம், சிலரை மலர்கள் வழியே என்று எங்கள் இலக்கிய வகுப்பு ஆசிரியர் கூறுவார். மஹைசர் புதுப்

5. ஏழைகள், அனாதைக் குழந்தைகளின் கல்விக்காக 1863இல் உருவாக்கப்பட்ட தொண்டு நிறுவனம்.

புதுத் தினுசுகளாய்த் துணியை வெட்டி வீட்டிலேயே ஆடைகளாய்த் தைத்துவிடுவாள். சில சமயங்களில் துண்டுக் காகிதங்களில் கவிதை எழுதி அவற்றைத் தனது தம்பியின் மூலம் என்னிடம் சேர்ப்பிப்பாள். அவளின் கவிதைகளை என் கடையில் உள்ள மேசையின் கீழ் இழுப்பறையில் ஒரு சிறிய பெட்டியில் வாசனை சோப்புக்களுடன் வைத்துவிடுவேன். கடைக்கு முடி வெட்டிக்கொள்ளும் வாடிக்கையாளர் எண்ணிக்கை தொடர்ந்து அதிகரித்தவாறு இருந்தது. வியாபாரம் நன்றாக நடந்தது. ஒருநாள் வழக்கமாக என் கடைக்கு வரும் பத்திரிகையாளன் முடி வெட்டிக்கொண்டதும் மலர்ந்த புன்னகையுடன் கதவைத் திறந்து வெளியேறியபோது இனந்தெரியாத இருவர் அவனைத் துப்பாக்கியால் சுட்டார்கள். அவர்கள் இருவரும் தரையில் கிடந்த அவனிடம் ஓடிவந்து ‘ஒன்று காதலி அல்லது இயக்கத்தை விட்டு வெளியேறு. ஏதாவது ஒன்றைச் செய் தோழா’ என்று உரக்கக் கூறியவாறு அவன் தலையில் இன்னொரு முறை சுட்டனர். மறுநாள் இன்னமும் ரத்தம் காயாத அந்தத் தெருவில் பத்திரிகையாளனுக்கு அஞ்சலி செலுத்துவதற்காகக் கூட்டம் கூடியது. என் கடையில் முடி வெட்டிக்கொண்ட மரியாதைக்காக நானும் அவர்களுடன் ஈமச் சடங்கிற்குச் சென்றேன். எனக்கு அரசியலில் நம்பிக்கை இல்லை. எனினும் அரசியல்வாதியாக நான் மிக நெருக்கமாக உணர்ந்தவர் என் பள்ளிக்கூடத்தில் இலக்கிய வகுப்பாசிரியரான ஹயாத்தின் ஹோகா[6]. அவர் அரசியல் பற்றி எதுவும் பேசுவதில்லை. எனினும் அவர் வைத்திருக்கும் கோப்புக்களில் சோஷலிசப் பத்திரிகைகள் வெளியே நீட்டிக்கொண்டிருப்பதைப் பார்த்திருக்கிறேன். அரசியலில் இருப்பவர்களும் மக்கள்தாமே. எனில் அரசியல் எப்படி உலகை மாற்ற முடியும்? இந்த சந்தேகம் எப்போதும் என் மனதில் எழுவதுண்டு. அன்பு இந்தச் சமூகத்தைப் பாதுகாத்து அதனை மகிழ்ச்சியாக இருக்கச் செய்யும் என்று கூறுபவர்கள் மக்களைப் பற்றி ஒன்றும் அறியாதவர்கள். உலகில் சுயநலமே இல்லை என்பது போல் அவர்கள் செயல்படுகிறார்கள். தாயோளிகள்... சுயநலம், பேராசை, போட்டி ஆகியவை மனித இயல்பின் அடிப்படைகள். இதையெல்லாம் கடைக்கு வரும் வாடிக்கையாளர்களிடம் சொன்னால் அவர்கள் அதை மறுத்துக் கடுமையாக விவாதம் செய்து என் மனதை மாற்ற முற்படுவார்கள். கவிதையை நேசிக்கும் ஒருவனால் இது போன்ற விஷயங்களை எப்படி நினைக்க முடியும் என முடி வெட்டக் காத்திருந்த ஒரு வாடிக்கையாளன் கூறினான். கண்ணாடிக்கு அருகே நின்று நான் அங்கு வைத்திருந்த ‘Les Fleurs du Mal’ புத்தகத்திலிருந்து பல கவிதை வரிகளைச் சத்தமாக வாசித்தான். வெளியே வன்முறை குறைவதாகக் காணோம். அக்கம்பக்கத்திலுள்ள தெருக்களில் மக்கள் சுடப்படும் துப்பாக்கிச் சத்தம் காதில் விழுந்தது. ஒரு முறை இளம் வாடிக்கையாளன் ஒருவன் மிகவும் பீதியடைந்த நிலையில் என் கடைக்குப் பாய்ந்தோடி வந்தான். போலீஸ் தன்னைப் பிடிப்பதற்குள் தனது துப்பாக்கியை ஒளித்து வைக்கும்படி என்னிடம் கூறினான். பொதுவாக இது போன்ற விஷயங்களில் எப்போதாவது யாரோ ஒருவருக்கு நான் உதவியிருக்கலாம். அரசியல்மீது எனக்கு ஈடுபாடு உண்டு என்பதல்ல அதன் பொருள். வீடு வாங்கப் பணம் சேமிப்பது, குழந்தைகளுக்குத் தந்தையாவது, மஹைசருடன் இரவுகளைக் கழிப்பது இவைதாம் எனக்கான வாழ்க்கை.

---

6. ஆசிரியர்

ஆனால் மஹைசர் எதனாலோ கர்ப்பமடையவில்லை. திருமணமான இரண்டாம் வருடத்தில் மருத்துவரைப் பார்த்தோம். குழந்தை பெற முடியாததற்கு நான்தான் காரணம் என்பதை அப்போது அறிந்தோம்.

“ஒருநாள் இரவு கடையை மூடிக்கொண்டிருந்தபோது மூன்று பேர் ஒருவனைத் தாக்கிக்கொண்டிருந்ததைப் பார்த்தேன். எனது பள்ளிக்கூட இலக்கிய வகுப்பாசிரியரான ஹயாத்தின் ஹோகாதான் அவர். என் கத்தியை எடுத்துக்கொண்டு அங்கே பாய்ந்து சென்றேன். அவர்கள் முகங்களையும் கைகளையும் கத்தியால் குத்திக் கீறினேன். இதனைச் சற்றும் எதிர்பாராத அவர்கள் பின்வாங்கி அங்கிருந்து ஓடி இருளில் மறைந்தனர். ஹயாத்தின் ஹோகா என்னைத் தழுவிக்கொண்டார். நாங்கள் தொடர்ந்து பேசியவாறு இஸ்தான்புல்லின் சாமாத்யா பகுதியிலுள்ள மது விடுதியை நோக்கி நடந்து சென்றோம். எங்களைப் பற்றிய விவரங்களைப் பகிர்ந்துகொண்டோம். தாருஸ்ஸாஃபக்கா நிறுவனத்தில் ஆசிரியராகப் பணிபுரிந்த பின் இரு வேறு பள்ளிக்கூடங்களில் ஹயாத்தின் ஹோகா பணியாற்றினார். வகுப்பில் பாடம் எடுக்கும் நேரத்தைக் குறைத்து அரசியல் செயல்பாடுகளுக்கு அதிக நேரம் ஒதுக்கினார். நமது நாட்டின் எதிர்காலம் குறித்த கவலை அவருக்கு இருந்தது. பிரெஞ்சு மொழியும் இலக்கியமும் கற்கப் பல்கலைக்கழகத்தில் நான் சேர்ந்ததை அவர் கேள்விப்பட்டிருந்தார். ஆனால் நான் வேலைக்குச் செல்ல வேண்டியதிருந்ததால் இரண்டாம் ஆண்டிலேயே பல்கலைக்கழகப் படிப்பை நிறுத்தியிருந்தேன் என்பது அவருக்குத் தெரியாது. இதைக் கூறியபோது அவர் வருந்தினார். கவிதையில் இன்னும் ஆர்வம் உள்ளதா எனக் கேட்டார். அவரின் இலக்கிய வகுப்புக்களில் மனப்பாடம் செய்திருந்த போடலே[7]ரின் கவிதை வரிகளைச் சொன்னேன். கவிதை வாசிக்கும் போட்டியில் நான் முதல் பரிசு வாங்கியதை நினைவூட்டி என்னைப் பார்த்துப் பெருமிதத்துடன் புன்னகைத்தார். ரெச்சி[8] மதுபானக் கிண்ணங்களை உரசிக் குடிக்கத் தொடங்கினோம். நான் திருமணம் செய்துகொண்டதில் மகிழ்வதாகக் கூறினார். ஆனால் அவர் இன்னும் திருமணம் செய்துகொள்ளவில்லை. சில ஆண்டுகளுக்கு முன்னர் தனது மாணவி ஒருத்தியைக் காதலித்தார். அதனை அவளிடம் சொல்லவில்லை. பள்ளிக்கூடத்தை விட்டுச் சென்றபின் அவள் திருமணம் செய்துகொண்டதைக் கேள்விப்பட்டதும் விரக்தியில் மூழ்கித் தனிமையில் ஆழ்ந்து வந்தார். விடியும் வரை குடித்துக்கொண்டிருந்தோம். மனப்பாடம் செய்திருந்த கவிதைகளை நான் அவரிடம் ஒப்பித்தேன். தான் காதலித்த பெண்ணைப் பற்றி எழுதிய கவிதைகளை அவர் வாசித்தார். நான் எப்படி வீடு வந்துசேர்ந்தேன் என்பதே எனக்குத் தெரியாது. மறுநாள் போதை தணிந்து நிதானமான மனநிலையில் இருந்தேன். முந்தைய இரவு ஹயாத்தின் ஹோகா தன் கவிதைளை வாசித்தபோது மஹைசர் பெயர் காதில் விழுந்தது நினைவுக்கு வந்தது.

“ஒரு மாதத்திற்குப் பிறகு நடந்த ஹயாத்தின் ஹோகா ஈமச் சடங்கிற்கு நான் போகவில்லை. பள்ளிக்கூடத்திலிருந்து கிளம்பியபோது ஒரு குண்டு

---

7. பிரெஞ்சுக் கவிஞர்; கட்டுரை, மொழிபெயர்ப்பு, விமர்சனம் ஆகியவற்றில் குறிப்பிடும்படியான பங்களிப்புச் செய்துள்ளார்.

8. துருக்கியின் தேசிய மதுபானம். வடிகட்டிய பெருஞ்சீரகச் சாறிலிருந்து தயாரிக்கப்படுகிறது.

அவர் தலைக்குள் பாய்ந்தது. அவரது கோப்பில் எனக்குச் சமர்ப்பணம் செய்திருந்த ஒரு கவிதையைக் கண்டெடுத்தார்கள். புயலில் குதிரை வீரர்கள் பற்றிய கவிதை அது. ஹோகாவின் நண்பன் அந்தக் கவிதையை என்னிடம் கொண்டுவந்து கொடுத்தான். அன்று இரவு மஹைசரைக் கட்டி இறுக்கிப் பிடித்தவாறு என்னை விட்டுப் போய்விடாதே என மன்றாடினேன். உன்னைவிட்டு நான் ஏன் பிரியப்போகிறேன் முட்டாள் கணவனே என்றாள் அவள். முடிதிருத்தும் நிலைய அலமாரியில் கோப்புக்கள் வைத்திருக்கும் இழுப்பறைக்குள் பல ஆண்டுகளாகப் பத்திரப்படுத்தி வைத்திருந்த ஒரு சிறிய பெட்டியை வீட்டிற்குக் கொண்டுவந்திருந்தேன். துணுக்குக் காகிதங்களில் மஹைசர் எனக்கு எழுதியிருந்த கவிதைகள் அந்தப் பெட்டியில் இருந்தன. எங்களின் திருமண நிச்சயதார்த்த நாளில் அந்தப் பெட்டியைத் திறந்து கவிதைகளை வாசிக்குமாறு மஹைசரிடம் கூறினேன். ரோஜா லேவண்டர் மலர்களின் வாசம் கவிதைகள் எழுதப்பட்டிருந்த காகிதங்களில் இருந்தது. மஹைசர் கவிதைகளை வாசித்துக்கொண்டிருந்தாள். அவளின் ரவிக்கையை அவிழ்த்து முலையை உறிஞ்சினேன். பால் குடிக்க விரும்பினேன். ஆனால் அவள் கண்களிலிருந்து மார்புக்கு இறங்கிய கண்ணீரையே என்னால் சுவைக்க முடிந்தது. மூன்று மாதங்கள் கழிந்தன. ஒருநாள் இரவு மஹைசர் மீண்டும் அழுதாள். கேள்விக் கணைகள் அவளிடமிருந்து வந்தன. அவள் குரல் நடுங்கிற்று. ஹயாத்தின் ஹோகாவைச் சுட்டது யார்? அவன் ஒருபோதும் என்னிடம் அத்துமீறி நடந்துகொண்டதில்லை என்றாள். அவன் சாக வேண்டியவன்தான் என எத்தனையோ இரவுகள் தூக்கத்தில் நான் பேசியதாக அவள் கூறினாள். தூக்கத்தில் வேறு யார் பற்றியெல்லாம் பேசினேன் என்று கேட்டேன். இன்னும் பலர் இருக்கிறார்கள் என்கிறாயா என்றாள் மஹைசர். என் தாய்மீது சத்தியம் செய்தேன். எனக்கும் ஹயாத்தின் ஹோகா கொலைக்கும் எந்தச் சம்பந்தமும் இல்லை என்றேன். உறக்கத்திலும் கனவுகளிலும் பேசப்படும் வார்த்தைகளுக்கு எந்தப் பொருளும் இல்லை என்றேன். எனது மேல் கோட்டை அணிந்து வெளியே சென்றேன். என்ன பிரமை! களைத்துச் சோர்ந்த வயதான முட்டாள் நான். என் ஆன்மா நெருப்புச் சிறகுகள் கொண்டிருந்த காலம் ஒன்றிருந்தது. மிகச்சிறிய தூண்டுதலிலும் அது பறந்தோடும். இப்போது நான் மிகவும் பலவீனமானவன், கடுமையாக வேலை செய்பவன், மதிப்பேதுமற்ற அற்பன். இந்த உலகில் இறுதியில் எஞ்சுவது சாம்பல். இவ்விதம் முடிவுறாத வேறு ஏதேனும் இங்கு உள்ளதா? வயதான, துயரம் மிகுந்த, துரதிருஷ்டசாலி நான். வாழ்வின் உற்சாகமும் காதலின் பேரருவியும் இப்போது என்னிடம் வந்துசேர முடியுமா? சிறு எட்டு தாவி விலகிச் செல்கிறது காலம். சுவாசிக்கையில் என் சுயம் கரைய, என் இயக்கம் தன்நிலை இழக்கத் தொடங்குவதை உணர்ந்தேன். கிணற்றின் உச்சிக்கு எப்படிப் போனேன்? கிணற்று மூடியின் மீதிருந்த கற்களை அகற்றி அதனை எப்படி உயர்த்தினேன்? அந்தக் கணத்தில் சரியான மனநிலையில் நான் இல்லை. கீழே குனிந்து கிணற்றினுள் கத்தினேன். அம்மா! உன் மார்பை வலிந்து நீ எனக்குத் தந்தபோது பாலுக்குப் பதிலாகக் கண்ணீரை ஏன் தந்தாய்? மெலிந்த என் உடலைப் பற்றித் தூக்கியபோது என் பெயருக்குப் பதிலாக இறந்துபோன என் தந்தையின் பெயர் சொல்லி நீ என்னை ஏன் அழைத்தாய்? காமோ என்பதற்குப் பதில் காமில் என்று நீ என்னை அழைத்தபோது நீ என் அப்பாவைத்தான்

நினைத்துக்கொண்டிருந்தாய் என்பது எனக்குத் தெரியும். உன்னுடைய கடைசி இரவிலும் 'காமில்' என உரக்கக் கத்தினாய். நீ நின்றிருந்த கல் தளர்வாக இருந்ததென எனக்குத் தெரியும். அம்மா நிச்சயமாக நீ கீழே விழப்போகிறாய். என் தந்தைக்குப் பிறந்தவன் நான் என்றாய். இந்த வாழ்வை அவருக்கு நான் கடன்பட்டிருப்பதாகவும் கூறினாய். ஒழிந்துபோகட்டும். இறந்தவர்கள் போனவர்கள்தான்! வெளிச்சம் எவ்வளவு கொடூரமானது என்பது உனக்குப் புரியவில்லை. வெளியேயிருக்கும் பொருட்களையே அது காட்டியது. உள்ளே பார்ப்பதை அது தடுத்தது."

அந்தக் கடைசி வார்த்தைகளை அவன் தனக்குள் முணுமுணுப்பது போலச் சொன்னான். தலையை முதலில் முன்புறம் வளைத்துப் பின்னர் அதனைப் பின்னால் சுண்டி இழுத்து வேகமாய்ச் சுவரில் மோதினான். காக்காய் வலிப்பு என்றவாறு காமோவை மெல்லத் தரையில் கிடத்தினார் டாக்டர். சிறைக்குப் புதிதாய் வரவிருக்கும் கைதிக்காக ஒரு ரொட்டித் துண்டை நாங்கள் பத்திரமாய்ப் பாதுகாத்து வைத்திருப்பது வழக்கம். வலிப்பில் நாக்கைக் கடித்துவிடாதிருக்க அந்த ரொட்டித் துண்டை காமோவின் பற்களுக்கிடையே வைத்தார் டாக்டர். நான் காமோவின் கால்களை இறுக்கிப் பிடித்துக்கொண்டேன். காமோவோ அனைத்துக் கட்டுப்பாடுகளையும் மீறி வலிப்பினால் இழுத்துக்கொண்டிருந்தான். அவன் வாய் நுரை தள்ளிற்று.

சிறைக் கதவு திறந்தது. "என்ன நடக்கிறது இங்கே?" அதிகாரத் தொனியுடன் சிறைக் காவலனின் குரல் மேலேயிருந்து வந்தது.

"எங்கள் நண்பனுக்குக் காக்காய் வலிப்பு. வெங்காயமோ கலோனோ கடுமையான நெடியுள்ள ஒரு பொருள் வேண்டும். அது அவனைக் குணப்படுத்தும்" என்று டாக்டர் கூறினார்.

சிறைக்கு உள்ளே காலடி எடுத்துவைத்த காவலன், "உனது அருமை நண்பன் செத்ததும் சொல். அவன் பிணத்தை எடுத்துச் செல்கிறேன்" என்றான். என்றாலும் காமோவின் முகத்தருகே குனிந்து பரிசோதித்தான். சிறைக் காவலனின் உடலிலிருந்து ரத்தம், வியர்வை ஈரம் கலந்த துர்நாற்றம் வீசியது. அவன் மூச்சுக்காற்றில் ஆல்கஹால் வாடையடித்தது. அன்று வேலைக்கு வருவதற்கு முன்னரே அவன் நன்றாகக் குடித்திருந்தான் என்பது தெரிந்தது. சற்று நேரம் காத்திருந்தான். பின்னர் நிமிர்ந்து சுதாரித்துக்கொண்டு தரையில் காறி உமிழ்ந்தான்.

சிறைக் காவலன் கதவைச் சாத்தினான். எதிரில் இருந்த சிறைக்கு இன்று காலை கொண்டுவரப்பட்ட பெண்ணின் முகத்தை அந்தச் சிறைக் கதவின் கம்பிகளூடே பார்த்தேன். அவளின் இடது கண் மூடியிருந்தது. சித்திரவதையால் அவளின் கீழ் உதடு பிளந்திருந்தது. அவள் அன்றுதான் சிறைக்கு வந்திருந்தாள். ஆனால் அவள் காயங்களின் நிறம் நீண்ட நாட்கள் அவளைச் சித்திரவதை செய்திருப்பார்கள் என்பதைக் காட்டிற்று. கதவு சாத்தப்பட்டதும் கீழே தரையில் குனிந்தேன். காமோவின் கால்களைப் பற்றியவாறு கான்கிரீட் தரையில் எனது முகத்தை வைத்துக் கதவுக்கு

அடியிலிருந்த இடுக்கு வழியே பார்த்தேன். சிறைக் காவலன் கால்கள் தெரிந்தன. அவன் அந்த இளம் பெண்ணிடம் திரும்பிச் சென்று அந்தச் சிறைக்கு முன்னால் அசைவேதுமின்றிக் காத்திருந்தான். அவன் கால்கள் அங்கிருந்து நகரவில்லை. அந்தப் பெண் சிறைக்கதவின் கம்பியைத் தாண்டி உள்ளே போகவில்லையா? சிறையின் இருண்ட மூலையில் ஒடுங்கிக் கொள்ளவில்லையா? சிறைக் காவலனின் அதிகாரக் குரலோ, சிறைக்கதவை அவன் ஓங்கி அறையும் சத்தமோ கேட்கவில்லையே! சிறைக் காவலன் அவளைப் பயமுறுத்தவில்லையா? சிறைக்குள் பாய்ந்து சுவர்மீது அவளை மோதச் செய்யவில்லையா? இதற்கிடையில் காமோவின் உடல் மாறி மாறிப் பதற்றமடைந்தும் ஆசுவாசம் கொள்வதுமாய் இருந்தது. எனது பிடியிலிருந்து தன் கால்களை விடுவிக்கப் படாதபாடு பட்டுக்கொண்டிருந்தான் காமோ. தன் கைகளை நீட்டிச் சிறைச்சுவரின்மீது ஓங்கி அறைந்தான். அவன் உடல் கடைசியாய் வெட்டி இழுத்ததும் வலிப்பு மெல்லத் தணிந்து மூச்சிரைப்பும் நின்றது. எதிரே இருந்த சிறையைச் சிறிது நேரம் நோட்டமிட்டவாறிருந்த சிறைக் காவலன் அந்தப் பெண்ணைத் தனியே விட்டுவிட்டு அங்கிருந்து சென்றான். தாழ்வாரத்தில் அவன் நடந்து செல்லும் சத்தம் மெல்லத் தேய்ந்து மறைந்தது. எழுந்து நின்று வெளியே பார்த்தேன். சிறைக்கதவின் கம்பியினூடே அந்தப் பெண் தெரிந்தாள். அவளைப் பார்த்துத் தலை அசைத்தேன். அவளிடம் அசைவேதும் இல்லை. சற்று நேரம் கழித்து உள்ளே சென்று இருளில் மறைந்தாள்.

டாக்டர் சுவரில் சாய்ந்து கால்களை நீட்டி வைத்துக்கொண்டார். காமோவின் தலையைத் தன் மடிமீது வைத்து "இந்த நிலையில் அவனால் சிறிது தூங்க முடியும்" என்றார்.

"நாம் பேசுவதை அவனால் கேட்க முடியுமா?" என்றேன்.

"இந்த நிலையில் சிலரால் கேட்க முடியும். மற்றவர்களால் முடியாது."

"தன்னைப் பற்றி நிறையவே பேசிவிட்டான். அது நல்லதல்ல. அவனை எச்சரிக்க வேண்டும்"

"நீ சொல்வது சரிதான். பேசுவதை அவன் நிறுத்தத்தான் வேண்டும்."

நோயாளியைப் போல் அல்லாமல் தனது சொந்த மகனைப்போல அவனைத் தூங்கவைத்தார் டாக்டர். அவன் நெற்றியிலிருந்த வியர்வையைத் துடைத்து அவன் தலையைக் கோதினார்.

"எதிர்ச்சிறையில் அந்த இளம் பெண் எப்படி இருக்கிறாள்?" என்று அவன் கேட்டான்.

"அவள் முகம் முழுக்கவும் காயத்தின் தழும்புகள் இருக்கின்றன. நீண்ட நாட்கள் அவளைச் சித்திரவதை செய்திருப்பார்கள் என்பது தெரிகிறது" என்றேன்.

காமோவைப் பார்த்தேன். அவன் முகம் சாந்தமான தோற்றம் கொண்டிருந்தது. முடி திருத்திக்கொள்ள அவன் கடைக்கு வந்த

வாடிக்கையாளன் சொன்னது சரிதான். இவனைப் போன்ற ஒருவனால் கவிதையை எப்படி நேசிக்க முடியும்? நாள் முழுக்க வெளியே விளையாடிக் களைத்துச் சோர்ந்த குழந்தைபோல் உறங்கிக்கொண்டிருந்தான். அவன் கண் இமைகளுக்குக் கீழ் கனவு போல் ஏதோ தோன்றியது. அவன் இப்போது தனது கிணறுக்குள் குனிந்து இருளை உற்றுப் பார்த்துக்கொண்டிருந்தான். ஈரமான கற்களைப் பற்றிப் பிடித்திருந்தான். உறுதியானவற்றின்மீது அவனுக்கு நம்பிக்கை இல்லை. ஒரு கயிற்றின் உதவியால் இறங்கிக் கிணற்றுக்குள் தண்ணீரில் அமிழ்ந்தான். வடக்கு, தெற்கு என இரண்டுமாக காமோவே அங்கே இருந்தான். கிழக்கும் மேற்கும் அவனே. வெளியே அவனது இருப்பு சுத்தமாகத் துடைத்து எறியப்பட்டிருக்கிறது. கிணற்றுக்குள் கிணறாக, நீருக்குள் நீராக அவன் மாறியிருக்கிறான்.

கண்களைப் பாதி திறந்தவனாக, “உணர்வற்ற நிலையில் எவ்வளவு நேரம் இருந்தேன்?” என முணுமுணுத்தான் காமோ.

“அரை மணிநேரம்” என்றார் டாக்டர்.

“எனது தொண்டைக் குழி வறண்டிருக்கிறது.”

“மெல்ல எழுந்து உட்கார்.”

காமோ எழுந்து சுவரில் சாய்ந்தவாறு அமர்ந்தான். டாக்டர் கொடுத்த ப்ளாஸ்டிக் நீர் பாட்டிலிலிருந்து தண்ணீர் குடித்தான்.

“இப்போது எப்படி இருக்கிறாய்?” டாக்டர் கேட்டார்.

“ப்ச்... களைப்பாக இருக்கிறது. அதே நேரம் நன்றாக ஓய்வெடுத்துக் கொண்ட உணர்வும் இருக்கிறது. எனக்கு என்ன நோய் என்பதை முன்னரே உங்களிடம் கூறியிருக்க வேண்டும். என் அம்மா இறந்த அந்த வசந்த காலத்திலேயே வலிப்பு நோயினால் பீடிக்கப்பட்டேன். சில வாரங்களிலேயே அதிலிருந்து குணமடைந்தேன். கடந்த காலம் திரும்பிவந்து தவிக்கச் செய்யும் என்பார்கள். மஹைசர் என்னை விட்டுச் சென்றாள். வலிப்பு நோய் மீண்டும் வந்தது.”

“திமிர்த்தேயும் நானும் உன்னை இங்கே நன்கு கவனித்துக்கொள்வோம் காமோ. முக்கியமான ஒரு விஷயத்தை உன்னிடம் கூறப் போகிறேன். பேசிக் கொள்வது நல்லதுதான். ஆனால் இங்கே சிறைகளுக்கெனச் சில விதி முறைகள் உண்டு. சித்திரவதையைத் தாங்க முடியாமல் செய்த குற்றங்களை ஒப்புக்கொண்டு ரகசியங்கள் அனைத்தையும் விசாரணையாளர்களிடம் நம்மில் யார் கூறுவார் என்பதோ அல்லது இங்கே காதில் கேட்ட விஷயங்களை விசாரணையின்போது யார் வெளிப்படுத்துவார் என்பதோ நமக்குத் தெரியாது. பொழுதைப் போக்குவதற்காக நாம் பொதுவான விஷயங்களைப் பேசலாம்; நமது தொந்தரவுகளைப் பகிர்ந்துகொள்ளலாம். ஆனால் நமது ரகசியங்களை நம்மிடமே வைத்துக்கொள்ள வேண்டும். புரிகிறதா?”

“அப்படியானால் ஒருவர் மற்றவரிடம் ஒருபோதும் உண்மையைச் சொல்லப் போவதே இல்லையா?” என்றான் காமோ. சில கணங்களுக்கு

முன்பு உறுதியானவனாக இருந்த காமோ இப்போது பலவீனமான நோயாளியாகிவிட்டான்.

“உன் ரகசியங்களை உன்னிடமே வைத்துக்கொள். உன்னை இங்கே எதற்காகக் கொண்டுவந்தார்கள் என்பது எங்களுக்குத் தெரியாது. தெரியவும் வேண்டாம்” என்றார் டாக்டர்.

“நான் எப்படிப்பட்டவன் என்று உங்களுக்கு ஆச்சரியமாகவே இல்லையா?”

“இதோ பார் காமோ. நாம் வெளியே இருந்திருந்தால் நான் உன்னைச் சந்தித்திருக்க விரும்பியிருக்க மாட்டேன். நீ இருக்கும் இடத்திலும் இருந்திருக்க மாட்டேன். ஆனால் இப்போது இங்கே வேதனையின் பிடியில் இருக்கிறோம். சாவு நம்மை விழுங்கக் காத்திருக்கிறது. யாரையும் மதிப்பீடு செய்து தீர்ப்பளிக்கும் நிலையில் நாம் இல்லை. நமது காயங்களை நாம் ஒருவருக்கொருவர் ஆற்றிக்கொள்வோம். துன்புறும் மனிதனாக – ஒரு மனிதனின் பரிசுத்தமான வடிவத்தில் இப்போது நாம் இருக்கிறோம் என்பதை மறந்துவிடக் கூடாது.”

“என்னைப்பற்றி உங்களிடம் எதுவும் சொல்லவில்லை. என்னை உங்களுக்குத் தெரியாது” என்றான் காமோ. டாக்டரும் நானும் ஒருவரையொருவர் பார்த்தவாறு எதுவும் பேசாது காத்திருந்தோம். ஒவ்வொரு வார்த்தையையும் கவனமாகத் தேர்வு செய்து எச்சரிக்கையுடன் காமோ பேசினான்.

“உங்களிடம் நான் முறையிட்டவை குறித்த என் நினைவுகள் பேராசை பிடித்த வட்டிக் கடைக்காரனைப் போன்றது. ஒவ்வொரு சொல்லையும் அது பதுக்கி வைத்திருக்கிறது. ஏய்... மாணவனே... சிறு பையா. இப்போது நீ ஒரு கதை சொன்னாயே அதில் வரும் வார்த்தைகளைக் கூறியது கன்ஃபூசியஸ் என்பது உனக்குத் தெரியுமா? முடிதிருத்தும் கடையில் முகம் பார்க்கும் கண்ணாடிக்கு மேலே இருக்கும் தேசியக் கொடியை ஒட்டி அரை நிர்வாணத் தோற்றத்துடன் ஒரு இளம் பெண்ணின் விளம்பரப் படம் வைக்கப்பட்டுள்ளது. அந்த விளம்பரப் படத்திற்குக் கீழே உள்ள வாசகம்தான் நீ கூறியது. கண்ணைப் பறிக்கும் வண்ணத்தில் அவள் அணிந்திருந்த குட்டைப் பாவாடையை மேலே தூக்கிக் கட்டியிருந்தாள். என் வாடிக்கையாளர்களையும் என்னையும் நோக்கி வெட்கத்துடன் அவள் தலை திரும்பியிருந்தது. அவளின் நீண்ட கால்கள் வேகமாக ஓடியவாறிருந்தன. அவளின் கால்களுக்கு இடையே “பாதி கீழிறங்கிய கால்சட்டையுடன் ஓடும் ஒரு ஆணைக்காட்டிலும் குட்டைப் பாவாடையைத் தூக்கிக்கொண்டு ஒரு பெண்ணால் வேகமாக ஓட முடியும்” என்ற வாசகம் இருந்தது. சில சமயங்களில் கடைக்கு வரும் எனது வாடிக்கையாளர்கள் அந்த இளம் பெண்ணின் அழகையே கண்கொட்டாமல் பார்த்து இப்படியும் ஓர் அழகு உண்மையிலேயே இருக்க முடியுமா என நினைப்பார்கள். அவளுடன் சேர்ந்திருக்க முடியுமானால் பிறகு எதைப் பற்றியும் கவலைப்பட வேண்டாம் என்று நினைத்துக்கொள்வார்கள். ஒரு நாள் எனது வாடிக்கையாளனான ஒரு எழுத்தாளன் அந்த விளம்பரப் படத்தைப் பார்த்து “ஆ.. சோனியா..” எனப் பெருமூச்செறிந்தான். அதைக் கேட்ட நாங்கள் அதுவே அந்த

இளம் பெண்ணின் பெயராக இருக்க வேண்டுமென நினைத்தோம். முடி வெட்டுவதற்காகத் தனது முறை வந்ததும் நாற்காலியில் உட்கார்ந்த அந்த எழுத்தாளன் நீண்ட நேரம் பேசினான். இறுதியில் என்னைப்பற்றி என்னிடமே அவன் பேசத் தொடங்கினான். ரஷ்யர்களைப் போன்ற ஆன்மா எனக்கு இருப்பதாகக் கூறினான். நான் ஆச்சரியம் அடைந்ததைக் கண்ட அவன், முன்பு கடைக்கு வரும்போதெல்லாம் அவனிடம் நான் ஏற்கெனவே கூறியிருந்த விஷயங்களையே மீண்டும் கூறினான்.

"நான் ரஷ்யாவில் பிறந்திருந்தால் கரமசோவ் குடும்பத்தில் ஒருவனாக இருந்திருப்பேன். அல்லது சோனியாவின் அதிர்ஷ்டமில்லாத தந்தை மார்மெலாடொவ்வாகவோ அல்லது நிலவறை மனிதனாகவோ வாழ்ந்திருப்பேன்.[9] தஸ்தயேவ்ஸ்கியின் பாத்திரங்கள் பற்றி அந்த எழுத்தாளன் சொன்னதெல்லாம் என்னைப் பற்றிய உண்மைகள். 'குற்றமும் தண்டனையும்' நாவலின் மார்மெலாடோவையும் 'நிலவறைக் குறிப்புகள்' நாவலின் முதல் பகுதியையும், கரமசோவ் சகோதர்கள் முழு நாவலையும் ஒரே மனநிலையில்தான் தஸ்தயேவ்ஸ்கி எழுதினார். அந்தக் கதாபாத்திரங்களுக்கிடையே பெரிய வித்தியாசம் எதுவும் இல்லை. ஆனால் அவர்கள் தங்களின் வாழ்வில் நம்பவே முடியாத பயணங்களை மேற்கொள்ள அதுவே போதுமானதாக இருந்தது. சோனியாவின் தந்தை மார்மெலாடோவ் நொடிந்துபோனவன்; தான் பரிதாபத்திற்குரியவன் என்பது அவனுக்குத் தெரியும். தன்னையே சதா நிந்தனை செய்பவன். துயரம் மிகுந்த துர்ப்பாக்கியசாலி. தனது விதிக்கு இரையானவன். சோனியா துயரம் மிகுந்த தனது தந்தையை ஆராதித்தாள். ஆ... சோனியா! நிர்க்கதியான அந்த அழகிய வேசை. அவளின் காதலுக்காகக் கொடூரமான கொலைகளையும் யார்தான் செய்யமாட்டார்கள்? கீழுலகைச் சேர்ந்த அந்த மனிதன் தனது மகிழ்ச்சியின்மையை வெளிப்படுத்தி மற்றவர்கள் மகிழ்ச்சியற்று இருக்கின்றனர் என்பதை அம்பலப்படுத்துகிறான். இதனை அவன் கோபமாக வெளிப்படுத்துகிறான். பிறருடைய முகங்களுக்கு முன்னால் கண்ணாடியைப் பிடித்தபடி தன்னைப் போலவே இருக்கும் மனிதர்களைக் கண்டுபிடிப்பதில் அவனுக்கு இருக்கும் அதீத ஆர்வம் தன்னுடைய ஆன்மாவைச் சின்னாபின்னப்படுத்திக் கொள்ளும் அளவுக்கு அவனைக் கொண்டுசெல்கிறது. மாறாக கரமசோவ் சகோதரர்களின் வாழ்க்கைப் பயணமோ முற்றிலும் வேறானது. தங்களுடனும் பிறருடனும் ஏன் வாழ்வுடனும் அவர்கள் முரண்பாடு கொண்டிருந்தனர். மார்மெலாடோவ்போல முற்றிலும் நம்பிக்கையிழந்த ஜீவன்களாய் அவர்கள் தங்களை உணர்வதில்லை; அல்லது கீழுலகின் மனிதனைப்போலப் பிறரை அம்பலப்படுத்தும் கருவியாகத் தங்களின் மகிழ்ச்சியின்மையை அவர்கள் கருதுவதுமில்லை. மகிழ்ச்சியில்லாமல் இருப்பது அவர்களின் தவிர்க்க முடியாத விதி. எப்போதும் சீழ் வடிந்தவாறிருக்கும் புண். வாழ்வை ஏற்றுக் கொள்வதற்காக அல்ல – அதனை மறுப்பதற்கே அவர்கள் கடுமையாக முயன்றனர். துன்புற்றபோது ரத்தம் சிந்தவும் வாழ்வின்மீது அதனைப்

---

9. சோனியா, மார்மெலாடொவ்: தஸ்தயேவ்ஸ்கி எழுதிய 'குற்றமும் தண்டனையும்' நாவலின் கதாபாத்திரங்கள்; நிலவறை மனிதன்: அதே ஆசிரியர் எழுதிய 'நிலவறைக் குறிப்புகள்' நாவலில் வரும் கதாபாத்திரம்.

பூசவும் முனைந்தனர். அவர்களின் வாழ்க்கை ஒரு புதிய பக்கம் ஒன்றினை இப்போது எனக்காகவும் திறந்திருக்கிறது நீங்கள் நாசமாய்ப்போக. நரகத்தின் நெருப்பில் எரிந்துகொண்டிருப்பவர்களைப்போல என்னை முறைத்துப் பார்ப்பதை நிறுத்துங்கள். மூன்று நாட்களாக உங்களையும் நீங்கள் கூறி வரும் கதைகளையும் காது கொடுத்துக் கேட்டுக்கொண்டிருக்கிறேன். சித்திரவதைக்குப் பிறகு வேதனையில் நீங்கள் அழுவதைக் கேட்டிருக்கிறேன். இப்போது நான் சொல்வதைக் காது கொடுத்துக் கேளுங்கள்."

காமோ எங்களை வெறுப்புடன் முறைத்துப் பார்த்தான். தண்ணீர் பாட்டிலை எடுத்து வாயில் வைத்தவாறு மீண்டும் பேசத் தொடங்கினான்.

"என்னை விடுவிப்பார்களா? அல்லது சித்திரவதை செய்ய உங்களைப் போல் வெளியே என்னை இழுத்துச் செல்வார்களா? இனி எனக்கு என்ன ஆகும்? எதுவும் தெரியாது. வேதனை இந்த உடலைத் தன் அடிமையாக மாற்றிவிடுவதுபோல அச்சம் ஆன்மாவைத் தனது அடிமையாக இருக்கச் செய்கிறது. உடலைக் காக்கத் தங்களின் ஆன்மாவை மனிதர் விற்கிறார்கள். எனக்குப் பயம் இல்லை. என்னைச் சித்திரவதை செய்வோரிடம் பேசத்தான் போகிறேன். உங்களிடம் தெரிவிக்காத ரகசியங்களை அவர்களிடம் சொல்லப்போகிறேன்.

"என்னிடமிருந்து என்ன தெரிந்துகொள்ள விரும்புகிறார்களோ அவை அனைத்தையும் அவர்களிடம் சொல்வேன். எனது ஆன்மாவையே அவர்களிடம் ஒப்படைத்து அவர்கள் கேட்கும் கேள்விகள் அனைத்திற்கும் பதில் அளிப்பேன். தையல்காரர்கள் சட்டையை உட்புறமாகத் திருப்பி உள் துணியைப் பிரிப்பதுபோல எனது ஈரலைத் திறந்து அவர்கள் முன் வைப்பேன். அவர்கள் என்னிடமிருந்து என்னென்ன தெரிந்துகொள்ள விரும்புகிறார்களோ அதற்கும் அதிகமாகவே அவர்களிடம் சொல்வேன். முதலில் அவர்களுக்கு நான் சொல்வதில் ஆர்வம் ஏற்படும். நான் கூறும் விஷயங்கள் பயனுள்ளவையாக இருக்கும் என்றால் அவர்கள் அதையெல்லாம் எழுதி வைத்துக்கொள்வார்கள். சிறிது நேரத்திற்குப் பின் நான் கூறுபவை அவர்களைச் சங்கடப்படுத்தும். அவர்கள் தெரிந்துகொள்ள விரும்பாத அவர்களைப் பற்றிய விஷயங்களை நான் கூறுவதை உணர்ந்துகொள்வார்கள். இந்த வாழ்வில் மனிதர்கள் தங்களையே அதிகமும் அஞ்சுகின்றனர். விசாரணையாளர்களுக்கும் இந்த அச்சம் உண்டு. அவர்களைப்பற்றி அவர்களிடமே பேசிக்கொண்டிருக்கும் என்னைப் பேசாதிருக்கச் செய்ய முயல்வார்கள். சித்திரவதையாளர்கள் நான் பேசாதிருப்பதற்காக இருபுறமும் கைகளை விரித்து நீட்டி என்னைக் கட்டித் தொங்கவிடுவார்கள்; உடலில் மின்சாரம் பாய்ச்சுவார்கள்; ரத்தம் வடியச் செய்வார்கள். அவர்களைப் பீதியுறச் செய்யும் என்னைப் பற்றிய அனைத்தையும் கூறி அவர்கள் காணவிரும்பாத அவர்களின் சுயத்தின் ஒரு பகுதியைக் காணும்படி செய்வேன். நம்பவே முடியாமல் அவர்கள் மலங்க விழிப்பார்கள். முதன்முதலாய்க் கண்ணாடியில் தங்களைப் பார்க்கும் குஷ்டரோகிகள்போலப் பீதியில் பின்வாங்கி, சுவரில் மோதிக்கொள்வார்கள். ஏனெனில் தங்களை மாற்றிக்கொள்ள அவர்களால் ஒன்றுமே செய்ய முடியாது. அதற்கான ஒரே தீர்வு கண்ணாடியை உடைத்து நொறுக்குவதே.

அதாவது, அவர்களை இந்த நிலைக்கு ஆளாக்கிய என்னை, என் முக எலும்புகளை, உடைப்பதே. எனது நாக்கினைத் துண்டிப்பதால் அவர்களுக்கு எந்த நன்மையும் விளையப் போவதில்லை. வலியால் நான் கதறும் சத்தம் அவர்களைச் செவிடாக்கி நான் கூறிய உண்மை அவர்கள் மனதைச் சிறைப்படுத்திவிடும். ஒழிந்து போகட்டும். தங்கள் வீடுகளிலேயே அச்சமும் பதற்றமும் ஆட்கொள்ள நடு இரவில் அவர்கள் கண் விழித்து காத்திரமான மதுவை விழுங்கி மதுக் கிண்ணங்களைக் காலி செய்வார்கள். ஆனால் தப்பிக்க வழியில்லை. அவர்கள் கழுத்து நரம்புகளில் (அவர்களைப் பற்றிய) உண்மை ஓடுகிறது. அவர்கள் அதனை ஏற்றுக்கொள்ள வேண்டும் அல்லது தங்கள் மணிக்கட்டுகளை அறுத்துக்கொள்ள வேண்டும். அனைவருக்கும் அன்பான மனைவியர் உண்டு. அந்த மனைவியர் அவர்களை அணைத்து ஆறுதல் தருவார்கள். சிகரெட் பற்றவைத்து அதனை அவர்களின் நடுங்கும் கை விரல்களுக்கிடையே வைப்பார்கள். தங்களைப் பற்றிய உண்மைகள் கண்டுபிடிக்கப்பட்டு வெளியே தெரிந்துவிடும் என்ற கடுமையான அச்சத்திலேயே அவர்கள் வாழ்கிறார்கள். கடந்த மூன்று நாட்களாக விசாரணைக்கு ஏன் அவர்கள் என்னை அழைத்துச் செல்லவில்லை என்பது இப்போது எனக்குத் தெரிகிறது. அவர்கள் என்னைக் கண்டு அஞ்சுகிறார்கள்."

மனதின் ஆழத்திலிருந்து, இன்னும் கீழே இருண்ட மூலையிலிருந்து காமோ பேசிக்கொண்டிருந்தான். அங்கே அவன் நீண்ட காலம் ஒளிந்திருந்தான். நசுக்கப்பட்டுக் கடுமையாகச் சேதமடைந்திருந்தான். சேதமடைந்ததால் ஒளிந்துகொண்டானா, ஒளிந்திருந்ததால் சேதமடைந்தானா என்பதை அறிந்துகொள்ள வழியில்லை. காமோவிற்கு மிகவும் பிடித்திருந்த அந்த இருளோ என்னை மூச்சுத் திணறச் செய்தது. என் கண்களைக் கட்டி இரும்பு வாயிற் கதவுக்கு வெளியே கொண்டு சென்றபோது நானறிந்த உலகை விட்டு என்னை வெளியே கொண்டுசென்றார்கள். மனதில் எழுந்த குழப்பமான சொற்களைப் புரிந்துகொள்ளத் திக்குமுக்காடினேன். அந்த இருளில் சிந்தனை செய்வது எளிதல்ல. என் அருகே இருந்த வாழ்க்கையிடமே திரும்பிச் செல்ல விரும்பினேன்.

பாதி திறந்து களைப்படைந்த கண்களின் வழியே சிரமத்துடன் வெளியே பார்த்துக்கொண்டிருந்தான் காமோ. சிறைக்குள் விழுந்த கீற்று வெளிச்சம் காமோவின் கண்களைக் கூசச் செய்தது. அதனால்தானோ என்னவோ எப்போதும் அவன் தூங்க விரும்பினான்

"கிணற்று மதில் மேல் நிற்காதே என இந்த ஒரேயொரு முறைதான் என் அம்மா என்னைத் திட்டவில்லை. அன்று ஊதுவத்தி எரிந்து கொண்டிருப்பதாகக் கனவு கண்டதாய் அவள் கூறினாள். அவளைத் தொந்தரவுசெய்துகொண்டிருக்கும் ஏதோ ஒன்றினைக் கடந்துவிடுவதன் அடையாளம் என அந்தக் கனவை அவள் கருதினாள். என்ன வினோதம்! முதல் முறையாய் ஊதுவத்தி எரிந்துகொண்டிருப்பதான கனவு இந்தச் சிறையில் எனக்கும் வந்தது. என் கடந்த காலம் உறைந்திருக்கையில் எந்தத் தொந்தரவினை நான் கடந்திருக்க முடியும்?"

"கடந்த நாட்கள் முடிந்துவிட்டன. அதுபோல இந்த நாட்களும் முடிவுக்கு வந்துவிடும். நீ இந்தச் சிறையிலிருந்து வெளியேறி மீண்டும்

விடுதலை அடைந்துவிடுவாய் என்பதையே உனது கனவு குறிக்கிறது" என்றார் டாக்டர்

"விடுதலையா? எனக்கா? மஹைசரை என்று இழந்தேனோ அன்றிலிருந்தே என் மன உறுதியின் சிறு துகளும் தகர்ந்துவிட்டது" என்றான்.

"நீ உன்னைக் கடுமையாக வதைத்துக்கொண்டிருக்கிறாய். வாழ்வில் ஏதோ ஒரு கட்டத்தில் ஒவ்வொருவரும் இதுபோன்ற விஷயங்களை எதிர்கொள்கிறார்கள்" என்ற டாக்டர் ஒரு கணம் நிறுத்தி மேலும் தொடர்ந்தார்.

"இங்கே உன் எண்ணம் நேர்மறையாக இருக்க வேண்டியது அவசியம். நாம் அனைவரும் நிலவறையின் இந்தச் சிறைக்கு வெளியே இஸ்தான்புல்லில் இருப்பதாகக் கனவு காணலாம். எடுத்துக்காட்டாக: ஆர்ட்டாக்கோய் கடற்கரையில் அரட்டை அடித்தவாறு மறுபுறத்திலுள்ள கரையில் சந்தோஷமாக ஓய்வெடுப்பதாக நினைத்துக்கொள்ளலாம்."

இங்கிருந்து எங்களை வெளியே அழைத்துச்சென்று வெளி உலகைச் காட்ட விரும்புவதாக டாக்டர் கூறினார். அதனை எப்படி செய்வதென்று எனக்குக் கற்றுத் தந்தார். இந்தச் சிறையில் நமது துன்பங்களையே நினைத்து உழல்வதைக் காட்டிலும் வெளி உலகைக் கற்பனை செய்வதும் கனவு காண்பதும் நல்லது. நமது உடல் இந்தச் சிறைக்குள் சிக்கிக்கொண்டுள்ளதால் காலம் இங்கேயே ஸ்தம்பித்து நிற்கிறது. நமது மனம் வெளியே சென்றால் காலம் மீண்டும் நகரத் தொடங்கிவிடும். உடலைக் காட்டிலும் நமது மனம் உறுதியானது. இதனை மருத்துவ ரீதியாகவும் நிரூபிக்க முடியும் என டாக்டர் கூறினார். இங்கே சிறையில் வெளிஉலகைப் பற்றி அடிக்கடி கற்பனை செய்திருக்கிறோம் அல்லவா? எடுத்துக்காட்டாகக் கடற்கரையில் காலாற நடந்து செல்வோரின் மகிழ்ச்சியை நாம் பகிர்ந்துகொண்டோம்; ஆர்ட்டாக்காய் கடற்கரை அருகேயிருந்த ஒரு படகில் உரத்து ஒலிக்கும் இசைக்கேற்ப நடனமாடிக்கொண்டிருந்தோரைப் பார்த்து நாம் கை அசைத்தோம்; ஒருவரை ஒருவர் அணைத்தவாறு செல்லும் காதலரைக் கடந்து சென்றோம். அடிவானத்தில் சூரியன் மறைந்து கொண்டிருந்தபோது தெரு வியாபாரியிடமிருந்து ஒரு பை பச்சை நிற ப்ளம் பழங்களை டாக்டர் வாங்கினார். புன்னகைத்தவாறு முதல் பழத்தை எனக்குத் தந்தார்.

சென்ற வாரம் பாதி உணர்வுடன் இருந்த நிலையில் என்னை இந்தச் சிறையில் தள்ளினார்கள். என் உதடுகள் வறண்டிருந்தன. அதனால் என் பேச்சு சரியாக வரவில்லை. ஏதேதோ முணுமுணுத்தேன். தண்ணீர் கேட்பதாக நினைத்த டாக்டர் என்னை நிமிர்ந்து உட்காரச் செய்து தண்ணீர் கொடுக்க முயன்றார். கண்களைத் திறந்த நான் "எனக்குத் தண்ணீர் வேண்டாம். பச்சைப் ப்ளம் பழங்கள் வேண்டும்" என்றேன். இரண்டு நாட்கள் அதை நினைத்துச் சிரித்தோம்.

உனக்கும் பச்சை ப்ளம் பழங்கள் வேண்டுமாவென்று காமோவிடம் டாக்டர் கேட்டார். காமோவிற்கு அந்தக் கற்பனைக் கதை பிடிக்கவில்லை. எங்களைப்போல அவன் மனம் அந்தத் தளத்தில் இயங்கவில்லை. "கடந்த காலம் டாக்டர்... நமது கடந்த காலம்..." என்றான்.

அவனுக்கு ப்ளம் பழங்கள் தருவதுபோல் காற்றில் கைகளால் டாக்டர் சைகை செய்தார். "நமது கடந்த காலம் எங்கோ அடைய முடியாத தூரத்தில் இருக்கிறது. அங்கே போக முடியாது. அதற்குப் பதிலாக 'நாளை'யில் நாம் கவனம் செலுத்த வேண்டும்" என்றார் டாக்டர்.

"உங்களுக்கு ஒன்று தெரியுமா டாக்டர்? கடவுளாலும் கடந்த காலத்தை மாற்ற முடியாது. அவன் சர்வ வல்லமை மிக்கவன். நிகழ்காலமும் எதிர்காலமும் அவன் ஆட்சி அதிகாரத்தின் கீழ் உள்ளன. ஆனால் அவனாலும் இறந்த காலத்தை மாற்ற முடியாது. இறந்த காலத்தை மாற்றும் சக்தி கடவுளுக்கே இல்லை என்னும்போது நம் கதி என்ன?"

முதல்முறையாய் டாக்டர் கழிவிரக்கத்துடன் காமோவைப் பார்த்துப் புன்னகைத்தார். "எனக்குத் தெரிந்த முடி திருத்துபவர் ஒவ்வொருவருக்கும் பேசுவது பிடிக்கும். பெண்களைப் பற்றியும், கால்பந்து விளையாட்டுப் பற்றியும் பேசுவார்கள். ஆனால் அதைப் பற்றியெல்லாம் பேசாமல் நீ ஏன் இந்த விஷயங்களைப் பேசுகிறாய்? நான் உனது வாடிக்கையாளனாக இருந்தால் உன் கடைக்குத் திரும்பி வரமாட்டேன். முடி திருத்துவோர் பல்கலைக்கழகத்திற்குப் போகக் கூடாது. அது நல்லது. அப்படிப் போனால் கால்பந்தாட்டம் பற்றியும் பெண்கள் பற்றியும் அரட்டையடிக்க ஆண்கள் வேறு எங்குதான் போவார்கள்?"

"நான் கல்வி கற்கவில்லை என்றாலும் இதே கேள்விகளை நிச்சயம் கேட்பேன்."

"நீ இப்படி யோசித்துப் பார் காமோ. உன் குழந்தைப் பருவத்தில் உன் அம்மாவுடன் நீ மகிழ்ச்சியாக இல்லை. ஆனால் உன் மனைவி மஹைசரைச் சந்தித்தாய். அது மகிழ்ச்சியற்ற உன் கடந்த காலத்திலிருந்து உன்னை விடுவித்தது. இதுவே மீண்டும் நிகழும். எதிர்காலத்தில் புதிதாக மகிழ்ச்சியைக் கண்டடைவாய். அப்போது பழைய நாட்களை மறந்து போவாய்."

"புதிய மகிழ்ச்சியா?"

டாக்டர் ஆழமாய் மூச்சை இழுத்தார். குளிர்ந்த கைகளை ஒன்றோடொன்று சேர்த்துத் தேய்த்துக்கொண்டார். மேலே மோட்டு வளையைப் பார்த்தார். தனது மருத்துவ ஆலோசனை அறையில் ஒரு மோசமான நோயாளியைச் சிறப்பாகக் கையாளுவது பற்றி யோசித்து முடிவுக்கு வருவதுபோல அது இருந்தது. அப்போது இரும்பு வாயிற் கதவு திறக்கும் ஓசை உரக்கக் கேட்டது.

நாங்கள் ஒருவரையொருவர் பார்த்துக்கொண்டோம். விசாரணையாளர்கள் பரிகாசமாகப் பேசியவாறு வராந்தாவில் நடந்து வருவது காதில் விழுந்தது. அவர்கள் பேசியதை உற்றுக் கேட்டோம்.

"அவனிடமிருந்து ரகசியம் ஏதாவது கசிந்ததா?"

"அவன் சொல்லுவான். ஒன்றிரண்டு நாட்கள் காத்திருக்கலாம்."

"இன்றைக்கு என்ன நடந்தது?"

“உடலில் மின்சாரம் பாய்ச்சினோம், கட்டித் தொங்கவிட்டோம், தண்ணீரைப் பீய்ச்சி அடித்தோம்.”

“அவன் பெயரும் முகவரியும் கிடைத்ததா?”

“அது ஏற்கெனவே தெரியும்.”

“அவன் முக்கியமான ஆளா? சாதாரண முட்டாப் பயலா?”

“முக்கியமான ஆள். கிழவன்.”

“சிறை எண்?”

“நாற்பது.”

அது எங்களின் சிறை எண்.

கடைசி நேரக் கதகதப்பிற்காகப் பனியால் குளிர்ந்த கால்களை ஒருவர் மேல் ஒருவர் குவியலாகப் போட்டுக்கொண்டோம். திரும்பி வராமலேயே எந்த நேரமும் நாங்கள் இங்கிருந்து வெளியேறிவிடக் கூடும். நல்ல மனநிலையில் சென்று பைத்தியமாகத் திரும்பலாம்; அல்லது மனிதத்தன்மை கொண்ட உயிராகச் சென்று இதயமற்ற விலங்காகத் திரும்பியும் வரலாம்.

சிறைக்கதவின் கம்பிக்கருகே திரும்பி, “அவர்கள் என்னை இழுத்துக் கொண்டு போகவே வருகிறார்கள், மிகச் சரியான நேரம்தான்” என்றான் காமோ.

நடந்துவரும் சத்தம் அருகே கேட்டது சிறைக்கதவு திறந்தது. திடகாத்திரமான வயதான ஒரு மனிதரை இரு சிறைக் காவலர்கள் கைத்தாங்கலாகப் பிடித்துத் தூக்க முடியாமல் தூக்கி உள்ளே கொண்டு வந்தனர். அந்த மனிதரின் தலை நெஞ்சில் சரிந்திருந்தது. அவர் முகமும் உடலும் ரத்தக் களரியாக இருந்தன. “இதோ உங்களுக்கு ஒரு புதிய நண்பன்.” டாக்டரும் நானும் எழுந்து அந்த மனிதரை உள்ளே கொண்டுவந்து தரையில் மெல்லக் கிடத்தினோம். காவலர்கள் கதவைச் சாத்திக்கொண்டு வெளியே சென்றனர்.

“இவர் முழுதும் உறைந்திருக்கிறார்” என்றார் டாக்டர். அவர் உடலிலிருந்து இன்னும் ரத்தம் வடிந்துகொண்டிருக்கிறதா, எலும்பு முறிவு ஏதேனும் உள்ளதா என டாக்டர் பரிசோதித்தார். அவரின் கண் இமைகளை உயர்த்தி மங்கலான வெளிச்சத்தில் கூர்ந்து பார்த்தார். அவரின் ஒரு காலை அழுத்தித் தேய்க்கத் தொடங்கினார். அவரின் இன்னொரு காலை எனது கைகளுக்கிடையே வைத்துக்கொண்டேன். அது பனிக்கட்டி போலிருந்தது.

“சில்லிட்ட இந்தக் கான்கிரீட் தரையிலிருந்து அவரைப் பாதுகாக்க வேண்டும். நான் தரையில் குப்புறப் படுத்துக்கொள்கிறேன். அவரை என்மீது படுக்கச் செய்யுங்கள்” என்றான் காமோ.

டாக்டரும் நானும் அவரைத் தூக்கி காமோவின் முதுகின்மீது படுக்க வைத்தோம். காமோவுக்கருகே இருபுறமும் நாங்கள் படுத்து அவனைப்

பிடித்துக்கொண்டோம். முன் காலத்தில் உடம்பைக் கதகதப்பாக வைத்துக் கொள்வதற்குப் பசுக்களையும் நாய்களையும் நெருக்கி அணைத்தவாறு படுத்துக்கொள்வதுண்டு. சிறைவாசம் எங்களை அந்தக் காலத்திற்குக் கொண்டு சென்றது. முழுக்கவும் அந்நியனான ஒருவனை வாழவைக்கும் முயற்சியில் அவன் கீழே விழுந்து விடாமல் அவனைக் கெட்டியாகப் பிடித்துக்கொண்டோம்.

"காமோ எல்லாம் சரியாக இருக்கிறதா?"

"நான் நன்றாக இருக்கிறேன் டாக்டர். இந்த ஆள் ஏற்கெனவே பனிக்கட்டிக்குள் புதைக்கப்பட்டிருந்தவன் போலத் தெரிகிறது."

"பனிக்கட்டியா?"

"ஆம். நான் கைது செய்யப்பட்டபோது விடாமல் பனி பெய்தது" என்றான் காமோ.

"குளிர்காலம் இந்த ஆண்டு சீக்கிரமே வந்துவிட்டாற்போல் தெரிகிறது. நான் கைது செய்யப்பட்டபோது சீதோஷ்ணம் அருமையாக இருந்தது."

டாக்டரும் காமோவும் பேசிக்கொண்டிருந்ததைக் கவனித்தேன். அவர்கள் நிறுத்தாமல் தொடர்ந்து பேசிக்கொண்டிருந்ததால் அவர்களுடன் என்னால் கலந்துகொள்ள முடியவில்லை. கடந்த மூன்று நாட்களாக காமோ என்னைப் புறக்கணித்தவாறு இருந்தான்; அல்லது திட்டிக்கொண்டிருந்தான். அவன் என்னை "சிறு பையா" என்றே பெரும்பாலும் அழைத்தான். எப்போதாவதுதான் "மாணவனே" எனக் குறிப்பிட்டான். எனக்கு 18 வயதாகிவிட்டது. டாக்டருக்குக் காட்டும் மரியாதையில் கொஞ்சமாவது எனக்குத் தந்து என்னை மதிப்புடன் நடத்த வேண்டுமென விரும்பினேன். நான் கைது செய்யப்பட்டபோது என்னைப் பற்றிய விசாரணை எப்படி இருக்கும் என்பதுபற்றி எனக்கு நன்கு தெரிந்திருந்தது. ஆனால் சிறையில் பிரச்சினைக்குரிய ஒரு சகா இருப்பதும் அவனை அங்கு வைத்திருப்பதும் விசாரணையில் ஒரு வகை என்பதையும் நான் ஒருபோதும் கற்பனை செய்ததில்லை. வேதனைக்கு எல்லை ஏது? அதனை எதிர்த்துத் தாங்கிக் கொள்ள வேண்டும். அல்லது அது உன்னைத் தோற்கடித்துவிடும். ஆனால் என்னைத் தொந்தரவு செய்துகொண்டிருந்த காமோவிடம் எவ்விதம் எதிர்வினையாற்றுவது என்பது எனக்குத் தெரியவில்லை. நான் கைது செய்யப்பட்டபோது ஒரு சிவில் போலீஸ்[10] காரில் என் விரல்களை நசுக்கியபடி, "ஏய் சின்னப் பையா" என்று அழைத்தவாறிருந்தான். "சின்னப் பையா எல்லாவற்றையும் ஒளிக்காமல் இப்போது சொல்லிவிடு. உன் வாழ்வை வீணாக்காதே. அது உனக்குத்தான் அவமானம்" என்று அறிவித்தான். நான் ஒன்றும் சின்னப் பையன் இல்லை என்று கூறியபோது தனது கைகளைஎன் கழுத்தைச் சுற்றிப் போட்டு என்னை நெரிக்க முயன்றான். மற்ற போலீஸ் காவலர்கள் அவனைத் தடுத்து நிறுத்தியிருக்க வேண்டும் அல்லது விஷயத்தைக் கறக்க வழக்கமாக அவர்கள் மேற்கொள்ளும் தந்திரமாக அது இருக்க வேண்டும். அவர்களுக்கு என் நிஜப் பெயர் தெரியும். யாரை நான்

---

10. பொதுமக்கள் தொடர்பான குற்றங்களை விசாரிக்கும் காவலர். ராணுவம் தொடர்பான விசயங்களை அல்ல. இவர் சிவில் போலிஸ் எனக் குறிப்பிடப்படுவார்.

சந்திக்கவிருக்கிறேன் என்பதை என்னிடம் கேட்டனர். என்னைப் பற்றி அவர்கள் அறிந்திருந்ததைக் காட்டிலும் எந்த இடத்தில் எந்த நேரத்தில் நாங்கள் சந்திக்கவிருந்தோம் என்பது போன்ற விவரங்களை அவர்கள் தெரிந்து வைத்திருந்தனர் என்பது என்னை அதிகம் வியக்கச் செய்தது. நான் ஒன்றும் "சின்னப் பையன் இல்லை. பல்கலைக்கழக மாணவன். வகுப்பிற்குச் சென்றுகொண்டிருந்தேன். அவ்வளவே. நீங்கள் சொல்வது எதுவும் எனக்குத் தெரியாது." "அப்படியானால் நீ ஏன் ஓட வேண்டும்?", "வகுப்புக்குச் செல்ல தாமதமாகிவிட்டது. அதனால் சரியான நேரத்தில் வகுப்பிற்குச் செல்ல முயன்றேன்" என்றேன். இப்படி நான் கூறியிருந்தேனெனினும் அவர்கள் என்னைப் பின்தொடர்ந்து வந்துகொண்டிருந்தார்கள் என்பது தெரிந்ததும் முதல் சந்தில் திரும்பி ஓடத் தொடங்கினேன் என்பதே உண்மை.

அரை மணி நேரத்திற்குப் பிறகு நாங்கள் சந்திக்கத் திட்டமிட்டிருந்த இடத்திற்கு அழைத்துச் சென்றார்கள். அது இஸ்தான்புல் பல்கலைக்கழக நூலகத்திற்கு முன் உள்ள பஸ் நிறுத்தம். அங்கேயே காத்திருக்கும்படி கட்டளையிட்டார்கள். தப்பிக்க முயன்றால் சுட்டு விடுவதாக எச்சரித்து விட்டு காரிலிலிருந்து இறங்கிச் சென்றனர். பஸ் நிறுத்தத்தில் என்னுடன் காத்திருந்த ஒவ்வொருவரையும் பார்க்கும் தூரத்திலிருந்து கூர்ந்து நோட்டமிட்டவாறிருந்தனர். கடிகாரத்தைப் பார்த்தேன். இரண்டு மணிக்கு இன்னும் மூன்று நிமிடங்கள் இருந்தன. சந்திக்கும் நேரம் பற்றிய எங்களின் விதிகள் மிகக் கடுமையானவை. திட்டமிட்டபடி சந்திக்கும் நேரத்திற்கு மூன்று நிமிடங்களுக்கு முன்னரே அந்த இடத்தில் இருக்க வேண்டும். சந்திப்பு நிகழாவிடில் மூன்று நிமிடங்களுக்கு மேல் அங்கே காத்திருக்கக் கூடாது. என் கண் முன்னால் பஸ்ஸிலிருந்து இறங்கும் நபர்களை கவனித்துக்கொண்டிருந்தேன். நான் யாருக்காகக் காத்துக் கொண்டிருந்தேனோ அந்த ஆள் வந்துவிடுவானோ என அஞ்சினேன். அந்த பஸ் நிறுத்தத்திற்கு அடிக்கடி வருபவன் நான். அன்று அங்கே நிறையப் பேர் நின்றிருந்ததைக் கண்டு ஆச்சரியம் அடைந்தேன். மாணவர்கள், சுற்றுலாப் பயணிகள், கோட் சூட் அணிந்தவர்கள் எனப் பலரும் அங்கே இருந்தனர். நேரம் கடந்துகொண்டிருந்தது. இரண்டு மணிக்கு இரண்டு நிமிடங்களே இருந்தன. சாலைக்கு எதிர்ப் பக்கத்திலிருந்து யாரேனும் நான் நின்றுகொண்டிருந்த பகுதியைப் பார்க்கிறார்களா எனக் கவனித்தேன். அந்தக் கூட்டத்தில் ஒவ்வொருவரும் ஒன்றுபோலவே இருப்பதாகத் தெரிந்தது. அவசர அவசரமாக கார்களுக்கு இடையே புகுந்து சாலையைக் கடந்து இந்தப் பக்கத்திற்குச் சிலர் வந்துகொண்டிருந்தனர். நான் சந்திக்கவிருந்த நபர் இவர்களில் ஒருவராக இருக்கலாம். இந்த ஏற்பாடு துப்புத் துலக்குவதற்கான பொறி என்பதாகக்கூட என்னைச் சந்திக்க வருபவன் நினைத்திருக்கலாம். சிவில் போலீசார் என்னைக் கண்காணிப்பதை அறிந்து ஏதோ சரியில்லை என அவனுக்குத் தோன்றியிருக்கலாம். என் முகத்திலிருந்த பதற்றம் நான் பிடிபட்டுவிட்டதாக அவனை நினைக்கச் செய்திருக்கலாம். அதனால் கூட்டத்தில் அவன் கலந்து மறைந்திருக்கலாம். எனது கடிகாரத்தைப் பார்த்தேன். இரண்டு மணிக்கு ஒரு நிமிடம் இருந்தது. திடீரெனப் பீறிட்ட உணர்ச்சி வேகத்தில் வந்துகொண்டிருந்த பஸ்ஸின் முன்னால் பாய்ந்தேன். பஸ் மோதி, காற்றில் பறந்து கீழே விழுந்தேன். மக்கள் கூச்சலிட்டு அலறுவது

காதில் விழுந்தது. பலர் எனது கைகளைத் தங்கள் தோள்களில் போட்டவாறு என்னை ஒரு காருக்குத் தூக்கிச் சென்றனர். காரின் பின் இருக்கையில் தள்ளி என் முதுகில் குத்தத் தொடங்கினார்கள். துப்பாக்கிக் குழலை என் வாயில் வைத்து "தேவடியாப் பயலே... அவர்களில் யார் அது சொல்" என்றனர். என்னால் கண்களைத் திறக்க முடியவில்லை. தலை சுற்றியது. "ஐந்து வினாடிகள்தான். அதற்குள் சொல்லிவிடு. இல்லாவிட்டால் துப்பாக்கி விசையை அழுத்திவிடுவேன்" ஐந்து வினாடிகளுக்குப் பின் என் வாயிலிருந்து துப்பாக்கியை எடுத்துவிட்டு என் விதைக் கொட்டையை நசுக்கினார்கள். கதற வேண்டுமென நினைத்தேன். ஆனால் என் வாயைப் பொத்தினார்கள். முகத்தில் கண்ணீர் வழிந்தோடியது

வலியைத் தாங்கிக்கொள்ளத் தயாராக இருப்பதாக என்னதான் நீங்கள் நினைத்தாலும் வலியின் யதார்த்தம் மனதை மரத்துப்போகச் செய்துவிடுகிறது. வலி காலத்தை முன்னகர விடாமல் ஸ்தம்பித்து நிற்கச் செய்கிறது. எதிர்காலம் குறித்த உணர்வை அப்போது நாம் இழந்து விடுகிறோம். யதார்த்தம் மறைய முழுப் பிரபஞ்சமும் உங்கள் உடலின் எல்லைக்குள் வந்துவிடுகிறது. அந்தக் கணத்திலேயே என்றென்றுமாய் நீங்கள் உறைந்திருக்கப் போவதாயும் மற்றொரு கணம் என ஒன்று வரவே வராது எனவும் அப்போது உணர்கிறீர்கள். அது காமோ கடந்த காலத்திலேயே சிறைப் பிடிக்கப்பட்டது போன்றதாகும். நான் அவனைப் புரிந்துகொண்டேன். கோடிக்கணக்கான ஆண்டுக் காலத்தில் வலியால் நான் துன்புற்றுக் கொண்டிருக்கும் துல்லியமான இந்தக் கணத்தில் நான் இருக்கும் நிலை ஏன் வந்தது? இவ்விதம் பொருளற்ற ஏதேதோ கேள்விகளை எனக்கு நானே கேட்டவாறிருந்தேன். இது சூடான கண்ணாடிக் குவளையில் கையைச் சுட்டுக்கொண்ட பின் ஒவ்வொன்றின்மீதும் எச்சரிக்கையாக இருக்கும் குழந்தையின் நிலையைப் போன்றது. வலியைத் தவிர வேறு எந்த விளக்கமும் எனக்குத் தெரியவில்லை. காலத்தைத் தவிர வேறு எதைப் பற்றியும் என்னால் யோசிக்க முடியவில்லை. டாக்டர் என் கேள்விகளுக்குப் பதில் சொல்வார் என்றால் அவரிடம் கேட்கலாம். வலியைப் பற்றி நினைப்பதைக் காட்டிலும் நினைக்காதிருப்பதன் மூலம் அதனை நாம் அதிகமும் தாங்கிக்கொள்கிறோம் என்று கருதினார். முடிவற்ற காலம் என் உடலை வந்து அடைந்தபோது என்னால் இப்படி யோசிக்காமல் இருக்க முடியவில்லை: கடந்துபோன நூறு கோடி ஆண்டுகளில் இப்படிப்பட்ட வலியால் ஒடுக்கப்படும் இந்தக் கணத்தில் நாம் எப்படி வந்து சிக்கியிருக்கிறோம்?

தலையை உயர்த்தி "நீ நன்றாக இருக்கிறாயா?" என்று டாக்டர் என்னிடம் கேட்டார்.

"ஆம் நன்றாக இருக்கிறேன்."

"காமோ உறைந்துவிடுவதற்கு முன்னால் நாம் எழுந்திருக்க வேண்டும்."

நாங்கள் எங்களின் மேல்சட்டைகளைக் கழற்றி அவற்றைத் தரையில் விரித்தோம். காமோவிடம் மேல்சட்டையில்லை. அவன்மீது படுத்திருந்த வயதான மனிதரைக் கீழே இறக்கி விரித்திருந்த மேல்சட்டைகளின்மீது படுக்கவைத்தோம் டாக்டர் அந்த முதியவரின் நாடித் துடிப்பைப்

பரிசோதித்தார். பின்னர் கழுத்தைத் தொட்டுப்பார்த்தார். தன் விரல்களை ஈரமாக்கி அவற்றால் வயதான மனிதரின் காய்ந்த உதடுகளின்மீது வைத்து அழுத்தினார். அவர் இருமினார். அவர் நெஞ்சு வேகமாய் மேலும் கீழும் ஏறி இறங்கிற்று.

நாங்கள் மூவரும் சுவரில் சாய்ந்தவாறு வரிசையாய் அமர்ந்து கொண்டோம். வயதான மனிதரின் முகத்தையும் நீளமான தலை முடியையும் பார்த்தோம். அவருடைய நீண்ட கால்கள் கதவைத் தொட்டவாறிருந்தன. முழுச் சவக் குழியையும் அடைத்தபடி கிடக்கும் பிணத்தைப்போல அறை முழுவதையும் அவரின் பெரிய உடல் அடைத்துக்கொண்டிருந்தது. நாங்கள் ஏற்கெனவே அதே சவக் குழிக்குள் புதைக்கப்பட்டிருந்தோம். பழைய நகரங்களின் இடிபாடுகள்மீது நகரங்கள் எழுப்பப்பட்டிருந்தன. ஏற்கெனவே இறந்தவர்களை மூடியிருந்த மண்ணில் மேலும் சடலங்கள் புதைக்கப்பட்டன. கீழே நிலவறைச் சிறைகளில் வாழ்ந்த எங்களுடன் சேர்ந்து இஸ்தான்புல்லும் சுவாசித்துக்கொண்டிருந்தது. இறந்தவர்களின் நெடி எங்கள் உடலில் படிந்திருந்தது. சிதிலமடைந்த பழைய நகரங்களின், கடந்த கால மனிதர்களின் தாக்கம் எங்கள் மனதில் பதிவாகியிருந்தது. சுமை பாரமாக அழுத்த வலியும் வேதனையும் எங்களைக் கொடூரமாகத் தாக்கிற்று.

“மூன்று பேருக்கே இந்தச் சிறைக்குள் இடமிருக்கிறது. இப்போது நாம் நான்கு பேர். இந்தச் சிறிய இடத்தில் எவ்விதம் கால் நீட்டிப் படுப்பது? அவர் உயிர் பிழைப்பாரா? அவர் பிழைக்காவிட்டால் முன்பு போலவே நாம் மூவரும் இங்கேயே இருந்துகொள்ளலாம்” என்றான் காமோ.

டாக்டர் பதில் சொல்லவில்லை. ஏதோ புனித நூலைத் தொடுவது போல வயதான அந்த மனிதரின் நெஞ்சில் கை வைத்தார். கண்களை மூடிச் சிறிது காத்திருந்தார். இறந்த மனிதனை உயிர்த்தெழச் செய்து அவன் வேதனையை குணப்படுத்தக் கூடியது போன்ற அமைதி அவரிடம் இருந்தது. “அவர் பிழைத்துக்கொள்வார், பிழைத்துக்கொள்வார்” என முணுமுணுத்தார். உணர்விழந்த நிலையில் இங்கு நான் வந்தபோது இதைப்போலவேதான் என்னையும் டாக்டர் கவனித்தாரா? நான் உணர்வு திரும்புவதற்காக அப்போதும் அவர் அமைதியாகக் காத்திருந்தாரா? அவர் சொந்த மூச்சுக் காற்றினைவிடவும் நான் சுவாசிப்பதிலேயே அவர் அக்கறை கொண்டிருந்தாரா?

நான் எழுந்து சிறைக் கதவின் கம்பிகளில் முகத்தை வைத்தேன். எதிர்ச் சிறையில் இருந்த அந்த இளம் பெண்ணும் சிறைக் கதவின் கம்பிக்கருகே நின்றிருந்தாள். நான் தலை அசைத்தேன். அவள் முக பாவத்தில் மாறுதல் அல்லது எதிர்வினையாகக் குறிப்பு ஏதேனும் தெரிகிறதா எனத் தேடினேன். கொஞ்சம் தெரிந்தது. எங்களால் பேச முடியவில்லை. மெல்ல முணுமுணுத்தாலும் அதன் எதிரொலி வராந்தாவினூடே சிறைக் காவலர்களின் காதில் விழுந்துவிடும். “நீ நன்றாக இருக்கிறாயா?” என அந்தப் பெண்ணிடம் சைகையால் கேட்க முயன்றேன். அவள் என்னை உற்றுப் பார்த்து ஆம் என்பதாகத் தலையசைத்தாள். தூங்கி எழுந்தாற்போல் அவள்

முகம் அமைதி கொண்டிருந்தது. அவளின் கீழ் உதட்டில் இருந்த ரத்தம் இப்போது இல்லை. ஆனால் அவள் கண் இன்னும் மூடியிருந்தது. மேலே சிறைக்கதவின் கம்பி வரை தன் இடது கையை உயர்த்திச் சுட்டு விரலால் காற்றில் எழுதினாள். என்ன எழுதினாள் என்பது எனக்கு விளங்கவில்லை. அதை உணர்ந்துகொண்ட அவள் மீண்டும் எழுதினாள். "புதிதாக வந்திருக்கும் குஹெய்லேன் மாமா எப்படி இருக்கிறார்" என்றாள். அந்த மனிதரின் பெயரும் அவர் யார் என்பதும் அவளுக்குத் தெரிந்திருந்தது. "அவர் உயிர் பிழைப்பார்" என அவளைப் போல் நானும் காற்றில் எழுதினேன். பின்னர் "என் பெயர் திமிர்த்தே" என என்னை அறிமுகப்படுத்திக்கொண்டேன்.

மெலிந்த கை விரலால் தன் பெயரைக் காற்றில் எழுதினாள். அப்போது வயதான மனிதர் வேதனையால் புலம்புவது காதில் விழ, திரும்பினேன். கண்களைத் திறந்த அவர் தான் எங்கிருக்கிறோம் என்பதைக் கணிக்க முயன்றார். கண்களை உயர்த்தி அருகே நின்றுகொண்டிருந்த டாக்டரையும் காமோவையும் பார்த்தார். சுவர்களையும் மேல்கூரையையும் உற்றுப் பார்த்தார். படுத்திருந்த கான்கிரீட் தரையைக் கையால் உரசினார்.

"இஸ்தான்புல்? இது இஸ்தான்புல்லா?"

கண்களை மூடித் தூக்கத்தில் ஆழ்ந்தார். அவர் முகத்தில் வினோதமான பாவம் இருந்தது. சுய நினைவை இழக்கவிருக்கும் ஒருவரை அல்ல; மகிழ்ச்சியாக இருப்பவரையே அது காட்டியது.

இரண்டாம் நாள்

டாக்டர் கூறியது

வெண்ணிற நாய்

"குஹெய்லேன் மாமா, இந்தச் சிறையை இஸ்தான்புல் என்றா நினைத்தீர்கள்? இப்போது நாம் இருப்பது நிலவறையில். நமக்கு மேலேயுள்ள நிலப்பரப்பில் எல்லா இடங்களிலும் தெருக்களும் கட்டடங்களும் உள்ளன. அடிவானின் ஒரு முனையிலிருந்து மறு முனைவரை நகரம் நீண்டிருக்கிறது. நகர் முழுவதையும் வானத்தால்கூட மூட முடியவில்லை. நிலவறையில் கிழக்கு, மேற்கு எனத் திசைகளுக்கிடையே எந்த வித்தியாசமும் இல்லை. ஆனால் மேலே நிலப்பரப்பில் வீசும் காற்றினை உற்று நோக்கினால் அது பாஸ்ஃபரஸ் நீர்ப்பரப்பைத் தொடுவதைக் காணலாம். நீரோட்டத்தின் நீல அலைகளையும் மலைக் குன்றிலிருந்து காண முடியும். இஸ்தான்புல் பற்றி உங்கள் தந்தை உங்களிடம் நிறையவே கூறியிருப்பார். உங்கள் மனதில் இருக்கும் இஸ்தான்புல் பற்றிய முதற்பதிவு அவரிடமிருந்து நீங்கள் பெற்றுக்கொண்டது. உங்கள் தந்தை இஸ்தான்புல்லைக் கப்பலின் மேல்தளத்திலிருந்து பார்த்தார்; சிறைக்கு உள்ளே இருந்து அல்ல. எனவே அவர் பார்த்த இஸ்தான்புல்லில் சிறையின் சுவர்களோ இரும்பு வாயில் கதவோ இருந்திருக்காது என்பது உங்களுக்குப் புரிந்திருக்கும். குஹெய்லேன் மாமா, தொலை தூர இடங்களிலிருந்து இஸ்தான்புல்லுக்குக் கப்பலில் வருவோர் முதலில் காண்பது வலப்பக்கத்திலுள்ள பனித்திரையால் மூடப்பட்ட பிரின்சஸ் தீவுகளை. இதன் நிழற்காட்சி, தங்கி இளைப்பாறக் கூட்டம் கூட்டமாகப் பறவைகள் வந்து சேர்ந்திருக்கும் காட்சிபோல உங்களுக்குத் தோன்றும். வலப்புறத்தில் முழுநீளக் கடற்கரையைச் சுற்றியிருக்கும் சுவர்களை நீங்கள் காண்கிறீர்கள். அந்தச் சுவர்கள் கலங்கரை விளக்கம்வரை வளைந்து செல்கின்றன. மூடுபனி விலக,

வண்ணங்கள் பல்கிப் பெருகுகின்றன. உங்கள் கிராமத்தில் வீட்டுச் சுவர்களில் தொங்கும் அழகிய கம்பளங்களை ரசிப்பதுபோல, குவிமாடங்களிலும், கம்பீரமான பள்ளிவாசல் ஸ்தூபிகளிலும் நீங்கள் ஆழ்ந்து போகிறீர்கள். ஒரு சுவர்க் கம்பளத்திலுள்ள சித்திரத்தில் மெய்மறந்து நிற்கையில், நீங்கள் அறியாத ஒரு வாழ்வைக் கற்பனை செய்கிறீர்கள். அந்தக் கற்பனை சிக்கலான வெவ்வேறு பகுதிகளை ஒன்றிணைத்து வேறு ஓர் உலகிற்குச் செல்கிறது. அந்த உலகில் நீங்கள் இல்லை. இப்போது ஒரு கப்பல் அந்த வாழ்வின் மையத்திற்கு உங்களைக் கொண்டுசெல்கிறது. நீங்கள் பெருமூச்சு விடும்போது அப்போதைய உங்களின் சுவாசங்கள்தாம் நீங்கள். வாழ்க்கை போதாது என உங்களிடமே நீங்கள் சொல்லிக்கொள்கிறீர்கள். அடிவானைத் தொடும் நகரின் சுவர்கள், குவிமாடங்கள், ஸ்தூபிகள் என விரிந்தவாறிருக்கும் புதிய நகரை நினைத்துப் பார்க்கிறீர்கள். அது புதியதோர் ஆகாயம்.

“கப்பல் மேல் தளத்திலிருந்த ஒரு பெண்ணின் சிவப்புச் சால்வையைப் பற்றி இழுத்து அதனைக் கப்பலுக்கு அப்பால் கடற்கரைக்குக் கொண்டு செல்கிறது காற்று. உருளைக்கல் தளம் பாவிய தெருக்களினூடே அலையும் நீங்கள் அந்தச் சிவப்புச் சால்வையைப்போலக் கூட்டத்தில் மறைந்துவிடுகிறீர்கள். தெரு வியாபாரிகளின் கூக்குரல்களுக்கு மத்தியில் கியாலாட்டா சதுக்கத்திற்கு வந்து சேர்கிறீர்கள். பையிலிருந்து டப்பாவை வெளியே எடுத்து அதிலிருந்த புகையிலையைத் தாளில் வைத்து அதனை சிகரெட்டாகச் சுருட்டுகிறீர்கள். ஈயக் கம்பியை ஓர் ஆட்டின் கழுத்தில் கயிறாகச் சுற்றிக் கட்டி அதனை இழுத்தபடி வயதான முதியவள் சென்றுகொண்டிருப்பதைப் பார்க்கிறீர்கள். ஏய் கிழவி… ஈயக் கம்பியை நாயின் கழுத்தில் கட்டி அதனுடன் எங்கு செல்கிறாய் என ஓர் இளவயதுப் பையன் முதியவளைக் கேட்கிறான். பாட்டி திரும்பி முதலில் ஆட்டினைப் பார்க்கிறாள். பின்னர் அந்தப் பையனைப் பார்க்கிறாள். குருட்டுப் பயலே, இந்த ஆடு உனக்கு நாயாகத் தெரிகிறதா எனக் கூறுகிறாள். நீங்கள் அந்த முதியவளின் பின்னால் செல்கிறீர்கள். எதிரே வரும் இன்னொரு இளைஞனும் அதையே கேட்கிறான். பாட்டி… நடைப் பயிற்சிக்காக நாயை அழைத்துச் செல்கிறாயா? முதியவள் தனது ஆட்டுக்குட்டியை மீண்டும் திரும்பிப் பார்க்கிறாள். அதிகாலையிலேயே இன்று குடித்திருக்கிறாயா, இது நாய் அல்ல; ஆடு என முணுமுணுக்கிறாள். கொஞ்ச நேரம் சென்ற பின் வேறு யாரோ ஒருவன் இவளை அழைக்கிறான். சொறி பிடித்த நாயின் கழுத்தில் ஈயக் கம்பியை ஏன் சுற்றிக் கட்டி வைத்திருக்கிறாய் என அவன் கேட்கிறான். தெரு சந்தடியின்றி வெறிச்சோடிக் கிடக்கிறது. கூன் விழுந்த முதியவள் உன்னைப் பார்க்கிறாள். பெரியவரே, முட்டாள்த்தனமாகவா நான் நடந்துகொள்கிறேன்? ஆட்டுக் குட்டியை நாய் என்று தவறுதலாகவா நினைத்திருக்கிறேன்? சொல்லுங்கள் என்கிறாள். என் மனம் இப்போது தெளிவாக இல்லையா? தெளிவானதும் எல்லாம் தெளிவாகிவிடும். நீங்களும் நானும் இந்தப் பாவப்பட்ட விலங்கும் மட்டுமே எஞ்சியுள்ளோம். பாட்டி மேலும் பேசியவாறே இருக்கிறாள். ஈயக் கம்பியின் நுனியில் கட்டப்பட்டிருக்கும் விலங்கையே பார்க்கிறீர்கள். உங்களுக்குத் தெரிவது எது? நாயா ? ஆட்டுக் குட்டியா? இஸ்தான்புல்லில் சந்தேகத்தில் தொடங்கிய

அன்றைய தினம் உங்களின் முழு வாழ்வையும் சந்தேகத்திற்குப் பணயமாக வைக்க வேண்டியது வரும் என்ற அச்சத்தை உங்கள் மனதில் எழுப்புகிறது.

"ஈயக் கம்பியைப் பிடித்தவாறு பாட்டி மெல்ல நடந்து செல்கிறாள். நீங்கள் அவளைப் பார்க்கவில்லை, உங்களைச் சுற்றிலும் உள்ள பொருட்களைப் பார்க்கிறீர்கள். மனிதனால் உருவாக்கப்பட்ட பொருட்களைப் பார்க்கிறீர்கள். கோபுரங்கள், சதுக்கங்கள், சிலைகள், சுவர்கள் ஆகியவற்றை மனிதர்கள் கட்டி எழுப்பியிருக்கிறார்கள். பூமியிலிருந்து தாமாகவே அவை உருவாகியிருக்க முடியாது. மனிதனுக்கு முன்பே கடலும் பூமியும் இருந்தன. ஆனால், நகரங்களின் உலகை மனிதன் உருவாக்கினான். மனிதர்களிடமிருந்து நகரம் பிறந்தது. நீரைச் சார்ந்திருக்கும் மலர்கள்போல் நகரம் மனிதனைச் சார்ந்திருக்கிறது. இயற்கையின் அழகைப் போலவே நகரங்களின் அழகும் அவற்றின் இருப்பிலேயே உள்ளது. ஒழுங்கோ வடிவமோ அற்ற கற்களாக இருந்தவைதாம் கோயில் கதவாக இருக்கின்றன. உடைந்த சலவைக் கற்கள் கண்ணியமிக்க சிலைகளாக உள்ளன. இந்த நகரங்களில் ஆடுகள் நாய்களாக இருப்பதில் வியப்பேதுமில்லை என நீங்கள் நினைக்கிறீர்கள்.

"கட்டடங்களின் மேற்கூரைகளுக்குப் பின்னால் சூரியன் மறையும் வரை நீங்கள் உலவுகிறீர்கள். தெருவிலுள்ள தொன்மையான நீரூற்றிலிருந்து குளுமையான நீரைப் பருகுகிறீர்கள். நாய் குரைப்பது காதில் விழத் தலை உயர்த்திச் சத்தம் வரும் திசையைப் பார்க்கிறீர்கள். சிவப்புச் சால்வை தெரிகிறது. கேலாட்டாவிலிருந்து கடலை நோக்கி வீசும் இளங்காற்றில் அது படபடக்கிறது. வாழ்க்கை என்பது அத்தகைய விநோதமான சாகசம்தான். கடலிலிருந்து வந்த சால்வை கடலுக்கே திரும்புகிறது. நகரத்தில் இருக்கும் மனிதன் எங்கு திரும்புவான் என்ற எண்ணம் வருகிறது. நீங்கள் தேடிக்கொண்டிருந்த ஏதோ ஒன்று அங்கே இருப்பதான சமிக்ஞை உங்கள் மனதில் தோன்றியதுபோல், நாய் குரைத்த சத்தம் வந்த தெருவை நோக்கி மந்த கதியில் நீங்கள் நடந்து செல்கிறீர்கள். முதலில் வாசனையும் பின்னர் மேலெழும் புகையுமாய்க் கொஞ்ச தூரம் தள்ளியிருந்த பாழடைந்த வெளி முற்றத்திற்கு அந்த நடை உங்களை இட்டுச் செல்கிறது. சுவரை எட்டிப் பார்க்கிறீர்கள். சிரித்தும் பரிகாசம் செய்தும் ஒயின் குடித்தவாறு மூன்று இள வயதுப் பையன்கள் திறந்த வெளியில் தரையில் அமர்ந்து ஆட்டுக் கறியை நெருப்பில் வாட்டிக்கொண்டிருக்கின்றனர். அவர்களில் ஒருவன் ஒரு பாடலை வாயை மூடித் தாழ்வான குரலில் பாடிக்கொண்டிருக்கிறான். ஆட்டுத் தோலும் ஈயக் கம்பியும் அவர்கள் அருகில் இருப்பதைப் பார்க்கிறீர்கள். அது அந்தப் பாட்டியின் ஆடு என உங்களுக்குத் தெரிகிறது. அந்தப் பாட்டியை நாள் முழுக்கப் பின்தொடர்ந்தவாறு பரிகாசம் செய்துகொண்டிருந்த அதே இளைஞர்கள்தாம் அவர்கள். அந்த முதியவள் கடைசியில் அவர்களின் தந்திரத்தில் ஏமாந்து அது நாய்தான் என நம்பி ஆட்டினைத் தன் பிடியிலிருந்து விடுவித்தாள். ஆட்டைப் பிடுங்கிய இளைஞர்கள் மூவரும் அதனை இந்த முற்றத்திற்குக் கொண்டுவந்து தங்களின் விருந்தைத் தயார் செய்தனர். இளைஞர்கள் மூவரும் அந்த ஆட்டினைப் பிடுங்கி அந்த முற்றத்திற்குக் கொண்டுவந்து தங்கள் விருந்தினைத் தயார் செய்தார்கள்.

நான் என் கதையைச் சொல்லிக்கொண்டிருந்தபோது கண் இமைக்காமல் என்னைப் பார்த்துக்கொண்டிருந்த குஹெய்லேன் மாமா சிரித்தார். "ஆட்டைப் பிடுங்கிய இளைஞர்கள் மூவரும் அதனை இந்த முற்றத்திற்குக் கொண்டுவந்து தங்களின் விருந்தைத் தயார் செய்தார்கள்" என நானும் திமிர்த்தேயைப் போலக் கதையின் கடைசி வாக்கியத்தைத் திருப்பிக் கூறினேன். குஹெய்லேன் மாமா உரக்கச் சிரித்தார்.

"நன்றாகப் பேசுகிறீர்கள் டாக்டர்" என்ற குஹெய்லேன் மாமா, தொடர்ந்து பேசினார். "ஆனால், நிலவறையில் இருக்கும் இந்தச் சிறைதான் இஸ்தான்புல் என என் உள்மனம் சொல்லுகிறது. என் குழந்தைப் பருவத்தில் இஸ்தான்புல் பற்றி என் தந்தை நிறையவே சொல்லுவார். அவர் கூறியதில் உண்மை எது, இட்டுக் கட்டியது எது எனச் சொல்ல முடியாத அளவு அவை இருக்கும். அந்தக் கதைகள் எது பற்றிப் பேசின என்பதை சிறுவயதில் நான் அறியாதிருந்தேன். நகரின் ஒரு முனையிலிருந்து மறுமுனை வரை நீண்டிருக்கும் தெருக்கள் உள்ள நிலவறை நகர் பற்றியா? அல்லது புதைகுழிக்குள் வாழ்ந்துகொண்டிருந்த காணாமல்போன மனிதர்கள் இரவில் வெளியே வருவதை உண்மையிலேயே பார்த்ததாக என் தந்தை கூறுவதையா? அல்லது அந்தக் கதைகள் 'ஆயிரத்தியொரு இரவு' கதைகளின் ஒரு பகுதியா? டாக்டர் நீங்கள் கூறியதைப் போல, வாழ்க்கை என்பதே வினோதமான சாகசம்தானே. இரு வாரங்களுக்கு முன்பு தூரத்துக் கிராமத்திலிருந்த ராணுவக் காவல்நிலையத்தில் என் கண்களைக் கட்டினார்கள். பின்னர் இருண்ட தாழ்வாரத்தினூடே நடந்தேன். கண்விழித்தபோது என் தந்தையின் இஸ்தான்புல்லில் இருந்தேன்."

பேசிக்கொண்டிருக்கையிலேயே குஹெய்லேன் மாமா கைகளைக் காற்றில் அசைத்து ஏதோ சிகரெட் பிடிப்பதுபோல் இரு விரல்களைத் தன் வாயின் முன் வைத்தார்.

"என் தந்தை மாலை நேரங்களில் விளக்கு வெளிச்சத்தில் தனது கைகளால் நிழல்களைச் சுவரில் உருவாக்குவது வழக்கம். தனது திறன்மிகு கை விரல்களால் நகரங்களை நிழல்களாகக் கட்டி எழுப்பி அவற்றால் இஸ்தான்புல்லை விவரிப்பார். நீண்ட நிழல்களைப் படகுகளாகவும் மிக நீளமான நிழல்களை ரயில்களாகவும் உருவாக்குவார். பின்னர் ஒரு மரத்திற்கருகே ஒரு இளைஞன் காத்திருப்பதான நிழலைக் காட்டுவார். அந்த இளைஞன் ஏன் காத்திருக்கிறான் என எங்களைக் கேட்பார். தன் காதலிக்காக என ஒருமித்த குரலில் கூறுவோம். ஆனால் அவனை வேறு விதமாகக் காட்டுவதில் முனைப்பாக இருப்பார். சில சமயங்களில் அவனை இருட்டறையில் வைத்துப் பூட்டுவார். அல்லது அவனைத் திருடர்கள் பதுங்கும் மறைவிடங்களில் வீசுவார். நாங்கள் முழுவதுமாய் நம்பிக்கையை இழக்கும்போதுதான் அவனைத் தனது காதலியுடன் சேர்த்துவைப்பார். இஸ்தான்புல் மிக விசாலமானது என்பார். ஒவ்வொரு சுவருக்குப் பின்னாலும் வித்தியாசமான வாழ்க்கை இருக்கும்; ஒவ்வொரு வாழ்க்கைக்குப் பின்னாலும் வித்தியாசமான சுவர் இருக்கும். ஒரு கிணற்றைப் போல் இஸ்தான்புல் ஆழமானதும் குறுகலானதுமாகும். புரிந்துகொள்ள முடியாத

அதன் ஆழம் சிலரைக் கிளர்ச்சியுறச் செய்கிறது, வேறு சிலர் விசாலமற்ற அதன் குறுகிய தன்மையில் ஒடுக்கப்படுவதாக உணர்கின்றனர். நான் கண்ட இஸ்தான்புல்லின் உண்மைக் கதையை உங்களிடம் சொல்லப்போகிறேன் என என் தந்தை கூறுவார். அவர் அதனைக் கூறுகையில் கை விரல்களால் நிழல்களை உருவாக்கிப் படங்களாய்ச் சுவர்களில் தோன்றச் செய்வார். எங்களின் சிறிய வீட்டிலிருந்து விளக்கு வெளிச்சத்தில் உருவான முன் பின் தெரியாத அந்த நகருக்கு எங்களைக் கொண்டுசெல்வார். அவை எங்களின் இரவுகளை முழுவதுமாகச் சூழ்ந்தன. எங்கள் தந்தை சொன்ன கதைகளைக் கேட்டே நான் வளர்ந்தேன் டாக்டர். இந்தக் கதவு, இந்தச் சுவர்கள், இருண்ட சிறையின் கூரை அனைத்தும் எனக்குத் தெரியும். என் தந்தை விவரித்த இடம் இதுதான்."

"குஹெய்லேன் மாமா, உங்களுக்கு இது முதல் நாள்தான். உடனே எந்த முடிவுக்கும் வந்துவிடாதீர்கள். கொஞ்ச நாள் போகட்டும்."

"டாக்டர், உங்கள் கதையை நீங்கள் சொன்னபோது இங்கேயே நீண்ட காலம் இருந்திருந்ததாக உணர்ந்தேன். இப்போது பகலா? இரவா?"

"தெரியாது. உணவைக் கொண்டுவரும்போது அது காலை என்பது தெரியும்."

விசாரணை செய்வோர் புதிய இரையைத் தேடி இரவு நேரங்களில் வெளியே போவது வழக்கம். அந்த நேரங்களிலும், புதிய பலி ஆடுகள் பிடிபடும் சமயங்களில்தான் எங்களால் நிம்மதியாகத் தூங்கவோ ஆசுவாசமாகப் பெருமூச்சு விடவோ முடியும். ஆனால் இது ஒன்றும் பொதுவான விதி அல்ல. ஒவ்வொரு கைதியையும் வெவ்வேறு விதமாக அவர்கள் நடத்துவார்கள். கைதிகளை இரவும் பகலும் இடைவிடாது சித்திரவதை செய்த பிறகு இங்கே நிலவறைச் சிறைக்கு அவர்களைக் கொண்டுவந்த சம்பவங்களும் உண்டு.

"இன்று காலைச் சிற்றுண்டி என்ன?" என்று கேட்டேன்.

"வெவ்வேறு வகை உணவா நமக்குக் கிடைக்கிறது?"

"ஆம் ரொட்டியும் வெண்ணெய்யும் ஒருபோதும் ஒரே மாதிரியாக இருப்பதில்லை. ரொட்டி சில சமயங்களில் பழையதாகவும் சில சமயங்களில் அரதப் பழசாகவும் இருக்கும். சில நாட்களில் வெண்ணெய் கெட்டுப் போயிருக்கும். சில நாட்களில் அழுகி நாற்றமெடுக்கும். சமையல்காரர் நமது உணவை எப்போதும் மாற்றிக்கொண்டே இருப்பார்."

குஹெய்லேன் மாமா புன்னகை செய்தார். கடந்த இரண்டு மணி நேரமாகக் கால்களை மடித்து வைத்தவாறு சுவரில் சாய்ந்திருந்தார். அவர் முகத்தில் இருந்த காயங்கள் வீங்கியிருந்தன. உடல் முழுக்கச் சிராய்ப்புக்கள். அவர் கண்கள் மட்டுமே பிரகாசமாக இருந்தன. முன்னால் வளைந்து தனது தோள்களை மூடியிருந்த மேற்சட்டையைச் சரி செய்துகொண்டார். சிறையின் கம்பிக் கதவுக்கு அருகே நின்றுகொண்டிருந்த திமிர்த்தேயிடம், "யாராவது வருகிறார்களா?" என்று கேட்டார்.

திரும்பிவந்து கீழே குனிந்து பார்த்த திமிர்த்தே, "யாராவது வந்தால் வெளியே இரும்பு வாயிற்கதவின் சத்தம் கேட்குமே?" எனச் சோர்வுடன் தலையாட்டினான்.

"வெளியே கொண்டுபோனபோது அந்த இளம் பெண் எதுவும் சொல்லவில்லையா?"

"ஒரு வார்த்தையும் பேசவில்லை."

குஹெய்லேன் தூங்கிக்கொண்டிருந்தபோது எதிர்ச் சிறையிலிருந்த அந்த இளம் பெண்ணிற்காக அவர்கள் வந்திருந்தனர். அவளைப் பற்றிய கவலையில் அவர் திமிர்த்தேயிடம் தொடர்ந்து அவளைப்பற்றி விசாரித்துக்கொண்டிருந்தார்.

ராணுவ முகாமில் இரு வாரங்கள் கடுமையான சித்திரவதைக்குப் பிறகு நீண்ட பயணம் மேற்கொண்டு இங்கு வந்திருந்தார் குஹெய்லேன் மாமா. அவரைப் போலவே கை விலங்கிடப்பட்டு அந்த இளம்பெண்ணும் அவருடன் வந்தாள். துப்பாக்கி ஏந்திய நான்கு காவலர்களும் உடன் வந்தனர். பயணம் முழுவதிலும் அந்தப் பெண் ஒரு வார்த்தையும் பேசவில்லை. உதடுகளில் ரத்தம் கெட்டியாக உறைந்திருந்தது. ஒருமுறைகூட உதடுகளை அவள் அசைக்கவில்லை. ஓய்வுக்காகப் பயணத்தைச் சிறிது நிறுத்தினர். அவளுக்கு ரொட்டியைத் தந்தார்கள். அதைச் சாப்பிடாமல் தண்ணீர் மட்டுமே குடித்தாள். பயணத்தின்போது தன்னைப் பற்றியும் தனது கிராமத்தைப் பற்றியும் குஹெய்லேன் அவளிடம் சொன்னார். அதற்கு ஒரு வார்த்தையும் பதில் கூறாமல் கவனமாகக் கேட்டுக்கொண்டிருந்தாள். "உனது மவுனத்தை நான் நம்புகிறேன்" என்றார். அவள் ஒப்புக்கொள்வதாகத் தலையை அசைத்தாள். முதன்முறையாய் சந்தித்துக்கொண்ட இவர்கள் இருவரும் மிகக் கடுமையான சூழ்நிலையிலிருந்து மற்றொன்றுக்குப் பயணம் செய்து வந்திருந்தனர். கடுமையான துன்பத்தின்போது வழக்கம்போல் அல்லாமல் வேறு விதமாகக் காலம் நகர்கிறது. அதனால் ஒருவருக்கு மற்றவரிடம் விரைவிலேயே நம்பிக்கையும் நல்லெண்ணமும் வந்துவிடுகிறது.

"அவள் தன் பெயரைச் சொல்லவில்லையா?"

"சொன்னாள். இல்லை, சைகையில் எழுதிக் காட்டினாள்."

"என்ன எழுதினாள்?"

"ஸீன் சேவ்டா."

"ஸீன் சேவ்டா", திரும்பச் சொல்லிக்கொண்டார். குஹெய்லேன் மாமா. அவர் முகம் பிரகாசமானது. "அவள் ஊமை என்றா நினைக்கிறாய்? அவளால் பேச முடியும். சிறைக் கைதி என்பதால் பேசாதிருப்பது நல்லதென நினைத்திருக்கலாம். கை விரல்களால் காற்றில் எழுதுவதுபோல் சைகை செய்து உங்களுக்குச் செய்தி தெரிவித்தாள். நாங்கள் சேர்ந்து பயணம் செய்தபோது இதேபோல் எனக்கு ஏன் பதில் அளிக்கவில்லை? அங்கே சிறைக்காவலர்கள் இருந்த காரணத்தாலா?"

சிகரெட் பிடிப்பதுபோல் தனது கை விரல்களைச் சேர்த்து உதடுகளில் வைத்து சிகரெட் புகையை உள்ளே ஆழமாக இழுத்தார். புகையை ஊதி வெளியே விட்டவாறு தலையைச் சுவற்றில் சாய்த்துக்கொண்டார். நீண்ட நேரம் வெற்று வெளியை வெறித்தவாறிருந்தார். மோட்டு வளையின் இருளை உற்றுப் பார்த்தார். கை விரல்களை மீண்டும் உதடுகளில் வைத்து சிகரெட் புகையை உள் இழுத்தார். தனியே இருக்கையில் சில விஷயங்களைக் கற்பனை செய்துகொள்வதுபோல அவருடைய செயல்கள் இருந்தன. புகை பிடிப்பதுபோலப் பாவனை செய்யத் தன் கைகளையும் உதடுகளையும் பயன்படுத்தினார். கற்பனை சிகரெட்டை இழுத்தவாறு என்னை நோக்கித் திரும்ப, நாங்கள் ஒருவரையொருவர் பார்த்துக்கொண்டோம்.

முகத்தில் உணர்ச்சியேதுமில்லாமல் தனது பையிலிருந்து சிகரெட் பெட்டியை எடுப்பதுபோலச் சைகை செய்தார். திமிர்த்தேயிடமும் என்னிடமும் அதனை நீட்டி சிகரெட்டை எடுத்துக் கொள்ளும்படி சைகை செய்தார். ஒரு கணம் திடுக்கிட்டுப் போனேன். எனினும் அவர் தந்ததை மறுக்கவில்லை. அவரின் வெறுங்கையிலிருந்த சிகரெட் டப்பாவிலிருந்து சிகரெட் தாளை எடுத்துக் கொஞ்சம் புகையிலைத் தூளை அதில் வைப்பதாகப் பாவனை செய்தேன். ஆனால் சிகரெட் தாளை என்னால் சுருட்ட முடியவில்லை. குஹெய்லேன் மாமா செய்வதைக் கவனித்து அதுபோல் செய்தேன். சட்டைப் பைக்குள் மீண்டும் கைவிட்டு வத்திப் பெட்டியை வெளியே எடுப்பதுபோல் சைகை செய்தார். இல்லாத சிகரெட்டைப் பற்ற வைத்தார். எங்களின் இந்தச் சிறிய விளையாட்டைப் பற்றி காமோவுக்கு எதுவுமே தெரியாது. நீண்ட நேரமாக அவன் உறங்கிக் கொண்டிருந்தான். அவன் சுவரில் சாய்ந்திருந்தான். தலை நெஞ்சில் சரிந்திருக்க முழங்கால்கள் மடிந்திருந்தன.

“சிகரெட் துண்டுகளைப் போடுவதற்கான இடத்தைத் தேடிக் கண்டுபிடிப்பதே எனக்குப் பெரும்பாடாய் இருக்கிறது” என்றார் குஹெய்லேன் மாமா. “பெரும்பாலான நேரங்களில் சிகரெட் துண்டுகளை வைப்பதற்குச் சுவரில் பொந்துகளைத் தேடுவேன். பொந்து எதையும் கண்டுபிடிக்க முடியவில்லையெனில் வேறு வழியில்லாமல் துண்டுகளைத் தரையில் வீசுவேன். ஒருமுறை கண் விழித்தபோது சிறையில் கும்மிருட்டில் கதவு இருக்குமிடமும் தெரியவில்லை. கவனமாகத் தடவிச் செல்ல வேண்டியதிருந்தது. சுவரில் சாய்ந்து ஒரு சிகரெட் தாளில் புகையிலைத் தூளை வைத்துச் சுருட்டினேன். ஒரு தீக்குச்சியை உரசியவுடன் சிறையில் வெளிச்சம் பரவிற்று. பற்கள், தாடை எலும்புகள், வெட்டப்பட்ட கை விரல்கள் ஆகிய உடலுறுப்புகளைச் சுவருக்குள் வைத்து அதன்மீது சாந்து பூசப்பட்டிருந்தது. ஆச்சரியத்துடன் சுவர்களைத் தடவி முழுச் சிறையையும் ஆய்வு செய்தேன். கையிலிருந்த தீக்குச்சி இன்னும் எரிந்துகொண்டிருந்ததை அந்தக் கணத்தில் மறந்திருந்ததால் கைவிரல் சுட்டுக்கொண்டது. வலியால் கத்தித் தீக்குச்சியைத் தரையில் வீசினேன். சுட்டுக்கொண்ட விரல்கள் இரண்டு நாட்கள் வலித்தன.”

இவை குஹெய்லெனின் கற்பனை அல்ல என்பதையும் அவரின் தலைக்குள்ளிருந்த இந்தச் சம்பவங்கள் உண்மையிலேயே நடந்தவை

என்பதாக அவர் நினைத்திருந்தார் எனவும் உணர்ந்தேன். புகையிலைத்தூளை சிகரெட் தாளில் வைத்து உருட்டுகையில் மடியில் தவறி விழுந்த தூளை அவர் உதறிய விதம், தீக்குச்சி நெருப்பு அவர் விரல் நுனியைச் சுட்டபோது அவர் குச்சியை ஊதி அணைத்த விதம் எனக் கற்பனையாய்ச் செய்த சைகைகள் அனைத்தும் உண்மை என்பதாகவே அவர் நினைத்திருந்தார். இதுபோல் கற்பனைகள் செய்துகொள்வதில் எனக்கும் ஆசைதான். இஸ்தான்புல்லில் திமிர்த்தேயும் நானும் உலாவுவதாகக் கற்பனை செய்திருந்தேன். எனினும் நான் இருக்குமிடம் சிறைதான் என்னும் உணர்வு எனக்கு இருந்தது, இதுதான் என் எல்லை என்பதையும் அறிந்திருந்தேன். கற்பனைகளின் கடிவாளம் எப்போதும் என்னிடமிருந்தது. இவ்விதம் கற்பனையான நடவடிக்கைகளில் ஈடுபட வேண்டுமென்ற எண்ணம் ஒருபோதும் எனக்கு வந்ததில்லை. ஆனால் குஹெய்லேன் மாமாவைப் பொறுத்தவரை எதுவுமே கற்பனை அல்ல. எல்லாமே நிஜம். தனியே இருக்கையிலும் அவரால் கற்பனை விளையாட்டுக்களில் ஈடுபட முடியும். சுவர்களுக்கும் சிறை இருளுக்கும் வேறுவேறு உயிர் தருவார். இந்தச் சிறையே இஸ்தான்புல் நகர்தான் என்று சொல்லும்போதும் நிஜமாகவே அதை அவர் நம்பினார். அவரைப் பொறுத்தவரை நிஜமல்லாத ஒன்று என எதுவும் இல்லை. சிறையிலிருந்து வெளியே போக வேண்டிய தேவை இல்லை என்பதை உணர்ந்த அவர் காலம் இடம் என எல்லைகளைக் கடந்து உலகைச் சிறைக்குள் கொண்டுவந்தார். எனவே இந்தச் சிறையே இஸ்தான்புல். எங்கும் நிரம்பியிருப்பது சிகரெட் புகைதான்.

சிகரெட் புகையின் காத்திரமான நெடி முழுச் சிறையையும் நிரப்பிற்று. கைகளால் காற்றை விசிறிப் புகையை வெளியேற்ற முயன்றேன். நான் செய்வதை உண்மை என நம்ப விரும்பினேன். அழகிய கனவிலிருந்து விழித்துக்கொள்வதற்கான விருப்பம் இல்லாதிருப்பது போன்றது அது. எங்கள் குழந்தைப் பருவத்தை நோக்கிப் பின்னால் சென்றுகொண்டிருந்தோம்.

சிகரெட்டை நசுக்கி அணைத்து வெளியே போட இடம் தேடினேன். தன் கையை முன்னால் நீட்டி, “இதோ சாம்பல் தட்டு” என்றான் திமிர்த்தே. நீட்டிய அவன் வெறுங்கை காற்றிலேயே சில நொடிகள் ஸ்தம்பித்து நின்றது. பின்னர் கண்ணுக்குத் தெரியாத சாம்பல் தட்டை என் கால்களுக்கிடையே வைத்தான். முதலில் எனது சிகரெட்டை நசுக்கி அணைத்து அதில் போட்டேன். பின்னர் திமிர்த்தே போட்டான்.

“சிகரெட் சாம்பல் தட்டினை உருவாக்கும் மாயத்தை நீ இப்போது எனக்குக் கற்றுக் கொடுத்திருக்கிறாய் திமிர்த்தே. சிகரெட் துண்டுகளைப் போடுவதற்கான இடம் தேடி நாட்கணக்காய்க் குழம்பிக்கொண்டிருந்தேன். அந்தப் பிரச்சினையை நீ தீர்த்திருக்கிறாய்” என்று சொன்ன குஹெய்லேன் மாமா வியப்படைந்தவராகக் காணப்பட்டார்.

சிந்தனைவயப்பட்டவராய்த் தன் தாடியைத் தடவிக் கொண்டிருந்த குஹெய்லேன் என்னிடம் திரும்பினார்.

“நகரத்தில் ஒரு நாயை நாய்தான் என எப்படி சொல்ல முடியும் டாக்டர்? மலைகளை இடித்துத் தகர்த்து ராட்சதக் கட்டடங்களை மக்கள்

இங்கே எழுப்புகிறார்கள். நிலவும் நட்சத்திரங்களும் செய்யும் வேலையைத் தெரு விளக்குகள் செய்கின்றன. இயற்கையின் அம்சம் ஒவ்வொன்றையும் மனிதர்களால் இங்கே மாற்ற முடிகிறபோது ஒரு நாய் நாயாக இருப்பது எந்த அளவு சாத்தியம்?"

"இங்கே உயிர் தரித்தல் என்பது மக்களைச் சார்ந்திருக்கிறது. மக்களை நீங்கள் அறிவீர்களென்றால் நாய்கள் உள்பட எல்லா உயிரினங்களையும் நீங்கள் அறிந்தவராவீர்கள்" என்று நான் கூறினேன். எனது வார்த்தைகள் உண்மையா என்பதில் எனக்கே சந்தேகம் வந்தது. இதே போன்ற கேள்விகளை என்னிடமும் கேட்டு இதற்கு மிகச் சரியான பதில் என்னவென எனக்கு நானே கேட்டுக்கொண்டேன்.

"மனிதனை எந்த அளவு ஒருவர் நன்கு அறிந்துகொள்ள முடியும் டாக்டர்? நோயாளியின் உடலை நீங்கள் அறுவைச் சிகிச்சை செய்கிறீர்கள். அவர்களின் இதயத்தையும் ஈரலையும் பரிசோதிக்கிறீர்கள். இதனாலேயே அந்த நோயாளிகளைப்பற்றி உண்மையிலேயே நீங்கள் அறிந்து கொண்டிருக்கிறீர்கள் என்பதாகிவிடுமா? நான் சிறுவனாக இருந்தபோது விளக்கு வெளிச்சத்தில் சுவரில் நிழல்களை உருவாக்கி இஸ்தான்புல்லை என் தந்தை விவரிப்பதுண்டு. இஸ்தாபுல்லில் இருப்பவர்களும் இதே போன்ற நிழல்கள்தாம் என்று என் தந்தை கூறுவார். தங்களின் ஒரு உருவத்தை விட்டுவிட்டு, இன்னொரு உருவத்தை நகரத்திற்கு கொண்டுவந்ததாகக் கூறுவார். இது ஒன்றும் மோசமான விஷயமல்ல எனவும் மகிழ்ச்சியும் உற்சாகமும் தருவது எனவும் அவர் நினைத்தார். நிழல்கள் வசீகரமானவை. அவற்றைத் தவிர்க்கவோ அவற்றுக்கு வசப்படாமல் இருக்கவோ முடியாது. சில இரவுகளில் வெளிநாட்டிலுள்ள பழங்கள் பற்றி எங்களிடம் குறிப்பிடுவார். அவை எங்களின் எளிய வீட்டில் இருப்பதில்லை. அந்தப் பழங்களைக் கற்பனை செய்துகொள்ளும்படி கூறுவார். ஒருமுறை ஆரஞ்சுப் பழத்தை விவரித்தார். துணியிலிருந்த ஆரஞ்சு வண்ணத்தைக் காட்டிப் பழத்தின் சுளைகளை விவரித்து அதன் தோலை உரிப்பதுபோலப் பாவனை செய்தார். மொத்தத்தில் பெரிய கற்பனை விருந்து படைத்து அதில் எங்களைக் கலந்துகொள்ளச் செய்து உண்ணச்செய்வார். நகரவாசிகள் மாயத் தோற்றங்களைக் கட்டி எழுப்புகிறார்கள். நாமோ மாயத் தோற்றத்திற்குள்ளேயே உருவாக்கப்பட்டுள்ளோம். சிகரெட்டே இல்லாதபோது நம்மால் சிகரெட் புகைக்க முடியும். அதன் மணத்தில் திளைத்து அதன் ருசியில் மகிழவும் முடியும். இது எப்படி சாத்தியம்? நாங்கள் ஏழைகள் என்பதாலா? அல்லது வாழ்க்கை பற்றிய வித்தியாசமான பார்வையைக் கொண்டிருப்பதாலா? எங்கள் தந்தை இதுபற்றி ஒருபோதும் கூறியதில்லை."

நோய் நொடிகளில் துன்புறும்போது பகல் கனவு காண்பதில் ஏழைகளுக்கிருக்கும் பேரார்வத்தை நேரிலேயே பார்த்திருக்கிறேன். கிருமிநாசினிகளின் வாசனையடிக்கும் மருத்துவமனை வராந்தாக்களில் மிகுந்த நிராசையுடன் அவர்கள் காத்திருப்பார்கள். மிக மோசமாக நோய்வாய்ப்பட்டுச் சீக்கிரமே இறந்துவிடுவார்கள். இறுதி மூச்சு விடும் சமயத்திலும் இந்த உலகை அவ்வளவாக அறிந்திருக்க மாட்டார்கள்.

வாழ்க்கை மீதான புகார் எதுவும் அவர்களிடம் வெளிப்படாது. ஒருவிதமான ஆவல் வெளிப்படும். குஹெய்லேன் மாமாவின் கற்பனை உலகில் வாழும் வேட்கை அவர்களுக்கு இருந்ததை என்னால் காண முடிந்தது.

“உயிரினங்களில், மனிதன் மட்டுமேதான் எவ்விதம் இருக்கிறானோ அவ்விதமாக இருப்பதில் மனநிறைவு கொள்ளாதவன். ஒரு பறவை பறவையாகவே இருக்கிறது, அது இனவிருத்தி செய்கிறது, பறக்கிறது. அவ்வளவே. ஒரு மரம் பசுமை கொள்கிறது, கனிகள் தருகிறது. ஆனால் மனிதர்கள் வித்தியாசமானவர்கள். எவ்விதம் கற்பனை செய்வது என்பதை அவர்கள் கற்றிருக்கிறார்கள். ஏற்கெனவே இருக்கும் பொருட்களைக் கொண்டு அவர்கள் திருப்தி அடைவதில்லை. செம்பிலிருந்து காதணிகளை வடிவமைக்க விரும்புகிறான். கல்லிலிருந்து அரண்மனைகளைக் கட்டி எழுப்புகிறான். கண்களுக்குப் புலனாகாதவற்றின்மீது எப்போதும் கவனம் கொள்கிறான். நகரம் கனவுகளின் பூமி என்பார் என் தந்தை. அது முடிவற்ற சாத்தியக்கூறுகளைக் கொண்டது. நகர மக்கள் இயற்கையின் பகுதி அல்ல, அதனை வடிவமைக்கும் சிற்பிகள். கட்டி எழுப்புகின்றனர், ஒன்றிணைக்கின்றனர், உருவாக்குகின்றனர். இவ்விதம் தங்களையும் வார்த்துக்கொள்கின்றனர். புதிதாகக் கருவிகளை உருவாக்கும்போது தங்களையும் அவர்கள் வடிவமைத்துக்கொள்கின்றனர். சாதாரணக் கோலிக் குண்டாக வாழ்க்கையைத் தொடங்கும் மனிதர்கள் நகரங்களில் வாழ்வை அற்புதமான சிலையாக மாற்றிக்கொள்கின்றனர். இதன் காரணமாகவே கச்சாவான தங்களின் சுயத்தைக் கேலி செய்து கொள்கிறார்கள். நகரங்களில் பிறரை மட்டம் தட்டுவது புனிதச் செயல். தங்களைப் போல் யார் இல்லையோ அவரை விடவும் உயர்ந்தவர்களாகத் தங்களைக் கருதுகின்றனர். கான்கிரீட்டாக மாற்றவும், நீரைக் குருதியாக்கவும் நிலவைச் சென்றடைய வேண்டிய இடமாகவும் மாற்றக் கடும் முயற்சிகளை மேற்கொள்கிறார்கள். ஒவ்வொன்றையும் மாற்றுகிறார்கள்; மாறுகிறபோதே காலம் வேகமாய் நகர்கிறது. அது விரைந்து செல்லச் செல்ல மனித ஆசைகள் அடக்க முடியாதவையாகின்றன. மனிதர்களைப் பொறுத்தவரை நேற்று என்பது ஏற்கெனவே இறந்துவிட்டது. ‘இன்றோ’ நிலையற்றது. நாய்கள், நேசம், இறப்பு யாவும் நிச்சயமற்றவை அல்ல. இவை அனைத்தையும் அதே சந்தேகத்துடனும் ஆர்வத்துடனும் மக்கள் காண்கிறார்கள். நகரிலுள்ள இவை அனைத்தும் என் தந்தைக்குப் பழக்கமானவைதான். அங்கே வித்தியாசமான மனிதராக இருந்த அவர், அன்னியராகவே கிராமத்திற்குத் திரும்புவார். வந்ததும் எங்களைத் தழுவிக்கொள்வதற்குத் தயங்குவார். தனது பழைய சுயத்திற்குத் திரும்பும் வரை காத்திருப்பார்.

“முக்குளிப்போர் கடல் ஆழத்தில் மூழ்குகையில் போதை கொண்டோர் போலத் தடுமாறுவார்கள். நகரின் மீதான மனோபாவத்தை இவர்களோடு ஒப்பிடுவார் என் தந்தை. நகரின் மீதான போதை என இதனைக் கூறுவார். அந்தச் சமயங்களில் மட்டுமே அவர் ஒயின் அருந்துவார். ஒயின் குடிப்பதில் தம்மை அர்ப்பணித்துக்கொண்ட குடிகாரர்களும் சதா கனவு காண்போரும் கடலோடிகள்தாம் என்பது வெளிப்படையானது. ஒருமுறை ஒரு வயதான கடலோடியுடன் என் தந்தை சிறையில் அடைக்கப்பட்டார். அப்போது, தான்

எதிர்கொண்ட கொடிய துன்பத்தை என் தந்தையிடம்அவன் கூறினான். தனது கப்பல் மூழ்குவதாகக் கனவு கண்ட அவன் பயந்து நடுநடுங்கி வியர்வை வழியத் தூக்கத்திலிருந்து கண் விழித்தான். இருண்ட கடல்களில் ஒரு வெள்ளைத் திமிங்கலம் சுற்றித் திரிவதாகவும் அது கண் விழிக்கையில் கப்பல்களை இழுத்துப் புயல் காற்றில் தள்ளுவதாகவும் அவன் கூறினான். அந்த வெள்ளைத் திமிங்கலத்தைக் காண்பதும் அலைகளூடே அதனைத் துரத்திச் சென்று ஈட்டியால் அதனைக் குத்திக் கொல்வதும் ஒவ்வொரு கடலோடியின் கனவாகும். தூரத்துக் கடல்களில் பயணம் செய்த மாலுமி மட்டுமே அந்த வெள்ளைத் திமிங்கலத்தை காணும் முயற்சியில் வெற்றி பெற்றான். பல ஆண்டுகளுக்கு முன்னர் அவன் கால்களைக் கடித்துக் கிழித்திருந்த அந்த ராட்சதத் திமிங்கலத்தின்மீது அந்த மாலுமிக்குக் கட்டுக்கடங்காத குரோத உணர்ச்சி இருந்தது. திமிங்கலமும் மாலுமியும் மீண்டும் சந்தித்துக் கொண்டபோது திமிங்கலத்தின் வெஞ்சினமும் மாலுமியின் குரோதமும் மோதிக்கொண்டன. இறுதியில் திமிங்கலம் மிகப்பெரிய அந்தக் கப்பலை அழித்து நொறுக்கி மாலுமியையும் கப்பல் பணியாளர் அனைவரையும் கடல் ஆழத்தில் தள்ளியது. கடலில் நீண்ட தூரத்திலும் அலைகளுக்கு மத்தியில் இறுதி யுத்தமும் நிகழ்ந்தன. இந்தக் கதையை விவரிக்கக் கப்பலில் எஞ்சியிருந்தவன் கப்பல் ஊழியன் ஒருவனே. அன்றிலிருந்து கடற்கன்னியைப் பார்ப்பதை விடவும் வெள்ளைத் திமிங்கலத்தைக் காண்பதே ஒவ்வொரு கடலோடியின் கனவாக இருந்தது. அந்தத் திமிங்கலத்தின் நிழலை எங்கள் வீட்டு அறைச் சுவரில் என் தந்தை தன் கை விரல்களால் உருவாக்குவார். மேலும் கீழும் நீந்தும் அதன் நிழலையும் உருவாக்கிக் காட்டுவார். வெள்ளைத் திமிங்கலத்துடன் போராடி மடிந்த மாலுமியின் வழியையே இஸ்தான்புல்லின் கடலோடிகளும் பின்பற்றினார்கள் எனவும் கூறுவார். வெள்ளைத் திமிங்கலத்தைத் தேடிக் கிழக்கிலிருந்து மேற்கே வடக்கிலிருந்து தெற்கே எனக் கடலில் சுற்றித் திரிந்த கடலோடிகள் திமிங்கலத்தைக் காணமுடியாமல் தோல்வியுற்று மனம் நொந்து சில மாதங்களுக்குப் பின் மூடுபனி சூழ்ந்த கடற்கரைக்கு வெறுங்கையுடன் திரும்புவார்கள். வெள்ளைத் திமிங்கலங்கள் பற்றிய கொடுங்கனவுகள் பேயாய்த் துரத்த, தூக்கத்தை இழந்து தங்களின் உடல் சதையையே கத்தியால் கிழித்துக்கொண்ட கடலோடிகளும் அந்தத் திமிங்கலத்தைக் கற்பிதம் செய்து மனப்பிறழ்வுக்கு ஆளானவர்களும் உண்டு. என் தந்தையின் சிறையிலிருந்த வயதான கடலோடியும் அவர்களில் ஒருவர். என் தந்தை கூறிய அனைத்துக் கதைகளையும்போல இந்தக் கதையிலும் ரகசியங்கள் மறைந்திருந்தன என்பதும் உண்மைதான் டாக்டர். இந்தக் கதையைக் கேட்டிருந்தவர் வெகு சிலரே."

குஹெய்லேன் மாமா ஆழமாக மூச்சை இழுத்தார். ஏதோ ஒரு முக்கியமான விசயத்தைக் கூறவிருப்பவர்போல நிமிர்ந்து உட்கார்ந்து, "நீ எங்களிடம் கூறிய வயதான பாட்டியின் கதை எனக்கு ஏற்கெனவே தெரிந்ததுதான். என் தந்தை அந்தக் கதையை என்னிடம் கூறியிருந்தார். தனது ஆட்டினை நாய் எனத் தவறாக எடுத்துக்கொண்ட முதியவள் பற்றியும் ஆட்டினை அவளிடமிருந்து தந்திரமாகப் பறித்து விருந்து சமைத்த வாலிபர்கள் பற்றியும் கூறும்போது என் தந்தை சிரித்தார்" என்றார்.

“உங்கள் தந்தை இன்னும் உயிருடன் இருக்கிறாரா?” என்று கேட்டேன்.

“அவ்வளவு இளமையாகவா நான் இருக்கிறேன்? அவர் இறந்து ரொம்ப காலம் ஆயிற்று” என்றார்.

தன் கையை உயர்த்தி விரல்களால் சுவரைத் தடவினார். சுவர் இருந்ததை உறுதி செய்வதற்காக அவர் இதனைச் செய்ததுபோலத் தோன்றியது. பல ஆண்டுகளுக்கு முன்னர் தன் தந்தையும் இந்தச் சிறையில் இருந்திருக்கக் கூடும் என அவர் நினைத்திருக்கலாம். அவர் தந்தை இருந்ததற்கான சான்றினை இந்தச் சுவர்களில் அவர் தேடியிருக்கலாம். அவர் இருந்ததற்கான ஆதாரம் இல்லை எனினும் இந்தச் சிறைக்கு நாங்கள் வருவதற்கு முன்னர் வேறு சிலர் இங்கே இருந்ததற்கான சான்றுகள் இருந்தன. நானும் சுவரைத் தொட்டுக் கை விரல்களால் மிக மெதுவாகத் தடவி ஆராய்ந்தேன்.

“குஹெய்லேன் மாமா, வயதான கிழவியின் கதை உங்களுக்குத் தெரியுமெனில் நீங்கள் சொன்ன வெள்ளைத் திமிங்கலத்தின் கதை எங்களுக்கும் தெரியும். திமிங்கலத்தை ஈட்டியால் குத்திக் கொல்லும் முயற்சியில் நாற்பது ஆண்டுகளாய்க் கடற்பயணம் செய்த மாலுமியிலிருந்து உயிர் தப்பிய ஒரே கப்பல் பணியாளனின் வாழ்க்கை வரையான பல கதைகளை உங்களுக்கு நான் சொல்லியிருக்க முடியும்” என்றேன்.

“கடலோடிகளின் சாகசம் பற்றி ஏற்கெனவே உங்களுக்குத் தெரியுமா?” குஹெய்லேன் மாமா வியந்ததைக் கண்டு திமிர்த்தேயும் பேச்சில் கலந்து கொண்டான்.

“எனக்கும் தெரியும்” என்றான்.

சன்னமான சத்தம் வராந்தாவில் கேட்டது. பேச வேண்டாமெனச் சைகை செய்த திமிர்த்தே தரையில் முகத்தை வைத்துக் கதவுக்குக் கீழேயிருந்த இடுக்கு வழியே வெளியே பார்த்தான். வராந்தா முனையிலிருந்த சிறைக் காவலர்களின் அறையிலிருந்து ஒரு சில காவலர்கள் எப்போதாவது வெளியே ரோந்து வந்து ஒவ்வொரு சிறையாய் நோட்டமிட்டுச் சிறைக்குள் பேசிக் கொண்டிருப்பவர்களைப் பிடிக்க முயல்வார்கள். ஒவ்வொரு காவலருக்கும் அவரவருக்கான விதிமுறைகள் உண்டு. சிலர் சத்தம் வெளியே வராமல் ஒட்டுக் கேட்டு ரகசியங்களைக் கண்டறிவார்கள். வேறு சிலரோ சிறைக்குள் திடீரெனப் புகுந்து பேசுபவர்களைக் கண்டித்து ஒழுங்குபடுத்துவார்கள். திமிர்த்தே எழுந்து உட்கார்ந்து, “காவலன் போய்விட்டான்” என்றான்.

“ஆக, திமிங்கலம் பற்றி உனக்குத் தெரியும்” என்றார் குஹெய்லேன் மாமா.

“இந்தச் சிறையில் எங்களுக்கு ஏற்கெனவே தெரிந்த கதைகளையே ஒருவருக்கொருவர் கூறிக்கொள்கிறோம் குஹெய்லேன் மாமா. முதலில் திமிர்த்தேயும் நானும் மட்டுமே கதைகளைப் பகிர்ந்துகொண்டிருந்தோம். சில சமயங்களில் ஒரு கதையை இரண்டு முறைகூடச் சொல்வதுண்டு. உங்களுக்காக மூன்றாவது முறையும் சொல்லுவோம்.”

கதவருகே அமர்ந்திருந்த மாணவன் திமிர்த்தே பேசாதிருக்கும்படி மீண்டும் சைகை செய்தான். வராந்தாவில் காலடிச் சத்தம் சன்னமாகக்

கேட்டது. காவலனின் நிழல் சிறைக் கதவின் கம்பிகளில் விழுந்து மெல்ல நகர்ந்தது. காலடிகளின் சத்தம் வெகுதூரம் செல்லாமல் நின்றுவிட்டது. சிறைக்காவலன் ஒவ்வொரு சிறையையும் உற்றுக் கவனித்தான். நாங்கள் ஒருவரையொருவர் பார்த்துக்கொண்டோம். திமிர்த்தேயும் நானும் இத்தகைய கண்காணிப்புகளுக்குப் பழகியிருந்தோம். சில சமயம் நீண்ட நேரம் மவுனமாக இருப்போம். காவலர்கள் ரோந்து வெகு நேரமானால் காத்திருப்பதற்குப் பதிலாகத் தூங்க முயல்வோம். பின் ஒரு சிறையின் கதவு திறக்கும் சத்தம் கேட்கும். அடிவிழுவது காதில் விழும். சில கைதிகள் கெஞ்சுவார்கள், சிலர் எதிர்ப்பார்கள். காவலர்கள் தங்கள் அறைக்குத் திரும்பிச் சென்றதும் இந்தச் சிறையை விட்டு வெளியேறி வெகு தூரம் செல்வதாக திமிர்த்தேயும் நானும் கற்பனை செய்துகொள்வோம். இஸ்தான்புல், பாஸ்ஃபரஸ் வழியாகப் பனாமா கொடியுடன் கருங்கடலை நோக்கிப் புறப்படும் சரக்குக் கப்பலில் ஏறுவோம். கொந்தளிப்பான கடல் அலைகளும் கடற்பறவைகளும் துணைவர எங்கள் பயணம் தொடங்கும். கப்பல் மேல்தளத்தில் குளிர்ந்த காற்று வீசும். இரவில் கீழே எங்கள் அறைக்குச் செல்வோம். கப்பல் பணியாள் ஒருவனுடன் தொலைக்காட்சி பார்ப்போம். அவன் கைகளில் கரிய எண்ணெய் படிந்திருக்கும். தொலைக்காட்சியில் ஒளிபரப்பாகும் படம் எதுவாக இருந்தாலும் அதுபற்றிப் பேசுவோம். படம் இரண்டு மணி நேரமெனில் இரண்டு மணிநேரக் கதையை மீண்டும் உருவாக்கி அதுபற்றிப் பேசுவோம். இந்தச் சிறையைப் போலவே கப்பலின் அறையும் மிகச் சிறியதாக இருக்கும். களைப்பாக இருந்தால் சுருண்டு படுத்துக்கொள்வோம். அங்கும் குளிர்தான்.

காஃபி கடைகளில் வயதானவர்கள் பழைய நினைவுகளில் மூழ்கியிருப்பதுபோலச் சிறைக் காவலர்களின் காலடிச் சத்தத்தை உற்றுக் கவனித்தவாறு அமைதியாக அமர்ந்திருந்தோம். இந்தச் சமயத்தில் தூக்கத்திலிருந்து விழித்து காமோ எங்களைப் பார்த்திருந்தால் அப்போது அவன் என்ன செய்திருப்பான்? தான் ஆழ்ந்து தூங்கும்போது என்ன நடந்திருக்குமென அறிந்துகொள்வதில் அவனுக்கு ஆர்வம் இராது; அதற்குப் பதிலாக, சகித்துக்கொள்ளவே முடியாத எங்களுடன் வலுக்கட்டாயமாகத் தான் ஏன் சிறையில் இருக்க வேண்டுமென நினைப்பானா? அவன் பேசவே மாட்டான். கேள்விகள் கேட்க வேண்டிய அவசியம் இருப்பதாகவும் நினைக்க மாட்டான். தலை நெஞ்சில் சரிய மீண்டும் தூங்கத் தொடங்கிவிடுவான். தூங்குவதற்கு முன் ஏதாவது சாக்கில் திமிர்த்தேயைத் திட்டவும் செய்வான். கிணற்றுக்குள்ளேயே அவன் எப்போதும் இருந்தான். நாங்கள் அதற்கு வெளியே இருந்தோம். என்னை நான் நன்றாக அறிவேன் எனக் கூறினான். அவனைப் பொறுத்தவரை நாங்கள் ஆணவம் மிக்கவர்களாக இருந்த காரணத்தால், இந்தச் சிறையில் இப்போது கடினமான சூழ்நிலையை எதிர் கொள்கிறோம். சிறைக்கு வருவதற்கு முன் பொழுதுபோக்கான செயல்களில் அதிகமும் ஈடுபட்டிருந்ததால் குழப்பமும் மூடத்தனமும் நிரம்பிய சூழலில் இப்போது இருக்கிறோம்; நாங்கள் உருப்படாத ஜென்மங்கள். இப்படி காமோ எங்களைச் சபிப்பான். இதைத் தவிர அவனுக்கு வேறு வழியுமில்லை.

காமோ சிறைக்கு வந்தபோது கைதியாக நான் ஒருவனே இங்கே இருந்தேன். ஒரு குடிசையில் நாயுடன் இருக்கும் பூனையைப்போல்

பதற்றத்துடனும் கவலையுடனும் அவன் இருந்தான். காயமடைந்துள்ளானா என அவனிடம் கேட்டேன். பதில் இல்லை. என்னை அறிமுகம் செய்து கொண்டேன். அதனைப் புரிந்துகொள்ளாதவன்போல, “நீ யார்? இந்தச் சிறையில் எவ்வளவு நாட்களாக இருக்கிறாய்? என்னை ஏன் உன்னுடன் இங்கே வைத்திருக்கிறார்கள்?” எனக் கோபத்துடன் கேள்விகளை வீசினான். அவன் மிகவும் அருவருப்பாக இருந்தான். அவன் உடலிலிருந்து துர்நாற்றம் வந்தது. அவன் பசியுடன் இருப்பதாகத் தோன்றியது. ரொட்டியைக் கொடுத்தேன். முதலில் வாங்கிக்கொள்ளத் தயங்கிய அவன் என்னை முறைத்துப் பார்த்தவாறு அதனை எடுக்கக் கை நீட்டினான். நாங்கள் தவறான இடத்தில் சந்தித்திருந்தோம். சிறைக்கு முதலில் வந்தவன் நான். அவன் புதிது. ஒன்று பேசாமல் மவுனமாக மணிக்கணக்காகக் காத்திருக்கத் தயாராக இருந்தான். என் மேல் பாய்ந்து என் கழுத்தை நெரிக்கும் கோபமும் அவனிடமிருந்தது. ஏதோ செங்குத்தான பாறைக்கடியில் சிக்கி வெளியே வர இயலாதவனாக இருந்தான். மூன்று சுவர்கள், ஒரு கதவு, ரத்தக் காயத்துடன் ஒருவன். இவைதாம் அந்த அறையில் இருந்தவை. கண்களை மூடினால் அந்த இடம் முற்றிலும் புதிய இடமாக ஒரு கணத்தில் மாறிவிடுமென அவன் நினைத்தான். அறிந்துகொள்ளும் பேரார்வத்துடன் உற்று நோக்கியவாறிருந்த அவன் தனது வாழ்வைத் தொடக்கத்திலிருந்தே விளங்கிக்கொள்ள முயன்றான். வெளியே வேதனையில் அலறும் குரல் கேட்டது. அவன் தலை உயர்த்தினான். எதிரொலித்த அந்தக் குரல் யாருடையது? அவனுடையதுதானா? அந்தக் குரல் பிறந்த அந்தச் சுவர் சிறையின் சுவரிலிருந்து எவ்வளவு தூரம் தள்ளி இருந்தது? தன்மீது நம்பிக்கை கொள்வதற்கும் நம்பிக்கையின்றித் தன்னை இழப்பதற்கும் இடையே இருப்பது மெல்லிய கோடுதான். அந்தக் கோட்டில் தன் தலை சுழல்வதாக காமோ அச்சம் கொண்டுள்ளானா?

வேதனையைப் பகிர்ந்துகொள்ள முடியாது என மனதால் அறிவது ஒன்று. அந்த வலியை உடலால் அனுபவித்து உணர்வது என்பது முழுக்கவும் வேறு. தாங்க முடியாத கடும் வேதனைக்குப் பிறகு பல மாதங்களும் வருடங்களும் கடந்துவிட்டதாக நினைப்போம். “அது மிகச்சிறிய பொழுது தானா?” என்று குழம்பினோம். கணப் பொழுதேயான இந்த வலி மிக நீண்டதாக மாறிவிடுமோவெனப் பீதி அடைந்தோம். இதனை அனுபவத்தால் ஏற்கெனவே அறிந்துகொண்டவன்போல் காமோ இருந்தான். இந்தச் சிறைக்கு வரும்போது அவன் முகம் குளறுபடியாக இருந்தது; அவன் மனம் திகிலடைந்திருந்தது. எத்தனையோ முறை வாழ்வின் சுவரில் மோதி மீண்டும் மீண்டும் கீழே விழுந்திருந்தான். மனிதர்கள் மீதான அவனின் சந்தேகம் தற்காப்புக்காக அவன் மேற்கொள்ளும் வழி எனில் நட்புணர்வற்ற அவனது நடத்தையை என்னால் புரிந்துகொள்ள முடிந்தது. ரொட்டியும் நீரும் தந்து அவனிடம் பேச்சுக் கொடுத்தேன். நானும் அவனைப் போலவே இந்தச் சிறைக்குள் சாவின் வாசலில் நிற்பவன்தான். அந்நியன் அல்லன். சுவர்களில் ரத்தக் கறை படிந்திருந்ததை காமோ கூர்ந்து பார்த்தான். சாவின் நெடி கலந்திருந்த காற்றினை மூச்சாக உள்ளே இழுத்தான். “தீவு என மனிதனுக்குத் தனியே எதுவுமில்லை. அவனே தீவாக இருக்கிறான்” என்றுஅலட்சியமாகக் கூறினான். அவன் பேச்சில் இருந்தது அலட்சியமா?

நிராசையா? அப்படியானால் அவனது எந்தப் பிரச்சினைக்கும் ஆறுதலாகச் சில வார்த்தைகளை என்னால் கூற முடியும். "நம்மிடம் இப்போது இருப்பவற்றைக் காட்டிலும் நம்பிக்கை மேலானது" என்றேன். சிறைக் கம்பிகளினூடே உள்ளே வரும் வெளிச்சத்தைச் சுட்டிக்காட்டி, "நம்மிடம் இப்போது இருப்பவற்றைக் காட்டிலும் நம்பிக்கை மேலானது" என மீண்டும் கூறினேன். அவன் வெறுமனே என்னைப் பார்த்தான். என்னைச் சிறையில் அடைத்த நாளில் நானும் இது போலவே சுவர்களை வெறித்துப் பார்த்தேன். சுவர்களும் மனிதர்களும்தான் இங்கே எங்களுடைய எல்லைகள்.

கடுமையான மனஉளைச்சலில் இருந்த காமோ பிறரிடமிருந்து விலகியே இருந்தான். நாளாக ஆக அந்த நிலை சற்றும் தணியவில்லை. இங்கு வருவதற்கு முன் அனைத்துக் குழப்பங்களாலும் அவன் சோர்ந்திருந்தான். அவனது எரிச்சலும் கோபமும் வெகு காலத்திற்கு முந்தைய மனக் காயத்தை மறைக்கும் திரையாக இருந்தன.

சிறையின் மேற்கூரையைப் பார்த்தவாறு, "இஸ்தான்புல்லின் ஆழம் நான் கற்பனை செய்ததுபோலவே இருக்கிறது" என்றான்.

அவன் என்ன கற்பனை செய்திருந்தான்? இந்த நகரை விட்டு வெளியேறும் வாய்ப்பு இருந்தும் வெளியேறாமல் இந்த நகருடன் இந்த அளவு பற்றுதல் உடையவனாக ஏன் இருந்தான்? ஒரு நகரைப் பரிச்சயம் செய்து கொள்ள மூன்று நாட்கள் போதும்; ஆனால் அதனை உண்மையிலேயே அறிந்துகொள்ள மூன்று தலைமுறை ஆகும். பரிச்சயத்திற்கும் ஆழமான அறிவுக்கும் இடையே உள்ள உறுதியான சுவர்களைத் தகர்க்கச் சிறிது காலம் பிடிக்கும். கணப்பொழுதில் அதனைச் செய்து முடிக்க முடியாது. மனிதர்களிடமும் நகரங்களிலும் இதே சுவர்கள் இருந்தன. நகரின் ஆழம் இருண்டிருந்தது. மனித மனதின் ஆழமும்தான். மகிழ்ச்சியின்மையும் வறட்சியும் அங்கே இருந்தன. தமக்குள் இருந்த இருண்ட ஆழத்திற்குச் சென்று தங்களையே நேருக்கு நேர் சந்திக்க யாருக்கும் விருப்பமில்லை. காமோவைத் தவிர. அவன் தனக்குள் பார்த்தான். தன்னை ஆழமாகப் பரிசோதித்துக் கொள்வதன்மூலம் இவ்விதம் நகரின் ஆழங்களை அறிந்துகொண்டான். 'நான் கற்பனை செய்தது போலவே' துன்பம் ஒன்றே சிலருக்கு ஆசானாக இருந்தது. நகரை அணுக்கமாக அறிந்து கொள்ள மூன்று நாட்களோ மூன்று தலைமுறைகளோ காமோவுக்குத் தேவைப்படவில்லை. மூன்று ஆழமான காயங்களே போதுமானவையாக இருந்தன.

மாறாக குஹெய்லேன் மாமாவோ எந்த நகரைப் பற்றிய கனவு அவருக்கு இருந்ததோ அங்கேயே வந்திருந்தார். தான் வளர்ந்த கிராமத்திற்கு முற்றிலும் மாறாக முழுமையான ஓர் புதிய இயற்கையை, ஒரு புதிய மனிதனை அங்கே கண்டார். மயங்கும் கவிஞர்கள், பித்தேறிய காதலர்கள், கண்களில் அச்சமும் ஆர்வமும் பொங்கப் புதிய இடங்களைத் தேடிப் பயணம் செய்வோர் ஆகியோரின் தொனியிலேயே அவர் பேசினார். தனது சுய அனுபவங்களிலிருந்து பெற்ற நிதர்சன உலகை மட்டுமே அறிந்திருந்த அவர் முக்கியமான ஒரு புதிய நிதர்சனத்தின்மீது நம்பிக்கை கொள்ளத் தொடங்கினார். அதன் காரணமாக நிலவறை அவருக்கு நல்லதாகவே

இருந்தது. இஸ்தான்புல்லை அதன் மேற்பரப்பிலிருந்து பார்த்திருந்தால் அவர் ஏமாற்றமடைந்திருப்பார். இந்த நகர், பார்க்கவும் ருசிக்கவும் சந்தோஷமாகப் பொழுது போக்குவதற்குமான சுற்றுலாத் தலமாக இப்போது மாறியுள்ளது. ஒவ்வொரு மூலையிலும் துரதிருஷ்டம் இப்போது ஒளிந்திருக்கவில்லை. ஆனால் மனதை மயக்கும் பழைய கதைகளின் உலகு காணாமல் போய்விட்டது. தங்களின் ஆற்றலாலும் படைப்புத் திறனாலும் முதல் தலைமுறையினர் இந்த நகரில் போராடினர். அந்த இடத்தை இன்று காமம் பிடித்துள்ளது. இன்று மக்களையும் கலையையும் நாய்களையும் நேசிப்பதற்கான உந்து சக்தியாக இருப்பது காமம். காட்டிற்குள் ஓடித் தொலைந்துபோகும் சிறார்கள் கையில் கிடைக்கும் அனைத்தையும் சாப்பிட்ட பின்பும் பசிப்பதாக உணர்வார்கள். இஸ்தான்புல் மனிதர்கள் அந்தச் சிறுவர்களைப் போன்றவர்கள். இவை பற்றியெல்லாம் குஹெய்லேனிடம் சொல்ல முடியாது. சிறையில் எப்போது வாயை மூட வேண்டும் என்பதை அறிந்திருக்க வேண்டும். ஓர் இடத்தின் அழகு மற்றோர் இடத்தில் இராது அல்லது எத்தனையோ இளைஞர்கள் ஒரு கனவு நகரை வீணாய்த் தேடி அலைகின்றனர் என்றோ அவரிடம் கூற முடியவில்லை.

நான் சிறுவனாக இருந்தபோது இஸ்தான்புல்லின் உயிர்த்துடிப்பு அதன் தெருக்களில் இருந்தது. பின்னர் அது சாலைகளை, சதுக்கங்களை, எண்ணிக்கையில் பெருகிவரும் கார்களை, மாபெரும் கட்டடங்களை விரைவாக நிரப்பத் தொடங்கிற்று. இப்போது நம் வாழ்விலிருந்தே அந்த உயிர்த் துடிப்பு மறைந்துவிட்டது. அது முன்னரே மறையத் தொடங்கியிருக்கலாம்; நான் அதனைக் காணத் தவறியிருக்கலாம். ஆண்டுகள் செல்லச் செல்ல எனது பிள்ளைப் பருவத்தைக் கடந்து உயரமாக வளர்ந்துகொண்டிருந்தபோதே கட்டிடக் கலையும் வளரத் தொடங்கியது. நகரின் ஒவ்வொரு மூலை முடுக்கிலும் உயரமான கட்டடங்கள் படிப்படியே முளைத்தன. இன்று நாம் காணும் தெருக்கள் அழுக்காகவும் அருவருப்பாகவும் உள்ளனவா? அல்லது குடியிருப்புத் தொகுதிகளாக அடுக்கு மாடிகள் வருவதற்கு முன்பு தெருக்களில் இருந்த நமது வாழ்வு இருண்டும் அருவருப்பாகவும் இருந்ததா? கடந்த காலத்தில் அனைத்துத் திசைகளிலும் நகரம் நீண்டு பரவிக் கிடந்தது. அப்போது பற்பல தளங்களில் வீடுகள் அடுக்கு மாடிகளாகச் செங்குத்தாக வளர்ந்து வானத்தை மறைக்கும் விதமாக இருந்ததில்லை. வானம் கண்களுக்குத் தெரியும் விதமாக வரம்புக்கு உட்பட்ட உயரத்திலேயே கட்டடங்கள் இருந்தன. சிறு வயதில் எந்தத் தெருவில் தலை உயர்த்தினாலும் வானம் தெரிந்தது என்பதை இப்போதும் என்னால் உணர முடிகிறது. ஒரே கோட்டில் சின்னச் சின்ன மலைக் குன்றுகள் இணைந்தாற்போல நகரின் அடிவானம் சிறிது வெளியே எட்டிப் பார்த்தது. குவி மாடங்களுக்கும் கோபுரங்களுக்கும் அருகே மிகப்பெரிய சதுக்கங்கள் இருந்தன. ராட்சத நிழல்களுக்கு அடியே சதுக்கங்கள் எதுவும் நசுக்கப்படவில்லை.

இரு வாரங்களுக்கு முன்பு ராகிப் பாஷா நூலகத்திற்குச் சென்றேன். நான் சிறுவனாக இருந்தபோது நகரக் கட்டடங்களிலேயே கண்ணைக் கவரும் அடையாளச் சின்னமாக அந்த நூலகம் இருந்தது. இப்போது அவ்விதமாக அது இல்லை. லாலேலி மலைப் பகுதியிலேயே கொலு

வீற்றாற்போல் தனித்த வைரமாக அது திகழ்ந்தது. அது இப்போது மக்கள் கூட்டம், விளம்பரப் பலகைகள், கார்கள் ஆகியவற்றுக்கு மத்தியில் சிறுத்துக் குறுகி நிற்பதுபோல் தெரிகிறது. நடை பாதை சற்று உயரத்திலிருந்தது. அதனால் நூலகத்தின் நுழைவாசல் தெருமட்டத்திற்கு இரண்டு மீட்டர் கீழே இறங்கி இருந்தது. நூலகத்தைக் கடந்து செல்வோர் அதனைத் திரும்பிப் பாராமல் சென்றனர். அல்லது நூலகத்தின் கதவிற்கு உள்ளே என்ன இருக்கலாம் என்பதை அறியாதவர்களாக இருந்தனர். நூலகத்தின் வெளி முற்றத்தில் கால் வைத்ததும் சாலையின் பரபரப்போ சந்தடியோ இல்லை என்பதைக் கவனித்தேன். ஏதோ தொன்மையான நகரில் இருப்பதாக உணர்ந்தேன். நூற்றுக்கணக்கான ஆண்டுகளுக்கு முன் சலவைக் கல் பாவிய தரை, சித்திர வேலைப்பாடுகள் கொண்ட கல், வெண்கலத்தில் செதுக்கிய சித்திரங்களெனப் பழைய யுகத்தின் பகுதியாக அந்த நூலகம் இருந்தது. பறவைகள் மெல்லச் சிறகடித்தன. இலைகளை உதிர்த்துக் குளிர்காலத்தின் வருகைக்கு ரோஜாச் செடிகள் தயாராக இருந்தன. வியப்புடன் என்னைச் சுற்றிலும் பார்த்தேன். மன அழுத்தமில்லாமல் வாழ மக்களுக்கு உரிமை இருந்தது எனவும் எங்கு இருந்தார்களோ அந்த இடமே அந்த வாய்ப்பினை அவர்களுக்குத் தர முடிந்தது எனவும் அப்போது தோன்றியது. குளுமையான இந்த நூலகத்தில் காலத்தின் இயக்கம் நகரத்திலிருந்ததை விடவும் மாறுபட்டதாக இருந்தது. இங்கே அது முந்தியோ பிந்தியோ ஓடவில்லை. ஏதோ வேறுபட்ட புவி ஈர்ப்பு விசைக்குக் கட்டுப்பட்டதுபோல் தன்னையே சுற்றியவாறிருந்தது. முன்பு ஒருபோதும் தோன்றியிராத கேள்விகளை எண்ணிப் பார்த்தேன். வெளியே உள்ள உலகைவிட இந்த முற்றத்தில் மட்டும் இந்த அளவு வித்தியாசமாக உலகம் எவ்விதம் இருக்க முடியும்? ஏதோ நெருப்பிலிருந்து நீருக்கு நகர்வதைப்போல் ஒரு கதவு எப்படி நம்மை ஒரு காலகட்டத்திலிருந்து மற்றொன்றுக்குக் கடத்திச் செல்ல முடியும்? குறிப்பாக இந்த இரண்டு உலகங்களும் ஒன்று மற்றொன்றினுள் இருக்கையில்; மற்றொரு உலகின் சாளரத்திலிருந்து ஒருவரை நம்மால் பார்க்க முடிகையில்; ஒருவர் மற்றொருவரிடம் பேசுவதைக் காதுகளால் நாம் கேட்க முடியும்போது.

நூலகத்தில் சந்திக்கவிருந்த நபரைப் பார்ப்பதற்காக மறுபக்கத்திற்குச் செல்ல முற்றத்தைக் கடந்தேன். படிகளில் ஏறி வாசிப்பறைக்குச் சென்றேன். வாசிப்பறையில் நான்கு தூண்களிலும் சிறிய கலசங்கள் இருந்தது நினைவுக்கு வந்தது. நீலத்திலும் வெண்மை நிறத்திலும் செங்கற்கள் பதிக்கப்பட்டுச் சுவர்கள் அலங்கரிக்கப்பட்டிருந்தன. மரத்தாலான புத்தக அலமாரிகளில் கையெழுத்துப் பிரதிகளும் புத்தகங்களும் இருந்தன. சிறு வயதில் இங்கு படிக்க வருவது வழக்கம். அப்போது படித்துக்கொண்டிருக்கும் புத்தகங்களிலிருந்து தலையை உயர்த்தி உள்ளே பார்வையை அலையவிடுவேன். இவ்விதமாகச் சிறுவயது நினைவுகளில் எவ்வளவு நேரம் ஆழ்ந்திருந்தேன் என்பது தெரியாது. என் முகத்தில் குளிர்ந்த காற்று வீசியது. நான் அங்கு வந்ததற்கான காரணம் சட்டென நினைவுக்கு வர வாசிப்பறையின் மேசைகள்மீது பார்வை சென்றது. ஒருவனைத் தவிர பிற மாணவர்கள் அனைவரும் தங்கள் மேசையில் மும்முரமாகப் படித்துக்கொண்டிருந்தனர். நான் சந்திக்கவிருந்த இளம் பெண்ணைப்பற்றி எனக்கு எதுவும் தெரியாது. எனக்குக் கிடைத்த ரகசியச் செய்தியின்படி உடற்கூறு பற்றிய ஒரு நூலை

அவள் வாசித்துக்கொண்டிருப்பாள். இதை வைத்து அவளை அடையாளம் காண வேண்டும். பலர் நான் இருந்த திசையில் நோட்டமிட்டுத் திரும்பிக் கொண்டனர். மேசைகளை உற்றுப் பார்த்தவாறு மெல்ல நடந்தேன். நான் தேடிவந்த பெண் அங்கே இல்லை. சுவரில் இருந்த பழுப்பு நிற மரத்தாலான கடிகாரத்தில் மணி பார்த்தேன். பத்து நிமிடங்கள் என் கடிகாரத்தைவிட அதிகம் காட்டிற்று. அந்தக் கடிகார நேரம் தவறா? அல்லது நான்தான் தாமதமாக வந்துவிட்டேனா? பயம் ஒரு கணம்தான் நீடித்தது. கடந்த காலம் நினைவுக்கு வந்தது. நான் சிறு பையனாக இருந்தபோதும் இந்தக் கடிகாரம் பத்து நிமிடங்கள் அதிகம் காட்டியது நினைவுக்கு வந்தது.

முற்றத்துக்குத் திரும்பினேன்.

நூலகத்தையும் அதற்குச் சிறிது அப்பால் இருந்த தெருவையும் முற்றம் பிரித்தது. அது பற்றிய நினைவுகளில் ஆழ்ந்திருந்தேன். பாஸ்ஃபரஸ் நீரோட்டப் பரப்பில் கடல் நீர் வடக்கிலிருந்து தெற்காக ஓடியது. ஆனால் கடற்படுகையில் (கீழேயுள்ள நிலப்பரப்பு) நேரெதிராக (தெற்கிலிருந்து வடக்கே) நீர் ஓடியது. இவ்விதம் இஸ்தான்புல் பாஸ்ஃபரஸ் நதியை ஒத்திருப்பதான எண்ணம் தோன்றியது. இஸ்தான்புல்லில் ஒரே இடத்தில் வாழ்ந்தாலும் வெவ்வேறு விதமாக வாழ்க்கை இருப்பதையும் அருகருகே வாழ்ந்தாலும் வெவ்வேறு சகாப்தத்தில் மக்கள் வாழ்ந்தனர் என்பதையும் இது காட்டியது. இடம் காலத்தை முழுவதுமாகக் கட்டுப்படுத்த முடியும் என்பதையும் நீர்ச் சுழியைப் போல் வெவ்வேறு இடங்களுக்குக் காலத்தை கொண்டுசெல்ல முடியும் என்பதையும் இது காட்டியது. இயற்பியலாளர்களுக்கு முன்னரே கட்டிடக் கலை வல்லுநர்கள் காலத்தை வைத்து விளையாடும் கலையைத் துல்லியமாக கற்றிருந்தனர். இடங்களைச் சுரங்கப் பாதைகளாய் வடிவமைத்த கட்டிடக் கலைஞர்களால் காலத்தை அந்தச் சுரங்கப் பாதைகளினூடே கடக்கவைக்க முடிந்தது. ஒரு சகாப்தத்திலிருந்து மற்றொன்றுக்கு மக்களைக் கொண்டுசெல்ல முடிந்தது. பாஸ்ஃபரஸ் நதியின் ஆழத்தில் கண்ணுக்குத் தெரியாது மறைந்திருக்கும் நீர்ச்சுழிபோல மக்கள் கூட்டத்தை அடுத்துள்ள சிறிய நூலகத்தில் காலம் வேறு திசையில் நகர்ந்தது. நகரின் அடி நீரோட்டம்போல அமைதியான மென்மையான இருப்பில் காலம் நகர்ந்துகொண்டிருந்தது.

என்னைச் சுற்றிலுமிருந்த இளம் பெண்களின் தலை முடியும் ஆடையும் ஒன்றுபோலத் தெரிந்தன. இளைஞர்கள் ஒரே மாதிரியாக இருப்பதாகவே எப்போதும் நினைப்பவன் நான். அது இன்று இன்னும் உறுதிப்பட்டது. நான் வயதாகிக்கொண்டிருப்பதுதான் இதற்குக் காரணமா? எனது தலைமுடி அதிகமாய் நரைத்துவருவதைப் பார்த்தால் இதில் சந்தேகம் இல்லைதான். முன் திண்ணையிலிருந்து வெளியே முற்றத்தைப் பார்த்தேன். உடற்கூறுப் புத்தகத்தை வைத்திருந்தவர்கள் யாரும் கண்ணில் படவில்லை. பிற இளைஞர்களுடன் அவள் இருந்திருக்கலாம். நான் அவளைக் கவனிக்கத் தவறிவிட்டேன் போலும். ஆனால் அவள் என்னைப் பார்த்திருக்க முடியும். அடையாளம் கண்டிருக்கவும் கூடும். ஜேக் லண்டனின் 'சீ உல்ஃப்' என்ற புத்தகத்தை எனது பையிலிருந்து எடுத்து அதன் அட்டையை வெளியே தெரியும்படி, அவள் பார்க்கும் விதமாக வைத்திருந்தேன். பலர் என்னைப்

பார்த்தனர். வயதில் அவர்கள் தந்தையைப் போலிருந்த நான் இங்கு என்ன செய்துகொண்டிருக்கிறேன் என நினைத்தார்களா? வாசிப்பறைக்குத் திரும்பினேன். புத்தகத்தைப் நன்றாகத் தெரியுமாறு வெளியே காட்டியவாறு மேலும் கீழும் அங்கே நடந்தேன். இளம் பெண்களை முகத்திற்கு நேரே பார்த்தேன். அவர்களும் பார்த்தனர். திடீரென ஒவ்வொருவரும் எழுந்து துப்பாக்கியை வெளியே எடுத்து “அசையாதே... சுட்டுவிடுவோம்” எனக் கத்தினர். இன்னும் சிலர் முற்றத்திலிருந்து வாசிப்பறைக்கு ஓடிவந்து என் தலையில் துப்பாக்கியை வைத்து “ நீங்கள் டாக்டரா? நீங்கள் டாக்டரா?” என்றனர். நான் பதில் அளிக்காமல் இருந்தபோது என் பின்னந்தலையைத் தாக்கினார்கள். நான் கீழே விழுந்தேன். ‘சீ வுல்ஃப்’ புத்தகம் என் கையிலிருந்து கீழே விழுந்தது. அதை அவர்கள் உதைத்துத் தள்ளினார்கள். காதுகளில் ஏதோ சத்தம் கேட்டது. தலை சுற்றியது.

உடைந்த கடிகாரம் ஓடாது நிற்பதுபோலக் காலம் திடீரென இங்கேயே ஸ்தம்பித்து நின்றுவிட்டதாக உணர்ந்தேன். ஆனால் முற்றத்திலிருந்து வெளியே வந்ததும் இஸ்தான்புல்லின் இடைவிடாத கூச்சல் குழப்பத்தில் உணர்வு திரும்பிற்று. இவ்விதம் சூழ்ச்சிப் பொறியில் என்னைச் சிக்கவைத்த போலீஸ் அந்தப் பகுதி முழுவதையும் சுற்றிவளைத்தது. இதனை தோண்டித் துருவி அறிவதில் ஆர்வம் கொண்ட பெரும் கும்பல் நடைபாதையில் நின்று வேடிக்கை பார்த்தது. நான் கொலைகாரனா, திருடனா, வல்லுறவு கொள்பவனா? என்னை நன்றாகப் பார்ப்பதற்காகக் கூட்டத்தில் தள்ளுமுள்ளு நடந்தது. என்னைச் சூழ்ந்த சிவில் போலீஸ் ஒரு காரை நோக்கி என்னைத் தள்ளிச் சென்றபோது மக்களின் முகத்தைப் பார்த்தேன். அவர்கள் வாழ்ந்த அதே காலத்திலா நான் வாழ்கிறேன்? நகரங்களைக் கட்டி எழுப்பியபோதே மக்கள் தங்களையும் வடிவமைத்துக்கொண்டனர் என குஹெய்லேன் மாமா கூறியது சரிதான். தெருவில் என்னைப் பார்க்கும் மனிதர்களை பார்க்க நேர்ந்தால் அவர் சற்று யோசித்து, “காலம் இந்த நகரத்து மக்களை என்னவாக மாற்றியிருக்கிறது?” என்று கேட்பார்.

இரும்பு வாயிற்கதவின் சத்தம் கேட்டது. எனது பகற் கனவுகளிலிருந்து விடுபட்டுச் சிறைக்குத் திரும்பினேன்.

“ஸீன் சேவ்டாவைக் கொண்டுவந்திருப்பார்கள் என நீ நினைக்கிறாயா?” என்று குஹெய்லேன் மாமா கேட்டார்.

இரும்பு வாயிற்கதவு திறக்கும் க்றீச் சத்தம் கேட்டது. விசாரணையாளர்கள் எந்தச் சிறையைத் தேர்வு செய்வார்கள், யாரை விசாரணைக்கு வெளியே இழுத்துச் செல்வார்கள் என்பதைத் தெரிந்துகொள்ள ஆர்வமாக இருந்தோம். இங்கே எத்தனையோ சிறைகள் உள்ளன. தான் இறந்து போவோம் எனப் போர்க்களத்தில் எந்தப் படைவீரனும் நினைக்கமாட்டான்; நாங்களும்தான். எங்கள் அனைவரின் மனதிலும் எழுந்துகொண்டிருந்த கேள்வி இதுதான். ஆனால் எங்களில் யாராவது ஒருவர் சித்திரவதைக்காக இரும்பு வாயிற்கதவு வழியே எந்தக் கணத்திலும் கொண்டு செல்லப்படலாம். ஆனால் அது யாராக இருக்கும்? இந்தக் கேள்வியைத் தவிர்ப்பதற்கான சிறந்த வழி வேறு நல்ல விஷயங்களைப் பற்றி நினைப்பதுதான். இது காலை வேளை. ரொட்டியும் வெண்ணெய்யும் வந்துசேரும்.

காமோ தலையை உயர்த்திச் சிறைக் கதவைப் பார்த்தான். "சீக்கிரமே அவர்கள் வந்துவிட வேண்டுமென்று விரும்புகிறேன்" என்றான்.

"அவர்கள் கட்டாயம் உணவுகொண்டு வந்திருப்பார்கள். உனக்கு ரொம்பப் பசிக்கிறதா?" எனக் கேட்டேன்.

காமோ பதில் சொல்லவில்லை. எனது முகத்தில் தெரிந்த புன்னகையைக் கவனிக்கவுமில்லை. சிறைக் கதவின் கம்பிகளினூடே வரும் வெளிச்சத்தில் அவன் கவனம் இருந்தது.

நாங்கள் நீண்ட நேரம் பேசிக்கொண்டிருந்தோம். "உன்னால் தூங்க முடிந்ததா?" என்றேன்.

"நீங்கள் பேசிக்கொண்டிருந்தது என்னைத் தொந்தரவு செய்யவில்லை. ஆனால் நாய் குரைத்தது என்னை விழித்திருக்கச் செய்தது."

"நாய் குரைத்ததா?"

"நீங்கள் கேட்கவில்லையா?"

"இல்லை. நாய்க்கு இங்கே என்ன வேலை?"

"பேச்சில் நீங்கள் மும்முரமாக இருந்தீர்கள். சுவர்களுக்கு அப்பால் வெகு தொலைவிலிருந்து சத்தம் வந்தது."

"நீ கனவு கண்டுகொண்டிருந்தாய்"

"கனவுகளுக்கும் எதார்த்தத்துக்குமிடையே உள்ள வித்தியாசம் எனக்குத் தெரியும் டாக்டர். நாய் ஒவ்வொரு முறை குரைக்கும்போதும் கண் விழித்துச் சிறையில் இருப்பதை உறுதி செய்துகொள்வேன். இந்தச் சிறை எவ்வளவு உண்மையோ அதுபோல நாய் குரைத்ததும் உண்மை."

குஹெய்லேன் மாமா காமோவின் தோளில் கை வைத்தார். "நீ சொல்வது சரிதான். குரைக்கும் சத்தம் வெகு தூரத்திலிருந்து வந்திருக்க வேண்டும். அதனை நாங்கள்தான் கவனிக்கவில்லை."

தோள்மீதிருந்த குஹெய்லேன் மாமாவின் கையை முதலில் பார்த்தான் காமோ. பின்னர் அவரின் முகத்தைப் பார்த்தான். வெண்ணிற நாய் குரைப்பது போன்ற சத்தம் கேட்டது. வெண்ணிற நாய் "உரக்கக் குரைத்தது"

குஹெய்லேன் மாமா அவன் தோளிலிருந்து தன் கைகளை எடுத்தார்.

வெளியே பேச்சுச் சத்தம் கேட்டதும் நாங்கள் அனைவரும் கதவை நோக்கித் திரும்பினோம்.

வெளியே பேசிக்கொண்டிருந்த விசாரணையாளர்களில் ஒருவன், "இந்த நபர்களை விசாரணைக்குக் கொண்டு செல்கிறேன்" என்றான். அவன் பெயர்களைக் கூறவில்லை. சிறைக் காவலரிடம் பெயர்கள் எழுதப்பட்ட துண்டுச் சீட்டைக் காட்டியிருக்கக் கூடும்.

"அவர்கள் அனைவரும் ஒரே சிறையில்தான் இருக்கிறார்கள்" எனப் பதில் கூறினான் சிறைக் காவலன்.

"எந்தச் சிறை?"

"எண் 40."

நாங்கள் ஒருவரையொருவர் பார்த்துக்கொண்டோம். கடைசி முறையாக வெதுவெதுப்பை உணர்வதற்காக எங்கள் கைகளைத் தோள்களுக்கு அடியில் வைத்து இறுக்கிக்கொண்டோம். அமைதியாகக் காத்திருந்தோம்.

கான்கிரீட் தரையில் உருளும் கற்களைப்போல நடைச் சத்தம் கடகடவென ஒலி எழுப்பியது. எத்தனை பேர் அங்கிருந்தனர் என்று கூறுவது கடினம். ஆனால் வழக்கத்தை விடவும் அதிகமாக இருந்தனர். வராந்தா முடிவற்று நீண்டு சென்றவாறிருந்தது. விசாரணையாளர்கள் பேசும் சத்தம் சுவர்களிலும் எங்கள் காதுகளிலும் எதிரொலித்தன. எங்களைக் கடந்து சென்றுவிடுவார்கள் என்று நம்பினோம். ஆனால் எங்கள் சிறைக் கதவின் முன்னால் நின்றார்கள். இரும்புத் தாழ்ப்பாளைத் தள்ளிச் சாம்பல் நிறக் கதவைத் திறந்தனர். வெளிச்சம் வெள்ளமாக உள்ளே பாய்ந்தது.

எங்கள் அனைவருக்கும் முன்பாகவே காமோ எழுந்து நின்றான். அவனைத் தள்ளிய சிறைக் காவலன், "கழுதையே... நீ இங்கேயே இரு. மற்றவர்கள் வெளியே வாருங்கள்" என்றான்.

மூன்றாம் நாள்
நாவிதன் காமோ கூறியது

சுவர்

"சூரியன் மறைய இருந்தான். முஸ்லிம் துறவிகள் அணியும் கறுப்பு மேலங்கி அணிந்து கைத்தடியைக் கையில் பற்றியவாறு பயணி ஒருவர் அந்தக் கிராமத்திற்கு வந்தார். மேகங்கள் சூழ்ந்திருந்த மலைகளுக்கு மத்தியில் அந்தக் கிராமம் இருந்தது. தூரத்திலிருந்து பார்த்தால் கல் வீடுகளுடனும் மரங்களே இல்லாத தோட்டங்களுடனும் மனித சஞ்சாரமற்ற வெளியைப்போல அது தெரிந்தது. முதலில் சுவர்களுக்கும், பின்னர் நாய்களுக்கும், சுவரின் நிழலில் அமர்ந்திருந்த வயதான முதியவர்களுக்கும் அந்தப் பயணி வணக்கம் தெரிவித்தார். அவர் பெயரை அவர்கள் கேட்டனர். நான் தீர்க்கதரிசி என்றார். தங்களின் வீடுகளுக்கு வருகை தரும்படி கிராமவாசிகள் அவரை வேண்டிக்கொள்ள அதனை ஏற்க முடியாதென அவர் பணிவுடன் கூறினார். வெகு தொலைவிலிருந்து வெறுங் காலுடன் நடந்து வந்திருந்ததால் அவரின் பாதங்களின் தோல் பிளந்திருந்ததையும் அவர் நடந்துவந்த தடத்தில் ரத்தக் கறை படிந்திருந்ததையும் கண்ட கிராமவாசிகள் அவருக்கு உணவு தந்து அதனை ஏற்றுக்கொள்ளும்படி அவரை வலியுறுத்தினர். தண்ணீர் மட்டுமே குடித்தார். நான் தீர்க்கதரிசி என யார் என்மீது நம்பிக்கை கொள்கிறாரோ அவர் வீட்டிற்கு விருந்தாளியாக வந்து அங்கே உணவு அருந்துவேன் என மென்மையான தொனியில் அறிவித்தார். சிறுவர்கள் அவரை ஆவலுடன் பார்த்தனர். முதியவர்கள் சிரித்தனர். அன்று இரவு திறந்த வெளியிலேயே அவர் உறங்கினார். தான் தீர்க்கதரிசி என அன்று காலையில் கிராமவாசிகளிடம் மீண்டும் உணர்வுபூர்வமாக உரக்கக் கூறினார். அற்புதங்கள் ஏதேனும் நிகழ்த்த முடியுமாவென அவர்கள் கேட்டனர்: "உள்ளத்தைப் பிரதிபலிக்கும் வார்த்தைகளே மாபெரும்

அற்புதம்! பிற அற்புதங்கள் எதையும் தேடாதீர்கள்... வார்த்தைகளில் நம்பிக்கை கொள்ளுங்கள்!" என்று உணர்வுப் பெருக்குடன் உரக்கக் கூறினார். ஒருவரும் அவரை நம்பவில்லை. தண்ணீர் குடித்த பின் அவருக்கு அருகே இரு புறமும் நாய்கள் படுத்திருக்கச் சுவரின் மறைவில் அந்த இரவும் திறந்த வெளியிலேயே தூங்கினார். மறுநாள் அவர் பேசியபோது பெரியவர்களோடு சேர்ந்து சிறுவர்களும் சிரித்தனர். பயணி அமைதியாக இருந்தார். என்னை மறுக்கும் நீங்கள், என்னைப்பற்றி அந்தச் சுவர் கூறினால், அதன் பிறகு என்னை நம்புவீர்களா எனக் கேட்டார். ஆம் நாங்கள் நம்புவோம் என ஒருமித்த குரலில் அவர்கள் கூறினார்கள். அந்த மனிதர் கறுப்பு மேலங்கியும் ஒட்டுப் போட்ட காற்சட்டையும் அணிந்து வெறுங்காலுடன் இருந்தார். நீண்ட கைத்தடியும் தோளில் தொங்கும் முதுகுப் பையையும் தவிர அவருக்கு வேறு உடைமைகள் எதுவுமில்லை. அவர் திரும்பிச் சுவற்றிடம் கூறினார்: "ஏ... சுவரே... நான் தீர்க்கதரிசி என அந்த முதியவர்களுக்கும் சிறுவர்களுக்கும் கூறுவாயாக..!" சந்தேகம் இருந்தபோதும் கிராமவாசிகள் அமைதியாகக் காத்திருந்தனர். சுவர் பேசத் தொடங்கிற்று: "இவன் பொய் சொல்கிறான். இந்த மனிதன் தீர்க்கதரிசி அல்ல!"

இந்தச் சிறையில் எவ்வளவு நாட்களாக நான் மட்டும் இருந்து வருகிறேன்? என்னை இங்கேயே விட்டுவிட்டு டாக்டர், மாணவன், குஹெய்லேன் மாமா என அனைவரையும் விசாரணையாளர்கள் அழைத்துச் சென்றுவிட்டார்கள். நான் தனியே இருந்ததால் சுவருடன் பேசினேன். தரையில் அமர்ந்து எதிரேயிருந்த சுவரைப் பார்த்துக் கதைகள் கூறினேன். எனக்கு நானே சிரித்துக்கொண்டேன். இங்கே வேறு யாரும் இல்லாதபோது அதிக நேரம் சந்தோஷமாகக் கழிந்தது. வேறு யாரின் துன்பத்திலும் பங்கு பெற வேண்டாம், அபத்தமாக அவர்கள் பேசுவதைச் சகித்துக்கொள்ளவும் வேண்டியதில்லை. மனித மனம் பற்றி எனக்குத் தெரியும். உண்மை அவர்களுக்கு வேண்டும்; ஆனால் அதனை அவர்கள் விளங்கிக்கொள்வதில்லை. அவர்கள் நம்பிக்கை கொள்ள வேலை, உடைமைகள், வழிபாடுகள் என எத்தனையோ விஷயங்கள் உள்ளன. அதற்குப் பிறகும் வேறு எதன்மீது அவர்கள் நம்பிக்கை கொள்ள முடியும்? சுவர் பேசும் அற்புதத்தையா? அல்லது "அவன் பொய் சொல்கிறான்! அவன் தீர்க்கதரிசி அல்ல" என்று சுவர் கூறிய வார்த்தைகளையா? மக்களே பொய்கள்தான் இல்லையா?

டாக்டரும் மாணவன் திமிர்த்தேயும் இதனைக் கேட்டால், "அந்தக் கதையும் எங்களுக்குத் தெரியும். ஏற்கெனவே தெரிந்த கதைகளையே நாங்கள் ஒருவருக்கொருவர் கூறியவாறிருக்கிறோம். ஏற்கெனவே இருக்கும் கதைகளையே நாங்கள் பகிர்ந்துகொள்கிறோம்" என்று கூறுவார்கள். வேறு வழி ஏதேனும் உள்ளதா? சொல்லாத கதைகள், பேசாத வார்த்தைகள் என ஏதேனும் இந்த உலகில் உள்ளனவா? இளவேனிற் காலத்தில் ஒரு நாள் திடீரென மழை பிடித்துக்கொண்டது. மணிக் கணக்காய் மழை பெய்துகொண்டிருந்ததால் என் கடைக்கு முடி திருத்த வந்திருந்த வாடிக்கையாளர் யாரும் வெளியே போக விரும்பவில்லை. அந்தச் சமயத்தில் பயணியின் கதையை அவர்களிடம் சொன்னேன். வாடிக்கையாளர்கள் அனைவரைவிடவும் உரக்கச் சிரித்தவன் கட்டிடக் கலைஞனான அதாசா.

சிரிக்கையில் அவன் குடித்துக்கொண்டிருந்த டீ அவன் 'டை'யில் சிந்தியது. கிராமவாசிகள் திகைத்தனர். கண்ணாடியில் பார்த்த அதாசாவுக்குத் தன்மீதும் சிரிப்பு வந்தது. கண்களை விரியத் திறந்தவாறு அந்த இரவு அவன் தூங்காமல் விழித்திருப்பான் என அப்போது அவனுக்குத் தெரியாது. மகிழ்ச்சியான மனநிலையில் கடையை விட்டுப் புறப்பட்ட அவன் மறுநாள் காலை சீக்கிரமாகவே கடைக்கு வந்தான். அவன் கண்கள் சிவந்திருந்தன.

"நீ கூறிய விஷயம்தான் என் தலைக்குள் இரவு முழுவதும் ஓடிக் கொண்டிருந்தது. காமோ, உண்மையைச் சொல். அந்தப் பயணி தீர்க்கதரிசியா?"

அவனை நான் சமாதானம் செய்தேன். நீலச் சட்டம் போட்ட கண்ணாடிக்கு எதிரேயிருந்த நாற்காலியில் அவனை அமரச் செய்தேன். பக்கத்துக் கடையில் இரண்டு டீ சொன்னேன்.

"அதாசா, விவரமாகச் சொல்லும்படி நீ கேட்கிறாய். நான் சொன்னால் அதனை ஏற்றுக்கொள்வாயா?"

"ஆம் ஏற்றுக்கொள்வேன்."

டீ வந்தது. உறிஞ்சினேன். அவன் சற்றுத் தாமதித்தான்.

"நான் தீர்க்கதரிசி எனக் கூறினால் என்னை நம்புவாயா அதாசா?"

அவன் பதில் சொல்லவில்லை. அவனுக்கு ஒரு சிகரெட் கொடுத்து முதலில் அதைப் பற்றவைத்த பின், எனது சிகரெட்டைப் பற்றவைத்துக் கொண்டேன்.

"நான் தீர்க்கதரிசி என்பதை நீ நம்பமாட்டாய். சரி. அந்தச் சுவர் கூறினால் நம்புவாயா?"

அதாசா சுவரைப் பார்த்தான். சுவற்றிலிருந்த படகு, கடற் பறவைகள், மெய்டன்ஸ் டவர் படங்களைக் கூர்ந்து பார்த்தான். படத்திற்கு கீழே இருந்த நறுமணச் செடியையும் சிறிய வானொலிப் பெட்டியையும் நீண்ட நேரம் பார்த்தவாறிருந்தான். பின்னர் முகம் பார்க்கும் கண்ணாடிக்கு மேலே இருந்த கொடியின்மீதும் விளம்பரப் படத்தின்மீதும் அவன் பார்வை சென்றது. விளம்பரப் படத்திலிருந்த இளம் பெண்ணின் தனித்துவமான புன்னகையில் தன்னை மறந்தான். கடைக்கு வரும் வாடிக்கையாளர்கள் அனைவரும் பெண்ணின் முகத்தைப் பார்த்தனர் – கால்களை அல்ல. குறித்த நேரத்தில், குறிப்பிட்ட இடத்தில் சென்ற முறை அவளைச் சந்திக்கத் தவறியதால் அவளுடனான தொடர்பு விட்டுப் போனதுபோலவும் என்றாலும் அவளைப் பற்றிய மறக்க முடியாத நினைவுகளை எண்ணி மகிழ்ச்சி அடைபவன்போலவும் அவன் அந்தப் படத்தால் ஈர்க்கப்பட்டான். ஒப்புக்கொண்டபடி அவளைச் சந்தித்திருப்பானெனில் இங்கிருந்து வெகுதூரத்தில் வேறெங்கோ அவர்கள் சந்தோஷமாகச் சேர்ந்து வாழ்ந்திருப்பார்களோ? கட்டிடக் கலைஞனான அதாசா விளம்பரப் படத்தினின்றும் வலுக்கட்டாயமாகத் தனது பார்வையை அகற்ற, கண்ணாடியில் அவன் முகமே தெரிந்தது. தன்னைக் கண்ணாடியில் பார்த்தவாறு "பொய்கள்" என்றான். சிறிது நிதானித்தான். பின் சிகரெட்டை

ஆழமாய் இழுத்துப் புகையைக் கண்ணாடியில் ஊதினான். புகையில் அவன் முகம் கண்ணாடியில் மங்கலாகத் தெரிந்தது. "பொய்கள்" என்று மீண்டும் கூறினான். அவன் முகத்தில் ஒரு துளிக் கண்ணீர் வழிந்தது. வேறு ஒரு வார்த்தையும் கூறாமல் திறந்திருந்த கதவு வழியே வெளியேறினான்

அதற்குப் பின் என் கடைக்கு அவன் திரும்ப வரவே இல்லை. புதிய நாவிதனை அவன் கண்டிருப்பான் என நினைத்தேன். எனது மனைவியும் அவன் மனைவியும் நெருங்கிய தோழிகள். ஒருநாள் அவள் எங்கள் வீட்டிற்கு வந்தாள். அதாசா வீட்டை விட்டு வெளியேறிவிட்டதாகவும் அவன் எங்கு சென்றானென யாருக்கும் தெரியாதெனவும் அவள் கூறினாள். அதாசா சென்ற பின் அவர்களின் இரு மகள்களும் காய்ச்சலில் படுத்து விட்டதாகவும் அதாசாவைக் கண்டுபிடித்து வீட்டிற்குக் கொண்டுவர உதவ வேண்டுமெனவும் என்னைக் கேட்டுக்கொண்டாள். அவளுக்கு உதவும்படி என் மனைவி மஹைசரும் என்னை வற்புறுத்தினாள். எனவே அதாசாவைத் தேடி வெளியே சென்றேன். கட்டிடக் கலைஞர்கள் மன்றத்திலும் பியோக்லுவிலுள்ள மதுக் கூடங்களிலும் தேடினேன். பத்திரிகைகளில் காணாமல் போனவர்கள் பற்றிய செய்திகள் இருக்கும் மூன்றாம் பக்கத்தை அலசினேன். கடைசியில், நிழலுக்காகச் சுவர்களுக்கருகே ஒதுங்கி வாழ்ந்துகொண்டிருந்த வீடற்ற ஏழைகளுடன் அதாசா பேசிக்கொண்டிருப்பதை அறிந்தேன். சராய்பர்னுவிலிருந்து கும்காப்பிவரை வளைந்துசென்ற மிகக் குறுகலான சுரங்கப் பாதைகளில் அவனைத் தேடினேன்; ரகசிய வழிகள் ஒவ்வொன்றையும் உன்னிப்பாகக் கவனித்தேன், சிறார்களையும் மலிவான விலைமாதர்களையும் விசாரித்தேன். கேன்கோர்ட்டெரன் நகரில் இறுதியாக ஒருநாள் இரவில் அவனைக் கண்டுபிடித்தேன். அங்கே ரயில் தண்டவாளப் பகுதியிலுள்ள நகரச் சுவர்களுக்கு அருகே நெருப்பு எரிந்துகொண்டிருந்தது. ஒரு டஜன் பேர் அந்த நெருப்பைச் சுற்றி அமர்ந்து குடித்துக்கொண்டிருந்தனர். அவர்கள் காசில்லாத, வீடு வாசலற்ற ஏழைகள். சமூகத்தால் புறக்கணிக்கப்பட்டவர்கள். இழிவான இந்த நிலைக்கு விதி அவர்களைத் தள்ளியிருந்தது. அவர்களில் ஒருவன் கற்பனை நயம் மிக்க இனிய இசைப் பாடலைப் பாடிக்கொண்டிருந்தான். அதனைக் கேட்டவாறு அங்கே அமர்ந்திருந்த ஒவ்வொருவரும் அடுத்தவருக்கு மது பாட்டிலைக் கடத்திக்கொண்டிருந்தனர். "ஓ... என்னைப் போன்றோரின் விதிதான் எவ்வளவு பரிதாபகரமானது" என்று அவன் பாடினான். சிறிது தூரம் தள்ளி மரத்திற்கு அருகே நின்று அவர்களைக் கவனித்துக்கொண்டிருந்தேன். "இருண்ட இந்த உலகில் மனித அன்பு எங்கே" எனப் பாடல் தொடர்ந்தது. அப்போது ஒரு ரயில் தண்டவாளத்தைக் கடந்துசெல்ல, என் காலடியின் கீழ் பூமி அதிர்ந்தது. திடீரெனப் பாய்ந்த ரயிலின் மஞ்சள் வெளிச்சம் மரங்களில் வீசி மறைந்தது. ஓடிக்கொண்டிருந்த ரயில் சத்தம் நின்றதும் பாடலும் முடிவுக்கு வந்தது. "ஏ பயணி... நேற்று இரவைப்போல எங்களுடன் பேசு. புதிதாகக் கொஞ்சம் சொல்லு" என்று யாரோ சொன்னார்.

கட்டிடக் கலைஞன் அதாசாதான் அந்தப் பயணி. நீண்ட கைத்தடியின் உதவியால் எழுந்து நின்றான். காலணி எதுவுமில்லை. கறுப்பு நிற மேலங்கி அணிந்திருந்தான். மரியாதைக்குரிய அவையோர் முன் உரை நிகழ்த்தும்

சொற்பொழிவாளன்போல் அவன் இருந்தான். ஒவ்வொருவரையும் கவனமாகத் துருவிப் பார்த்த பின் பேசத் தொடங்கினான்.

“நம்மிடம் அவர்கள் பொய் சொன்னார்கள். கண் முன்னால் உள்ள நெருப்பை முதன்முதலாய் பயன்படுத்தியவன் நெருப்பு என இதற்குப் பெயரிடவில்லை. பின்னர் வந்த தலைமுறை அவ்விதம் பெயரிட்டு, நெருப்பை மனித இனம் கண்டுபிடித்தது என்று கூறிற்று. நெருப்பு ஏற்கனவே இருந்தது. அதனைப் புதிதாக யாரால் கண்டுபிடிக்க முடியும்? நெருப்பை உருவாக்கிய முதல் மனிதனைப் பற்றி அவர்கள் எதுவும் சொல்லவில்லை. நெருப்பு தானாகவே எரிந்து அணைந்தது என்றால் அதில் ஒன்றுமில்லை. ஒரு நாள் யாரோ ஒருவன் தனது கறியைத் தீயில் வறுத்தான். நெருப்பைப் பயன்படுத்தித் தனது குகையை வெதுவெதுப்பாக இருக்கச் செய்தான். அது கண்டுபிடிப்பல்ல. உருவாக்கியது. இந்த உண்மையை அவர்கள் நம்மிடமிருந்து மறைத்தனர்.”

“சபாஷ்... பயணி.”

“நன்றாகப் பேசினாய். எது பற்றிப் பேசினாய் என எங்களுக்குத் தெரியாவிட்டாலும் பரவாயில்லை. நீ தொடர்ந்து பேசு.”

“கொஞ்சம் ஒயின் குடி. உன் உதடுகள் காய்ந்து போகாது.”

கட்டிடக் கலைஞன் அதாசா குடி போதையிலிருந்தான். ஆனால் நான் ஏற்கெனவே கூறியிருந்த வார்த்தைகளை நன்றாக நினைவுகூர்ந்து அவற்றைப் பேச்சில் பயன்படுத்திக்கொண்டான். முடி திருத்தும்போது பொழுதைப் போக்குவதற்காகக் கடையில் நான் கூறிய அதே வார்த்தைகளைக் கோர்வையாக இங்கே பேசினான்.

அவன் மேலும் தொடர்ந்தான். “நாம் நகரத்தால் வஞ்சிக்கப் பட்டவர்கள். ஏழைகளாகவும் மகிழ்ச்சியற்றவர்களாகவும் பெரும்பாலும் இரண்டுமாகவே நாம் இருக்கிறோம். நம்பிக்கையை இழக்காமல் இருக்கப் பழக்கப்படுத்தப்பட்டிருக்கிறோம். நம்பிக்கை கொள்வதற்காகத் தீமையைச் சகித்துக்கொள்கிறோம். நம் கையில் இருப்பது இன்றைய தினம்தான். இன்றைய நாள் நம் கையில் இல்லை என்றால் நாளை என்பது குறித்து என்ன உத்தரவாதம் இருக்கிறது? நம்பிக்கை என்பது சமய போதகர்களும் அரசியல்வாதிகளும் பணக்காரர்களும் கூறிவரும் பொய். வார்த்தைகளால் உண்மையை அவர்கள் மறைத்து நம்மை ஏமாற்றி வருகிறார்கள்.”

அதே உற்சாகத்துடன் அந்தக் குடிகாரர்கள் அவனுக்குப் பதில் அளித்தார்கள்.

“நம்பிக்கை ஒழிக! ஒயின் வாழ்க!”

“உங்களுக்கு நன்மை உண்டாகட்டும்!”

“நம்பிக்கை என்பது மக்களின் அபின்!”

சத்தம் எழுப்பிச் சீழ்க்கை ஒலி அடித்த அவர்களை அதாசா இடைமறித்து ஒரு கேள்வி கேட்டான். “என் சகோதரர்களே, இந்த நகரம் இறந்துவிட்டதா அல்லது வாழ்கிறதா?”

தனது பல்கலைக்கழக நாட்களை நினைவுகூர்ந்து ஏதோ இளங் கிளர்ச்சியாளர்கள் முன் உரையாற்றுவதுபோல் அவன் இருப்பதாக எனக்குத் தோன்றியது. மந்திர சக்தி வாய்ந்த தனது தொப்பியில் ஆண்டாண்டுகளாய்ச் சேர்த்துவைத்திருந்த சொற்களை எடுத்து வார்த்தைகளாக உருவாக்கியவாறிருந்தான். போலீசுக்குப் பயந்து தனது புரட்சி யுகத்தைத் தவறவிட்டுவிட்ட வருத்தம் அவனிடம் இருந்தது. ஒரு முறை குடிபோதையில் "கடந்த காலத்தை நீங்கள் துறக்கலாம். ஆனால் கடந்த காலம் ஒருபோதும் உன்னைத் துறந்துவிடாது" என மனந்திறந்து என்னிடம் கூறினான்.

அங்கு கூடியிருந்த சோம்பேறிகள் தங்களுக்குள் சண்டையிட்டுக் கொண்டிருந்தனர்.

"இந்த நகரம் இறந்தும் உயிர் வாழ்வதுமாக இருக்கிறது."

"நகரம் உயிருடன் இருக்கிறது என்று யாரேனும் சொன்னால் ஒரு பாட்டிலை அவன் தலை மேல் அடித்து நொறுக்குவேன்."

"இறந்துவிட்டது!"

அதாசா பரபரப்படைந்தான். தனது கால் விரல்களில் உன்னி நின்று பேசினான். பின்னர் மீண்டும் கீழிறங்கிப் பேச்சைத் தொடர்ந்தான்:

"வீடு வாசலற்ற எனது சகோதரர்களே! தோற்றுப்போன எளியோரே! மனம் நொந்துபோனவர்களே!" என்றான். பேசிக்கொண்டிருக்கையிலேயே அவன் குரல் தன்னம்பிக்கையுடன் மேலெழுந்தது. "இந்த நகரை நாம் உருவாக்கவில்லை. இந்த நகரில் இருக்க நேர்ந்திருக்கிறது. அவ்வளவே. இந்த நகரைக் கொன்றவர்கள் நாம் அல்ல. திரும்பிப் போக முடியாத ஓர் சூழ்நிலையை நம் முன்னோர் உருவாக்கிவிட்டார்கள். நெருப்பை முதன்முதலாக உருவாக்கியவர்களைப்போலப் புதிய ஒரு நகரை முதன் முதலாய் உருவாக்கப்போவது யார்? அதனை உயிர் வாழச் செய்யப்போவது யார்?"

"பயணியே... தொடர்ந்து பேசுங்கள்.. தோலுரித்துக் காட்டுங்கள்."

"நிலவைப் பற்றியும் எங்களுக்குச் சொல்லுங்கள்."

"நட்சத்திரங்களைப் பற்றியும்."

அவர்கள் அனைவரும் ஒருசேரத் தலையை உயர்த்தினர். மரத்தருகே நின்றிருந்த நான் இரண்டு எட்டுக்கள் பின் நகர்ந்து எல்லோரையும்போலத் தலை உயர்த்தினேன். வானில் முடிவே இல்லாமல் நட்சத்திரங்கள்! அவற்றின் அழகில் ஆழ்ந்துபோவதற்கான நேரம் வீடற்றவர்களுக்கும் குடிகாரர்களுக்கும் மட்டுமே இருந்தது. வேறு யாருக்கும் இல்லை. நகரத்தின் அந்தப் பகுதியில் தெரு விளக்குகள் இல்லை, நட்சத்திரங்களின் ஒளியில் வானம் மேலும் ஒளிர்ந்தது. பறந்து விரிந்த நகரிலிருந்த பல் மருத்துவர்கள், ரொட்டி சுடுவோர், இல்லத்தரசிகள் ஆகியோர் ஒருபோதும் ஏறிட்டுப் பார்த்திராத நட்சத்திரங்கள் நகரச் சுவர்களின் மறைவில் ஒன்று திரண்டிருந்தன. எந்தக் கணத்திலும் வானிலிருந்து விழுந்துவிடக்கூடுமென்ற படபடப்புடன் அவை இருந்தாற்போல் தோன்றியது.

“மிக நீண்ட இரவு!”

“இன்னும் ஒயின் வேண்டும்!”

“பயணியே விண்மீன்கள் பற்றிய கவிதை ஒன்றைப் பாடுங்கள்.”

என்ன? அதாசா கவிதை பாடுவதா? பின்னாலிருந்து அவனது பயங்கரமான கவிதைகளை என்னால் கேட்க முடியாது. முன்னால் அடி வைத்து நெருப்பைச் சுற்றி அமர்ந்திருந்த குடிகாரர்களை நோக்கிச் சென்றேன்.

என்னைப் பார்த்ததும் கட்டிடக் கலைஞன் அதாசா சற்றுத் தயங்கினான். பின் கையில் வைத்திருந்த மது போத்தலிலிருந்து கொஞ்சம் குடித்தான். தான் தேடிக்கொண்டிருந்த ஒரு ரகசியத்தை ஏதோ கண்டுபிடித்தாற் போலவும் பல ஆண்டுகள் வீணாய்க் கழித்த பின் இறுதியில் ஏதோ மகிழ்ச்சியைக் கண்டுகொண்டாற்போலவும் அப்போது அவன் தோன்றினான். அவன் சிரித்தான்.

“இதோ, இவன்தான் நாவிதன் காமோ. உங்களிடம் நான் சொல்லிக் கொண்டிருந்தேனே … அவன்.”

ஒவ்வொருவரும் என்னைத் திரும்பிப் பார்த்தனர். நெருக்கத்தில் பார்க்கையில் அவர்கள் இன்னும் அருவருப்பாகத் தெரிந்தனர். முகங்களில் அதிக வடுக்கள் இருப்பதாகத் தெரிந்தது. குப்பைகூளக் கிடங்குகளிலுள்ள எலிகளைப்போல அந்தப் பகுதியையே கைப்பற்றித் தமக்குச் சொந்தமாக்கிக் கொண்ட அவர்கள் கட்டிடக் கலைஞன் அதாசாவைத் தங்களின் நட்பு வட்டத்திற்குள் சேர்த்துக்கொண்டனர். அதாசா மகிழ்ச்சியாக இருந்தான். குடிபோதையில் அவன் வாய் கீழே இழுத்திருந்தது. இது போன்ற வேறொரு நாள் மாலையில் இதுபோல அவன் மகிழ்ச்சியாக இருந்தான். இஸ்தான்புல் சீக்கிரமாகவே இருட்டிவிட்டிருந்தது. நாங்கள் இருவரும் மது விடுதிக்குச் சேர்ந்து சென்றோம். இரண்டு இரட்டை ரெச்சி மது அருந்திய பின் தனது சமீபத்தியக் கவிதையை வாசிக்கப்போவதாக அவன் அறிவித்தான். மது விடுதியிலிருந்த நாற்காலியின் மேல் எழுந்து நின்று கவிதை வரிகளை உரக்க வாசித்து அங்கே அமர்ந்திருந்தவர்களையும் அந்தக் கவிதை வரிகளைத் திருப்பிக் கூறும்படி செய்தான். சகிக்க முடியாததாக அது இருந்தது. மிக மோசமான அந்தக் கவிதையைக் கேட்டது மனதைப் பாரமாக அழுத்திற்று.

நகரச் சுவர்களின் நிழல் மறைவில் நெருப்புக்கு அருகே ஒரு கையில் ஒயின் பாட்டிலுடன் உரையாற்றிக்கொண்டிருந்தான் அதாசா. மறு கையால் நீண்ட கைத்தடியைப் பற்றி நேராக நிமிர்ந்து நின்றிருந்தான்.

“அந்தக் கதையில் வரும் பயணி பொய் சொல்லவில்லை காமோ. அவர் பொய்க்கு விளக்கம் தந்துகொண்டிருதான். இல்லையா? வார்த்தைகளே உண்மையை அடையும் பாதை. அதனையே அந்தப் பயணி விவரிக்க முயன்றுகொண்டிருந்தான்.”

“கட்டிடக் கலைஞன் திரு. அதாசா அவர்களே. இப்போது நாம் வீட்டிற்குச் செல்லலாம்.”

நெருப்பைச் சுற்றிலுமிருந்த குடிகாரர்கள் இதனைக் கேட்டுச் சிறிது அதிர்ந்தார்கள். நிமிர்ந்து உட்கார்ந்து ஒருவரை ஒருவர் பார்த்துக்கொண்ட அவர்கள் அதாசாவை நோட்டமிட்டார்கள்.

அதாசா பேச்சைத் தொடர்ந்தான். “காமோ, முதன்முதலாக நெருப்பைப் பயன்படுத்தியவன் சென்ற யுகத்தைச் சேர்ந்தவன். நெருப்புக்கு அவன் நெருப்பு என்ற பெயரை வைக்கவில்லை. அவன் வாழ்ந்த அந்த யுகத்தின் உண்மையை நாம் தேடிக்கொண்டிருக்கிறோம், கவிதையைத் தவிர நம்மிடமிருப்பது என்ன? யதார்த்தத்தை மட்டுமல்ல; கற்பனைக்கு அப்பாலும் சென்று நெருப்புக்கு முன்பிருந்த காலத்திற்கு அருகே கவிஞர்கள் செல்கின்றனர். இதனைப் பல்கலைக்கழகத்தில் அவர்கள் கற்பிப்பதில்லை. கவிதையைத் தந்து அதனை நம்மை வாசிக்கச் செய்வதில்லை. ஒவ்வொரு நாளும் அவர்கள் பொய்களையே கூறினார்கள்” என்றான் கட்டிடக் கலைஞன் அதாசா.

தன் குடும்பத்தின் அன்பான அரவணைப்பிற்காக வீடு திரும்புவதற்குப் பதிலாக ஒரு சில நிமிடங்களில் தானே மறந்துபோகக்கூடிய சொற்களை நிதானமாகப் பேசியவாறு திரிந்தான் கட்டிடக் கலைஞன் அதாசா. அவனை நேசிப்பதற்காக மனைவியும் அழகிய இரு மகள்களும் இருந்தனர். முட்டாள்கள் அதிர்ஷ்டசாலிகள்தான். தங்களிடம் இருப்பதன் மதிப்பை முட்டாள்கள் உணர்வதில்லை. இதற்கு மேல் அவர்களுக்கு என்ன வேண்டும்? மகிழ்ச்சியைத் தேடி முழு வாழ்க்கையையுமே ஒவ்வொருவரும் செலவழித்துக் கொண்டிருந்தபோது மகிழ்ச்சி அவர்களிடம் இருந்தது. இதற்கு மேலும் அவர்களுக்கு வேறு என்ன விருப்பம் இருக்க முடியும்?

அடுத்து நான் என்ன செய்வேனோ என்ற திகைப்புடன் அந்தக் குடிகாரர்கள் என்னை முறைத்துப் பார்த்தனர். ஒழுங்காகத் தலை வாராமல் அருவருப்பான தோற்றத்துடன் அவர்கள் மெலிந்திருந்தனர். அவர்களில் ஒருவர்கூடக் கண்ணியமாக உடை அணிந்திருக்கவில்லை; பல் துலக்கியிருக்கவும் இல்லை. அதாசாவும் அவர்களைப் போலவே இருந்தான். என் முன்னால் நிற்கும் இவன் என் கடைக்கு முகச் சவரம் செய்துகொள்ள வரும் அதே ஆள் அல்ல. தன் மனைவி இஸ்திரி போட்டு வைத்திருந்த காற்சட்டையின் மடிப்புக் கலையாதிருக்கத் தன் கால்களை மாற்றிப் போடாதிருப்பதில் கவனமாக இருப்பவன் அவன்.

“ஆத்மார்த்தமாக ஒரு நம்பிக்கையை உறுதியாகப் பற்றிக்கொள்வது ஒருவனைப் பிசாசாக மாற்றிவிடும் என நீ கூறியது நினைவிருக்கிறதா காமோ? பார், நானும் ஒரு நம்பிக்கையை உறுதியாகப் பற்றிக்கொண்டிருக்கிறேன்” என்றான்.

ஆம். ஒரு நம்பிக்கையை உறுதியாகப் பற்றிக்கொள்வது ஒருவனைப் பிசாசாக மாற்றிவிடும்தான். தனது நம்பிக்கைகளே உயர்வானவை என்பதாகக் கருதும் ஒருவன் பிறரைக் கீழானவர்களாகக் காண்பான். வாழ்வின் அனைத்து மதிப்பீடுகளையும் தன் உள்ளங்கையில் சேர்த்து வைத்திருப்பதாகவும் நன்மையின் ஆதாரம் தன்னிடமே இருப்பதாகவும் அவன் கருதுவான். அவனைப் பொறுத்தவரை தீமை மற்றவர்களிடம்

அவர்களின் ஒரு பகுதி. அவனுக்கோ அது அன்னியமானது. சில சமயங்களில் இவ்விதமாகப் பேசி எனது வாடிக்கையாளர்களைப் பரிசோதிப்பேன்: முழு மனதுடன் நான் கூறியதை அவர்கள் ஏற்றுக்கொள்வார்கள்; அல்லது தமக்குள்ளேயே அதுபற்றி விவாதிப்பார்கள். அப்போது நான் அதற்கு எதிரான நிலைப்பாட்டை எடுத்து அதுவரை நான் சொன்ன ஒவ்வொரு விஷயத்திற்கும் எதிரான பார்வையை அவர்கள் அறியாமலேயே அவர்கள் முன் வைப்பேன். யார் யார் தங்கள் நம்பிக்கைகளில் உறுதியுடனும் விடாப்பிடியாகவும் இருந்தனர் என்பதைச் சீர்தூக்கிப் பார்ப்பேன்.

"அதை நான் சொன்னேனா? எனக்கு ஞாபகமில்லையே" என அதாசாவிற்குப் பதிலளித்தேன்.

"இவனை ஒரு சாதாரண நாவிதன் என்று குறைத்து மதிப்பிடாதீர்கள். காமோ பல்கலைக்கழகத்துக்குப் போகிறான். பேராசிரியர்களை விடவும் அவனுக்கு அதிகம் தெரியும். எனது கவிதைகளை மிகச்சிறந்த முறையில் அவனே புரிந்துகொள்கிறான்."

குடிபோதையில் இருக்கும்போது இவன் ஏன் கார் விபத்தில் செத்துப் போகவில்லை? அவன் மனைவி கொஞ்சம் அழுதிருப்பாள், பிறகு தனக்கென ஒரு புதிய வாழ்வை அமைத்துக்கொண்டு தன் பிள்ளைகளுக்கும் ஒரு நல்ல தந்தையைக் கண்டிருப்பாள். இவனைப் போன்றவர்கள் வாழ்க்கையிலிருந்து படிப்பினை எதையும் ஒருபோதும் பெற்றுக்கொள்வதில்லை. வீட்டிலேயே பழகியிருந்த முட்டாள்த்தனம் வீட்டிற்கு வெளியேயும் அவர்களைத் தொடர்ந்தது. சிறு பையனாக இருந்தபோதே இதனை நான் அறிந்திருந்தேன். என்னதான் அவர்களுக்கு எடுத்துக் கூறினாலும் தவறான வழிகளில் அவர்கள் விழுந்து சூழ்ச்சிகளிலும் தந்திரங்களிலும் ஈடுபடுவார்கள். உங்களைப் புகழ்ந்து உங்கள்மீது அன்பைப் பொழியும்போதே தங்களின் மோசமான கவிதையை உங்கள்மீது சுமத்தி அதன் அந்தஸ்தை உயர்த்திக்கொள்வார்கள். இப்படிப்பட்டவர்கள் பல்கலைக்கழகத்தில் பட்டம் பெறுவார்கள், நகரங்களைக் கட்டி எழுப்புவார்கள், தேசத் தலைவராக உருவாவார்கள். இந்த நாட்டின் நீதிபற்றிப் பேசுவார்கள். துயர் மிகுந்த தங்களின் நம்பிக்கைகளின்படி நீங்கள் வாழ வேண்டுமென விரும்புவார்கள்.

கட்டிடக் கலைஞன் அதாசா எனக்குத் தந்த மதுக் கிண்ணத்தை வாங்கிக்கொண்டேன். மந்தமான இரண்டு சோம்பேறிகள் சற்று நகர்ந்து இடம் தர, அவர்களுக்கிடையே நெருப்புக்கு அருகே சென்று அமர்ந்தேன். அங்கே இருந்த சூழலைக் கவனித்தேன். ஒவ்வொரு முகத்தையும் உற்றுப் பார்த்தேன். அவர்கள் மகிழ்ச்சியாக இருந்தார்கள். அதே சமயம் மூழ்கும் கப்பலிலிருந்து உயிர் தப்பி வந்தவர்கள்போல களைப்பாகவும் இருந்தார்கள். கடந்த காலம் என அவர்களுக்கு எதுவும் இல்லை. இந்தக் கணத்திய ஒயினுக்கு அவர்கள் கடன்பட்டிருந்தார்கள். நெருப்பு, நகரச் சுவர்கள், நட்சத்திரங்கள் ஆகியவற்றில் நம்பிக்கை கொண்டிருந்தார்கள்.

அதாசா அமர்ந்தான். தனது கைத்தடியைத் தரையில் வைத்தான். நீண்ட நேரம் நெருப்பை உற்றுப் பார்த்தவாறிருந்தான். அவன் கண்களில் கண்ணீர் திரண்டது. ஒன்றிரண்டு தடவை தடுமாறி முன்னால் விழவிருந்தான்.

ஆடிக்கொண்டிருந்த நெருப்புச் சுடரில் மஞ்சள், நீலமென நிறம் மாறிமாறிப் பின் சட்டென மறைந்த நெருப்பின் சுவாலையில் அவன் ஆழ்ந்திருந்தான். பயணம் செய்த கப்பல் நீரில் மூழ்கிவிட்ட பிறகு எங்கோ ஓரிடத்தில் தனித்து விடப்பட்டு, மூழ்கிய கப்பலிலிருந்து உயிர் பிழைத்தது குறித்த வருத்தத்துடன் கடலிலேயே மூழ்கிவிட விரும்பும் ஒருவனைப்போல் அவன் இருந்தான். பற்றிப் பிடிக்கவென இந்த உலகில் ஒரு துரும்பும் அவனுக்கு இல்லை. எந்தப் பொக்கிஷத்தையும் அவன் நாடவில்லை. அவனிடம் வலுவிருந்தால் இறுதியாக முன்னால் அடியெடுத்து வைப்பான். அல்லது பின்னாலிருந்து யாராவது அவனை மெல்லத் தள்ளினால் கடலில் விழுந்து அலைகளின் கீழ் அசையாமல் கிடப்பான்.

அதாசா பேசாது மவுனமாக இருப்பதை உணர்ந்த சிலர் "கவிதை எங்கே? எங்கே அது?" என உரக்கச் சத்தமிட்டனர்.

அதாசா பதில் ஏதும் கூறவில்லையாதலால், கையிலிருந்த மது பாட்டிலை உயர்த்தி, "நான் ஒரு கவிதை பாடுகிறேன்" என்றான் ஒருவன். அவனது ஒரு கண்ணில் பார்வை இல்லை. மற்றொன்றில் நெருப்பின் சுடர் எரிந்தது.

"சரி பாடு" என அவர்கள் கூறினார்கள்.

"அந்தக் கவிதையில் பெண்கள் இருக்க வேண்டும்."

"நட்சத்திரங்களும் இருக்க வேண்டும்."

"அது அதிர்ஷ்டத்தை பொறுத்தது."

ஒற்றைக் கண் மனிதன் ஒரு மிடறு ஒயினை உள்ளே தள்ளி, "உன் சிவந்த உதடுகளைக் காணும்வரை துயரம் என்னவென அறியாதிருந்தேன்."

நண்பர்கள் தன்னைக் கவனித்துக்கொண்டிருக்கிறார்களா என்பதை உறுதிசெய்துகொள்வதற்காகப் பாடுவதை நிறுத்தி அவர்களைப் பார்த்தான். தொலைவில் நாய் குரைக்கும் சத்தம் கேட்டது. அவன் தொடர்ந்து கவிதை பாடத் தொடங்கினான்.

"காற்றில் உன் கூந்தல் கலைய / மேலெழுகின்றன பாடல்கள் / நீரோடையில் குளிர்ந்த உன் கால்கள் / வெள்ளி மீன்களாய்ப் பிரகாசிக்க / பகலொளி பிறந்தது, சூரியன் அஸ்தமித்தது / உன் கூந்தலைச் சேர்த்துக்கட்டி புலம் பெயர் பறவைகளோடு புறப்பட்டாய் / உனக்குப் பின்னால் திறந்தே இருந்தது இரவின் கதவு / நீரோடைக் கரையில் என்னைக் கைவிட்டுவிட்டுச் சென்றாய் / சிவந்த உன் உதடுகளைக் காணும் முன் / துயரம் என்னவென அறியாதிருந்தேன்."

"இது தான் அந்தப் பாடலா?"

"இது பெண்களைப் பற்றியதா?"

"அல்லது நட்சத்திரங்கள் பற்றியா?"

"கவிதை பற்றி ஏதாவது உனக்குத் தெரியுமா?"

இஸ்தான்புல்: நிலவறைக் கைதிகளின் நினைவுக் குறிப்புகள்

நாய்கள் குரைக்கும் சத்தம் வலுத்துக் கேட்கவே சத்தம் எங்கிருந்து வந்ததென ஒவ்வொருவரும் திரும்பிப் பார்த்தனர். நகரச் சுவரில் உடைந்திருந்த கற்களின் இடைவெளியினூடே பல நாய்கள் உள்ளே புகுந்து எங்களை நெருங்கி வந்தன. ஒரே ஒரு வெண்ணிற நாய் மட்டும் தனியே நின்றிருந்தது. நாய்கள் ஓடின. நிலா வெளிச்சத்தில் அவற்றின் நிழல்கள் இரண்டறக் கலந்தன. குடிகாரர்களிடம் நெருங்கிவந்த நாய்கள் அவர்களின் கைகளில் மூக்கைத் தேய்த்தன. அவை தரையில் உருண்டும் வெளியே சுற்றித் திரிந்தவாறும் இருந்தன. நாய்களுக்காகக் குடிகாரர்கள் சேமித்து வைத்திருந்த எலும்புகளை மோப்பம் பிடித்தன. வெண்ணிற நாய் தூரத்தில் காத்திருந்தது.

ஒற்றைக் கண் மனிதன் நாய்களைக் கண்டுகொள்ளவில்லை. கையிலிருந்த மது பாட்டிலை எடுத்து ஒரு மிடறு குடித்த பின் எழுந்து நின்றான். "சிறுநீர் கழிக்க வெளியே போகிறேன். திரும்பி வந்ததும் உங்களுக்கு இன்னொரு கவிதை வாசிப்பேன்" என்றான். அவனை யாரும் கவனிக்கவில்லை.

ஒரு மிடறு ஒயின் குடித்த பின் நானும் சிறுநீர் கழிக்க எழுந்தேன். கழிப்பறைக்குச் சென்றுகொண்டிருந்த ஒற்றைக் கண் மனிதனைப் பின்தொடர்ந்தேன். நிலா வெளிச்சத்தில் நகரச் சுவர்கள் முடிவின்மையை நோக்கி நீண்டு சென்றவாறிருந்தன. நகரச் சுவர்கள், நட்சத்திரங்கள், நெருப்பு தவிர நகரத்தின் இந்தப் பக்கத்தில் வேறு எதுவுமில்லை. வானம் மேலும் மேலும் பெரிதாய் விரிந்துகொண்டிருந்தது. ஒரு குடிகாரன் கீச்சுக் குரலில் பாடத் தொடங்கினான்.

அடி வானில் மறைந்துகொண்டிருந்தான் மாலைச் சூரியன்

என்னை விட்டு விட்டு

வெளியே சென்றுவிட்டாய் என் அன்பே

ஒற்றைக் கண் மனிதன் நகரச் சுவரை ஒட்டியிருந்த ஒதுக்குப் புறத்தில் சிறுநீர் கழிக்கச் சென்றான். அவன் கால்கள் தள்ளாடின. தன் கால்சட்டை ஸிப்பைத் திறக்க அரும்பாடு பட்டான். ஒரு சில எட்டுக்களில் அவனைப் பிடித்தேன். கழிப்பறைக்கு உள்ளே அவனைத் தள்ளிக் கையால் அவன் வாயைப் பொத்தினேன். இரும்புக் கத்தி மறு கையில் தயாராக இருந்தது. கத்தியை அவன் குரல்வளையில் வைப்பதற்கு முன் அதனைப் பலமுறை காற்றில் வீசினேன். அவனுக்கு ஒன்றுமே புரியவில்லை. கண்களை விரியத் திறந்தான். முழு நிலா வெளிச்சத்தில் கத்தி பளிச்சிட்டது. அவன் முகத்தில் அச்சத்தை விடக் குழப்பமே அதிகமிருந்தது. நடப்பது உண்மையா அல்லது தான் தூக்கத்திலிருக்கிறேனா? தலையைப் பிய்த்துக்கொண்டான். குரல் வளையில் கத்தியை வைத்திருக்கும் இவன் யார், நான் யார், எங்கிருக்கிறோம் என ஒவ்வொன்றாக நினைவுபடுத்திக்கொள்ள முயன்றான். தூரத்தில் எங்கிருந்தோ பாடல் சத்தம் சன்னமாகக் கேட்டது. அது மட்டும் காதில் விழாதிருந்தால் எப்போதோ தான் இறந்துவிட்டதாகவும், புதை குழியிலேயே கண் விழித்திருப்பதாகவும் கற்பனை செய்திருப்பான். குள்ளமாக இருந்த அவன் சற்றுப் பின்வாங்கினான். என் உடல் பாரத்தால் அவனைச் சுவரில்

நெருக்கினேன். கத்தியை மீண்டும் காற்றில் வீசி "சத்தம் போடாதே. உன்னிடம் ஒன்று கேட்க வேண்டும்" என்றேன். என் முகத்தைச் சிறிது விலக்கி என் உடல் பாரத்தை அவனிடமிருந்து தளர்த்தினேன். என் கையை அவன் வாயிலிருந்து எடுத்து மற்றொரு கையில் இருந்த கத்தியால் அவன் கண்ணில் குறிவைத்தேன். "உன்னைக் கெஞ்சிக் கேட்கிறேன். தயவுசெய்து என்னைக் கொன்றுவிடாதே. திருட்டுப் பொருட்கள் எல்லாவற்றையும் நீயே வைத்துக்கொள்" என்றான். பேசியபோது ஒயின் குடித்திருந்த அருவருப்பான வாடை வீசியது. அவன் இதயத் துடிப்பை என்னால் கேட்க முடிந்தது. "உன்னிடம் ஒரு கேள்வி கேட்பேன். நீ உண்மையைச் சொல்ல வேண்டும்" என்றேன். "நிச்சயமாக" என்று அவன் தலையசைத்தான். உயிர் வாழ்வதில் நீ ஏன் இன்னும் பிடிவாதமாக இருக்கிறாய்? இந்தக் குப்பைகூளங்களில் புதைகுழி வெட்டி அதற்குள் படுத்து நீ ஏன் உயிரைப் போக்கிக்கொள்ளக் கூடாது என்றெல்லாம் அவனிடம் நான் கேட்டிருக்க வேண்டும். அதற்குப் பதிலாக "இப்போது பாடிய கவிதை உனக்கு எப்படித் தெரியும்? அதனை எங்கு கற்றாய்?" என்றேன். அவன் கண் பிரகாசித்தது. பின்னர் மங்கிற்று. "ஏதாவது தவறு செய்துவிட்டேனா?" அவன் குரல் தடுமாறிற்று. "நீ பிறந்ததே தவறுதான். அந்தக் கவிதையை எங்கு கேட்டாய்? சொல்" என்றேன்.

சாதாரணக் கேள்விதான். சாதாரணமாகவே அதற்குப் பதில் கூறியிருக்கலாம். ஆனால் அவன் கண்ணருகே இருந்த கத்தியின் கூரான முனை அவனை யோசிக்கவிடாமல் செய்தது.

"அது என் தொடக்கப் பள்ளி ஆசிரியர் எழுதிய கவிதை" என்றான்.

எனக்குத் தேவையான விஷயத்தை அவன் கூறியிருந்தான். அவர் வாழ்வின் புதிரின் எல்லை அது.

"உன் பள்ளிப் படிப்பிற்கு நீ எங்கு சென்றாய்? ப்ளாக் ஃப்வுன்டைன் கிராமத்திற்கா? "

அவன் முகம் பிரகாசமடைந்தது. "ஆம். அங்குதான் படித்தேன். இஸ்தான்புல்லிலிருந்து வந்த ஆசிரியர்..."

அந்த வாக்கியத்தை முழுவதுமாக முடிக்கும் வாய்ப்பை அவனுக்குத் தரவில்லை. சடாரென அவன் கழுத்தைப் பிடித்துச் சுவற்றில் தள்ளினேன். "அவரைப்பற்றி ஒரு வார்த்தையும் பேசாதே. உன் ஆசிரியரைப்பற்றிப் பேசாதே. உன் கிராமத்தைப்பற்றிச் சொல்."

எலும்பும் தோலுமான தனது கைவிரல்களால் என் மணிக்கட்டைப் பிடித்துக் கெஞ்சி மன்றாடும் விதமாய் என்னைப் பார்த்தான். என்னவானது அவனுக்கு? என்ன தவறு செய்தான்? அவன் குருதி நாளங்கள் தளர்ந்தன. அவன் இமைகளில் வியர்வை ஈரம். அவன் வாய் ஓரம் எச்சில். மூச்சுத் திணறும் நிலைக்குச் செல்லவே, என் பிடியைத் தளர்த்தி அவன் குரல்வளையிலிருந்த என் கையை எடுத்தேன். பின்னர், "மலைகளினூடே செங்குத்தான சாலை வழியே உன் கிராமத்திற்குச் செல்ல வேண்டும், இல்லையா? மலைகள் மேல் மேகங்கள் கவிந்திருக்கும். வயல்களில் நீங்கள் மரங்களை வளர்ப்பதில்லை. கால்நடைகளை வளர்க்கிறீர்கள். வீடுகளை நீங்கள் கறுப்புக் கற்களால்

கட்டுவீர்கள். கறுப்பு நீரூற்று[1] என உங்கள் கிராமம் அழைக்கப்படுகிறது. ஆனால் உங்கள் ஊரில் நீரூற்று எதுவுமில்லை. கிணறுகளிலிருந்தே நீங்கள் நீர் எடுக்கிறீர்கள்" என்று, அவனுக்குப் பதிலாக நான் பேசினேன்.

அவன் முகவாய்க்கட்டையைப் பலமாகப் பிடித்து மேலே தூக்கியபடி அவன் கண்களை வெறித்துப் பார்த்தவாறு தொடர்ந்து பேசினேன்.

"உங்களை விடவும் உங்கள் கிராமத்துச் சுவர்கள் நம்பிக்கைக்குரியவை. சூரியன் பிரகாசிக்கும் நேரமோ அல்லது இருட்டோ அவை மாறுவதில்லை. குறைந்தது நூறு ஆண்டுகளாக அந்தச் சுவர்கள் அப்படியே நின்றுகொண்டிருக்கின்றன. பகலில் நீங்கள் மனிதர்களிடம் புன்முறுவல் செய்கிறீர்கள். இரவிலோ துண்டிக்கப்பட்ட கோழிக் கால்களை அவர்கள் வீட்டுக் கதவுகளுக்கு வெளியே தொங்கவிடுகிறீர்கள். உங்கள் தவறுகளை ஒருபோதும் நீங்கள் ஒப்புக்கொள்வதில்லை. உங்களுக்கு மன்னிப்புக் கேட்கத் தெரியாது. உங்கள் சொந்தபந்தங்களையே நீங்கள் வல்லுறவு செய்கிறீர்கள். பின்னர் கவுரவத்தின் பெயரால் கொலை செய்கிறீர்கள். கடவுளின் நாமத்தை எப்போதும் உச்சரித்தவாறு இருக்கிறீர்கள். அழுவதில் நீங்கள் மிகவும் சிறந்தவர்கள். புலம்பி அழுவதைக் கேட்டும், கடந்த காலத்தை எண்ணிக் கனவு காண்பதுமாய் இருக்கிறீர்கள். உங்கள் வீட்டுச் சுவர்களிலிருந்து ஒரு செங்கலை இழக்காதிருந்தால் போதும், மற்றபடி முழு உலகும் முடிவுக்கு வந்தாலும் உங்களுக்குக் கவலை இல்லை. தீமை வேறு எங்கிருந்தோ வருவதாய் நினைக்கிறீர்கள். உங்களைப் பொறுத்தவரை உங்கள் அண்டை வீட்டுக்காரனோ அல்லது உங்கள் கிராமத்திற்கு வரும் அந்நியரோ தாம் தீமையின் பிறப்பிடம். உங்கள் இதயத்திலேயே பாம்புகள் பதுங்கியிருப்பதை உங்களால் காண முடியவில்லை."

"நீ சொல்வது சரிதான்" என்று சுரத்தில்லாமல் அவன் கூறினான். "என்னை என்னவெல்லாம் செய்தனர் என்பதை நீயே பார். எனது ஊர் மக்களும் என் சொந்தபந்தங்களுமே என் கண்ணைத் தோண்டி எடுத்து என்னை அந்தக் கிராமத்திலிருந்து வெளியே வீசிவிட்டனர்."

"பேசாதே. உன்னைப்பற்றி எதையும் கேட்க விரும்பவில்லை. உனது கதை எனத் தனியே எதுவும் இல்லை. கூட்டுக் கதை மட்டுமே உள்ளது. ஒரே ஒரு கதைதான் இருக்கிறது. அதன் பகுதியாகவே நீங்கள் ஒவ்வொருவரும் வாழ்கிறீர்கள்."

உடல் முழுக்கவும் தேடித் தனது கிழிந்த உடையிலிருந்த ரகசியப் பைகளில் ஒளித்துவைத்திருந்த பணத்தை வெளியே எடுத்தான். கை நிறையப் பண நோட்டுக்களை என்னிடம் தந்தான்.

"இதை எடுத்துக்கொள்ளுங்கள். தினந்தோறும் உங்களுக்குப் பணம் கொண்டுவந்து தருகிறேன்" என்றான். நான் கத்தியை வீச அவன் உள்ளங்கையிலிருந்து ரத்தம் பீச்சியது. பண நோட்டுக்கள் தரை முழுக்கச் சிதறின. "ஆ..." என்று கத்தியவாறே தனது கையை இழுத்துக்கொண்டான்.

"நீங்கள் கோழைகள்; கபடதாரிகள்; குற்றம் செய்துவிட்டுப் பிடிபடாதிருக்கும்வரை குரூரமாக நடந்துகொள்கிறீர்கள். இவ்விதமாகவே

1. ப்ளாக் ஃபவுன்டைன்

ஆசிரியரின் வாழ்வையும் முடித்தீர்கள். நீங்கள் தூங்கிக்கொண்டிருக்கும் போது அவர் எழுந்து பள்ளிக்கூடத்திலுள்ள ஒரே வகுப்பறையிலுள்ள அடுப்பைப் பற்றவைப்பார்; கரும்பலகையில் படங்களை வரைவார்; உங்களுக்குத் தெரியாத மலைகளைப் பற்றிக் கூறுவார். நீங்கள் ஒருபோதும் கேள்வியுற்றிராத விலங்குகள் பற்றி விவரிப்பார். பூமி உருண்டை என்பது பற்றியோ நிலத்தை விடவும் பூமியை அதிக அளவு ஆக்கிரமித்திருப்பது கடல்தான் என்பது பற்றியோ உங்களுக்கு அக்கறை இராது. ஆனால் அவர் மாலை நேரங்களில் பள்ளிக்கூட முற்றத்திற்கு அழைத்துச்சென்று பால் வீதியையும் துருவ நட்சத்திரத்தையும் உங்களுக்குக் காட்டுவார். நீங்கள் வீட்டிற்குச் சென்ற பின் அந்த இடம் நாய்கள் உலவித் திரியும் பகுதியாக இருப்பதைக் காண்பீர்கள். அப்போது அவர் யாரிடமும் எதுவும் பேசாமல் தனது சிறிய படிப்பறையில் அமர்ந்து மங்கலான விளக்கு வெளிச்சத்தில் கவிதைகள் எழுதி உங்களுக்கு வாசித்துக் காட்டுவார். சன்னலுக்கு வெளியே இருண்ட நிழல்கள் பதுங்கியிருப்பதை அவர் அறிவதில்லை. நீங்கள் எத்தகையவர், கதவுகளைப் பூட்டி மிகவும் பாதுகாப்பாக வீடுகளுக்குள் இருக்கும் உங்கள் வாழ்க்கை எத்தகையது என்பதை உணர்ந்துகொள்ள அவருக்குச் சிறிது காலம் பிடித்தது. ஒவ்வொரு வீடும் ஒவ்வொரு மனிதனும் இருண்ட குகைதான். அவரால் இதனை நம்பக் கடினமாக இருந்தது. இதன் காரணமாகவே அவர் இறுதியாக எழுதிய கவிதைகள் ஏமாற்றத்தால் நிரம்பியிருந்தன. உங்கள் கிராமத்தின் பெயர் – கறுப்பு நீரூற்று. ஆனால் அங்கே நீரூற்று எதுவும் இல்லை. உங்கள் கிராமத்தைப்போல நீங்களும் பொய்தான். இந்தப் பொய்யை ஆசிரியரால் பொறுத்துக்கொள்ள முடியவில்லை" என்றேன்.

தனது ஒற்றைக் கண்ணும் தலையிலிருந்து தெறித்துவிழ இருப்பதுபோல அவன் என்னை உறுத்துப் பார்த்தவாறிருந்தான். தன் உதடுகளைக் கடித்துக் கொண்டான். என் தோளைப் பற்றிப் பிடித்து அழத் தொடங்கினான். பொறியில் மாட்டிக்கொண்ட எலியைப்போல இருந்தான். எப்போது இதுபோல் கடைசியாய் அவன் அழுதான் என்பது யாருக்குத் தெரியும்? அவன் இப்போது நினைத்துக்கொண்டிருப்பது தான் செய்த தவறுகளை அல்ல; நான் வைத்திருந்த கத்தியை. அவனைச் சுவற்றில் தள்ளி அவன் சட்டைக் காலரைப் பிடித்தேன்.

"அழுவதை நிறுத்து. இல்லாவிட்டால் உன் குரல்வளையைக் கிழித்துவிடுவேன். மிகவும் தாமதமாக வருந்தி அழுகிறாய். எப்போதும் எதிலும் உங்களைப் போன்றோர் தாமதம்தான். எத்தனையோ ஆண்டுகளுக்கு முன்பே ஆசிரியரின் மன்னிப்பிற்காக நீ கெஞ்சி அழுதிருக்க வேண்டும். சுவரருகே அமர்ந்திருக்கும் வயதான மனிதர்களிடம் உண்மை பேசினார். அதைத் தவிர உங்களுக்கு அவர் என்ன செய்தார்? அவர் பேச்சு உங்களைத் தூக்கம் இழக்கச் செய்தது. வியர்வை வழிய நடு இரவில் உங்களைக் கண் விழிக்கச் செய்தது. இருட்டில் கதவருகே வந்து எங்கோ தொலைவில் பார்த்தீர்கள் – வெகு தொலைவில். இரவு முழுக்கப் புகைப் பிடித்தீர்கள். உண்மையை அறிந்துகொள்ள நீங்கள் விரும்பவில்லை. நீங்கள் செய்த தீமைகளை மறுத்துப் பொய்களுடன் வாழ்வதே உங்களுக்குத் திருப்தியாக இருந்தது. உங்கள் மனதில் இருந்த அந்தப் பாம்புடன் எவ்வளவு மகிழ்ச்சியாக இருந்தீர்கள்.

ஆசிரியரை மட்டும் நீங்கள் வஞ்சிக்கவில்லை. எந்த மலைகளுடன் நீங்கள் தொடர்ந்து வாழ்ந்து வருகிறீர்களோ அவற்றையும்தான்."

"நீங்கள் யார்? எங்கள் கிராமம்தான் உங்களின் சொந்த ஊரா?" அவன் தயங்கியவாறு கேட்டான்.

இப்போது உண்மையிலேயே எனக்குக் கோபம் வந்தது. "முதலில் நீ யார் எனக் கூறு. நீங்கள் அனைவருமே யார்? சற்று நிதானித்து ஒரு முறையேனும் உங்களையே நீங்கள் ஏன் பார்த்துக்கொள்ளக் கூடாது? இஸ்தான்புல் அவருக்கு மகிழ்ச்சியற்ற நகராக இருந்தது, ஒடுக்குமுறை நிறைந்திருந்த அந்தச் சூழலிலிருந்து வெளியேற விரும்பினார். அதனால் உங்கள் கிராமத்திற்கு வந்தார். இஸ்தான்புல்லிலேயே இருந்திருந்தால் அவருக்குப் பைத்தியம் பிடித்திருக்கும். அந்த நகர் ஒரு பிணத்தைப்போல ஊதிப் பெருத்திருந்தது. அதற்கு வலுச் சேர்க்கும் ஒட்டுண்ணிகளாக மக்கள் மாறினார்கள். அந்தக் கொடுங்கனவிலிருந்து விடுபட்டு இந்தக் கிராமத்தில் அவர் தஞ்சம்புக வேண்டியதிருந்தது. பிரெஞ்சுக் கவிதைகளை மொழிபெயர்ப்பதில் மாலை நேரங்களைக் கழிக்க வேண்டியிருந்தது. தனது கவிதைகளையே உயிர்ப்பிக்க வேண்டியதிருந்தது. ஆனால் கிராமவாசிகள் எந்த விதத்திலும் வித்தியாசமானவர்களாக இல்லை. மனிதர்கள் எங்கும் ஒன்றுதான். திகிலடையச் செய்யும் ஓர் அனுபவத்திலிருந்து அச்சமூட்டும் மற்றொரு அனுபவத்திற்கு வந்திருந்ததைத் தாமதமாகவே பள்ளி ஆசிரியரும் உணர்ந்தார். நகரம் பொய். இப்போது கிராமமும் பொய்தான். இரண்டு பொய்களுக்கிடையே அவர் மாட்டிக்கொண்டார். எல்லா இடங்களும் கெட்டு அழுகியிருந்தன. தப்பிச் செல்ல வேறு இடமேதும் உலகில் இல்லை."

அவன் முகத்தருகே நெருங்கினேன். எண்ணெய்ப் பசையுடன் இருந்த தலைமுடியை முகர்ந்தேன். அசுத்தமான அவன் முன்னந்தலையைக் குத்தினேன்.

"அவர் பற்றிப் பிடித்திருந்தது இந்த நம்பிக்கையைத்தான்" என்று சொல்லி எனது விரலில் படிந்திருந்த அழுக்கை அவனிடம் காட்டினேன். அந்தப் பள்ளிக்கூட ஆசிரியர் எனது தந்தை. அவரின் கடைசிக் கவிதை மனித இனத்தைச் சபிப்பதாக அமைந்திருந்தது. அந்தக் கவிதையை எழுதிய இரவில் வெளியே சென்று மேலே வானத்தை உற்றுப் பார்த்தார். ஒரு அடிவானத்திலிருந்து மற்றொன்றுக்குப் பால் வீதி நகர்ந்து சென்றுகொண்டிருந்தது. துருவ நட்சத்திரம் வெகு தூரத்திலிருந்தது. அவர் மேலே ஏறி அந்த நட்சத்திரத்திற்குச் செல்ல முடியாது. ஆகவே தெற்கே பூமியின் ஆழங்களில் இறங்குவது பற்றி யோசித்தார். இறுதிப் பயணத்தை முடிக்கும் வழி அதுவாகவே இருக்க முடியும். ஒவ்வொரு சாவும் கீழே இறங்குவதுதானே? கிராமச் சதுக்கத்திலிருந்த கிணற்றுக்குச் சென்று கீழே குனிந்து பார்த்தார். சுவற்றை ஒட்டித் தலையை வைத்துக்கொண்டார். பாசி படிந்த கிணற்றுச் சுவர்களின் அருமையான மணத்தை ஆழமாக உள்ளே இழுத்தார். ஒரு கல்லைக் கிணற்றுக்குள் போட்டார். கல் நெடுநேரம் கீழ்நோக்கிச் சென்றது. நீர்ப் பரப்பைத் தொட்டதும் அதன் எதிரொலி கேட்டது. கிணற்றின் கீழே இருள், ஈரம், மர்மம் ஆகியவை மண்டிக் கிடந்தன. உலகின் இதயம், அதாவது தெற்கு, அங்கே கீழே இருந்தது.

நெருப்புக்கு அருகேயிருந்து சலசலக்கும் சத்தம் வந்தது. நாங்கள் நீண்ட நேரம் எடுத்துக்கொண்டதால் அவர்கள் கவலை கொண்டிருந்தனர். "ஒற்றைக் கண்ணனே எங்கு சென்றிருக்கிறாய்? காமோ நீ எங்கிருக்கிறாய்?" என எங்கள் இருவரையும் பெயர் சொல்லி அழைத்தனர். என் தலையை நீட்டி வெளியே பார்த்தேன். நெருப்பிற்கு அருகே குடிகாரர்கள் குடித்தவாறிருந்தனர். ஒன்றிரண்டு பேர் நாங்கள் இருந்த திசையை நோக்கி உரக்க அழைப்பது காதில் விழுந்தது. ஒரு கணத்தில் அவர்கள் இங்கு வந்துவிடுவார்கள். இரும்புக் கத்திகள் பற்றிய பாடலை மீண்டும் தொடங்குவார்கள்.

திரும்பியதும் என்னைப் பதற்றமடையவைத்த வெண்ணிற நாயைக் கண்டேன். தடுமாறி ஒரு கல்லில் விழுந்தேன். கையிலிருந்த கத்தி நழுவிக் கீழே விழுந்தது. எங்களுக்கு மிக அருகே வெண்ணிற நாய் எப்போது வந்தது? அகன்ற கழுத்துடன் இருந்த அதன் முகம் வசீகரமாக இருந்தது. பட்டுப் போன்ற அதன் முழு உடலையும் நீண்ட உரோமம் மூடியிருந்தது. நகரச் சுவர் அருகே பதுங்கியிருக்கும் தெரு நாய்கள்போல அது இல்லை. உணவிற்காக அது வரவில்லை. நிலா வெளிச்சத்தில் அதன் பற்கள் பளிச்சிட்டன. கூர்முனை கொண்ட அதன் நீண்ட காதுகள் ஓநாயின் காதுகளை நினைவூட்டின. அதன் பெரிய கால்களில் புழுதி படிந்திருக்கவில்லை. அசையாது என்னையே பார்த்தவாறிருந்தது. அடுத்து என்ன செய்யும் என்பதைக் கணிக்க முடியவில்லை. கீழே குனிந்து கத்தியை எடுத்தேன். இரண்டு எட்டுக்கள் பின்நகர்ந்து சுவரில் சாய்ந்தேன். நான் இங்கு வந்தது, கத்தியைக் கொண்டுவந்தது, என்னைப் பின்தொடர்ந்து இங்கு வந்திருந்த வெண்ணிற நாய் ஆகிய அனைத்தும் ஒவ்வொன்றாக நினைவுக்கு வந்தன.

கடகடவென ரயில் செல்லும் சத்தம் காதில் விழுந்தது. பூமி அதிர்ந்தது. சுத்தியால் உலோகத்தை அடிப்பதுபோல் தண்டவாளங்களின் சத்தம் உரக்கக் கேட்டது. கட கட தட தட. குடிகாரர்கள் கணத்தில் இங்கும் வந்துவிடுவார்கள். கட கட தட தட. இரும்புக் கத்திகள் பற்றிய பாடல் தொடங்கிவிடும். இன்று இரவு ஒவ்வொருவரும் தங்களின் விதிக்கு அடிபணிய வேண்டியது வரும். உடலைச் சுவரின்மீது இன்னும் அதிகமாக அழுத்தினேன். கைவிரல்களை இறுக்கி மூடினேன். நான் வெளியே வந்ததும் நெருப்பு மூட்டப்பட்ட இடத்திலிருந்து கட்டிடக் கலைஞன் அதாசா அவர்களிடம் என்ன கூறியிருந்திருப்பான்? "சாதாரண முடி திருத்துபவன் என அவனைக் குறைத்து மதிப்பிட வேண்டாம். காமோவுக்கு அழகிய மனைவி இருக்கிறாள்" என்றா? இருள் காமம் நிரம்பியது. ரயில்கள் தண்டவாளங்களை விரும்பின. ஒவ்வொரு குடிகாரனும் ஒயின் பாட்டிலை அடுத்தவனிடம் தர, ஒயினை அனைவரும் பகிர்ந்துகொண்டனர். ஒயின் பாட்டில் என்பது நெருப்பு உதடுகளும் வியர்வை வழிந்தோடும் அடிவயிறும் கொண்ட பெண் உடல். ரயில்கள் தண்டவாளங்களை விரும்பின. சிறார்கள் கிணறுகளை விரும்பினர். கட கட தட தட. தந்தையும் கிணறுகளை விரும்பினார். ப்ளாக் ஃபவுன்டைன் கிராமத்தின் நட்சத்திரங்களை அவர் உற்றுப் பார்த்தார். மழைக் காற்றின் வேகத்தை அறிந்து குறித்து வைத்துக்கொண்டார். மழைக் காலண்டரைப் பராமரித்துவந்தார். என் தந்தையும் கிணறுகளை விரும்பினார். கட கட தட தட. ப்ளாக் ஃபவுன்டைன் கிராமத்தில் உள்ள கிணறு நீர்ச்சுழி போல் சுழன்று முட்டாள் சிறார்களையும், ஏமாற்றும் முதியோரையும், இதயமற்ற

பெண்களையும் விழுங்கியிருந்தால், கால் துண்டிக்கப்பட்ட கோழிகளையும் சாத்தப்பட்ட கதவுகள் கொண்ட வீடுகளையும் அது விழுங்கியிருந்தால்... கட கட தட தட. அப்போது அந்தக் கிணறு என் தந்தையையையும் விழுங்கியிருக்குமா?

அந்த இரவின் காமம் திடீரெனத் தணிந்தது. காமம் என்பது ரகசிய வழிகளில் அணிவகுத்துச் செல்லும் எறும்புகளின் ராணுவம் போன்றதாகும்; அந்தப் பகுதி முழுவதையும் ஊடுருவியதும் காமம் சற்றுத் தயங்கி நிற்கும். என் காதுகளில் சத்தம் கேட்பதாக உணர்ந்தேன். இருளில் ரயில் சத்தம் தொலைவில் சன்னமாகக் கேட்கப் படுத்திருந்த இடத்திலிருந்து தலையை உயர்த்தினேன். நான் மைதானத்தில் இருந்தேனா? எப்போது கான்கிரீட் தரையில் வந்து படுத்தேன்? பொய்களும் குடிகாரர்களும் என்னை மிகவும் களைப்புறச் செய்தனர். தலை வலித்தது. எப்படியோ சமாளித்து எழுந்து உட்கார்ந்தேன். சுவரில் சாய்ந்து எனது கால்களை நீட்டினேன். என் கழுத்து, முதுகு, மார்பு எல்லாம் வியர்வையால் நனைந்திருந்தன. பிளாஸ்டிக் பாட்டிலிருந்த நீரைக் குடித்தேன். இப்போது மணி என்ன? தலையைத் திருப்பிச் சிறைக் கதவைப் பார்த்தேன். வராந்தாவிலிருந்து வந்த வெளிச்சம் கண்களைத் தேளாகக் கொட்டியது. இன்னும் கொஞ்சம் தண்ணீரைக் குடித்தேன். இன்று என்ன தேதி? நாட்கள் பற்றிய கணக்கு மறந்துவிட்டது. டாக்டரையோ பிறரையோ மீண்டும் சிறைக்குக் கொண்டுவரவில்லை. வலிப்பு வந்தபோது நல்லவேளை நான் தனியாக இருந்தேன். யாருடைய உதவியும் தேவையில்லாதிருந்தது.

எதிரேயிருந்த சுவரைப் பார்த்தேன். கீறல்கள், எழுத்துக்கள், ரத்தக் கறைகளால் அது மூடப்பட்டிருந்தது. சுவரின் சுண்ணாம்புச் சாந்து பல இடங்களில் உதிர்ந்திருந்தது, சுவரில் வெடிப்புகள் இருந்தன. சிறைச் சுவர்கள் முழுக்கவும் கிறுக்கல்கள் எழுதப்பட்டிருந்தன. “மனிதக் கண்ணியம்” என்று ஓரிடத்தில் எழுதியிருந்தது. “நிச்சயம் ஒருநாள்” என மற்றொரு வாக்கியம். மற்றொன்று “வலி ஏன்” என்றது. “வலி ஏன்”, இங்கு வந்த ஒவ்வொருவரும் இது பற்றியே பெரும்பாலும் நினைத்தனர். வலி மனித மனதை எவ்விதம் பிரித்ததோ அவ்விதமாக அது உலகையும் பிரித்தபோது வலியின் இருப்பிடமாக மக்கள் இதனைக் (நிலவறைச் சிறையை) கருதினர். மேலே நிலப்பரப்பிலிருந்த இஸ்தான்புல் வலியற்ற இடமாக இருந்தது. எனவே இது பொய்த் தோற்றங்களின் யுகம். ஒரு பொய்யை மறைப்பதற்கான மிகச் சிறந்த வழி இன்னொரு பொய்யைக் கூறுவதே. நிலப்பரப்பிற்கு மேலே இஸ்தான்புல்லின் வேதனையை மறைப்பதற்கான வழி கீழே நிலவறையில் வேதனையை உருவாக்குவதே. வெளியே மக்கள் கூட்டத்தையும் தெருக்களையும் இழந்ததான உணர்வு இங்கே கடுங் குளிரால் உறைந்திருக்கும் நிலவறைச் சிறைகளில் அடைக்கப்பட்டிருந்தவர்களிடம் இருந்தது. கதகதப்பான படுக்கைகளில் உறங்கியதால் சிறையிலிருந்து வெகுதூரம் தள்ளி வெளியே இருப்பவர்கள் மகிழ்ச்சியாக இருந்தனர். நம்பிக்கையின்மையால் மூச்சுத் திணறிக் கொண்டிருப்போர் இஸ்தான்புல்லில் நிறைந்திருந்தனர். அவர்கள் காலை நேரங்களில் நத்தைபோல் சோம்பலில் தள்ளாடியபடி வேலைக்குச் சென்றனர். மேலே நிலப்பரப்பிலுள்ள வீட்டுச் சுவர்களில் வளர்ந்த வேர்கள் கீழிறங்கி நிலவறைச் சிறைகளின் சுவர்களில் சாய்ந்திருந்தன. வீடுகளில்

வசிப்போர் பொய்யான மகிழ்ச்சியை உறுதியுடன் பற்றிப் பிடித்திருந்தனர். இந்த விதமாகவே இஸ்தான்புல் அதுவாகவே தொடர்ந்து இருக்க முடிந்தது.

"வெளியே வரும் நேரம்!" சிறைக் காவலன் கத்தினான். சிறைக் கைதிகள் வராந்தாவிற்கு வர வேண்டும் என்பதைக் குறிக்கும் கட்டளைச் சொல் அது. முழு வராந்தாவிலும் அந்தச் சத்தம் எதிரொலித்தது. என்ன ஆயிற்று? இரும்பு வாயிற்கதவு திறக்கப்பட்டதா? "எல்லோரும் வெளியே வாருங்கள். ஒவ்வொருவரும் சிறைக் கதவுக்கு வாருங்கள்."

காவலர்களின் நடவடிக்கை எதுவும் கொஞ்சம்கூட விளங்கவில்லை.

சிறைக் கதவுகளின் கம்பிகளை அவர்கள் ஓங்கி அறைந்தனர். சிறைக் கதவுகளை ஒவ்வொன்றாகத் திறந்தனர். வராந்தாவின் வழியே நடந்து நான் இருக்குமிடத்திற்கு வந்தார்கள். சிறைத் தாழ்ப்பாளைத் தள்ளிக் கதவைத் திறந்தனர். வெளிச்சம் வெள்ளமாக உள்ளே பாய்ந்தது. தேள் கொட்டினாற்போல் கண்கள் வலித்தன. தலைவலி மிகக் கடுமையானது.

"ஏ கழுதை எழுந்து நில்! கதவருகே வா" என்று கட்டளையிட்ட பின் என்னை விட்டுவிட்டு அடுத்த அறைக்குச் சென்றான். கதவுகள் திறக்கும் சத்தம் தொடர்ந்தது.

நான் எழுந்து வெளியே சென்றேன். வராந்தாவில் ஒவ்வொருவரும் வரிசையாக நின்றிருந்தனர். தலைமுடி, தாடியுடன் தாறுமாறாகப் பின்னிக் கிடக்கும் தோற்றத்துடன் ஆண்கள் நின்றிருந்தனர். காயங்களால் கன்றிப்போன முகங்களுடன் பெண்கள் இருந்தனர். அவர்கள் ஒருவரையொருவர் உற்றுப் பார்த்தவாறிருந்தனர். வராந்தா நுனிவரை மெதுவாக நடந்துசென்று திரும்பிய சிறைக் காவலன் எதிர்ச் சிறையையும் திறந்தான். உள்ளே இளம் பெண் எழுந்து நின்றாள். ஸீன் சேவ்டா எப்போது தனது சிறைக்குத் திரும்பி வந்தாள்? எனக்கு வலிப்பு வந்து மயங்கிக் கிடந்தபோது அவளைத் திரும்பவும் சிறைக்குக் கொண்டுவந்தார்களா? சிறையிலிருந்து வெளியே வந்து அவள் என் முன் நின்றாள். சில நாட்களாக அவள் தூங்கவில்லை என்பது வெளிப்படையாகத் தெரிந்தது. முகம், கழுத்து மட்டுமல்லாது அவளின் கை விரல்களும் வீங்கியிருந்தன. அவளின் கீழ் உதட்டிலிருந்து ஒரு சொட்டு ரத்தம் வழிந்தது. கையால் ரத்தத்தைத் துடைத்தாள்.

"இப்போது வேலையைத் தொடங்கலாம் வாருங்கள்" வராந்தா முனையில் உரக்கக் கத்திக்கொண்டிருந்த விசாரணையாளர்களைப் பார்த்தோம். கம்புகளையும் சங்கிலிகளையும் கையில் பிடித்திருந்த விசாரணையாளர்கள் பலர் அங்கே இருந்தனர். அவர்கள் அணிந்திருந்த கம்பளிச் சட்டையின் கைப் பகுதியை மடித்துச் சுருட்டியிருந்தனர். ஏளனச் சிரிப்புடன் எங்களைப் பார்த்தவாறு "இதோ உங்கள் குரு, காவல் தெய்வம் வருகிறார்!" இரும்பு வாயிற்கதவு இருந்த திசையிலிருந்த யாரோ ஒருவரை இழுத்துவந்து தரையில் வராந்தா வாசலில் வீசினார்கள். கறுப்பு உள்ளாடை தவிர வேறு எதுவும் அவன் உடலில் இல்லை. குஹெய்லேன் மாமாவின் பருமனான பெரிய உடம்பை என்னால் அடையாளம் கண்டுகொள்ள முடிந்தது. கடற்கரையில் அலைகளால் ஒதுக்கப்பட்ட சவம்போல் கிடந்தார். அவர் முழு உடலிலும் ரத்தம் தோய்ந்திருந்தது. அவரின் நரை முடி ரத்தச்

சிவப்பாக இருந்தது. அவரைக் கொன்றுவிட்டார்களா? இந்தச் சிறை அவரின் புதைகுழியாக ஆகவிருந்ததா? வராந்தாவில் முணுமுணுப்புச் சத்தம் பரவிற்று. பயத்தில் நடுங்கிய குரல்களைக் கேட்டோம். "வேசி மகன்கள்" யாரோ ஒருவன் கிசுகிசுத்தான். வேறொருவன் அதனைத் திருப்பிக் கூறினான். "வேசி மகன்கள்." அதனைக் கேட்ட சிறைக் காவலன் கடுங்கோபத்துடன் எங்களுக்கு மத்தியில் பாய்ந்தான். "சொன்னவன் யார்?" அவன் கத்தினான். வராந்தாவில் மேலும் கீழும் ஓடினான். ஆங்காங்கே நின்றிருந்த பலரைக் கம்பால் விளாசினான். ரத்தம் பீறிட்டது. பற்கள் உடைந்து வராந்தாவில் சிதறின.

விசாரணையாளர் இருவர் குஹெய்லேன் மாமாவின் கைகளைத் தங்கள் தோள்களில் வைத்து அவரைத் தூக்க முயன்றனர். "முட்டாளே… நட." குஹெய்லேன் மாமாவிற்கு உயிர் இருந்தது. தாங்க முடியாத வலியால் அவர் கதறினார். அதன் எதிரொலி வராந்தாவில் ஆடாது அசையாது காத்திருந்த எங்களுக்கும் வரிசையில் கடைக் கோடியிலிருந்த கைதிகளுக்கும் கேட்டது. "கிழட்டுச் சனியனே வா!" வெற்று வெளியில் துழாவுவதைப்போல ஒரு கையை அசைத்தார் குஹெய்லேன் மாமா. குனிந்த தலை, தடித்த கழுத்து, விரிந்த தோள்கள் என ஏதோ விலங்கின் தோற்றம் அவரிடமிருந்தது. அவர் வாயிலிருந்து எச்சில் ஒழுகியது. ஏதோ முணுமுணுத்தார். புரிந்துகொள்ள முடியாதவையாக அந்தச் சொற்கள் இருந்தன. காயம்பட்ட விலங்கிடமிருந்து வரும் ஒரு வகை உறுமல் அவரிடமிருந்து வெளிப்பட்டது. யார் இந்த குஹெய்லேன் மாமா? தாங்க முடியாத வலியில் கதறும் எந்தப் பிராணி எது? விசாரணையாளர்களின் தோளை அவர் கைகள் பற்றியிருந்தன. ஒரு கால் ஊன்றி நிற்க மற்றொரு காலைத் தரையில் இழுத்தவாறு மெல்ல நடந்தார். விசாரணையாளர்கள் தங்கள் தோளில் வைத்திருந்த அவரது கைகளை விலக்கி அவரைத் தானாக நிற்கச் செய்தனர். சிறிது தயங்கினார், ஆழமாக மூச்சை இழுத்தார். தரையில் கிடந்த காலை நகர்த்தி அடுத்த காலுக்குச் சம மட்டத்தில் இருக்கும்படியாக வைத்தார். தலையை உயர்த்த, அது மனித முகமாகத் தெரியவில்லை. உதடுகள் வீங்கி நாக்கு கீழே தொங்கிற்று. கண் இமைகள் கீறப்பட்டிருந்தன. ரத்தம் நிரம்பியிருந்த கண்கள் மூடியிருந்தன. அவர் மார்புக் காயத்திலிருந்து சீழ் வடிந்தது.

"நன்றாகப் பார்த்துக்கொள்ளுங்கள், நாங்கள் என்ன செய்தோம் என்பதை அணுக்கமாகப் பார்த்துக்கொள்ளுங்கள். எங்களின் நீதியிலிருந்து யாரால் தப்ப முடியும்?" என ஒரு விசாரணையாளன் கத்தினான்.

வெள்ளைத் திமிங்கலங்களைத் தேடிக் கடற்பயணம் மேற்கொண்டு புயல்களை எதிர்த்துப் போராடி இறுதியில் தோல்வியுற்றுக் கரை திரும்பிய மாலுமியைப் போன்றவர் குஹெய்லேன் மாமா. அவரின் தந்தை கூறும் கதைகளில் வருவதுபோல அவரின் கப்பல் நொறுங்கிவிட்டிருந்தது. கப்பலின் பாய்கள் துண்டு துண்டாகக் கிழிந்திருந்தன. அந்தக் கப்பல் மாலுமிகளைப் போல ஒவ்வொரு தோல்வியிலும் புதிய கடற்பயணங்கள் பற்றிக் கனவு கண்டார். ரத்தக் களரியான கால்களால் அவர் மெல்ல நடக்கையில் சூறாவளியின் பேரோசையை அவரின் காதுகள் கேட்டன. நாசியின் பாதை வழியே வடியும் ரத்தத்தை உப்புக் கடல் நீரெனத் தவறுதலாக நினைத்தார்.

ஒருபோதும் முடிவுறாக் கனவு இது. ஒவ்வொருவரும் தங்களின் வெள்ளைத் திமிங்கலத்தை விரிந்த கடல்களில் தேடினர். குஹெய்லேன் மாமாவோ தனது வெள்ளைத் திமிங்கலத்தை இஸ்தான்புல் கடலில் தேடினார். இது களிப்பில் அவரைப் போதையுறச் செய்தது. இந்தக் கவர்ச்சியிலிருந்து மீளும் சக்தி அவரிடம் இல்லை. தனக்குப் புகலிடம் தரக்கூடிய தீவு எதையும் அவர் தேடவில்லை. தனது கப்பல்பயண வரைபடத்திலிருந்த அனைத்துத் தீவுகளையும் அகற்றியிருந்தார். கடல்களை வெற்றிகொள்ள வேண்டும் அல்லது அலைகளின் கீழ் அவர் புதையுண்டு மடிய வேண்டும். கத்திக் கீறல்களின் எண்ணற்ற வடுக்கள் அவர் முதுகில் இருந்தன. தனது கனமான உடலை கான்கிரீட் தரையில் இழுத்தபடி அவர் வந்தபோது ஏதோ தூரத்தில் அலறும் சத்தம் கேட்டாற்போல் தன் தலையை உயர்த்தினார். காற்றின் திசையைக் கணிக்க முயன்றார்.

இவ்விதம் குஹெய்லேன் மாமா தனது வாழ்வின் மிகப்பெரிய பயணத்தை நினைவுபடுத்திக்கொண்டிருந்தபோது என் முன்னால் விரைப்பாக நின்றுகொண்டிருந்த ஸீன் சேவ்டா தன் கை முஷ்டியை இறுக்கி மூடினாள். ஒரு குழந்தையைப்போல் கண் சிமிட்டிய அவள், வரிசையிலிருந்து மெல்ல வெளியேவந்து வராந்தா மையப் பகுதியை நோக்கி இரண்டு எட்டு முன்சென்றாள். குஹெய்லேன் மாவாவின் முன்னால் ஒரு மரத்தைப்போல நேராக நின்றாள். ஐந்து அல்லது ஆறு மீட்டர் இடைவெளி அவர்களுக்கிடையே இருந்தது. எல்லோரும் ஸீன் சேவ்டாவை நோக்கித் திரும்பினர். விசாரணையாளர்கள் ஒருவரையொருவர் பார்த்துக்கொண்டனர். வராந்தாவே அமைதியில் மூழ்கியது. குஹெய்லேன் மாமாவின் ரத்தம் சொட்டுச் சொட்டாகக் கான்கிரீட் தரையில் கீழே விழுந்த சத்தம் மட்டுமே கேட்டது.

“அவள் என்ன செய்துகொண்டிருக்கிறாள்?”

“தலைவரே, மலைகளிலிருந்து அவர்கள் கொண்டுவந்த பெண் அவள்தான்.”

ஸீன் சேவ்டா நெற்றியையும் கன்னங்களையும் தன் கையால் துடைத்துத் தன் தலையைத் தடவிக்கொண்டாள். அங்கிருந்தோர் உறுத்துப் பார்த்துக்கொண்டிருக்க, அவள் ஆர்வத்துடன் கீழே குனிந்து பளிங்குச் சிலைபோல குஹெய்லேன் மாமாவின் முன்னால் மண்டியிட்டாள். இரு கைகளையும் விரித்து முன்னால் வந்துகொண்டிருந்த காயமடைந்த உடலை அணைக்கக் காத்திருந்தாள். அவளின் உள்ளங்கால்கள் கொடூரமாக அடிக்கப்பட்டு வீங்கியிருந்தன. அவள் கழுத்தில் சிகரெட் சூடுபட்ட காயங்கள். அந்தி சாய்கையில் கடல் அலைகளிலிருந்து மேலெழுந்து பாறைகளில் அமர்ந்து பாடும் கடற்கன்னி அல்ல அவள். மோசமாகக் காயமடைந்த மானுடப் பெண். குஹெய்லேன் மாமாவால் அவளைப் பார்க்க முடியுமா? விரிந்த கைகளுடன் தன்முன் மண்டியிட்டவாறிருக்கும் இளம் பெண்ணை ரத்தம் தோய்ந்த அவரின் கண்களால் அடையாளம் காண முடியுமா?

“ஏய் ஒழுக்கங்கெட்ட பெட்டை நாயே எழுந்திரு.”

ஸீன் சேவ்டா விசாரணையாளர்களைப் புறக்கணித்தாள். தன் கீழ் உதட்டில் கசிந்த கரிய ரத்தத்தை, இந்த முறை தனது நாக்கினால் தடவித் துடைத்தாள்.

"அந்த ஒழுக்கங்கெட்ட நாயை எழுந்திருக்கச் செய்."

வராந்தா முனையில் நின்றுகொண்டிருந்த ஒரு விசாரணையாளன் கையில் பிரம்பைச் சுழற்றியவாறு அங்கே வந்து ஸீன் சேவ்டாவின் முன்னால் நின்றான். வாயிலிருந்த சிகரெட்டைத் தரையில் எறிந்து தனது பூட்ஸ் காலால் நசுக்கினான். கான்கிரீட் தரையில் தனது பூட்ஸ் காலை மெல்லச் சுழற்றி ஸீன் சேவ்டாவை பார்த்தான். தன் மஞ்சள் பற்கள் தெரிய ஏளனமாய்ச் சிரித்தான். பின்னால் அடியெடுத்து வைத்து அவள் வயிற்றில் எட்டி உதைத்தான். மரக்கட்டைபோலப் பறந்த ஸீன் சேவ்டா சிறைக் கதவில் மோதினாள். அவள் சிறிதுநேரம் தயங்கினாள். இரண்டு கைகளாலும் வயிற்றைப் பிடித்தவாறு மெல்ல நிமிர்ந்தாள். மீண்டும் மண்டியிட்டு குஹெய்லேன் மாமாவைப் பார்த்தாள். அவர்களுக்கிடையே இருந்த வெற்றிடம் கடக்க முடியாத தொலைவு கொண்டதாக இருந்தது.

விசாரணையாளன் தரையில் கிடந்த சிகரெட் துண்டுகளைக் காலால் வெளியே தள்ளினான். கீழே குனிந்து தனது முகத்தை ஸீன் சேவ்ட முகத்தருகே கொண்டுசென்றான். அவளிடமிருந்து எதிர்வினை வராததால் அவன் பின்வாங்கினான். அவன் இன்னும் ஏளனமாகச் சிரித்தவாறிருந்தான். கையிலிருந்த குறுந்தடியை விளையாட்டுப் பொருள்போலச் சுழற்றினான். பின்னர் அதனை மேலே காற்றில் உயர்த்தினான். அவன் எனக்கு நேர் எதிரில் நின்றான். ஒரே பாய்ச்சலில் மேலே உயரத் தூக்கிய அவன் கையைப் பிடித்தேன். அவன் கையிலிருந்த குறுந்தடி வெற்றிடத்தில் அப்படியே இருந்தது. விசாரணையாளனும் நானும் எதிரெதிரே நின்றோம்... த்தாயோழி... அவனுக்கு என்னைத் தெரியுமா? எஃக்குக் கத்திகளின் பாடல் அவனுக்குத் தெரியுமா? என் நெற்றிப் பொட்டு துடித்தது. ஒவ்வொருவரும் கான்கிரீட் தரையில் நடுங்கி நின்றபோது என் முகம் நெருப்பினால் தகிப்பது போலிருந்தது. துளையிடும் கருவி என் தலைக்குள் சுழன்றது. எஃகுக் கத்திகளின் பாடல் அவனுக்குத் தெரியுமா? த்தாயோழி! என்னைத் தள்ளித் தன் கையை என் பிடியிலிருந்து விடுவித்துக்கொள்ள முயன்றான். தனக்கு அவ்வளவு பலம் இல்லை என்பதை உண்ர்ந்ததும் அலறினான்.

நான்காம் நாள்
குஹெய்லேன் மாமா கூறியது

பசித்த ஓநாய்

செங்குத்தான மலைக் குன்றின்மீது ஏறுவதற்காக வேட்டையாடிகள் போராடிக்கொண்டிருந்தபோது அவர்களைப் பனிச் சூறாவளி தாக்கிற்று. பனிப் பொழிவுடன் கூடிய மூர்க்கமான அந்தச் சூறாவளி அனைத்தையும் பனிக்குள் புதைத்திருந்தது. அவ்விதமான பனிச் செதில்களின் போர்வையினூடே அவர்களால் எதையும் பார்க்க முடிய வில்லை. சீக்கிரமே இரவு வந்திருந்திருந்தது. வழி தவறிய வேட்டையாடிகள் தூரத்தில் சிறிது வெளிச்சம் தெரிந்ததைக் கண்டனர். பனிக்குள் சறுக்கி விழுந்தும் தடுமாறியும் அந்த வெளிச்சத்தை நோக்கிச் சென்றனர். இறுதியில் தோட்டத்திற்குள் இருந்த ஒரு மலைக் குடிசைக்கு வந்துசேர்ந்தனர். குடிசையின் கதவைத் தட்டி, பனியில் உறைந்துகொண்டிருக்கிறோம். தயவுசெய்து வீட்டிற்குள் வர அனுமதியுங்கள் என வேண்டினர். யார் அங்கே என உள்ளேயிருந்து ஒரு பெண்ணின் குரல் கேட்டது. நாங்கள் மூன்று பேர். இஸ்தான்புல்லிலிருந்து வரும் வேட்டையாடிகள். வழி தவறிவிட்டோம். தங்க இடம் வேண்டும் என்று கூறினார்கள். என் கணவர் வீட்டில் இல்லை. உங்களை வீட்டிற்குள் அனுமதிக்க முடியாது என்றாள் அந்தப் பெண். வேட்டையாடிகள் கெஞ்சினார்கள். நீங்கள் கதவைத் திறக்காவிட்டால் இங்கேயே நாங்கள் இறந்துவிடுவோம். வேண்டுமென்றால் எங்கள் ஆயுதங்கள் எல்லாவற்றையும் உங்களுக்குத் தந்துவிடுகிறோம் என்று இறைஞ்சினார்கள். நீண்ட பேரோசையுடன் காற்று வீசிற்று. தூரத்தில் பனிப்பாறை சரிந்து விழுவது அவர்கள் காதில் கேட்டது. கதவைத் திறந்து அவர்களை உள்ளே அழைத்த அந்தப் பெண், கதகதப்பிற்காகக் கணப்பருகே செல்லும்படி கூறினாள். அவர்களுக்கு உணவு பரிமாறினாள். ஒரு கண்ணாடிச் சீப்பு, சிறு கத்தி

ஆகியவற்றைத் தாங்கள் கொண்டுவந்திருந்த சிறிய பையிலிருந்து எடுத்து வேட்டையாடிகள் அன்பளிப்பாக அவளுக்குத் தந்தனர். எங்கள் உயிரைக் காப்பாற்றினீர்கள்; என்றென்றும் உங்களுக்கு நன்றிக்கடன் பட்டுள்ளோம் என்று கூறினார்கள். பரிசுப் பொருட்களுக்காக அவர்களுக்கு நன்றி கூறிய அவள் ஓய்வெடுப்பதற்காகத் தன் அறைக்குச் சென்றாள். கணப்பருகே வேட்டையாடிகள் படுத்துக்கொண்டனர். ஏதோ விசில் சத்தம் கேட்கச் சீக்கிரமே கண் விழித்தனர். கணப்பிலிருந்து வினோதமான சத்தங்கள் கேட்டன. கணப்பில் எரிந்துகொண்டிருந்த தீச்சுவாலைகளின் நிறம் ஒன்றிலிருந்து மற்றொன்றாக மாறியவாறிருந்தது. புகைப்போக்கியிலிருந்து ஓர் ஒளி கீழிறங்கி அவர்கள் முன் நின்றது. பச்சை இறக்கைகளுடன் ஒரு தேவதை ஒளியுள் தோன்றிற்று. பயப்பட வேண்டாம். விதியை எழுத வந்துள்ளேன் என்று அந்தத் தேவதை கூறியது. எங்களின் விதியையா என அவர்கள் கேட்டனர். இல்லை, நீங்கள் பிறக்கும் முன்பே உங்களின் விதி எழுதப்பட்டுவிட்டது. அடுத்த அறையிலுள்ள கர்ப்பிணிப் பெண்ணுக்காக வந்திருக்கிறேன். அவளுக்குப் பிறக்கப்போகும் குழந்தையின் விதியை எழுதப்போகிறேன். குழந்தையின் விதி என்ன என்பதை எங்களிடம் கூறுவாயா என அவர்கள் கேட்டனர். உங்களிடம் கூற முடியும், ஆனால் அதை உங்களால் மாற்ற முடியாது எனத் தேவதை கூறிற்று. அதனைக் கூறுமாறு தேவதையை வலியுறுத்த, புன்னகைசெய்த தேவதை அவர்கள் விரும்பியபடி அதனைக் கூறியது. அந்தப் பெண்ணிற்கு ஆண் குழந்தை பிறக்கும். உறுதியாகவும் ஆரோக்கியமாகவும் அவன் வளர்வான். தான் காதலித்த பெண்ணை இருபது வயதில் அவன் மணந்துகொள்வான். ஆனால் மண நாள் இரவில் ஓர் ஓநாயால் அவன் விழுங்கப்படுவான். இல்லை அதனை நடக்க விடமாட்டோம் என அவர்கள் கூறினார்கள். விதியுடன் தர்க்கம் வேண்டாம் என்று கூறியவாறு வேட்டையாடிகள்மீது ஏதோ பொடியைத் தேவதை தூவிற்று. வேட்டையாடிகள் உடனே தூங்கிவிட்டனர். மறுநாள் காலை கண் விழித்ததும் தாங்கள் அன்று இரவில் கண்ட கனவைத் தங்களிடையே பகிர்ந்துகொண்டனர். அவர்கள் அனைவருக்கும் ஒரே கனவைக் கண்டிருந்ததால் அது உண்மையாகவே இருக்க வேண்டும். இந்தக் கனவை ரகசியமாக வைத்துக்கொள்வதென்றும் குழந்தையின் வாழ்வைக் காப்பாற்றுவதென்றும் தங்கள் துப்பாக்கிகளின்மீது கைகளை வைத்துச் சத்தியம் செய்துகொண்டனர். அந்தப் பெண்ணுக்கு எதுவுமே தெரியாது. நீ இப்போது எங்களின் சகோதரி. உன்னிடம் ஒன்று கேட்க வேண்டும் என்றனர். சரி. உங்களின் விருப்பம் என்ன? கூறுங்கள் என்றாள் அவள். நாங்கள் உங்கள் குழந்தையின் திருமணத்திற்கு வர விரும்புகிறோம். அது எப்போது நடக்கும் என நீ எங்களிடம் கூற வேண்டும் என்றனர். திருமண நாளுக்காக வேட்டையாடிகள் இருபது ஆண்டுகள் சோர்வுடன் காத்திருக்க வேண்டியதிருந்தது. திருமண நாளின் இரவுக்காக ஒவ்வொரு நாளும் அவர்கள் தங்களைத் தயார் செய்தவாறிருந்தனர். இறுதியாகத் திருமணச் செய்தி இஸ்தான்புல்லிற்கு வந்தது. தங்களின் துப்பாக்கியைத் தோள்களில் மாட்டிக்கொண்டனர். எத்தனையோ வருடங்களுக்கு முன்னர் விருந்தோம்பி உபசரித்த மலைக் குடிசைக்கு மீண்டும் செல்ல மின்னலைப்போல அவர்கள் அவசரம் கொண்டனர். இத்தனை ஆண்டுகளாக நம்பிக்கையுடன் காப்பாற்றி வைத்திருந்த ரகசியத்தை அவர்கள் வெளிப்படுத்தினர். தங்களுடன்

கொண்டுவந்திருந்த உறுதியான பெரிய பெட்டியை அறையின் மத்தியில் வைத்து மணப்பெண்ணையும் மணமகனையும் அதனுள் அதனுள் இருக்கும்படி செய்தனர். ஏழு சங்கிலிகளால் பெட்டியைச் சுற்றிக் கட்டினர். ஏழு பூட்டுக்களால் மூடியைப் பூட்டினர். தூங்கப்போவதில்லை என அவர்கள் அறிவித்தனர். எதிர்பாராதவிதமாகத் தூங்கிவிடாதிருக்கத் தங்களின் சிறு விரல்களை வெட்டிக்கொண்டனர். காற்றின் பேரோசையில் ஓநாய் வரும் சத்தத்தை உன்னிப்பாகக் கவனித்தனர். மிகச்சிறிய அசைவிலும் துப்பாக்கியால் சுட்டனர். விடிந்ததும் வெற்றிக் களிப்பில் ஆரவாரம் செய்து ஆம் நாம் வென்றுவிட்டோம் எனக் கூவினர். முதலில் பெட்டியின் மூன்று பூட்டுக்களையும் திறந்து பின்னர் ஏழு சங்கிலிகளையும் அகற்றினர். ஆனால் பெட்டிக்குள் ரத்தக் கறையுடன் மணமகள் மட்டுமே இருந்ததை அவர்களால் நம்பவே முடியவில்லை. என்னவானது அவர்கள் என்று கேட்டனர் – என்னவானது? என்னாலும் புரிந்துகொள்ள முடியவில்லை என திக்கித் திணறி மணமகள் கூறினாள். பெட்டியின் மூடியைப் நீங்கள் பூட்டியதும் நான் ஓநாயாக மாறி, காதலித்த ஆடவனை விழுங்கினேன். ஏன் என்று தெரியவில்லை. ஆனால் விழுங்கினேன்."

நான் பேசுவதைக் கேட்டுக்கொண்டிருந்த டாக்டரின் ஆர்வம் இன்னும் அதிகமானது. வேடிக்கையும் அச்சமும் கலந்த உணர்வு அவரிடம் வெளிப்பட்டது. அவரின் பார்வை மாறியவாறிருந்தது.

"கதையின் முடிவு உங்களுக்கு ஆச்சரியம் தருகிறதா டாக்டர்? பையனை ஓநாய் விழுங்கியதைக் கேட்டு ஆச்சரியம் கொள்வதற்குப் பதிலாகச் சிரிப்பவர்களை நான் பார்த்திருக்கிறேன்" என்றேன்.

"சிரிப்பவர்களை இங்கும் காணலாம்" என்று கூறியவாறு டாக்டர், உறங்கிக்கொண்டிருந்த காமோவைப் பார்த்தார். அவனை நோக்கி மெல்லக் குனிந்து தனது காதுகளை அவனருகே கொண்டுசென்றார். அவன் மூச்சுவிடுவதைக் கேட்க முயல்பவர்போல அவரின் செய்கை இருந்தது. சிறிது நேரம் அவ்விதமிருந்த அவர் பின்னர் நிமிர்ந்து, "இந்தக் கதையை நான் முன்னர் கேட்டதில்லை குஹெய்லேன் மாமா. வேட்டையாடிகளின் கதை எனக்குப் பிடித்திருக்கிறது. அதையும் உங்கள் தந்தை கூறினாரா?"

"ஆம். முதல் நாள் இரவு வானொலிப் பெட்டி பழுதடைந்தது. அந்தச் சமயத்தில் நாங்கள் சலிப்படையக் கூடாதென்பதற்காக எங்கள் கவனத்தைத் திருப்ப அவர் அந்தக் கதையைக் கூறினார்."

"உங்களுக்குச் சீக்கிரமே சலிப்பு ஏற்பட்டுவிடுமா?"

"கிராமத்தில் ஒவ்வொருவரும் மற்றவரின் பொழுதுபோக்காக இருந்தார்கள். சலிப்பு என்பது நாங்கள் அறியாதது. வானொலிப் பெட்டி எங்களை மாற்றியது. வானொலிப் பெட்டி பழுதாகும்போதெல்லாம் எங்களுக்கு எதுவும் செய்யத் தோன்றாது. முன்னர் ஆடிவந்த விளையாட்டுக் களிலும் ஆர்வமற்றிருந்தோம். நகரத்திலுள்ள மக்களுக்கு இவ்விதம் நடந்தால் என்ன செய்வார்கள்? என்று ஆச்சரியப்பட்டோம்."

"என்ன வினோதம்?" என்றார் டாக்டர்.

“என் தந்தை சிறுபயணம் ஒன்றிலிருந்து திரும்பி வருகையில் ஒரு சிறிய வானொலிப் பெட்டியுடன் வந்தார். பயணங்கள் குறுகியதாகச் சில நாட்களே இருந்தால் அவர் தனது நண்பர்களுடன் இஸ்தான்புல்லிலேயே தங்கிவிடுவார் என்பது எங்களுக்குத் தெரியும். நீண்ட பயணமென்றால் அவரைச் சிறைக்கைதியாக நகரத்தின் சிறைகளில் பிடித்து வைத்திருப்பார்கள் அறிந்தோம். இந்த முறை அவர் நீண்ட நாட்களாகப் பயணத்தில் வெளியே இருந்தார். திரும்பி வந்தபோது வெளுத்து மெலிந்திருந்த அவர் முகத்தில் கவலை தென்பட்டது. அதனைப் பார்த்துவிடக் கூடாதென்பதற்காகவும் எங்கள் அன்பைப் பெறவும் தனது சூட்கேஸைத் திறந்து சிறிய பரிசுப் பொருட்களை வெளியே எடுத்தார். அது ஒரு ரேடியோ. முதல்முதலாக நாங்கள் அதைப் பார்த்தோம். வேறு பரிசுப் பொருட்களை விடவும் அது எங்களைச் சிலிர்க்கச் செய்தது. அன்று மாலை வானொலி நிகழ்ச்சியில் ஒரு நாவல் வாசிக்கப்பட்டதை நாங்கள் கேட்டோம். ஒரு ஆண் ஒரு பெண்ணைக் காதலித்தான். ஆனால் அவள் அவனை நிராகரித்தாள். இஸ்தான்புல்லை விட்டுவிட்டுப் பாரிசுக்குச் சென்ற அவள் பல ஆண்டுகள் கழித்துத் திரும்பினாள். அவர்கள் மீண்டும் சந்தித்துக்கொண்டனர். தேநீர் அருந்த ஒரு தோட்டத்திற்குச் சென்றனர். மரங்கள் தங்கத் தாள்களாக இலைகளை உதிர்த்தன. அவள் சிகரெட்டை அவன் பற்றவைத்தான். அசைந்து செல்லும் படகுகளையும் டாப்காப்பி அரண்மனையையும் தோட்டத்திலிருந்து பார்த்த அவர்கள் அந்தக் காட்சியிலேயே ஆழ்ந்து விட்டனர். வாழ்த்து அட்டையில் இருக்கும் காதல் தம்பதியரின் அழகிய படத்தைப்போல் அப்போது அவர்கள் தோன்றினர் என்பதாக நாவல் வருணித்தது. இறுதியில் அந்தப் பெண் திரும்பி அவன் கண்களுக்குள் ஆழ்ந்து பார்த்தாள். காதல் மயக்கத்திலிருந்த அவனைப் பாலைவனத்திற்கு ஆசை விரட்டியதை அந்தக் கண்களில் கண்டாள். உனக்குப் பாலைவனம் இருக்கிறதா என அவள் அவனிடம் கேட்டாள். நீ இல்லாத நகரம் எனக்குப் பாலைவனமாகிவிடும் என்றான் அவன். ஒரு நாள் காலையில் கண் விழிக்கும்போது வயதான பெருச்சாளியாக நான் மாறியிருந்தால் நீ என்ன செய்வாய் என அவள் கேட்டாள். உன்மீது நான் பரிவு காட்டுவேன் என்றான் அவன். நீ இறந்தால் ஆழ்ந்த துயரத்தில் வருந்துவேன் என மேலும் கூறினான். மற்றொரு சிகரெட்டைப் பற்றவைத்த அவள் நான் உனக்கு ஒரு கதை சொல்லப் போகிறேன் என்றாள். அவள் அவனைச் சோதனை செய்வதாக தெரிந்தது. அந்த நாளின் தொடர் முடிந்ததெனவும் அடுத்த வாரம் அதே நேரத்தில் நிகழ்ச்சி தொடரும் எனவும் வானொலித் தொகுப்பாளினி அறிவித்தார். அந்தப் பெண் என்ன சொல்லப்போகிறாள் என்பதை அறிய நாங்கள் ஒரு வாரம் காத்திருக்க வேண்டியதிருந்தது.”

டாக்டர் தன் கண்களைப் பாதி மூடியிருந்தார். ஒருவேளை அவருக்குத் தலைவலி இருந்திருக்கலாம். வெளிச்சம் கண்களில் படாமல் திரும்பிக் கதவின் கம்பி அழியைப் பார்க்காமல் தவிர்க்க முயன்றார். ஆனால் ஆர்வத்துடன் என்னைக் கவனித்துக் கேட்டார்.

“அடுத்த வாரம் ரேடியோ பெட்டி பழுதடைந்தது. எவ்வளவு முயன்றும் என் அப்பாவால் அதைச் சரி செய்ய முடியவில்லை. சலிப்பின் அறிகுறி எங்கள் முகத்தில் தெரிந்ததை முதன்முதலாகப் பார்த்த அவர் நிச்சயம் எச்சரிக்கை அடைந்திருப்பார். கவலைப்படாதீர்கள் அந்த நாவலின்

கதை எனக்குத் தெரியும் என்றார் அவர். உண்மையிலேயே அவருக்கு நாவலின் கதை தெரியுமா? அவருக்குத் தெரியும் எனக் கிராமம் நம்பிற்று; அதற்கான தேவையும் இருந்தது. நாங்கள் அவரை நம்ப வேண்டியதிருந்தது. அப்பா ஒரு மந்திரவாதியைப்போலத் தன் விரல்களைச் சொடுக்கினார். கர்ப்பமடைந்த பெண்ணையும் வனதேவதையையும் நிழல்களாகச் சுவற்றில் பிரதிபலிக்கச் செய்தார். கொஞ்சங் கொஞ்சமாக வேட்டையாடிகளின் கதையைச் சுவரில் உயிர்பெறச் செய்தார். மலைக் குடிசையையும் அங்கிருந்த பெரிய பெட்டியையும் நிழல்களாக எங்களுக்குக் காட்டினார். அன்று இரவு முதன்முதலாக அந்த வேறு விதமான மகிழ்ச்சிக்கான ஏக்கம் எனக்கு ஏற்பட்டது. தங்க விளக்குகளால் ஒளிரும் இஸ்தான்புல்லுக்கு என்னையும் என் தந்தை அழைத்துச்செல்வார் எனக் கனவு கண்டேன். எங்களுக்கான கேள்வி ஏதேனும் அந்தக் கதையில் பொதித்துள்ளதா எனப் பின்னர் அவரைக் கேட்டேன். அதிலிருந்த கேள்வியும் பதிலும் என்னவென்று நீயே சொல்லு என்றார் அவர். நாவலில் வரும் பெண் அந்தக் கதையை அவனிடம் ஏன் சொன்னார்?"

"குஹெய்லேன் மாமா, எனக்கு விடுகதைகள் பிடிக்கும். ஆனால் விடுகதை என்னவென்றே தெரியாதபோது விடுகதைக்கான பதில் பற்றி என்ன கூறுவது?"

"விடுகதைக்கான கேள்வியையும் பதிலையும் நாங்களே கணித்துத் தீர்வு காண வேண்டுமென என் தந்தை கூறினார். மறுநாள் மாலைக்குள் அவரிடம் கூற வேண்டுமாம்."

"நீங்கள் கூறினீர்களா?"

"என் அம்மா கூறினார். எங்கள் வீட்டில் விடுகதைகளில் அவர் நிபுணர்."

"விடுகதைக்குப் பதில் கூற எனக்குச் சிறிது நேரம் பிடிக்கும். நானும் நாளைக்குள் பதில் கூற முயற்சிக்கிறேன்."

"சரி டாக்டர். இங்குதான் நமக்கு நேரம் நிறைய இருக்கிறதே."

முழங்கால்களை வளைத்து முட்டுக்களில் தலை வைத்துத் தூங்கிக் கொண்டிருந்த திமிர்த்தே எழுந்து உட்கார்ந்தான். கண்களைத் தேய்த்தான் திமிர்த்தே. தன் இரு கைகளையும் மடித்துப் போர்வையாக நெஞ்சில் வைத்திருந்தான். அவனுக்குக் குளிரடித்தது தெரிந்தது. தூங்கியவாறிருந்த காமோவைப் பார்த்த அவன் "எனக்குப் பொறாமையாக இருக்கிறது, குளிரடிக்கும்போதும் காமோவால் தூங்க முடிகிறது. இங்கே இருப்பவர்களில் எனக்கே அதிகம் குளிரடிப்பதாக நினைக்கிறேன்."

"உன்னால் தூங்க முடியாதா?" என்றேன்.

"இல்லை. என்னால் முடியாது" குஹெய்லேன் மாமா, உங்கள் கதையைக் கேட்டேன். ஒரு சினிமா பார்ப்பதுபோல் இருந்தது. புயலடித்த இரவு, காற்றில் சுழலும் பனிக் காற்று, விளக்கொளி வீசும் சன்னல் குடிசை என்று கண் முன்னால் காட்சிகள் உயிர் கொண்டன. எல்லாவற்றுக்கும் மேலாக மாப்பிள்ளைப் பையனின் தலைவிதியை ஏதாவது வழியில் மாற்ற முடியுமா என்ற கேள்வி எழுவது கதையின் இறுதில்தான் என்று நினைக்கிறேன்."

"கேள்வி அந்த அந்த அளவு எளிமையானதெனில் பதிலும் எளிமை யாகவே இருக்க வேண்டும். பதில் உனக்குத் தெரியுமா?" என்று டாக்டர் கேட்டார்.

"ஆம், நிச்சயமாக எனக்குத் தெரியும் டாக்டர். அவன் தலைவிதியை அவர்களால் மாற்ற முடியாதென்று நினைக்கிறேன்."

"ஏன் முடியாது? அவர்கள் மாப்பிள்ளைப் பையனை அவனாகவே பெட்டிக்குள் போகும்படி செய்திருந்தால் அவன் காப்பாற்றப்பட்டிருப்பான்."

"அப்படி நடந்தால் ஒரு வேட்டையாடி ஓநாயாக மாறியிருப்பான். மீதி இரு வேட்டையாடிகளையும் அழித்துப் பெட்டிக்குள் சென்றிருப்பான்."

டாக்டர் மறுத்தார். அப்படியானால் ஓநாயைக் கொல்லும் வாய்ப்பு மற்ற வேட்டையாடிகளுக்குக் கிடைத்திருக்கும். மாப்பிள்ளைப் பையனைக் காப்பாற்றுவது மட்டும் வேட்டையாடிகளின் விருப்பமில்லை. ஓநாயை நேருக்கு நேர் சந்திக்க விரும்பினர். தங்கள் விரல்களைத் துண்டித்தனர். ரத்தம் சிந்தினர். இவ்விதம் ரத்த வாசனை காட்டி ஓநாயை ஈர்க்க விரும்பினர். ஓநாய் தங்களுக்குச் சவால்விட வேண்டும் என விரும்பினர்" என்றார்.

ஏதோ பரீட்சையில் கேள்விக்குப் பதில் காண முயல்பவன்போல் யோசனையில் ஆழ்ந்தான் திமிர்த்தே. "சிறிது நேரத்தில் இதற்கான பதிலைச் சொல்கிறேன்" என்றான்.

டாக்டர் என்னிடம் திரும்பினார். "குஹெய்லேன் மாமா, உங்கள் அம்மா சொன்ன பதில் என்ன? தலைவிதியை மாற்ற முடியாதென அவரும் சொன்னாரா?"

"இல்லை. அவள் வேறெதையோ நினைத்தாள்."

"என்னிடம் பதில் உள்ளது. நீங்கள் கேட்பீர்களா?"

"என்ன அவசரம் டாக்டர்? நாளைக்குள் பதில் சொல்லாமென நீங்கள் என்னிடம் சொன்னீர்கள்."

"திமிர்த்தேயுடன் நீங்கள் பேசிக்கொண்டிருந்தபோது எனக்கு வேறு ஒன்று தோன்றியது. வேட்டையாடிகள் கதையில் விடுகதைக்கான கேள்வி என எதுவுமில்லை. கதைக்கு உள்ளே அந்தக் கேள்வி வராது; ஆனால் வெளியே உள்ளது. வானொலியில் ஒலிபரப்பப்பட்ட நாவலில் வரும் பெண்மணியின் கேள்வி வேறு. அதற்கான பதிலை அவள் அவனிடமிருந்து எதிர்பார்த்தாள். அதன் காரணமாகவே அவள் கதை சொன்னாள். இல்லையா?"

"நன்றாக யோசிக்கிறீர்கள். மேலும் சொல்லுங்கள்."

"தனக்காகத் தியாகம் செய்ய எந்த அளவு அவன் தயாராக இருந்தான் என்பதை அறிய அந்தப் பெண் விரும்பினாள். அவள் வேண்டியது பிரச்சினைக்கான தீர்வை அல்ல. பிரச்சினையை எதிர்கொள்ளும் தைரியம் அவனிடமிருந்ததா என்பதை அறிய விரும்பினாள்."

"என் அம்மா போலவே நீங்கள் பேசுகிறீர்கள் டாக்டர். நாவலின் கதை உங்களுக்கு ஏற்கெனவே தெரியுமா?"

"இல்லை தெரியாது."

"சந்தோஷமான முடிவையே நாவல் கூறுகிறது. என் தந்தையைப் பொறுத்தவரை சில சமயங்களில் சிலரின் காதல் மலர்வதற்கு நாளாகும். இந்த நாவலின் விதியும் அதுதான்" என்றேன்.

தனக்குத் தானே கூறிக்கொள்வதுபோல, "நாவலின் விதி அது" என்றார் டாக்டர். சிறையின் சுவரில் டாக்டர் நகத்தால் ஒரு கோடு கீறினார். "விதி என்பது இதுபோன்ற ஒரு கோடா? அது மாறுவதில்லையா? தூக்கத்திலிருந்து விழித்ததும் இதனை காமோவிடம் கேட்பேன். நீங்களும் சற்றுத் தூங்கி சிறிது ஓய்வு எடுத்துக்கொள்ள வேண்டும் குஹெய்லேன் மாமா."

"எனக்குத் தூக்கம் வரவில்லை. காமோ ஆழ்ந்து தூங்குகிறான். அவன் முகத்தில் வெட்டுக் காயங்களோ வடுக்களோ இல்லாதிருக்கலாம். ஆனால் அவன் தலை உடைந்து போகுமளவு விசாரணையாளர்கள் நேற்று அவனைக் கடுமையாக அடித்தார்கள். தரையில் தள்ளி உதைத்தார்கள்."

நேற்று காமோவை அடித்து உதைத்துச் சிறைக்கு இழுத்து வந்தபோது நாங்கள் இருவரும் பாதி உயிர் போன நிலையில் இருந்தோம். தூங்க முடியாத அளவுக்கு வலி இருந்தது. காமோவை விடவும் எதிர்ச் சிறையிலிருந்த ஸீன் சேவ்டாவைப் பற்றியே நான் அதிகம் கவலைப்பட்டேன். அவள் தானாகவே முன்வந்து அவர்கள் தன்னை அடிக்கும்படி செய்தது ஏன் என வியந்தேன். வராந்தாவின் மத்தியில் இரு கைகளையும் விரித்தவாறு என் முன்னால் மண்டியிட்டு நின்றாள். அடித்து உதைத்த பின்னரும் அவள் பின்வாங்கவில்லை. அப்படியே இருந்தாள். விசாரணையாளனின் கையைத் திடீரெனப் பற்றிப் பிடித்து அவளை ஆதரித்துக் காப்பாற்ற காமோ முயன்றபோது எல்லோரையும்போல ஸீன் சேவ்டாவும் ஆச்சரியமடைந்தாள்.

"இல்லை. விசாரணையாளனின் கையை நான் பிடிக்கவில்லை. அவனை எதேச்சையாகத் தொட்டேன். அதனால் அவன் என்னைத் தாக்கினான்" என்றான் காமோ.

எனக்கு நன்றாக நினைவிருக்கிறது. என் உடல் முழுவதும் ரத்தம் வடிந்து கொண்டிருந்தது. கால்களை என்னால் அசைக்க முடியவில்லை. அவை ஈயத்தைப்போலக் கனமாக இருந்தன. வராந்தாவின் இருபுறங்களிலும் வரிசையாக நின்றிருந்த சிறைக் கைதிகளை அப்போதும் என்னால் அடையாளம் காண முடிந்தது. சத்தத்தைக் கேட்க முடிந்தது. ஸீன் சேவ்டா கைகளை அகல விரித்து என் எதிரே மண்டியிட்டவாறு நின்றுகொண்டிருந்தாள். சித்திரவதை செய்துகொண்டிருந்தவனின் கை மணிக்கட்டை இழுத்துப் பிடித்து அவனைச் சுவற்றில் வீசினான் காமோ. கீழ்த்தரமான சொற்களும் அலறல்களும் அங்கே வெளிப்பட்டன. ஸீன் சேவ்டாவை அவர்கள் அடித்துத் துவைத்தனர், காமோவைத் தாக்கினர். என்னால் என் நாவை அசைக்கவும் முடியவில்லை. மிகுந்த சிரமத்துடன் மூச்சுவிட முடிந்தது. மூச்சுச் சத்தமும் தொண்டையிலிருந்து வருவதுபோல் கரகரத்துக் கேட்டது.

"நீங்கள் தவறாகப் புரிந்துகொண்டிருக்கிறீர்கள் குஹெய்லேன் மாமா. அந்த இளம் பெண்ணுக்கு நான் உதவி செய்யவில்லை. அப்படியே

செய்திருந்தாலும் அதனால் எவ்வித மாற்றமும் விளைந்துவிடாது. அவரவர் வேதனையை அவரவரே பார்த்துக்கொள்ள வேண்டும். சொந்தப் பிரச்சினைகளே எனக்கிருக்கும்போது வேறொருவர் பிரச்சினைகளில் நான் மூக்கை நுழைக்க முடியாது. இந்த உலகில் ஒருவர் படும் வேதனையை யாராலும் தணிக்க முடியாது. இது எனக்கு நன்றாகத் தெரியும். சித்திரவதை செய்தவனை நான் தாக்கவில்லை. அந்தப் பெண்ணையும் நான் பாதுகாக்கவில்லை. என்ன வேண்டுமானாலும் நினைத்துக்கொள்ளுங்கள். எனக்குக் கவலை இல்லை" என்றான் காமோ.

(ஸீன் சேவ்டாவின்மீது) பரிவு காட்டியதற்காக காமோ வருந்தினானா? பிறர்மீது அக்கறை காட்டுவது அவனை அவஸ்தைக்குள்ளாக்கியதா? சிலர் தனிமையைத் தவிர்த்தார்கள். வேறு சிலர் தீமையை நாடிச் சென்றார்கள். காமோவோ மிகச்சிறிய இந்தச் சிறையில் தஞ்சமடைவதற்காக இடம் தேடியவாறிருந்தான். எப்போதாவது பேசினான். தலை குனிந்தவனாகக் கால் விரல் நுனியையே பார்த்தவாறிருந்தான். ஓர் எறும்பைப்போல அவன் பார்வை தரையில் அலைந்துகொண்டிருந்தது, சுவர்களின் மீதேறி வளை தேடி மெதுவாகப் பார்வை நகர்ந்தது, ஒளிந்துகொள்ளச் சுவரில் கீறலைத் தேடிற்று. இறுதியில் கால் விரல் நுனிக்கே திரும்பி வந்தது. "காலம் ஒரு வேசி" அவன் தனக்குள் முனகினான். தூங்குவதற்காகத் தலை சாய்த்தபோது, "காலம் ஒரு வேசி" என மந்திரம்போல் அதே சொற்களைத் திரும்பவும் உச்சரித்தான்.

பூமிக்கு மிகவும் கீழேயுள்ள இந்த நிலவறைச் சிறைக்குள் எங்களின் உடலசைவுகள் மிக நிதானமானவையாக மாறியிருந்தன. உடலின் பாரம் மேலும் மேலும் அதிகரித்தவாறிருந்தது. மேலே நிலப்பரப்பிலுள்ள உலகின் வேகத்திற்குப் பழகிப்போன எங்களின் மனம் இங்குள்ள சூழ்நிலைக்கேற்ப மாற முயல்கையில் தடுமாறிற்று. எங்கள் குரலே எங்களுக்கு அந்நியமானது. மிகச்சிறிய சப்தமும் எங்கள் காதுகளில் அதிர்வலையை எழுப்பிற்று. சித்திரவதையால் சேதமடைந்த எங்களின் விரல்கள் எங்களுக்குச் சொந்தமில்லாதவைபோலத் திடீர்திடீரென இருளில் வலித்துக்கொண்டன. இதில் மிகச் சிரமமான விஷயம், எங்களால் பிறரை அடையாளம் காண முடியவில்லை என்பதல்ல; நாங்கள் எங்களை அடையாளம் கண்டுகொண்டோம் என்பதே. இந்தக் கொடுங்கனவா எங்களின் வாழ்க்கை? வேதனைக்கு ஆளாகிக்கொண்டிருக்கும் இந்த உடல் யாருடையது? மேலும் மேலும் அதிகமாய் எவ்வளவுதான் அது வலி தாங்க முடியும்? இங்கே எங்களுடைய மிக மோசமான எதிரி அழுகி நாற்றமடிக்கும் காலம்தான்; அது எங்களுக்கு முன் நீண்டு சென்றவாறு உள்ளது. வயல்களை உழும் ஏர்போல, நமது சதைக்குள் ஆழமாகத் தன்னைப் புதைத்துக்கொண்டுள்ள காலம் எங்கள் ரத்தத்தை மேலும் மேலும் உறிஞ்சியவாறு உள்ளது.

இங்கே நிலவறையின் காலத்திற்குப் பதிலாக வெளியே உள்ள காலத்தையா காமோ குறிப்பிட்டான்? கண்ணுக்குப் புலப்படாத ஏணியால் சென்றடையும் மேல் உலகின் காலத்தையா? அங்கே ரயில் நிலையங்களோ, மனிதர்கள் நிரம்பிய படகுகளோ, இரு புறமும் வரிசையாய் மரங்கள் அடர்ந்த அகன்ற தெருக்களோ இல்லை; நடந்து செல்லும்போது நெரிசலில் ஒருவரையொருவர் மோதிக்கொள்வதுமில்லை. விளக்குக் கம்பங்கள்,

பாலங்கள், கோபுரங்கள் என எதுவுமில்லை. ஒவ்வொன்றும் மகத்தான அர்த்தம் கொண்டிருந்தது. அந்த அர்த்தத்தின் ஒரு பகுதி அவசரம்; மற்றொன்று பதற்றம். மிகச்சிறிய ஒவ்வொரு விஷயமும் மகத்தான அந்த அர்த்தத்தைப் பிரதிபலித்தது. கீழே இழுத்துவிடப்பட்ட திரைச் சீலைகள், வேலை நாள் முடிந்ததும் பணியிடத்திலிருந்து வெளியேறுதல், காதலர் சந்திக்கும் சதுக்கங்கள் ஆகிய அனைத்தும் அந்த உலகின் காலத்தின் பிரதிபலிப்புக்களே. நாட்கணக்காக நகரில் சேர்ந்துள்ள அழுக்கு, தூசுகளைக் கழுவிச் சுத்தம் செய்யும் மழையும், சூரியனின் முதற் கதிரொளி எழுவதும் அந்த அர்த்தத்தின் பகுதிதான். மகப்பேறு மருத்துவமனைகளிலும், முக்கியச் சாலைகளுக்கு அப்பாலுள்ள சிறிய தெருக்களிலும், பின்னிரவு மதுக் குடில்களிலுமுள்ள காலக் கடிகாரத்தின் டிக் டிக் ஒலி நகரின் வேகத்துடன் வேடிக்கையாக விளையாடுகிறது. சூரியனையும் நிலவையும், நட்சத்திரங்களையும் மறந்து நடைமுறை சார்ந்த காலத்துடன் மட்டுமே மக்கள் வாழ்ந்தனர். வேலைக்கு, பள்ளிக்கூடத்திற்கு, சந்திப்பதற்கு, உணவுக்கு வெளியே செல்ல என ஒவ்வொன்றுக்கும் கால நேரம் ஒதுக்கிக்கொண்டனர். இவை அனைத்திற்கும் பிறகு தூங்குவதற்கான நேரம் வந்தபோது உலகைப் பற்றிச் சிந்திப்பதற்கான வலுவோ ஆர்வமோ அவர்களிடம் எஞ்சியிருக்க வில்லை. இருளுக்குள் தங்களை அவர்கள் அனுப்பிக்கொண்டார்கள். ஒவ்வொரு பொருளிலும் ஒளிந்திருக்கும் ஒரேயொரு அர்த்தத்தால் அவர்கள் இழுத்துச் செல்லப்பட்டனர். அந்த அர்த்தம் எது? எங்கே அது இழுத்துச் சென்றது? இதுபோன்ற கேள்விகளில் குழம்பிவிடாதிருக்கச் சின்னச் சின்னச் சந்தோஷங்களை அவர்களே உருவாக்கி அவற்றை விடாப்பிடியாகத் துரத்திக்கொண்டிருந்தார்கள். வாழ்வின் துன்பங்களிலிருந்து இவ்விதம் தப்பியோடி நிம்மதியாகத் தூங்கினர். இப்படியாகத் தங்கள் மனதின் சுமையை இலகுவாக்கிக்கொண்டார்கள். அதாவது, அப்படி நம்பினார்கள். அவர்களுக்குள் இருந்த சுவர் இடிந்து விழுந்து அவர்களுடைய இதயங்களும் நொறுங்கிப்போகும்வரை அவர்கள் இதை நம்பினார்கள். நொறுங்கிய குவியலின் அடியில் துடித்துக்கொண்டிருப்பது இதயத் துடிப்பு அல்ல, காலத்தின் துடிப்பு என அறிய வந்தபோது அவர்கள் அஞ்சினார்கள். என்னதான் மறுத்தாலும் காலச் சிறுக்கியின் ஆதிக்கத்தை அவர்களால் தவிர்க்க முடியவில்லை. மனிதனின் தோலையும் நகரத்தின் நாளங்களையும் அது ஊடுருவிக் கசிந்தது.

இத்தகைய காலத்தின் மீதா காமோ நம்பிக்கை கொண்டிருந்தான்? இதன் காரணமாகவா அவன் தன் தலை தாழ முன்னால் குனிந்தவாறிருந்தான்? அவன் பெருமூச்செரிந்தும் சபித்தவாறுமிருந்தான். நிலவறையிலிருந்த அவன், மேலே நிலப் பரப்பிலிருந்த பதற்றத்தின் பலியாடாகவே இன்னுமிருந்தான். அவன் அவனாகவே இருக்க முடிந்த ஒதுக்கமான இடத்தைத் தேடிக் கொண்டிருந்தான். அவன் இளைஞன்தான்; எனினும் வாழ்வின் இறுதிக்கே வந்துவிட்டதாக நினைத்தான். அவன் பார்த்தது எதிர்காலத்தை அல்ல; இறந்த காலத்தை. அவனைச் சித்திரவதை செய்தவர்களுக்கு இது தெரியும். “ஏய் கிழவா, உனது சிறைச் சகாவான காமோவைப் போல் ஏராளமான ரகசியங்களை நீ ஒளித்து வைத்திருக்கிறாயா? உனது ஞாபகங்கள் அவனைப்போல அவ்வளவு ஆழமானவையா?” என அவர்கள் என்னைக் கேட்பதுண்டு.

கடும் வேதனையில் துடித்துக்கொண்டிருந்த அந்தச் சமயத்திலும் என் ஞாபக சக்தியின் எல்லைபற்றி அறிந்துகொள்ளும் ஆவல் வந்தது. எனக்குத் தெரிந்ததை விடவும் தெரியாதவை பற்றி நினைவுபடுத்திக்கொள்ள முயன்றேன். மறக்க வேண்டும் என்று எந்த அளவுக்கு விரும்பினேனோ அந்த அளவுக்கு என் நினைவாற்றல் ஞாபகப்படுத்திக்கொள்ள முயன்றது. சில சமயங்களில் உரக்கக் கத்தினேன். சில சமயங்களில் மவுனமாக இருந்தேன். வேதனையின் கடுமை இதற்குமேலும் நீடிக்க முடியாது என ஒவ்வொரு தடவையும் எனக்கு நானே சொல்லிக்கொள்வேன். பிறகு வலி இன்னும் கடுமையாகிப் புதிய உச்சம் தொடும். கண்டுபிடிப்பு ஒரு விந்தையான உணர்வு! வேதனையையும் மனிதர்கள்தாம் கண்டுபிடித்தனர். என் சதை கிழிக்கப்பட்டும் எலும்புகள் நொறுக்கப்பட்டும் புதிய வேதனைகள் தொடர்ந்து எனக்கு அறிமுகமாயின. “உன்னைப்பற்றி என்னதான் நீ நினைத்துக்கொண்டிருக்கிறாய்? சிலுவையில் தொங்கும் ஏசு என்றா?” என விசாரணையாளர்கள் என்னைக் கேலி செய்வார்கள். இரு புறமும் கைகள் விரிந்தவாறிருக்கத் தோளோடு சேர்த்து உத்தரத்தில் கட்டித் தொங்கச் செய்தார்கள். தொங்கும் கால்களுக்குக் கீழே இருந்தது வெறுமை. தோள்களுக்கு மேலே முடிவின்மை. நிலைத்த புள்ளியாக வானிலிருந்த என்னை உலகும் நட்சத்திரங்களும் சுற்றி வந்தவாறிருந்தன. கடுமையான வேதனையிலிருந்த அந்த வேளையில் என்னை அறிந்துகொள்ள முயன்றேன். விசாரணையாளர்கள் சிரிப்பார்கள். “உன்னைப்போல் எத்தனையோ பேர் சிந்திய ரத்தத்தைக் கூறு போட்டு நாய்களுக்கு உணவாக அளித்திருக்கிறோம் தெரியுமா? ஏசுபிரானைச் சிலுவையில் அறைந்ததும், சூஃபி மன்சூர் அல் – ஹல்லாஜ்[1] – ஐச் சாகும்வரை சித்திரவதை செய்து கொன்றதும் நாங்கள் தாம். உங்களை விடவும் எங்கள் வரலாறு மகத்தானது. அராஜகவாதியான எட்வேர்டு ஜோரிஸை உனக்குத் தெரியுமா? சுல்தான் அப்துல் ஹமீதைக் கொல்வதற்கு இஸ்தான்புல்லுக்கு அவன் வந்தான். வெள்ளிக்கிழமை தொழுகைக்காக எல்டிஸ் பள்ளிவாசலுக்கு அப்துல் ஹமீது வருவது வழக்கம். தொழுகை முடிந்து வெளியே வந்து தனது குதிரை வண்டிக்கு நடந்து செல்ல அவருக்கு 42 கணங்கள் பிடிக்கும். அதைக் கணக்கிட்டு சுல்தானைக் குண்டு வைத்துக் கொல்வதற்கு ஜோரிஸ் திட்டமிட்டிருந்தான். ஆனால் தொழுகை முடிந்ததும் பள்ளிவாசலிலிருந்து குதிரை வண்டிக்குச் செல்லும் வழியில் ஷெய்குல் இஸ்லாமைப் பார்த்த சுல்தான் அவருடன் சற்று நேரம் பேசிக்கொண்டிருந்ததால் குண்டு வெடித்துக் கொல்லப்படாமல் தப்பித்தார். 26 பேர் இறந்தார்கள். அராஜகவாதியைப் பிடித்தார்கள். அவனை நாங்கள் என்ன செய்தோம் தெரியுமா? அவன் எலும்புக்குள் ஆணி அடித்தோம், அவன் விரல் நகங்களை ஒவ்வொன்றாகப் பிடுங்கினோம். எங்களுக்கு அடிமையாகச் சேவகம் செய்ய வைத்தோம். யார் இந்த அராஜகவாதிகள்? தங்களைப் பற்றி அவர்கள் என்ன நினைத்துக்கொண்டிருக்கிறார்கள்? ஏசுபிரானே வலி தாங்க முடியாமல் சரணடைய வில்லையா? இறுதி மூச்சு விடுகையில் என்னை ஏன் மறந்தீர் தந்தையே என இறைவனை அவர் நிந்திக்கவில்லையா? வேதனையில் துடிக்கும்போது எல்லோருமே ஆதரவற்ற தனியர் தாம். நீயும் அவர்களின் தொடர்ச்சிதான்.”

---

1. ஒன்பதாம் நூற்றாண்டுப் பாரசீக மெய்ஞானியும் புரட்சியாளரும் கவிஞரும் சூஃபி ஆசானுமாவார். மதநம்பிக்கைக்கு எதிரானவர் எனக் குற்றம்சாட்டப்பட்டுச் சித்திரவதை செய்யப்பட்டு மரணமடைந்தார்.

கண்களைக் கட்டி உத்தரத்தில் தொங்கிக்கொண்டிருந்தபோது எங்கிருந்தேன், என்ன நடந்துகொண்டிருந்தது ஆகிய எதுவும் எனக்குத் தெரியாத மறதி நிலையிருந்தேன். தூரத்தில் ஓநாய் ஊளையிடுவதைக் கேட்க முடிந்தது. எத்தனை நாட்கள், அல்ல, எத்தனை வாரங்களுக்கு முன்பு அது நிகழ்ந்தது? முழங்கால் ஆழமிருந்த பனியில் தடுமாறிக்கொண்டிருந்த ஓர் இரவில் ஒரு ஓநாயைப் பார்த்தேன். ஹேம்னா மலைக்குமேல் தொங்கிக்கொண்டிருந்த மேகங்கள் கலைந்து நட்சத்திரங்கள் ஒவ்வொன்றாக வெளிப்பட்டுக்கொண்டிருந்தன. அன்று முழு நிலவு. வனப் பகுதியில் உயரமான இடத்தில் நின்றவாறு அந்த ஓநாய் என்னைக் கூர்ந்து கவனித்துக் கொண்டிருந்தது. நான் தனியாக நின்றிருந்தேன். வனத்திலுள்ள அனைத்து ஓநாய்களின் மொத்தப் பசியும் அதன் கண்களில் தெரிந்தது. அந்த இருளில் அனைத்தையும் விட்டுவிட்டு என்னை மட்டும்தானா அந்த ஓநாயால் கண்டுபிடிக்க முடிந்தது? ஒரு மானையோ அல்லது ஒரு முயலையோ அதனால் மோப்பம் பிடிக்க முடியவில்லையா? என் கோட்டுப் பையிலிருந்த தானியங்கித் துப்பாக்கியை வெளியே எடுத்துக் குளிர்ந்த அதன் பிடியைப் பற்றினேன். குண்டுகளைத் துப்பாக்கியில் ஏற்றினேன். ஓநாயின் மலையை நான் அறிவேன். அவற்றின் வசிப்பிடம் அதுதான். கடந்துசெல்லும் பயணி தான் நான். மலைக்குப் பின்னால் இருக்கும் கிராமத்துக்கு விடிவதற்குள் நான் செல்ல வேண்டும்.

எனக்குத் தெரிந்த காயமடைந்த ஓர் இளம் வயதுப் பையன் கிராமத்திலிருந்த ஓர் இடையன் வீட்டில் குணமடைந்துகொண்டிருந்தான். விடிவதற்குள் அந்தப் பையனைக் கிராமத்திலிருந்து வெளியே கொண்டுவர வேண்டும். தாமதிக்கக் கூடாது. சில பகுதிகளில் பனி அடர்ந்திருந்ததால் சிரமத்துடன் நடந்தேன். எனது நடையின் வேகம் குறைந்தது. தடுமாறினேன். முதுகில் பாறைகளைச் சுமந்திருப்பது போன்ற சுமையை உணர்ந்தேன். என் உடலே பாரமாய்க் கனத்தது. கழுத்தில் வியர்வை வழிந்தோடியது.

புதிய சமவெளிக்கு வந்துசேர்ந்ததும் சற்று நின்றேன். அவிழ்ந்த ஷூ நாடாவை இறுக்கித் திரும்பவும் கட்டினேன். அணிந்திருந்த எனது கோட்டில் படிந்திருந்த பனித் துகள்களை உதறினேன். என்னைப் பின்தொடர்ந்து வந்த ஓநாயும் காத்திருந்தது. பனிச் செதில்கள் அதன் வாலை மூடியிருந்தன. அதன் பார்வை என்னைத் துளைத்தது. அந்தச் சரிவிலேயே அது அசையாமல் நின்றது. பனி அடர்ந்த பாதையில் நடப்பது அதற்கும் கடினமாகவா இருந்தது? நலிவுற்றிருந்த அதன் உடலைப் பார்க்கையில் குளிர்காலம் அதற்கு மிகக் கடுமையானதாக இருந்திருக்க வேண்டும். ஓநாய் நெருங்கி வரவுமில்லை விலகிச் செல்லவுமில்லை. துப்பாக்கித் தோட்டா பாயும் தூரமே எங்களுக்கிடையே இருந்தது. ஆனால் அந்த ஓநாய்க்கு எந்தக் கெடுதலும் நான் செய்யப்போவதில்லை. ஷூ நாடாவைக் கட்டும்போது பனித் தரையின்மீது வைத்திருந்த துப்பாக்கியை எடுத்து கோட்டுப் பாக்கெட்டிற்குள் வைத்தேன். வெறுங் கைகளைக் காற்றில் அசைத்து ஓநாய்க்குக் காட்டினேன்.

வானத்தை நோக்கித் திரும்பிய ஓநாய் ஊளையிடத் தொடங்கிற்று. ஒவ்வொரு எதிரியையும் தோற்கடிக்க வேண்டும் அல்லது தனியே சாக வேண்டும் என்பதற்குத் தயாராக இருந்தது ஓநாய். பசி ஒன்றையே அது

அஞ்சியது. ஓநாய் ஊளையிடும் சத்தம் வானினூடேயும் வனத்தினூடேயும் வெகு தூரத்தில் எதிரொலித்தது. கடுமையான காற்றையும் மீறிப் பல ஆண்டுகளாய் இருந்துவரும் ஒரு பாறையைப்போல் மலைக்குன்றின்மீது அந்த ஓநாய் நின்றிருந்தது. இந்த ஓநாயைவிட வலுவான மற்றொரு ஓநாய் எதுவுமில்லை. ஓநாயை விடவும் பசித்த உயிர் வேறெதுவும் இல்லை. ஒவ்வொருவரும் இதை அறிந்துகொண்டு ஓநாய்க்குத் தலை வணங்க வேண்டும். ஓநாய் ஊளையிடும் சத்தம் மேலும் மேலும் தொடர்ந்து ஒலித்தவாறே இருந்தது. பனி, காடு, இரவு என அதன் எதிரொலி எங்கும் கேட்டது. இறுதியில் நட்சத்திரங்களைச் சென்றடைந்தது.

ஓநாய் ஊளையிடுவதை நிறுத்தியதும் நான் தொடங்கினேன். அதைப் போலவே தலையை உயர்த்தி நானும் அலறினேன். என் குரல் அலை அலையாய் எதிரொலித்தது. கைகளை அகல விரித்து நட்சத்திரங்களை நோக்கி உயர்த்தினேன். அதே வானின் கீழேதான் நானும் இருக்கிறேன். எனது எதிரிகள் ஒவ்வொருவரையும் தோற்கடிப்பேன் அல்லது தனியே சாவேன். களைப்படையும்வரை உரக்கக் கத்தினேன். பின் சிறிது நிறுத்தி மூச்சு வாங்கினேன். கை நிறையப் பனிக்கட்டிகளை அள்ளி இரு கைகளாலும் உரசினேன். இவ்விதம் ஓநாயை நேருக்கு நேர் சந்தித்த அதே நபரா நான்? அல்லது ஓநாய் பின்தொடர்ந்து வந்த ஆளா? ஊளையிட்டு உரக்கக் கத்தியதில் யாருடைய சத்தம் அதன் முத்திரையை இரவின்மீது விட்டுச் சென்றது? என் சுவாசத்தில் பசியின் வாசனை இருந்தது. என் கழுத்து குளிர்ந்தது. இந்தக் காடு நான் வாழும் வீடா? அல்லது நான் இதைக் கடந்துசெல்லும் பயணி மட்டுமா?

நான் மேலே வானத்தைப் பார்த்தேன். அங்கே மற்றொரு வாழ்க்கை நமக்கு இருப்பதாக என் தந்தை கூறுவார். கண்ணாடியைப்போல நமது உலகின் பிரதிபிம்பம் அங்கு உள்ளது. இந்த உலகில் வாழும் ஒவ்வொருக்கும் வானில் ஓர் இரட்டை[2] உண்டு. வானில் மக்கள் பகலில் தூங்கி இரவில் விழிப்பார்கள். கோடையில் குளிரையும் குளிரில் வெப்பத்தையும் உணர்வார்கள். வெளிச்சத்தில் அவர்களால் பார்க்க முடிவதில்லை. ஆனால் இருளில் வெகு தூரத்திலுள்ள பொருளையும் அவர்களால் பார்க்க முடியும். இந்த உலகில் ஆண்கள் அங்கே பெண்களாக இருந்தனர்; பெண்கள் ஆண்களாக இருந்தனர். அங்கே வாழ்க்கையை அவர்கள் தீவிரமாக எடுத்துக்கொள்வதில்லை. ஆனால் கனவுகளுக்கு அதிக முக்கியத்துவம் தந்தார்கள். அந்நியர்களை அணைத்துக்கொள்ள அவர்கள் விரும்பினர். ஏழைகளாக இருப்பதற்கு அவர்கள் வெட்கப்படுவதில்லை. செல்வந்தர்களாக இருப்பதை அவமானமாகக் கருதினார்கள். சிரிப்பது அவர்களுக்கு அழுகை; அழுகை என்பது சிரிப்பு. யாராவது இறந்தால் அவர்கள் பாட்டுப் பாடி நடனமாடினர். குழந்தையாக இருந்தபோது வானத்தைப் பார்ப்பேன். அங்கே எனது மற்றொரு சுயத்தின் ஒரு துணுக்கையாவது கைப்பற்ற முயல்வேன். அந்த வாழ்க்கையில் நான் எவ்விதமாக இருந்தேன் என்பதை அறியும் ஆவல் எனக்கு இருந்தது. இப்போது இந்த இருளில் காடுகளைப் பற்றி ஆழமாக யோசிக்கையில் எங்களுக்கான இன்னொரு உலகம் காடுகளிலும் உள்ளதா என்ற கேள்வி எழுந்தது. யாருக்குத் தெரியும்? எங்களின் வாழ்வு

---

2. ஒருவரைப் போலவே இருக்கும் இன்னொருவர்

காடுகளின்மீதும் பிரதிபலிக்கக் கூடும். அதனால் எங்கள் குரல் காடுகளில் எதிரொலித்தது. அந்த எதிரொலி காடுகளிலிருந்த எங்களின் மற்றொரு வாழ்வின் எதிர்வினை. இந்தக் காட்டு மரங்களிடையே ஒவ்வொருவருக்கும் சமமான ஒரு விலங்கு மாற்று உண்டு. சில மான்கள், சில பாம்புகள். நான் ஓநாயாக இருக்கக் கூடும். மூர்க்கம் மிகுந்த தனியான, ஒட்டி உலர்ந்த ஓநாய். இப்போது பசியினால் முற்றாகக் களைப்படைந்துள்ள நான் ஒரு வயதான மனிதனை (எனது விலங்கு மாற்றான ஓநாய்) ஒரு பனி இரவில் பின்தொடர்ந்து சென்றவாறிருந்தேன்.

வறண்ட உறைபனி வானத்தைக் கண்ணாடியைப்போல் தெளிவாக ஆக்கியது. முழு வானத்திலும் நீல நிற ஒளி பரவியிருந்தது. மலைக் குன்றில் ஓநாய் நின்றிருந்ததைப் பார்த்தேன். என்னைப்போல அதுவும் ஓய்வுக்காக நின்றது. அதன் சுவாசம் இப்போது சீராக இருந்தது. காலத்தை வீணாக்கக் கூடாது. தொடர்ந்து போய்க்கொண்டிருக்க வேண்டும். மலைக் குன்றிலிருந்து கீழே மீண்டும் நடக்கத் தொடங்கினோம். ஆழமான கால் தடங்களைப் பனி அடர்ந்த பாதையில் விட்டுச் சென்றோம். அடிவானத்தில் எங்களின் கவனத்தைக் குவித்தோம். குன்றின் ஒவ்வொரு சாய்தளப் பரப்பை அடுத்தும் மற்றொரு சாய்தளப் பகுதி இருக்கும் என்பதையும் சாய்தளப் பகுதி ஒவ்வொன்றிலும் புதுக் காற்று வீசும் என்பதும் எங்களுக்குத் தெரியும். தனிமை எங்களுக்குப் பழக்கம்தான். வானத்து எரிமீன்களைப்போல இன்று இங்கே இருக்கும் நாங்கள் நாளை மறைந்துவிடுவோம். இதனாலேயே ஓர் அந்நியனுடன் அருகருகே நடந்து செல்வதில் மகிழ்ச்சியடைந்தோம். ஒருவர்மீது ஒருவர் நம்பிக்கை கொள்ள நிலா வெளிச்சத்தில் எங்கள் நிழல்களே எங்களுக்குப் போதுமானதாக இருந்தது. திரும்பி வரும் பயணத்திலும் நாங்கள் சேர்ந்தே வருவோமா? இதே வானின் கீழ் மீண்டும் சேர்ந்தே நடப்போமா? இடையனின் வீட்டிற்குச் சென்றதும் கொஞ்சம் இறைச்சியை எடுத்துவந்து திரும்பும் வழியில் ஓநாய்க்கு வைப்பேன். நான் அவசரமாகச் செல்வதற்கான இன்னொரு காரணம் இது.

ஓய்விற்காக எங்குமே நிற்காமல் ஹேம்னா மலையைக் கடந்தேன். முதுகில் வியர்வை பெருகி வழிந்தது. விடியும் முன் கிராமத்தை அடைந்தேன். கிராமத்தின் நுழைவாயிலில் இருந்த இடையனின் வீட்டைக் கண்டதும் சிறிது நின்று சுற்றுமுற்றும் பார்த்தேன். கிராமம் ஆழ்ந்த உறக்கத்தில் இருந்தது. புகைப்போக்கிகளுக்கு வெளியே மெலிதான புகைக் கீற்றுகள் மிதந்தன. பனி வீடுகளின் மேற்கூரையைப் போர்வையாய் மூடியிருந்தது. ஆனால் ஏராளமான கால் தடங்கள் பனி படர்ந்த பாதையில் பதிந்திருந்தன. எருதுகள், நாய்கள், கிராமவாசிகளின் கால் தடங்கள் அனைத்தும் அந்தப் பாதையில் ஒன்றாகக் கலந்திருந்தன. இடையனின் வீட்டுச் சன்னலிலிருந்து விளக்கு வெளிச்சம் மங்கலாகத் தெரிந்தது. வாயுவால் எரியும் விளக்கை ஏற்றி வைத்திருந்தான். அது எங்களுக்கான ரகசிய அடையாளம். விளக்கு ஏற்றப்படாதிருந்தால் ஏதோ தவறு நடந்துள்ளது என அறிந்துகொள்வேன். பின்னால் திரும்பிப் பார்த்தேன். சிறிது தூரம் தள்ளி என்னைக் கவனித்தவாறு ஓநாய் நின்றிருந்தது. அந்தப் பகுதியில் நாய்கள் இருப்பதை அது மோப்பம் பிடித்திருந்தால் இந்த அளவு அருகே அது வந்திராது. தனது உலகின் எல்லையிலேயே அது காத்திருந்தது. ஆனால் நாய்கள் எதுவும் கண்ணில் படவில்லை. முற்றத்தின் நுழைவாயிலிலும் அவை இல்லை.

குளிரினால் தானியக் களஞ்சியத்திற்கு அவை ஓடியிருக்கலாம். அல்லது கீழே கிராமத்திற்குச் சென்றிருக்கலாம். பனிப் பாதையின் மீதிருந்த கால் தடங்களைக் கவனமாகப் பரிசோதித்தவாறு வீட்டை நெருங்கினேன். ரப்பர் செருப்புத் தடங்களுக்கிடையே ராணுவ வீரர்களின் பூட்ஸ் தடங்களைப்போல் ஏதேனும் தென்படுகிறதாவெனச் சுற்றிலும் கூர்ந்து பார்த்தேன். சந்தேகப் படும்படியாக ஏதும் அங்கே தென்படவில்லை. சற்று நின்று காற்றை மோப்பம் பிடித்தேன். எதிரே இருந்த நிலச் சரிவை ஆராய்ந்தேன். என்னைத் தாக்குவதற்காக ராணுவ வீரர்கள் மறைந்திருந்தனர் என்பதை எப்படி யூகித்திருக்க முடியும்? என்மீது திடீர்த் தாக்குதல் நடத்த நேற்று இரவிலிருந்தே காத்திருந்தனர் என்பதை என்னால் எப்படி அனுமானித் திருக்க முடியும்? இருந்த ஒரே தடயம் நாய்கள் இல்லை என்பதே. எனவே சந்தேகம் எழவில்லை. சன்னலில் தெரிந்த விளக்கு வெளிச்சத்தை நம்பினேன். அதில் மட்டுமே என் மனம் இருந்தது. காயமடைந்த அந்தப் பையனைத் தூக்கிக்கொண்டு விடிவதற்குள் வெகு தூரம் சீக்கிரமே சென்றுவிட வேண்டும். ஆனால் முற்றத்தில் நுழைந்த கணத்தில் என் பயணம் முடிவுக்கு வந்தது. சுவருக்குப் பின்னால் பதுங்கியிருந்த ராணுவ வீரர்கள் என்மேல் பாய்ந்தனர். என் பாக்கெட்டிலிருந்த கைத்துப்பாக்கியை எடுக்க வாய்ப்பே இல்லை. என்னைத் தரையில் தள்ளித் தங்களின் நீள் துப்பாக்கியின் பின் புறத்தால் என் தலையில் அடித்தார்கள். என் கைகளைக் கட்டி வீட்டிற்குள் இழுத்துச் சென்றார்கள்.

வாயிலிருந்து வந்த ரத்தத்தை வெளியே துப்பியவாறு அலறினேன். கடுங் கோபத்தில் கண்ணீர் வந்தது. நான் இவ்வளவு எளிதாகப் பொறியில் மாட்டிக்கொள்வேன் என்றோ முயலைப்போல் வலையில் சிக்குவேன் என்றோ என்னால் நம்ப முடியவில்லை. நான் போராடினேன். தரையில் இருந்த வெந்நீர்க் கொதிகலனில் கால் தடுக்கியது. பின்னர் என்னைச் சுற்றிலும் பார்த்தேன். என்னைப்பற்றி யார் உளவு சொல்லியிருப்பார் எனத் தெரிந்துகொள்ள முயன்றேன். அங்கே இடையனும் இல்லை; காயமடைந்த பையன் இருப்பதான அறிகுறியும் தென்படவில்லை. உயரமான வாலிபன் ஒருவனை ராணுவ வீரர்கள் பக்கத்து அறையிலிருந்து கொண்டுவந்தார்கள். என்னைச் சுட்டிக்காட்டி "இவனா அது?" என அவர்கள் கேட்க "ஆம்" என்றான் அந்த வாலிபன். ஒரு கணம் யோசித்துப் பார்த்தேன். பின்னர் ஞாபகம் வந்தது. சென்ற ஆண்டு இந்த வீட்டிலிலிருந்து அவனை ஒரு (போராட்டக்) குழுவிடம் அழைத்துச் சென்றிருந்தேன். அவன் அந்தக் குழுவை மலையில் சந்திக்க இருந்தான். "இஸ்தான்புல்லிலிருந்து பொருட்களைக் கொண்டுவந்தவன் இவன்தானா?" என அவனைக் கேட்க, அதற்கும் 'ஆம்' என்று தலை அசைத்தான். "இஸ்தான்புல்லை இவன் மிக நன்றாக அறிவான்" என என்னைச் சுட்டிக்காட்டிக் கூறினான்.

இஸ்தான்புல்? எங்கிருந்து இந்தத் தகவலை அவன் பெற்றான்? சென்ற ஆண்டு அந்த வாலிபனை அந்த இரவில் சந்தித்த பின் இருவரும் மலைகளின் மீதிருந்த ஓர் இடத்திற்குப் பேசியவாறு சென்றோம். அந்த இடத்தில் சந்திப்பதென ஏற்கெனவே முடிவு செய்யப்பட்டிருந்தது. போகும் வழியில் வழக்கம்போல் இஸ்தான்புல் பற்றிப் பேசத் தொடங்கினேன். வேறொருவன் பார்வையில் அந்த நகரைக் காண்பதற்கும் புதிய விஷயங்களைக்

கற்றுக்கொள்வதற்கும் முயன்றேன். இஸ்தான்புல்லில் உள்ள கோல்டன் ஹார்ன்[3] பற்றி அவன் விவரிக்கையில் நான் அதன் மீதுள்ள பாலங்கள் பற்றி மேலதிகத் தகவல்கள் கூறினேன். விரிவான தெருக்களிலுள்ள கடைச் சாளரங்கள்[4] பற்றி அவன் கூறுவான். நான் சதுக்கங்கள் பற்றிய விவரங்களைக் கடைசியில் கூறுவேன். எனவே இஸ்தான்புல்லில் உள்ள எங்களின் நண்பர்களோடு தொடர்பு வைத்திருப்பவன் நான் தான் என்பதாக அவன் அனுமானித்திருக்கக் கூடும். அல்லது யாராவது ஒருவரின் பெயரைக் கூறும்படி அவர்கள் வற்புறுத்தியபோது அவன் மண்டைக்குள் தோன்றிய முதல் பெயர் என்னுடையதாக இருக்கலாம். "பொய்" என உரக்கக் கத்தினேன். ஆனால் அந்த ராணுவ வீரர்கள் என்னை நம்பவில்லை. ரத்தம் வரும்படியாக என்னை அடித்தனர். என் தொடர்பில் இருந்த நபர்களின் பெயர்களையும் முகவரிகளையும் கூறும்படி அதிகாரத்துடன் கேட்டார்கள். என் முன்னால் இஸ்தான்புல் வரைபடத்தை விரித்துச் சுற்றுப்புறங்களையும் தெருக்களையும் அதில் சுட்டிக் காட்டும்படி கூறினார்கள். இரண்டு வாரங்கள் இவ்வித விசாரணையில் கழிந்தது. இந்த நகரில் எனக்குத் தெரிந்த ரகசியங்களைக் கூறும்படி என்னை அதிகாரம் செய்தார்கள். எனக்குத் தெரிந்ததைக் கூறினர். இஸ்தான்புல் நகரிலுள்ள ஓடத் துறை[5], கப்பல் துறை, மரக் கட்டடங்கள் ஆகியவை பற்றிக் கூறினேன். கண்ணாடி பதிக்கப்பட்ட இஸ்தான்புல்லில் உள்ள வானளாவிய பல மாடிக் கட்டடங்கள், ஜூடாஸ் மரங்கள் அடர்ந்த அதன் தோட்டங்கள் ஆகியவை பற்றிக் கூறினேன். சூரியன் மறைவதைக் காண்பதற்கு ஏற்ற சிறந்த இடங்கள், வேகமாக மறைந்துவரும் பூங்காக்கள் ஆகியவற்றையும் அந்த வரைபடத்தில் காட்டினேன். அந்தப் பூங்காக்களுக்கு ஏராளமான பார்வையாளர்கள் வந்தாலும், வேலை நாள் முடிவில் அங்கே அமர்ந்து பேச முடிகிற சூழல் ஆகியவை பற்றியும் கூறினேன். இரவில் தூரத்து மின்மினிப் பூச்சிகளைப்போல மங்கியும் ஒளிர்ந்தும் நடுங்கிக்கொண்டிருந்த நகரின் விளக்குகள் பற்றி விவரித்தேன். "இஸ்தான்புல் நகரின் மீதான நம்பிக்கையை மக்கள் இழந்து வருகின்றனர். ஆனால் எனக்கு இஸ்தான்புல்மீது நம்பிக்கை உண்டு" என்றேன்.

ஒவ்வொரு நகருக்கும் (ராணுவ) வெற்றி வேண்டும். ஒவ்வொரு யுகமும் ஒரு வெற்றியாளனை உருவாக்கியது. நான் கற்பனைகளை வெற்றி கொண்டவன். இஸ்தான்புல்லின்மீது நம்பிக்கை கொண்டவன். அதுபற்றிய கற்பனைகளிலேயே வாழ்ந்தவன். நம்பிக்கையின்மை கொள்ளை நோயைப்போலப் பரவிக்கொண்டிருக்கிறது. அங்கே அப்போது அவர்களுக்கு நான் வேண்டும். அவர்கள் எனக்காகக் காத்துக் கொண்டிருந்தார்கள். என் உடலை அர்ப்பணித்தும் இஸ்தான்புல்லுக்கு உயிர் கொடுக்கத் தயாராக இருந்தேன். வலி எனக்குப் புதிதல்ல. அதுதான் என் காதலைப் பிரதிபலித்த

---

3. இஸ்தான்புல்லில் உள்ள முக்கிய நீர் வழி. பாஸ்ஃபரஸ் கால்வாய்க்கு உள்ளே செல்லும் குறுகிய முதன்மை நதி இது.

4. எல்லோரும் காணும் விதத்தில் கடைகளிலுள்ள பொருட்களை காட்சிப் பொருளாக வைக்கப்படும் சாளரங்கள்.

5. பொருட்களையும் பயணிகளையும் படகுகளிலிருந்தும் கப்பல்களிலிருந்தும் ஏற்றவும் இறக்கவும் பயன்படுத்தப்படும் மேடை அமைப்பு.

கண்ணாடி. இறந்தோரை உயிர்ப்பித்தார் ஏசுபிரான். இதன் பொருள் பிணங்களுக்கு அவர் வாழ்வளிக்கவில்லை; மனிதன் நிரந்தரமானவன், அவனுக்கு அழிவில்லை என்பதை அவர் அவனுக்கு நினைவூட்டினார். இஸ்தான்புல் நிரந்தரமானது, அதற்கு அழிவில்லை என அந்த நகருக்கு நினைவூட்ட வேண்டியதிருந்தது. இதற்காக உலகத்துன்பங்கள் அனைத்தையும் என் உடலில் தாங்கிக்கொண்டு, தேவையெனில் ஏசுபிரானைப்போல் சிலுவையில் மரிக்கவும் தயாராக இருந்தேன். இஸ்தான்புல்லின் அழகு ஒவ்வொரு நாளும் மேலும் சிறிது சிறிதாக அழிக்கப்பட்டு வந்தது. அந்த நகர் என்னை நாடியது.

அந்த இரவில் பனியில் இஸ்தான்புல்லிலிருந்து நடந்து வந்தபோது என்னுடன் சேர்ந்துவந்த ஓநாய் அதன் காலத்தை எனது காலத்துடன் இணைத்துக்கொண்டது. இரவு நேரங்களில் இஸ்தான்புல் பற்றி எனக்குக் கதைகள் சொன்ன என் தந்தை தனது காலத்தை என்னுடன் சேர்த்துக் கொண்டார். தந்தையின் கதைகளையோ ஓநாயையோ என்னால் மறக்க முடியவில்லை. இந்த விஷயங்கள் என் மனதில் இருந்ததால் இஸ்தான்புல் வருவதற்கான ஆவல் என்னிடம் மேலும் வலுப்பெற்றது. இவ்விதமாக என் வாழ்வில் இறுதியாக ஒரு முடிவுக்கு வந்தேன். "என்னை இஸ்தான்புல்லுக்கு அழைத்துச் சென்றால் நீங்கள் பார்க்க விரும்பிய இடங்களை உங்களுக்குக் காட்டுவேன். நீங்கள் கேட்க விரும்பும் ரகசியங்களை உங்களுக்குக் கூறுவேன்." என ராணுவ வீரர்களிடம் கூறினேன். துன்பம் வருமெனில் இஸ்தான்புல்லிலேயே துன்புற விரும்பினேன்; சாக வேண்டுமெனில் இஸ்தான்புல்லிலேயே அது நிகழ வேண்டுமென விரும்பினேன்.

வந்துசேர்ந்திருந்த இந்த இஸ்தான்புல் சிறை எனக்கு அந்நியமாகப் படவில்லை. இங்கே சொந்த வீட்டில் இருப்பதாக உணர்ந்தேன். சிறை முடிவே இல்லாததாகத் தோன்றியது. சிறைச் சுவர்களுக்கு அப்பால் கடல், தெருக்கள், பிறகு புதிய சுவர்கள்; அவற்றை வேறுபடுத்திப் பார்க்க முடியவில்லை. ஒவ்வொரு சுவரும் ஒரு தெருவுக்கு இட்டுச்சென்றது. ஒவ்வொரு தெருவும் ஒரு கடலுக்குக் கொண்டுசென்றது. ஒன்றன் பின் ஒன்றாய் அவை முடிவற்று நீண்டு சென்றன. ஒரு புறத்திலிருந்த வேதனை, மறுபுறம் மகிழ்ச்சியாக இருந்தது. ஒருபுறமிருந்த கண்ணீர் மறுபுறம் சிரிப்பாக மாறியது. துயரம், அச்சம், ஆனந்தம் ஆகியவை தூங்கும் பூனைக் குட்டிகளைப்போல் நெருக்கமாகப் பிணைந்திருந்தன. சில சமயங்களில் தனித்தனியே அவற்றை அடையாளம் கண்டு பெயர் கூற முடியாதபடி நெருங்கியிருந்தன. சாவு அருகே நெருங்கிவிட்டது என்பதை நினைக்கையில் வாழ்வு திடீரென உயிர் பெற்று விட்டாற்போல் தோன்றியது. முடிவின்மையும் கணப்பொழுதுபோல மிக விரைவில் கடந்து சென்றது. இப்போது முடிவிலியின் அந்த எல்லையில் நான் இருந்தேன். நான் சாய்ந்துகொண்டிருந்த சுவருக்குப் பின்னால் கடல் இருந்ததை என்னால் உணர முடிந்தது. எனக்கு முன்னால் தெருக்கள் வளைந்து சென்றுகொண்டிருந்தன என்பது எனக்குத் தெரிந்தது. எனக்குள் ஒரு கேட்ட குரலைக் கவனித்தேன். எல்லோரையும்போலக் கண்ணால் கண்டதைவிடவும் காணாததன் மீதே எனக்கு அதிகமான பற்றுதல் இருந்தது.

காமோ இருமத் தொடங்கினான். சுவருக்கு அப்பால் பார்த்துக் கொண்டிருந்த நான் என் பார்வையை வலிந்து உள்ளே திருப்பினேன். குளிரடிப்பதாக உணர்ந்தேன். டாக்டரையும் மாணவனையும் பார்த்தேன். அவர்கள் முகத்தில் இருள் நிழலாடியது. அவர்களிடம் மிக மோசமான வாடையடித்தது. என்னைப்போல அவர்களும் கைகளை அக்குளில் வைத்துக் குந்தியிருந்தனர்.

இருமுவதை நிறுத்திய காமோ தனது முழங்கால்களிலிருந்து தலையை உயர்த்தினான். தப்பான அறையில் கண் விழித்த குழந்தை திடுக்கிட்டு வியப்புடன் கூர்ந்து பார்ப்பதுபோல் காமோ எங்களைப் பார்த்தான்.

"நீ நன்றாக இருக்கிறாயா? எனக் கேட்டார் டாக்டர்.

காமு பதில் சொல்லவில்லை. கீழே குனிந்து கதவருகேயிருந்த பிளாஸ்டிக் பாட்டிலை எடுத்துத் தண்ணீர் குடித்தான். தன் புறங்கையால் வாயைத் துடைத்தான்.

டாக்டர் கேட்ட கேள்வியையே நான் அவனிடம் மீண்டும் கேட்டேன். "நீ நன்றாக இருக்கிறாயா காமோ?"

வேதனையில் துன்புற்றுக்கொண்டிருக்கையில் ஒருபோதும் அவன் அதனை ஒத்துக்கொள்வதில்லை. சிடுசிடுப்பு மறைந்து அவன் முகத்தில் ஆசுவாசம் தெரிந்தது.

"குஹெய்லேன் மாமா, உங்களுக்கு ஓநாய்களைப் பிடிக்குமா?" என்றான்.

அவன் ஓநாய் பற்றிக் கனவு கண்டிருந்தானா? பனி பெய்த இரவில் என்னுடன் வந்த ஓநாய் பற்றிக் கேட்டுக்கொண்டிருந்தானா? அல்லது வேட்டையாடிகள் கதையில் ஒரு இளைஞனை விழுங்கிய ஓநாய் பற்றியா?

"ஆம்" என்றேன்.

அவன் வெளிச்சத்தை நோக்கித் திரும்பினான். கண்களை இமைக்காமல் குறிப்பிட்ட ஒரு இடத்திலேயே அவன் கவனம் இருந்தது. சிறைலிருந்தபோது முதன்முறையாக அவன் முகத்தில் மகிழ்ச்சி தெரிந்தது. "நான் ஓநாயாக இருந்தால் உங்கள் அனைவரையும் விழுங்கியிருப்பேன்" என்றான்.

இதற்கு நாங்கள் திடுக்கிட்டு நடுங்குவதா அல்லது சிரிப்பதா?

"நீ பசியோடு இருக்கிறாய். சிறிய ரொட்டித் துண்டு மிஞ்சியிருக்கிறது. அதை உனக்குத் தரவா?"

"அப்போதும் உங்களை விழுங்குவேன்."

வெளிச்சத்தின் மீதிருந்த கண்களை அகற்றாமல் அவன் பேசிக் கொண்டிருந்தான். கனவு எதுவாக இருந்திருந்தாலும்அவன் எங்களை விழுங்க முடிவு செய்திருந்தான்

"ஏன்" என்றேன்.

“ஒவ்வொன்றுக்கும் காரணம் இருக்க வேண்டுமா குஹெய்லேன் மாமா? காரணம் உங்களுக்கு ஆறுதல் தருமென்றால் அதனை நான் சொல்லுவேன். நீங்கள் சொன்ன கதைகள் குளிரில் நிகழ்வதாக அமைந்துள்ளன. கதைகளில் பனிப் பொழிய வைப்பீர்கள், வேட்டையாடிகளைப் புயலில் சிக்க வைக்கிறீர்கள், இப்படியாக ஏற்கெனவே குளிரும் இந்தச் சிறையை இன்னும் குளிரச் செய்வீர்கள். நாங்கள் அமர்ந்திருக்கும் கான்கிரீட் தரையைப் பனிக்கட்டியாக மாற்றுகிறீர்கள். உண்மையிலேயே எனக்குக் கடுமையாகக் குளிரெடுக்கும்போது ஓநாயாக இருப்பதைத் தவிர வேறு வழியில்லை. உங்களைத் துண்டு துண்டாகக் கிழித்து விழுங்க விரும்புகிறேன்.”

எங்கள் தலைமுடியில், முகங்களில், கழுத்துக்களில், உடலின் ஒவ்வொரு அங்குலத்திலும் ஒட்டியிருந்த உலர்ந்த ரத்த வாடையை அவனால் மோப்பம் பிடிக்க முடிந்ததா? தன் கோரைப் பற்கள் தினவெடுத்ததால் உருக்குலைந்த எங்கள் சதையை விழுங்குவதற்கு அவன் ஏங்கினானா? எனக்குள் சிரித்துக்கொண்டேன். வெளிச்சத்தை நோக்கித் திரும்பியவனாக நானும் அவனைப்போல எனது கவனத்தை ஒரே இடத்தில் குவித்தேன். ஆழம் காண முடியாத இருண்ட பள்ளம் ஒவ்வொருவரின் இதயத்திலும் உள்ளது. காமோ பள்ளத்தின் முனையில் காத்துக்கொண்டிருந்தான். முடிவற்ற வெறுமைக்குள் உற்றுப் பார்த்துக்கொண்டிருந்த அவனுக்கு வெளிச்சத்திலும் தெரிந்தது இருள் மட்டுமே. இதன் காரணமாக வேதனை அவனுக்கு இழிவாகப் பட்டது. வாழ்வும் உலகமும் அவனுக்கு அற்பமாகத் தெரிந்தன. உணவாகக் கொஞ்சம் ரொட்டி தின்றான். கொஞ்சம் தண்ணீர் குடித்தான். பெரும்பாலான நேரங்களில் ஒன்றுமே பேசாமல் மவுனமாக இருக்க விரும்பினான். தனது நினைவில் சொற்களைப் பதுக்கி வைத்தான். இருளையும் தூக்கத்தையும் அவன் விரும்பினான். கண்களை மூடித் தன் தலைக்குள் ஒலித்தவாறிருக்கும் இரைச்சலுக்குத் தன்னை முழுவதும் ஒப்படைத்தாற்போல் தனக்குள் ஒதுங்கிக்கொண்டான். எங்கள் முகங்களைக் காண்கையில் எங்கள் தோலின் மீதிருந்த வெளிச்சத்தை உடனடியாகக் கவனித்து எங்கள்மீது இரக்கம் கொள்வான். விதி என்பது சுவரில் பதிக்கப்பட்ட கோடு போன்றதா? அழிக்கவே முடியாததா? ஒருபோதும் மாறாததா? ஒருவேளை இந்தக் கேள்விகளைத் தன்னிடமே அவன் தொடர்ந்து கேட்டிருக்கக் கூடும்.

என் தோளைத் தொட்டவாறு “குஹெய்லேன் மாமா, நீங்கள் நன்றாக இருக்கிறீர்களா? பேசிக்கொண்டிருக்கையிலேயே தூங்கி விட்டீர்கள்” என்றார் டாக்டர்.

“அப்படியா? என்ன நடந்துகொண்டிருந்தது என்பதே எனக்குத் தெரியாது. ஆ... இஸ்தான்புல் பற்றி நினைத்துக்கொண்டிருந்தேன். மேலே நிலப்பரப்பில் உள்ள இஸ்தான்புல்.”

“இஸ்தான்புல்?”

எதுபற்றி யோசித்துக்கொண்டிருந்தேன் என்பதை மறந்து போகும்போதோ அல்லது பேசிக்கொண்டிருக்கும் விசயத்தை மாற்ற நினைக்கும்போதோ என் மனதில் வரும் முதல் வார்த்தை இஸ்தான்புல்.

"இந்தச் சிறையிலிருந்து வெளியேறியதும் நான் செய்யப்போகும் முதல் விசயம் கியாலாட்டா பாலத்தில் காலாற நடப்பதே. மீன் பிடித்துக் கொண்டிருக்கும் மனிதர்களுக்கு அருகே நின்று பாஸ்ஃபரஸ் நீரோட்டத்தைப் பார்த்துக்கொண்டிருப்பேன். பின்னர் எனது இரட்டையைத் தேடிச் செல்ல இருக்கிறேன். அவன் இங்கே வித்தியாசமாக வாழ்ந்துகொண்டிருக்கிறான்" என்றேன்.

"உங்கள் இரட்டை?"என்றார் டாக்டர்.

"அதென்ன வித்தியாசமான வாழ்க்கை?" மேலும் கேட்டான் திமிர்த்தே.

"இந்த இஸ்தான்புல் நகரில் பிறந்திருந்தால் எந்த விதமான வாழ்க்கை எனக்குக் கிடைத்திருக்கும்? எனது இரட்டை இங்கேயே வாழ்வதால் இதற்கான பதில் இருக்கிறது. ஏற்கெனவே தெரிந்த கதைகளையே எப்போதும் சொல்வதாக நீங்கள் கூறுகிறீர்கள். இந்தக் கதை உங்களுக்குத் தெரியாது" என்றேன்.

அவர்கள் ஆர்வத்துடன் என்னைப் பார்த்தனர்.

"எங்களுக்குத் தெரியாததா? அது என்ன?" என்று அவர்கள் கேட்டனர்.

"என்னைப் பற்றியும் இஸ்தான்புல்லைப் பற்றியும் அறிந்திருக்கிறீர்கள்; வேதனையைப் பற்றியும் உங்களுக்குத் தெரியும். இந்த மூன்றிலும் இன்னும் அறிந்துகொள்ள வேண்டியவை உள்ளன."

"அப்படியானால் சொல்லுங்கள் எல்லாவற்றையும் தெரிந்துகொள்ள விரும்புகிறோம்."

"சரி சொல்கிறேன். மிகச்சிறிய கிராமத்தில் நாங்கள் வாழ்ந்தோம். இரவு நேரத்தில் எங்கள் தந்தை வானத்தைக் காட்டி அங்கே நாம் ஒரு வாழ்க்கை வாழ்ந்ததாக எங்களிடம் கூறுவதுண்டு. இங்குள்ள வாழ்வின் கண்ணாடிப் பிரதிபலிப்பாக நமது வாழ்க்கை அங்கே இருந்தது. நம் ஒவ்வொருவரின் இரட்டை அங்கே வாழ்ந்தது. நடு இரவில் படுக்கையிலிருந்து எழுந்து சன்னலுக்கு வெளியே வானத்தைப் பார்ப்பேன். குழந்தையான எனது இரட்டை அங்கே என்ன செய்துகொண்டிருந்தது என்பதை அறிந்து கொள்ளும் ஆர்வம் வருவதுண்டு. எங்களை விட்டுவிட்டு எங்கள் தந்தை நகரத்திற்குச் செல்லும்போதெல்லாம் வானத்தை அதிக நேரம் உற்றுப் பார்ப்பேன். தந்தை திரும்பி வந்ததும் இஸ்தான்புல் பற்றி அவர் கூறும் கதைகள் அங்கே உள்ள எங்களின் மற்ற வாழ்க்கைக்குச் சொந்தமானது என்று நான் நினைப்பதுண்டு. அங்கே வானில் இருக்கும் நகரமே இஸ்தான்புல்லாக இருக்கலாம். அங்கு வாழ்ந்த மக்கள் எங்களின் பிரதிபிம்பங்களாக இருக்கலாம். எங்களின் இரட்டையைக் காண்பதற்காக எங்கள் தந்தை அங்கு செல்வார். அங்கே என்னைப் போலிருந்த ஒரு குழந்தையை அவர் நேசித்தார். எங்கள் கிராமத்தைப் பற்றிய கதைகளை அந்தக் குழந்தையிடம் கூறினார். இஸ்தான்புல்லிலிருந்த அந்தக் குழந்தை நான் எப்படி வாழ்ந்தேனோ அப்படி நானாகவே வாழ்ந்தாள். செய்ய வேண்டுமென நான் கனவு கண்டுகொண்டிருந்தவற்றை அவள் செய்தாள். அதனால் ஒருநாள் நான் இவ்விதம் நினைத்தேன்: இஸ்தான்புல்லில் எனது

பிரதி பிம்பம் ஒன்று இருந்தால் அது அவளின் கிராமத்து மாற்றாக நான்தான் இருக்க முடியும். என்னைப்பற்றி அறிந்துகொள்ளவும் அவள் விரும்பினாள். இதனை உணர்ந்ததும் அந்தக் குழந்தைக்காகவும் வாழத் தொடங்கினேன். நகரத்தில் அவள் செய்ய முடியாத விஷயங்களை நான் செய்ய முயன்றேன். ஆற்றில் மீன் பிடித்தேன்; மலைகளில் கற்றாழை வகைச் செடிகளைச் சேகரித்தேன்; விலங்குகளின் காயங்களுக்குக் கட்டுப் போட்டேன்; வயதான பெண்மணிகளின் பாரமான மூட்டைகளைச் சுமந்தேன். ஒவ்வொருவரும் வேறு ஒருவருக்காகவும் வாழ்கின்றனர் என்ற எண்ணத்தில் எனது பொறுப்பை இரு மடங்காக உணர்ந்தேன். நான் சிரிக்கையில் அவள் அழுதாள். நான் அழும்போது அவள் சிரித்துக்கொண்டிருந்தாள் என்பது ஞாபகத்திற்கு வந்தது. இவ்விதம் ஒருவரையொருவர் நாங்கள் முழுமைப்படுத்திக்கொண்டோம். நான் பையன்; அவள் பெண். இப்போது அந்தப் பெண்ணின் கதையைச் சொல்வேன். உங்களுக்கு அது பிடிக்குமா?"

"ஆமாம். சொல்லுங்கள்."

"நாக்கு வறண்டுவிட்டது. முதலில் ஒரு கோப்பைத் தேநீர் அருந்தலாம்."

நான் கீழே குனிந்தேன். தேநீர்க் கூஜாவைப் பிடிப்பதுபோலக் கையை மேலே உயர்த்திக் கண்ணுக்குத் தெரியாத தேநீர்க் கோப்பைகளை நிரப்பினேன். கண்ணாடிக் கோப்பைகள் சூடாக இருப்பதுபோல் விரல் நுனிகளால் அவற்றைப் பிடித்து ஒவ்வொருவருக்கும் ஒரு தேநீர்க் கோப்பையைக் கொடுத்தேன். சீனிக் குப்பியை அவர்களுக்குக் கடத்தினேன். தேநீர் மணமாகவும் ஸ்ட்ராங்காகவும் இருந்தது. நான் தேநீரை மெதுவாகக் கலக்கினேன். அவர்களும் அப்படியே செய்தார்கள். மாணவனான திமிர்த்தே மிக வேகமாகக் கலக்க, மெதுவாக என அவனுக்குச் சைகை செய்தேன். கண்ணாடிக் கோப்பையைக் கரண்டியால் கலக்கும் சத்தம் வராந்தாவைக் கடந்து சிறைக் காவலர்களின் காதுகளில் விழலாம். திமிர்த்தே புன்னகை செய்தான். வாழ்க்கை அந்தப் புன்னகை, அந்தத் தேநீர், இந்தக் கதைகள் ஆகியவை இந்தச் சிறை வாழ்க்கையில் நாங்கள் கண்டுபிடித்தவையாகும்.

ஐந்தாம் நாள்
மாணவன் திமிர்த்தே கூறியது

இரவு விளக்குகள்

"போர் நடந்துகொண்டிருந்த சமயம். போர்க் கதைகள் நீளமானவை. ஆனால் அவற்றைச் சுருக்கமாகவே கூறிவிடுகிறேன். பல நாட்களாக நடந்துகொண்டிருந்த தொடர் மோதலுக்குப் பிறகு ஒரு ராணுவப் பிரிவு முற்றிலும் சோர்வடைந்து பலவீனமானது. தேவையான பொருட்களின் கையிருப்பு குறைந்துகொண்டிருந்தது. நகரங்களிலிருந்து வெகு தூரம் தள்ளியிருந்த ராணுவத் தலைமை முகாமுடனான தொடர்பு அற்றுப் போயிருந்தது. ஓய்வு எடுப்பதற்காக இடம் தேடிப் பல மணிநேரம் இருளில் நடந்து இறுதியாக ஒரு மேட்டு நிலத்திற்கு வந்துசேர்ந்தனர். ஒரு சிறிய குளத்திலிருந்து தண்ணீர் குடித்தனர். புதர்களிலிருந்து நாவற் பழங்களைப் பறித்து உண்டனர். அந்தச் சமயத்தில் மானைச் சுடுவது ஆபத்தானது. துப்பாக்கிச் சத்தம் அவர்கள் மறைந்திருந்த இடத்தைக் காட்டிக் கொடுத்துவிடும். சிறிது நேர உறக்கத்திற்குப் பிறகு செங்குத்தான மலைமீது ஏறினார்கள். பகலில் பாறை நிழல்களில் உறங்கி இரவில் பயணம் செய்தார்கள். நெருப்பைப் பற்றவைக்காமல் பாம்புகளையோ பல்லிகளையோ வேட்டையாடிப் பச்சையாகவே உண்டனர். எதிரிகளால் கொல்லப்பட மாட்டோம் என உறுதியாகத் தெரிந்தால், ஒரு நாளில் ஒரு வேளை உணவிற்காகப் பல ராணுவ வீரர்கள் எதிரிகளிடம் சரணடைந்துவிடுவார்கள். அவர்களின் ராணுவம் முழுமையும் தோல்வியடைந்துவிட்டதா? யாருடன், எப்படி அவர்கள் தொடர்புகொள்ள முடியும்? அறிகுறி எதுவும் கிடைக்கவில்லை. ஏதாவது கிராமத்திற்குச் சென்று விசாரிக்கவும் முடியவில்லை. அந்தப் பகுதி முழுவதுமே எதிரியின் கட்டுப்பாட்டின் கீழ் இருந்தது. உண்மையில் இது நீண்ட கதை. ஆனால் நான் சுருக்கமாகச் சொல்லிவிடுகிறேன். ராணுவ வீரர்களின் எண்ணிக்கை படிப்படியாகக் குறைந்துகொண்டிருந்தது.

மூன்று நாட்களுக்குப் பிறகு ஒரு புதிய மலை உச்சியை அடைந்தனர். முற்றிலும் சோர்வடைந்திருந்த அவர்கள் அனைத்தையும் இறக்கிவைத்துச் சூரிய வெம்மையில் உறங்கினர். மாலையில் நீர் இருந்த இடத்தைக் கண்டுபிடித்துக் குளித்துச் சுத்தமாகிய பின் சோர்வு நீங்கி ஏறத்தாழப் பழைய நிலைக்குத் திரும்பியதாக உணர்ந்தனர். தாங்கள் எங்கிருக்கிறோம் என்பதைக் கணிக்க முயன்றனர். தங்கப்பல் கட்டிய ஒரு ராணுவ வீரன் கீழே இருந்த பள்ளத்தாக்கைச் சுட்டிக்காட்டி அங்கே தனது சொந்தக் கிராமம் இருப்பதாகக் கூறினான். வழி தவறிய குழந்தைகள்போல் இருளில் நின்ற அவர்கள் அவன் சுட்டிக் காட்டிய பகுதியை அச்சத்துடன் பார்த்தனர். மின்மினிப் பூச்சிகளைப்போல் கிராமத்து விளக்குகள் மினுக் மினுக்கென எரிந்துகொண்டிருந்தன. தனது கிராமத்திற்குச் சென்று அங்கிருந்து உணவு கொண்டுவர முடியுமெனத் தங்கப்பல் ராணுவ வீரன் கூறினான். எதிரியால் பிடிபட்டு அவன் கொல்லப்படக்கூடுமெனக் கூறி ராணுவத் தளபதி அவன் வேண்டுகோளை நிராகரித்தார். எப்படியும் கொல்லப்படும் நிலையில்தான் இருக்கிறோம். தன்னுடைய முயற்சியில் வெற்றியடைந்தால் உணவை மட்டுமல்லாமல் நமது வீரர்கள் பற்றிய செய்தியையும் எதிரிகள் பற்றிய தகவல்களையும் சேகரித்து வரமுடியுமெனத் தங்கப்பல் வீரன் கூறினான். அனைவரும் அவனை ஆதரித்தனர். சக வீரர்களிடமிருந்து விடைபெற்றுப் பள்ளத்தாக்கில் இறங்கி இருளில் மறைந்தான். கருநீலத்திலிருந்து செக்கச்சிவப்பாக மும்முறை நிறம் மாறிற்று வானம். அதிகாலையில் தங்கப்பல் வீரன் பாறைகளுக்கிடையே தென்பட்டான். அவன் முதுகில் இரு பைகள் இருந்தன. சக வீரர்கள் ஆவலுடன் அவனிடம் கேள்விகள் கேட்கத் தொடங்கினார்கள். உங்களிடம் நிறைய விஷயங்கள் பேச வேண்டியதுள்ளது. உட்கார்ந்து பேசலாம் என்று கூறியவாறு தனது பயணப் பைகளை இறக்கிவைத்தான் தங்கப்பல் வீரன். கிராமத்தில் எதிரிகள் நிரம்பியுள்ளனர். எனக்குத் தெரிந்த அளவுக்கு அவர்களுக்கு என் கிராமத்தைப் பற்றித் தெரியாது. எப்படியோ சமாளித்து யாருக்கும் தெரியாமல் என் கிராமத்திற்கு நழுவி என் வீட்டிற்குச் சென்றேன். கதவைத் தட்டினேன். என் மனைவி கதவைத் திறந்தாள். என்னைக் கண்டதும் அலறியிருப்பாள். ஆனால் அவள் வாயைப் பொத்தி அமைதிப்படுத்தினேன். சரி அடுத்து என்ன நடந்தது? பயணப் பையைத் துழாவி ஒரு வெண்ணெய்க் கட்டியை வெளியே எடுத்தான் தங்கப்பல் வீரன். அடுத்து என்ன நடந்ததென யார் ஊகித்துச் சொல்கிறாரோ அவருக்கு இந்த வெண்ணெய்யைக் கொடுப்பேன் என்றான். பல நாட்களாகப் பசித்திருந்த வீரர்கள் ஆர்வத்துடன் பதில் அளித்தனர். எதிரிகள் எத்தனை பேர் இருந்தனர் என நீ விசாரித்திருப்பாய் என ஒருவன் கூறினான். நமது ராணுவ வீரர்கள் எங்குள்ளனர் என்று கேட்டிருப்பாய் என்றான் மற்றொருவன். இவ்விதம் தொடர்ந்து கேள்விகள் வந்தவாறே இருக்கும் என்பது தெரிந்தது. அப்போது பின்னால் இருந்த இஸ்தான்புல்லிலிருந்து வந்த ராணுவ வீரன் தன் கையை உயர்த்தி நீ அந்த இடத்திலேயே உன் மனைவியுடன் உடலுறவு கொண்டிருப்பாய் என்றான். சிரித்தவாறே வெண்ணெய்க் கட்டியை அவனிடம் வீசினான் தங்கப்பல் வீரன். பிற ராணுவ வீரர்கள் வியப்பில் கூக்குரலிட்டுச் சிரித்தனர். தன் பயணப் பையிலிருந்து ஒரு நாணயத்தை வெளியே எடுத்தான் தங்கப்பல் வீரன். அதன்பின் என்ன நடந்தது

என்பதை ஊகிப்பவருக்கு இந்த நாணயத்தைக் கொடுப்பேன் என்றான். இந்த முறை நமது ராணுவ வீரர்கள் பற்றி நிச்சயம் நீ கேட்டிருப்பாய் என்றான் ஒருவன். உனது குழந்தைகள் பற்றி விசாரித்திருப்பாய் என்றான் மற்றொருவன். பின்னால் இருந்த இஸ்தான்புல் ராணுவ வீரன் மீண்டும் கையை உயர்த்தினான். ராணுவத்திலோ பள்ளிக்கூடத்திலோ இத்தகையோர் பின் இருக்கையிலேயே அமர்ந்திருப்பார்கள். உன் மனைவியுடன் மீண்டும் உடலுறவு கொண்டிருப்பாய் என்றான் அவன். சிரித்தவாறே அவனுக்கு ஒரு நாணயத்தை அளித்தான் தங்கப்பல் வீரன். தன் பயணப் பையிலிருந்து வறுத்த கோழியை வெளியே எடுத்து மேலே தூக்கி ஆட்டியவாறு, அதன் பின்னர் நான் என்ன செய்தேன் என யார் ஊகிக்கிறார்களோ அவருக்கு இந்தக் கோழியைத் தருவேன் என்றான். அவளுடன் மீண்டும் உடலுறவு கொண்டாய் என அனைத்து வீரர்களும் அது ஏதோ காலை உடற்பயிற்சி செய்வதுபோல ஒரே குரலில் கூறினர். தங்கப்பல் வீரனால் சிரிப்பை அடக்க முடியவில்லை. “இல்லை. என் ஷூவைக் கழற்றினேன்” என்றான் அவன்.

“இல்லை. என் ஷூவைக் கழற்றினேன்” எனக் கடைசி வாக்கியத்தை மீண்டும் நான் கூறினேன்.

வாயைமூடியவாறு இடையிடையே சிரித்தேன். டாக்டரும் குஹெய்லேன் மாமாவும் சத்தம் வெளிவராமல் உடல் குலுங்கச் சிரித்தனர். சத்தத்தை அடக்கியதால் அதிகமும் உடல் குலுங்க, சுவர்கள் லேசாக அதிர்ந்தன. வயதான பெரியவர்களின் கண்ணில் படாமல் எங்கோ மூலையில் ரகசியமாக ஒளிந்து வாய் பொத்திச் சிரிக்கும் சேட்டைக்காரப் பயல்களைப்போல அப்போது நாங்கள் இருந்தோம். எதுவும் செய்யாமல் சத்தம் வராமல் வாய் விரியச் சிரித்தவாறு மகிழ்ச்சியுடன் பார்த்துக்கொண்டிருந்தோம். ஒருவரைச் சிரிக்க வைப்பது எதுவெனத் தெரிந்துகொள்வது அவரை அறிந்துகொள்ளும் வழிகளில் ஒன்றாகும். மாறாக எது அவனைச் சிரிக்கச் செய்யாதோ அதனைத் தெரிந்துகொள்வதன் மூலம் காமோவை அறிந்தோம். அவன் முகம் இறுக்கமாக இருந்தது. எங்களை வெறுமனே உற்றுப் பார்த்தவாறு இருந்தான். வேடிக்கையாயும் மகிழ்ச்சியாகவும் நாங்கள் ஏன் இருந்தோம் என்பது அவன் நினைவில் இல்லை.

சிறிது நேர ஆசுவாசத்திற்குப் பின் “நாம் அதிகமாகவே சிரித்து விட்டோம். பயங்கரமான ஏதோ ஒன்று நமக்கு நிகழக் கூடும் என்பதாகத் தோன்றுகிறது” என்றேன்.

“பயங்கரமான ஒன்று நமக்கு நிகழப் போகிறதா ? இங்கேயா ?” என்றார் டாக்டர்.

நாங்கள் மீண்டும் சிரிக்கத் தொடங்கினோம். குடி போதையிலோ அல்லது சிரிக்கும்போதோதான் எதிர்காலம் பற்றிய கவலையை மனிதன் மறந்திருக்கிறான்; வாழ்க்கையை அலட்சியமாகப் பார்க்கிறான். ஒருவன் துன்புறும்போது காலம் ஸ்தம்பித்து நிற்கிறது; அவன் சிரிக்கும்போதும் காலம் இயக்கமற்று நிற்கிறது. அப்போது கடந்த காலமும் நிகழ்காலமும் துடைத்தெறியப்படுகிறது. இறுதியில் எஞ்சியிருப்பது நிகழ்கணம் என அறியப்படும் முடிவின்மையே.

கண்ணீர் வருமளவு தொடர்ந்து சிரித்ததால் களைப்படைந்தோம்; சிரிப்பதைக் குறைத்துக்கொண்டோம்.

"ராணுவ வீரர்கள் பற்றிய அந்தக் கதை எனக்குத் தெரியும். ஆனால் தெரிந்த அந்தக் கதையில் இஸ்தான்புல்லிலிருந்து வந்தவர்கள் யாருமில்லை. கதை நடக்குமிடம் ரஷ்யா" என்று குஹெய்லேன் மாமா கூறினார்.

"அனைத்துக் கதைகளும் இங்கே இஸ்தான்புல்லின் சொத்தாகி விடுகின்றன" என்று எனக்காக டாக்டர் பதில் கூறினார்.

"ஏற்கெனவே தெரிந்த கதைகளைக் கூறுவதுடன் நீங்கள் நின்று விடுவதில்லை. அவற்றை உங்களுக்குப் பிடித்தமான வடிவங்களில் மாற்றியமைத்துக் கொள்கிறீர்கள்."

"இவ்விதம் மாற்றி அமைப்பதைத்தானே உங்கள் தந்தை செய்தார் இல்லையா குஹெய்லேன் மாமா? வெள்ளைத் திமிங்கலங்களைத் தேடிச் செல்லுமாறு இஸ்தான்புல் கடலோடிகளை அவர் சமுத்திரத்தில் வீச வில்லையா? ஓநாய் கதையில் வேட்டையாடிகளை இஸ்தான்புல்வரை அவர் கொண்டு வரவில்லையா?"

ராணுவ வீரர்கள், வேட்டையாடிகள், கடலோடிகள் பற்றி டாக்டரும் குஹெய்லேன் மாமாவும் ஆழ்ந்த விவாதத்தில் ஈடுபட்டனர். அது மட்டுமல்லாது கடற்கரைச் சாலை அமைந்ததால் மீன்பிடிக் கிராமமான கும்காப்பி அழிந்தது, பாஸ்ஃபரஸ் கடற்கரை ஓரங்களில் தொடர்ந்து குறைந்துவரும் ஜூடாஸ் மரங்கள், கட்டிடக் கலை நிபுணனான சௌனானின் நானூறு ஆண்டுகாலப் பழைமையான இலியாஸ்ஸேடெ பள்ளிவாசலை இடித்து அந்த இடத்தில் பெட்ரோல் நிலையம் அமைத்தது, ஆயிரக்கணக்கான ஆண்டுகளுக்கு முன்னர் நிகழ்ந்த நிலநடுக்கத்தால் கடற்கரைக்கு மிக அருகேயிருந்த தீவு ஒன்று அட்லாண்டிஸ் போன்ற ஒரு கடலுக்குள் மூழ்கியது ஆகிய பல்வேறு விஷயங்கள் பற்றி அவர்கள் பேசியவாறிருந்தனர். "இஸ்தான்புல்லும் ஒரு தீவுதான் இல்லையா?" என்றார் டாக்டர்.

இஸ்தான்புல் ஒரு தீவு. இங்கே பாவங்கள் செழித்து வளர்ந்துவிட்டன. இதன் காரணமாக அது ஒருநாள் அழிந்துவிடும் என டாக்டர் கருதினார். பாவங்கள் இங்கே எப்போதும் மாறாமல் இருப்பதில்லை. தொடர்ந்து மாறியவாறிருந்தன. அதனால்தான் நன்கறிந்த நகராக இது இல்லை. ஆனால் எங்கோ மனிதர்கள் நாளுக்கு நாள் கற்றவாறிருந்தனர். மாற வேண்டும் என்ற இஸ்தான்புல்லின் ஏக்கம் மிக விரைவாக நிறைவேறும்படி இஸ்தான்புல்லிலேயே இருந்த மர்மமான ஏதோ ஒரு சக்தி இஸ்தான்புல்லை முடுக்கிவிட்டவாறிருந்தது; கடந்த காலம் இஸ்தான்புல்லுக்கு ஏற்கெனவே இருந்தது. எதிர்காலத்தைத் தன்னுடன் இணைத்துக்கொள்ளும் இஸ்தான்புல்லின் தாபத்தை அந்தச் சக்தி ஊதி எரியச் செய்துகொண்டிருந்தது. "இன்று" தெளிவற்றதாகும்போது உண்மையும் தனது இடத்தை அடையாளங்களிடம் விட்டுவிட்டுத் தானும் தெளிவற்றதாகி விடுகிறது. மலைகளின் இடத்தைக் கட்டடங்கள் எடுத்துக் கொண்டன. மலர்கள் அலங்கரிக்கும் பால்கனிகள் கடற்கரைகளை

ஆக்கிரமித்துக் கொண்டன. விலங்காக மாறும் காதலும் புதிய அனுபவங்களைத் தொடர்ந்து தேடியவாறிருக்கிறது.

இதனை மறுத்த குஹெய்லேன் மாமா, டாக்டருடன் விவாதம் செய்தார். அடையாளங்கள் உண்மையை விடவும் உண்மையானவை என்றார். மனிதர்கள் தங்களின் சுய விருப்பத்தின்படி இந்த உலகிற்கு வரவில்லை: தங்களின் இருப்பைக் கண்டறிந்துகொண்டதில் அவர்களின் பொறுப்பு எதுவுமில்லை. எனினும் அதைத் தன் வாழ்க்கையாக்கிக் கொண்ட பொறுப்பு அவர்களையே சாரும் என்று வாதிட்டார். மனிதன் தோன்றுவதற்கு முன்னர் மரங்கள் மரங்களாக இருந்ததைப்போல் நாம் இங்கே தோன்றும் முன்னரே மலைகள் மலைகளாக இருந்தன; ஆனால் தொலைபேசி, இரும்பு, மின்சாரம் ஆகியவை மனிதன் தோன்றுவதற்கு முன்பாகவா இங்கு இருந்தன? இரைச்சலிலிருந்து இசையையும் எண்களிலிருந்து கணிதத்தையும் உருவாக்கிய மக்கள், நகரத்துடன் ஒரு புதிய உலகையே இவ்விதம் நிர்மாணித்தனர். புற இயற்கையிலிருந்து விலகிச் செல்லச் செல்லத் தங்களின் சொந்த இயற்கைத் தன்மையுடன் அவர்கள் நெருக்கமாயினர். மலை உச்சிகளுக்குப் பதிலாக ஒன்றை அடுத்து மற்றொன்றாகக் கட்டிடக் கூரைகளை உயர்த்த விரும்பினர்; ஆறுகளுக்குப் பதிலாகக் கூட்டம் நிரம்பியிருந்த தெருக்களை, விண்மீன் களுக்குப் பதிலாக எங்கெங்கும் பளிச்சிடும் விளக்குகளையும் அமைக்க விரும்பினர் என்று குஹெய்லேன் மாமா கூறினார்.

நட்சத்திரங்களா, நகர விளக்குகளா? எதன்மீது எனக்கு நம்பிக்கை இருந்தது? இதுபற்றி ஆழமாக யோசிக்கும் சூழ்நிலை சென்ற மாதம் உருவானது. அப்போது ஹிசாரஸ்டுவில் இருந்த ஒரு வீட்டில் ஒளிந்திருந்தேன். சன்னல் வழியே வெளியே பார்த்தபோது வானில் நட்சத்திரங்கள் தெரிந்தன. அவை எங்கே மறைந்து, நகர விளக்குகள் எங்கே தொடங்கின என்பதைக் கணிக்க முயன்றேன். வாசித்துக்கொண்டிருந்த புத்தகத்தை மூடி வைத்துக் கற்பனைகளிலும் பால்வீதியிலும் என்னை மறந்திருந்தேன். நான் பார்த்துக்கொண்டிருந்த மினுக்மினுக்கென ஒளிவீசும் தோற்றங்கள் உண்மையில் பால்வீதி தானா என்ற சந்தேகம் பிறகு எழுந்தது.

ஹிசாரஸ்டு வீட்டில் முதல் நில நாட்கள் நான் தனியாக இல்லை. என்னுடன் யாசெமின் அப்லா[1] இருந்தாள். அவளின் நிஜப் பெயர் எனக்குத் தெரியாது. யூசுஃப் என்ற மற்றொரு பெயரிலேயே அவளும் என்னை அறிந்திருந்தாள். டாக்சிமியிலுள்ள காஸி பூங்காவில்தான் நாங்கள் முதன்முதலாகச் சந்தித்தோம். அதற்கு முன் சந்தித்ததில்லை. எங்களுக்குத் தரப்பட்ட ரகசியக் குறிப்பின்படி அவள் தனது கழுத்தைச் சுற்றி அணிந்திருந்த பச்சை நிறச் சிறிய சால்வையை வைத்து அவளை நான் கண்டுகொண்டேன். விளையாட்டுகள் தொடர்பான பத்திரிகையை நான் கையில் வைத்திருந்தை வைத்து என்னை அவள் அடையாளம் கண்டுகொண்டாள். இவ்விதம் நாங்கள் ஒருவரையொருவர் அடையாளம் கண்டுகொண்டோம். அவள் என்னை விடவும் ஐந்தாறு வயது மூத்தவளாக தெரிந்தாள்.

---

1. வயதான பெண்களை அன்புடனும் மரியாதையுடனும் அழைக்கப் பயன்படுத்தப்படும் சொல்.

வீட்டை அடைந்ததும் “ யூசுஃப் சில நாட்கள் இங்கேயே தங்குவோம். என்னைப் பக்கத்து வீட்டார்களுக்குத் தெரியும். யாராவது கேட்டால் நாம் அக்கா – தம்பி எனக் கூறலாம். ஆனால் உன்னை யாரும் பார்க்காதிருக்க நீ முயற்சி செய்” என்றாள்.

அது ஓர் அறை கொண்ட கேச்செகோண்டு[2] குடிசையாகும். அந்தக் குடிசையின் வாசலுக்கு அருகேயே சிறிய குளியலறை. உள்ளே நுழைந்த அந்த அறையே சமையல் அறையும். அங்கே அடுப்பு ஒன்று இருந்தது.

தூங்கும் நேரம் வந்ததும் ஒருவருக்குப் பின் ஒருவராகக் குளியலறைக்குச் சென்று உடை மாற்றிக்கொண்டோம். இரண்டு படுக்கைகளில் தனித்தனியே தூங்கினோம். சிறிது நேரத்தில் எரியும் தீக்குச்சி வாசனையில் பாதிக் கண் விழித்தேன். சன்னல் அருகே யாசெமின் அப்லா கையில் சிகரெட்டுடன் வெளியே நிலவிய காட்சியில் தன்னை மறந்த நிலையில் ஆழ்ந்திருந்தாள்.

“தூங்க முடியவில்லயா?” என அவளிடம் கேட்டேன்.

“நமது நண்பர்களில் ஒருவனைத் தொடர்புகொள்ள முடியவில்லை. திட்டமிட்டபடி நேற்று இரு முறையும் அவன் வரவில்லை. அவனைப்பற்றி நினைத்துக்கொண்டிருந்தேன்.”

“இந்த வீடு அவனுக்குத் தெரியுமா?” என்னை அறியாமலேயே இந்தக் கேள்வி என் வாயிலிருந்து வந்துவிட்டது.

“பிடிபட்டால் ஒரே ஒரு முகவரியையே அவன் தர முடியும். அந்த முகவரியிலிருந்த வீட்டை நேற்றே காலி செய்துவிட்டோம். இந்த வீடு அவனுக்குத் தெரியாது.”

“சும்மா கேட்டேன்.”

“என் கவலைக்கு நீ பொறுப்பல்ல யூசுஃப்.”

படுக்கையிலிருந்து எழுந்து அவளுடன் சேர்ந்துகொண்டேன். மேசைக்கு மறுபுறமிருந்த இருக்கையில் அமர்ந்தேன். நானும் ஒரு சிகரெட்டைப் பற்றவைத்தேன்.

“யாசெமின் அப்லா, எப்போதாவது நீங்கள் கைது செய்யப் பட்டதுண்டா?” என்றேன். பதற்றத்தை வெளியே காட்டாமல் இருக்க முயன்றேன்.

“இல்லை. நீ?”

“இல்லை.”

மலைக் குன்றின் சரிவுப் பகுதியில் வீடு இருந்தது. வலுவற்ற கேச்செகோண்டு குடிசைகள் மலைக் குன்றின் கீழே முழுமுழுக்கவும் பரவியிருந்தன. கீழே கடல் வரை நீண்டிருந்த தெரு விளக்குகளின் ஒளி கப்பல்களின் விளக்கு வெளிச்சத்துடனும் பாஸ்ஃபரஸ் கால்வாயில்

---

2. கிராமங்களிலிருந்து பெரிய நகரங்களிலுள்ள புறநகர்ப் பகுதிகளில் குடியேறும் மக்களுக்காகச் சட்டத்திற்குப் புறம்பாக எழுப்பப்படும் மலிவான வசிப்பிடங்கள். மிக விரைவிலேயே இவை கட்டப்படுகின்றன; “ஓரிரவில் திடீரென உருவானவை” என்பதாக இந்த வசிப்பிடங்களைக் குறிப்பிடுவர்.

மிதந்துகொண்டிருந்த படகுகளின் வெளிச்சத்துடன் ஒன்றுகலந்தன. இஸ்தான்புல்லின் மிக அழகிய கடற்கரைகளில் இதுவும் ஒன்று. செல்வ வளமிக்க மாளிகைகள், அடுக்குமாடிக் கட்டடங்களுக்குப் பதிலாகத் தனது விருந்தோம்பலையும் உபசரிப்பினையும் இந்தச் சிறிய கேச்செகோண்டு குடிசைகளுக்கு அள்ளி வழங்கியிருந்தாள் இஸ்தான்புல்.

தேநீர் அருந்தியவாறு விடியும் வரை பேசிக்கொண்டிருந்தோம். அரசியல் பேசவில்லை. புத்தகங்களைப் பற்றியும் எங்கள் கனவுகளைப் பற்றியும் பேசிக்கொண்டிருந்தோம். ஏராளமான செய்யுள் கவிதைகள் அவளுக்கு மனப்பாடம்; இந்த ஈரடிக் கவிதைகளிலிருந்து எந்த ஒரு சொல்லைக் கூறினாலும் முழுக் கவிதையையுமே பாடிவிடும் அவளுடைய திறனில் எனக்குப் பொறாமை இருந்தது. "கடல்" எனக் கூறினால் "ஓ சுதந்திர மனிதா! உன் மனதில் கடலை நேசத்துடன் பேணி வைத்துக்கொள்" என உடனே முணுமுணுத்தாள்." "கடிகாரம்" என்றேன். "கடிகாரம்! கொடூரமான அச்சுறுத்தும் கல் முகம் கொண்ட கடவுள்" எனப் பதில் கூறி முதல் வகுப்பு மாணவனைப்போல் சிரித்தாள். வீட்டு விளக்கை அணைத்தோம். தெரு விளக்கின் வெளிச்சத்தில் அவள் முகம் பிரகாசித்து ஒளிர்ந்தது. இரவின் முடிவில் சூரிய உதயச் சிவப்பைப் பனி மூடியிருந்த சமயத்தில் நாங்கள் படுக்கைக்குச் சென்றோம். கடற்பறவைகள், குருவிகள் சத்தமிட்டன. அதனைப் பொருட்படுத்தாது கண் அயர்ந்தோம்.

மதிய வேளையில் யாசெமின் அப்லா வெளியே சென்றாள். இருட்டிய பின் உணவுப் பொட்டலத்துடன் வீடு திரும்பினாள்.

"காணாமல்போன நண்பனிடமிருந்து எந்தத் தகவலும் இல்லை. நான் நாளை நகரைத் தாண்டி வெளியே செல்கிறேன் யூசுஃப். திரும்பிவரக் குறைந்தது மூன்று நாட்களாகும்."

"நான் என்ன செய்வது?"

"உனக்கு உணவு கொண்டுவந்திருக்கிறேன். மூன்றாம் நாள் இரவுக்குள் நான் திரும்பாவிட்டால் வீட்டைக் காலி செய். இங்கு எதனையும் விட்டு வைக்காதே. அது உன் அடையாளத்தைக் காட்டிக் கொடுத்துவிடும்."

யாசெமின் அப்லா அடுப்பில் தண்ணீர் சுட வைத்தாள். குளியலறைக்குச் சென்று குளித்துவிட்டு வருகையில் பைஜாமா அணிந்திருந்தாள். என் மேற்சட்டை கிழிந்திருந்தது. மேசை அருகே அமர்ந்து அதைத் தைக்க முனைந்து கொண்டிருந்தேன்.

"உனக்குத் தையல் தெரியுமா?" என்றாள்.

"தெரியாது" என்றேன்.

"அப்படியானால் என்னிடம் கொடு. நான் தைக்கிறேன். என் காதணியின் கொக்கி கழன்றுவிட்டது. அதனை மீண்டும் மாட்டிவிடு."

அவளிடமிருந்து காதணிகளை வாங்கிக் கொக்கியில்லாத காதணியை எவ்விதம் சரி செய்வது என்பது பற்றி யோசித்தேன். பையிலிருந்த சிறிய கத்தியால் காதணியின் பிசினுக்குப் பாதகம் நேர்ந்துவிடாது கவனமாகக் கையாண்டேன்.

என் சட்டையின் தோள் பகுதியில் இருந்த கிழிசலைத் தைத்துக் கொண்டிருந்த யாசெமின் அப்லா தலையுயர்த்தி என்னைப் பார்த்து, “கைவினைப் பொருட்களை உனக்குப் பிடிக்குமா?” என்று கேட்டாள்.

“இல்லை. உங்களுக்கு?”

“தையல்காரியாக இருந்ததுண்டு. துணியைத் தொடவும் வெட்டவும் எனக்குப் பிடிக்கும், எனது பைஜாமாவையும் எனது ஆடையையும் நானே தைப்பேன்.”

சுவற்றில் தொங்கிக்கொண்டிருந்த அவளின் ஆடையைப் பார்த்தேன். இடுப்பு வாருடன் முழங்காலளவு நீளத்திற்கு அது வெட்டப்பட்டிருந்தது. அச்சிடப்பட்ட பூக்களுடன் வடிவமைக்கப்பட்ட அந்த ஆடை காதணிக்குப் பொருத்தமாக இருந்தது.

“எழுந்து உன் சட்டையைப் போட்டுப் பார்” என்றாள்.

அதனை அணிந்து தோள்களை முன்னாலும் பக்கவாட்டிலும் அசைத்துப் பார்த்தேன்.

“நன்றாகத் தைத்திருக்கிறீர்கள்” என்றேன்.

யாசெமின் அப்லா அருகே வந்தாள். மடிந்திருந்த சட்டைக் காலரைச் சரி செய்தாள்.

“நல்லது. உனக்கு நிறைய நேரம் இருக்கிறது. நான் வருவதற்குள் உனது சட்டையை இஸ்திரி போட்டுத் தேய்த்து வை.”

“உங்கள் உத்தரவு” என முறுவலித்தவாறு கூறினேன்.

“உத்தரவு அல்ல, விருப்பம்.”

அவள் கூந்தல் ஈரமாக இருந்தது. ரோஜா மலரின் மணம் அவளிடமிருந்து வந்தது. அப்போதுதான் குளித்து வந்திருந்த ஒருவரின் புத்துணர்வு அவளிடம் இருந்தது. மெல்லப் பின்னால் நகர்ந்து தேநீர்க் கூஜாவை அடுப்பிலிருந்து எடுத்து கோப்பையில் ஊற்றினாள்.

பேசுவது அவளுக்குப் பிடித்திருந்தது. ஏழ்மை நிறைந்த வீட்டுச் சூழலில் அவள் வளர்ந்தது, வீட்டின் சிறிய சன்னலிலிருந்து வெளியே உலகைப் பார்த்தது பற்றியெல்லாம் அவள் என்னிடம் கூறினாள். எனது பேச்சிலிருந்த ஒவ்வொரு சொல்லுக்கும் மீண்டும் ஈரடிச் செய்யுள் பாடினாள். சன்னல் கட்டையிலிருந்த (ஒருவகை) மலர்ச் செடிகளுக்கு நீரூற்றினாள். இரண்டு தொட்டிகளிலிருந்த செடிகளில் ஒரு செடியில் மலர் பூத்திருந்தது. இன்னொரு செடியில் மலர்கள் வாடியிருந்தன. திரும்பி வந்ததும் தோட்டத்து மலர்ச் செடிகளுக்கு நீர் ஊற்றுவதாகக் கூறினாள். நான்கு மணி மலர்ச் செடிகள்[3] அரளிச் செடிகளும் ரோஜாச் செடிகளும் அங்கிருந்தன. பாட்டிலின் சிறு கீறலிலிருந்து நீர் வருவதுபோல, பேசிக்கொண்டிருந்தபோது, எங்கள்

3. மாலை நான்கு மணியிலிருந்து இரவு எட்டு மணிக்கு இடையே மலர்பவை.

சொற்களுக்கும் மலர்களுக்கும் இடையே அமர்ந்திருந்த இரவு மெல்லக் கசிந்து வெளியேறியது. வானம் வெளுத்திருந்ததையோ நட்சத்திரங்கள் ஓய்வெடுக்க ஒதுங்கிக்கொண்டதையோ நாங்கள் கவனிக்கவில்லை.

சிறிது நேரத்திற்குப் பின் மழைச் சத்தத்தில் கண் விழித்தபோது அவள் படுக்கையில் இல்லை. ஓசையின்றி வெளியே சென்றிருந்தாள்.

சன்னலருகே அமர்ந்து சிகரெட்டைப் பற்றவைத்தேன்.

வெளியே புயல் உருவாகிக்கொண்டிருந்தது. காற்று கட்டுக்கடங்காமல் அலறியது. முதலில் இலேசாக அச்சமுறச் செய்வதாகவும் விசித்திரமாகவும் இருந்த இஸ்தான்புல் கடல் திடீரெனச் சீறியதில் பகல் இருண்டது. எண்ணெய் ஓவியம்போல் மேகங்கள் கருமை கொண்டன. பாஸ்ஃபரஸின் அலைகள் ஒரு கப்பலைக் கரையை நோக்கி வீசி எறிந்தன. எல்லாத் திசைகளிலும் கட்டுப்பாடின்றி ஆடியவாறிருந்த கப்பல் அபாயச் சங்கொலி எழுப்பிற்று. எந்தக் கணத்திலும் அது மூழ்கி நீரினால் சூழப்படலாம். காதைத் துளைக்கும் அபாயச் சங்கின் அலறல் மழை, காற்று, அலைகளின் சத்தத்துடன் ஒன்றுகலந்தது. கப்பலின் பணியாளர் அனைவரும் வானம் பார்த்துக் கடவுளிடம் கை ஏந்தினார்கள். பாறையிலிருந்த குடிகாரர்களும் பிச்சைக்காரர்களும், கடற்கரையில் தற்கொலை செய்துகொள்ளும் நிலையிலிருந்தவர்களும், கப்பல் கடலில் மூழ்குமேயானால் அது முதலில் தங்களைக் கொண்டு செல்லட்டுமெனக் கெஞ்சியிருக்கக் கூடும். ஏனெனில் மூழ்கும் கப்பலுடன் ஒரேயடியாகப் போவதே சிறந்த வழி. சீற்றத்துடன் நுரைத்த கடல் மீண்டும் மீண்டும் தன் சாட்டையைச் சொடுக்கிற்று. அடக்க முடியாத மூர்க்கமான குதிரைகள்போல் அலைகள் மேலெழுந்தன. வெளியே செல்வதற்கு உகந்த தட்பவெப்ப நிலையை யாசெமின் அப்லா தேர்வு செய்திருந்தாள். அல்லது புயல் அவள் வெளியே செல்லவும் கப்பல் பாஸ்ஃபரஸுக்கு வந்துசேருவதற்கும் காத்திருந்தது. தோட்டத்தில் இருந்த நான்கு மணி மலர், அரளிப் பூ, ரோஜாப் பூ ஆகியவற்றின் கடைசி இதழையும் காற்று சிதறச் செய்திருந்தது. தெரு வெறிச்சோடிக் கிடந்தது. பாழடைந்து இடிந்த கட்டடங்களில் நாய்களும் வீடற்றவர்களும் ஒதுங்கினர். வறுமையாலும் ஊதாரித் தனத்தாலும் கிறுகிறுத்துக் கிடந்த இஸ்தான்புல் தனது கைகளை விரியத் திறந்து காத்திருக்க, கப்பல் பணியாளர்களோ புயல் தெய்வத்தை மாறி மாறி இரந்தவாறும் சபித்தவாறும் இருந்தனர். கடலில் தவிர வேறு எங்கும் மரணமடைவதை அவர்களால் நினைத்துப் பார்க்க முடியவில்லை. அனைத்து வழிகளும் அடைக்கப்பட்ட பின் விதியை ஏற்றுக்கொள்வது நல்லதா அல்லது அதனைச் சபிப்பது நல்லதா? புயல் இதுபோன்ற வாக்குவாதங்களைத் தூண்டியது. எனினும் சன்னல் கம்பிக் கட்டையில் இருந்த ஒரே வகையான செடிகளில், அதே காற்றிலும் அதே நீரிலும் ஒன்று வாடிற்று; மற்றொன்று மலர்ந்தது.

அப்போதுதான் அந்தக் காதணியைக் கவனித்தேன். காற்றினாலோ மழையினாலோ பாதிக்கப்படாத இரண்டு தொட்டிச் செடிகளுக்கிடையே அது இருந்தது. முந்திய நாள் இரவு நான் பழுது பார்த்திருந்த அதே காதணிதான். மற்றது எங்கே? படுக்கையிலும் முன் வாசலுக்கு அருகேயும் எல்லா இடங்களிலும் தேடினேன். குளியலறைக் கண்ணாடிக்கு முன் அது

இருந்ததைக் கவனித்தேன். துணிமணிகளைப் பையில் அடுக்கி வைக்கையில் யாசெமின் அப்லா இந்தக் காதணியை மறந்துவிட்டாளா? அவ்வளவு அவசரத்திலா அவள் கிளம்பினாள்?

படுக்கையில் அமர்ந்து காதணியைக் கை விரல்களால் பற்றி மேலே தூக்கிப் பார்த்தேன். தங்கம் ஒளிரும் திராட்சையாக வெள்ளிக் கொக்கியில் அது ஆடிற்று. தொன்மையான அதன் ஆழங்களுள் ஒளிச் சுருள்கள் சுழன்றன. பழுப்பு, ஆரஞ்சு அலைகள் அதனுள் மெல்ல மாறிமாறி எழும்பி அடங்கியதாய்த் தெரிந்தன. ஆண்டாண்டுகளாய்ப் பெண்களின் காதுகளில் காதணிகள் தொங்கியவாறுள்ளன; கடைச் சாளரங்களில் காட்சிப் பொருளாக வைக்கப்பட்டு வருகின்றன. எனினும் அதுவரை ஒருபோதும் பார்த்திராததுபோல் கையில் வைத்திருந்த அந்தக் காதணியை உற்றுப் பார்த்தவாறிருந்தேன். பொருட்களைத் தேர்வு செய்வதில் நம் மனம் எவ்விதம் இயங்குகிறது? ஒரு பொருள் இருப்பதை எப்போது ஒருவன் அறிகிறான்?

காதணிகளை நான் கவனிக்காதிருந்ததைப்போல, யாசெமின் அப்லாவைக் கவனிக்காமல் அதே தெருவில் என்றோ ஒருநாள் நான் நடந்து சென்றிருக்கக் கூடும். அது மற்றொரு மழை நாளாக இருந்திருக்கலாம். அற்புதமான உயர்ந்த கட்டடங்களையொட்டி, குடைகளின் கீழ் நெருக்கமாகச் சேர்ந்து, நடைபாதை வாசலில் இசைக் கருவிகளை வாசித்துக்கொண்டிருந்த இளம் பெண்களை உரசியவாறு மக்கள் விரைந்து சென்றுகொண்டிருந்தனர். அந்தப் பெண்கள் சிலரிடம், தங்களைக் கைவிட்டுச் சென்ற காதலர்களின் நினைவுகள் இருந்திருக்கலாம்; வேறு சிலர் ஒழுங்கற்ற தங்கள் பிள்ளைகளை நினைத்து மனக்கசப்புக் கொண்டிருக்கலாம். அவர்கள் பேசியது ஒரே மொழிதான். ஆனால் ஒருவர் மற்றவரைப் புரிந்துகொள்ளவில்லை. ஒவ்வொருவர் மனதிலும் பிறருடைய மனங்கள் வாழ்ந்துகொண்டிருந்தன. மழை பெய்கையில் மொட்டை மரங்களடர்ந்த காடாக இஸ்தான்புல் தோன்றியது. ஒவ்வொருவரும் பதைபதைப்புடன் இருந்தனர். ஒவ்வொரு வீடும், ஒவ்வொரு தெருவும், ஒவ்வொரு முகமும் ஒன்றுபோலத் தெரிந்தன. யாசெமின் அப்லாவைத் தாண்டி, அவளைச் சந்திக்கத் திட்டமிட்டபடி குறித்த நேரத்தில் விரைந்து சென்றுகொண்டிருந்தேன். அவள் கூந்தல் ஈரமாக இருந்தது. தலையையும் கழுத்தையும் மறைக்கும் கம்பளிக் கோட்டை முன்னந் தலைவரை இழுத்துவிட்டவாறு விரைந்து சென்றுகொண்டிருந்தேன். தனது காதணிகளிலொன்று கீழே தவறி விழுந்ததறியாது அவள் தொடர்ந்து நடந்தவாறிருந்தால், மழை நீர் தேங்கியுள்ள குட்டைக்குச் சிறிது தள்ளி என் காலடியில் கிடந்த அந்தக் காதணியை நான் எடுத்திருந்தால், ஒரு கணம் நின்று எனது ஈரக் கையையும் யாசெமின் அப்லாவை உள்ளே இழுத்துக்கொண்ட கூட்டத்தையும் ஒரு கணம் கவனித்திருந்தால், இஸ்தான்புல் எனக்கு வேறு விதமாக மாறியிருக்குமா? நான் அதுவரை அறிந்திராத ஆனந்தத்தை அந்தக் காதணி எனக்குத் தந்து அதனால் என் மனம் நிறைவடைந்திருக்குமா?

இஸ்தான்புல்லைப் பொறுத்தவரை பதில்களுக்கான கேள்விகளைத் அது தேர்வு செய்த விதம் விசித்திரமானது. மகிழ்ச்சியைக் கொடுங்கனவாகவோ அல்லது கொடுங்கனவை மகிழ்ச்சியாகவோ, நம்பிக்கை அனைத்தையும்

இழந்திருந்த ஓர் இரவுக்குப் பின் விடிந்த காலைப் பொழுதை மகிழ்ச்சி நிறைந்ததாகவும் அதனால் மாற்ற முடியும். நிச்சயமின்மையிலிருந்து தனது ஆற்றலை இஸ்தான்புல் பெற்றுக்கொண்டது. இதனை நகரின் விதி என அவர்கள் கூறினார்கள். ஒரு தெருவின் சுவர்க்கமும் மற்றொன்றின் நரகமும் திடீரென இடம் மாற்றிக்கொள்ள முடிந்தது. இந்தக் கதையில் வரும் அரசனையும் ஆண்டியையும்போல: ஒரு அரசன் வேடிக்கையாகப் பொழுதுபோக்க விரும்பினான். தெருவில் அரைத் தூக்கத்திலிருந்த ஏழை ஒருவனை அரண்மனைக்கு அழைத்துவர உத்தரவிட்டான். ஏழை கண் விழித்ததும் ஒவ்வொருவரும் அவனை அரசனாகப் போற்றித்துதித்து அவனது அடி பணிந்தனர். தொடக்கத்திலிருந்த திகைப்பிலிருந்து விடுபட்டதும் தான் அரசன்தான் என உண்மையிலேயே நம்பினான். தரித்திரம் பிடித்த தனது பழைய வாழ்க்கை வெறும் கனவென எண்ணினான். அன்று இரவு மகிழ்ச்சியாக உறங்கிக்கொண்டிருந்தபோது அவர்கள் அவனை வெளியே கொண்டுசென்றனர். கண் விழித்ததும் குப்பைகூளங்களுடன் மீண்டும் தெருவில் தான் கிடந்ததைக் கண்டான். எது உண்மை, எது கனவென அவனால் கணிக்க முடியவில்லை. பல நாட்கள் இந்த விளையாட்டை அவர்கள் தொடர்ந்தனர். ஏழை முதலில் கண் விழித்ததும் அரண்மனையில் இருந்தான். அடுத்த முறை தெருவில் கண் விழித்தான். ஒவ்வொரு முறையும் அந்த இன்னொரு வாழ்க்கையைக் கனவென நம்பினான். கதைகள் பழையதாகிச் சலித்துவிட்டதாயும், நகருக்குள் அவற்றுக்கு அனுமதி இல்லை எனவும் யாரால் சொல்ல முடியும்? அரசன், ஏழை இருவருமே இஸ்தான்புல்லைச் சேர்ந்தவர்கள்தாம். மக்களின் விதியுடன் விளையாடுவதில் ஒருவனுக்கு மகிழ்ச்சி ஏற்பட்டது. மற்றவனோ உண்மைத் தராசின் ஒரு முனையிலிருந்து மற்றொன்றுக்கு ஊசலாடுவதில் மகிழ்ந்தான். இன்று மழையில் நனைந்து வேகமாகச் சென்றுகொண்டிருக்கும் மக்கள் நாளைக் காலையில் எந்த நிலையில் தாம் இருப்போம் என்பதை அறிவார்களா?

இஸ்தான்புல் எப்படி இஸ்தான்புல் இல்லையோ அதுபோல மஞ்சள் காதணி மஞ்சள் காதணி அல்ல. அதற்கென ஒரு வரலாறு இருந்தது. தனக்குப் பிடித்திருந்ததால் அதை வாங்கிய யாசெமின் அப்லா அது தனக்குப் பொருத்தமாக இருக்குமென நினைத்தாள். பின்னர் பழுது பார்க்க அதை என்னிடம் தந்து அதன் வரலாற்றுடன் என்னையும் சேர்த்துக்கொண்டாள். இந்த மஞ்சள் காதணிக்குள் ஒரு கதையும் அழகிய மனிதனொருவனின் கனவும் இருந்தது.

நான் சன்னலுக்கு அருகே வந்து மீண்டும் வெளியே பார்த்தேன். கடல் சீரடைந்திருந்தது. கடல் அலைகள் இப்போது அமைதி கொண்டிருந்தன. ஒரு கணத்திற்கு முன் புயலுக்கு எதிராகப் போராடி அபாயச் சங்கொலி எழுப்பிய கப்பல் எங்கே? அது தன் வழியே தொடர்ந்து பயணித்ததா அல்லது கடலுக்குள் மூழ்கிவிட்டதா? மழை நின்றிருந்தது. நாய்கள் வெளியே தெருக்களுக்குச் சென்றிருந்தன, வீடுகள் இருந்த வரிசையை ஒட்டி ஒரு மனிதன் தன்னை மறந்தவனாக நடந்துகொண்டிருந்தான். அவன் மேல் கோட்டு அணிந்திருக்கவில்லை. கையில் குடையும் இல்லை. தண்ணீர் தேங்கியுள்ள சிறிய பள்ளத்தில் தான் கால் வைத்திருந்ததை அவன்

கவனிக்கவில்லை. சிறிது தயங்கிப் பின் வீட்டை நோக்கித் திரும்பினான். இருட்டில் அவன் முக அடையாளத்தை என்னால் தெரிந்துகொள்ள முடியவில்லை. ஆனால் அவன் களைப்புடனும் பசியுடனும் இருந்தான் என்பது தெரிந்தது. மேலும் தொடர்ந்து செல்ல வேண்டாமெனத் தீர்மானித்துத் திரும்பினான். மறந்து வைத்துவிட்ட ஒன்றினைத் திருப்பி எடுக்க விரைந்து செல்பவனைப்போல மிக வேகமாக இப்போது நடக்கத் தொடங்கினான்.

டீயைக் கொதிக்கவைத்தேன். தாமதமாகிவிட்டிருந்தது. எனினும் காலைச் சிற்றுண்டியை முடித்தேன். சுவரிலிருந்த ஒரே புத்தக அடுக்கில் வரிசையாக இருந்த புத்தகங்களில் இரண்டு புத்தகங்களை எடுத்தேன். ஒன்று 'Anthology of World Poetry' மற்றொன்று *Yasar Kemal* எழுதிய 'Memed, My Hawk'. படுக்கையில் சாய்ந்தேன். பல கவிதைகளை வாசித்த பின் நாவலை வாசிக்கத் தொடங்கினேன்.

மழைக்குப் பிறகான வெயிலில் தெரு வியாபாரிகள், சிறார்கள் எழுப்பும் உரத்த கூச்சலின் அதிர்வொலி கேட்டது. சூரியன் உயிர்ப்புடனும் எழுச்சியுடனும் இருந்தான்; புயலில் பின்வாங்கிக்கொண்ட சூரியன் பின்னர் எல்லாவற்றிலும் ஊடுருவினான். சன்னலைத் திறக்க விரும்பினேன். ஆனால் வீட்டில் ஆட்கள் இருப்பது யாருக்கும் தெரியப்படுத்தக் கூடாதென்பது நினைவுக்கு வந்தது. சன்னல் திரைக்குப் பின்னாலிருந்து தெருவை எட்டிப் பார்த்தேன். வெளியேயிருந்து யாரும் பார்க்க முடியாதவாறு சிறு கீறல் அளவே திறந்தேன். குளிர்ந்த, புதிய காற்றினை இழுத்தேன்.

புத்தகங்கள் வாசிப்பது, கட்டிலில் படுத்திருப்பது என நாட்களைக் கழித்தேன். இரவு வேளையில் அக்கம்பக்கத்திலுள்ள விளக்குகளையும் பாஸ்ஃபரஸ் கால்வாய் நீரோட்டத்தில் மிதக்கும் படகுகளையும் உற்றுப் பார்த்துக்கொண்டிருந்தேன். ஒவ்வொரு இரவும் வானம் மாறியவாறிருந்தது. வானத்தின் ஒரு முனையிலிருந்து மற்றொன்றுக்கு ஒன்றன் பின் ஒன்றாக வண்ணங்கள் நகர்ந்தவாறிருந்தன. தூரத்து விளக்குகள் அனைத்தையும் காற்று வெவ்வேறு திசைகளில் சிதறச் செய்தது. மூன்றாம் நாள் மாலைவரை அமைதியாகக் காத்திருந்தேன். எனது விரல்கள் தாமாகவே காதணியைச் சுற்றியவாறிருந்தன. நாவலை வாசித்து முடித்தேன். சில கவிதைகளைத் திரும்பத் திரும்ப வாசித்தேன்.

"மூன்றாம் நாள் மாலை" என யாசெமின் அப்லா ஏற்கெனவே கூறியிருந்தாள். இந்த சூழலில் மிக மோசமாக அவளுக்கு என்ன நடக்கக் கூடும் என்பதை யோசிக்கத் தொடங்கினேன். அவள் பிடிபட்டிருப்பாளெனக் கற்பனை ஓடியது. சூரியன் மறைய இருந்தான். நான் தயாரானேன். வீட்டைத் துப்புரவு செய்தேன். பல் துலக்கும் தூரிகையையும் சவரக் கத்தியையும் பையில் எடுத்து வைத்தேன். ஒரு பிளாஸ்டிக் பையில் சிகரெட் துண்டுகளைப் போட்டு அதனைக் குப்பைத் தொட்டியில் தனியே வைத்திருந்தேன். பையைக் கட்டிக்கொண்டிருந்தபோது கதவுக்கு வெளியேயிருந்து யாரோ நடந்துவரும் ஓசை காதில் விழுந்தது.

கதவு தட்டும் ஓசை கேட்டது. கதவு தட்டும் ஒலி ஏற்கெனவே நாங்கள் ஒப்புக்கொண்டபடியாக இல்லை.

காத்திருந்தேன்.

"உள்ளே யாருமில்லையா?" ஒரு குழந்தையின் குரல் கேட்டது.

பக்கத்து வீட்டுக் குழந்தையாகவே இருக்க வேண்டும். நான் அசைந்து கொடுக்கவில்லை.

இந்த முறை ரகசியக் கிசுகிசுப்பாக, "அக்பி கதவைத் திறக்கிறீர்களா?" என்றது அதே குரல்.

அக்பி? அவளுக்கு எப்படி என்னைத் தெரியும்? யாசெமின் அப்லாவுடன் சேர்ந்துவந்ததை அவள் பார்த்திருந்தால் யாசெமினை அழைக்காமல் என்னை ஏன் அழைக்க வேண்டும்? ஒன்றும் விளங்கவில்லை. விளக்கைப் போடாமல் கதவருகே சென்றேன். சிறிய கீறல் அளவே கதவை மெல்லத் திறந்தேன். ஒரு சிறிய பெண் குழந்தை கண்களை அகலத் திறந்து என்னைப் பார்த்துக்கொண்டிருந்தாள்.

"அக்பி நாளைக்கு வீட்டுப் பாடம் முடிக்க வேண்டும். எனக்கு உதவுவீர்களா? உங்களைக் கூப்பிடும்படி என் பாட்டி சொன்னாள்."

"உன் பாட்டியா? யார் அது?"

"உங்களுக்குப் பின்புறமுள்ள வீட்டில் நாங்கள் வசிக்கிறோம். யாசெமின் அப்லாவும் வீட்டுப் பாடத்தில் எனக்கு உதவுவதுண்டு."

"யாசெமின் அப்லா வெளியே போயிருக்கிறாள். அவள் திரும்பும்போது நீ வந்ததாக அவளிடம் சொல்கிறேன். அவள் உன்னை வந்து பார்ப்பாள்."

"என் பாட்டி உங்களைக் கேட்டாள். யூசுஃப் அக்பியை நீ போய் அழைத்து வா என்றாள்."

அந்தக் கணத்தில் நூறு கேள்விகள் என் தலைக்குள் மின்னல் வெட்டினாற்போல் தோன்றின. யாசெமின் அப்லா இன்னும் வீடு திரும்பவில்லை என்பது இவளுக்கு எப்படித் தெரியும்? என் பெயரை எப்படி கண்டுபிடித்தாள்? அறிந்துகொள்ளும் ஆவலில் போகாதிருக்கவும் முடியவில்லை. வீட்டுக்குள் தங்கியிருப்பதைக் காட்டிலும் பக்கத்து வீட்டில் காத்திருப்பது நல்லது.

"சட்டையைப் போட்டுக்கொண்டு வருகிறேன்" என்றேன்.

முரட்டுப் பயணப் பையை எடுத்துக்கொண்டேன். மீண்டும் இங்கே வரப்போவதில்லை. தாழ்ந்த தோட்டச் சுவருக்குப் பின்னாலிருந்த குப்பைகூளக் குவியலில் ப்ளாஸ்டிக் பையை வீசினேன்.

"உன் பெயர் என்ன?"

"சிர்ப்பால்."

வீட்டை ஒட்டிய குறுகலான சந்து வழியே சிர்ப்பால் நடந்து சென்றாள். இருளில் அவளுக்கு வழி தெரிந்திருந்தது. ஒன்றும் பேசாமல் அவளைப் பின்தொடர்ந்தேன். பின்னால் வந்ததும் உடைந்த சுவர் வேலி அடைப்பின்மீது

ஏறினோம். நான் தனியே சென்றால் என்னால் கண்டுபிடிக்க முடிந்திராத வகையில் இருந்த மற்றொரு சந்தினூடே நடந்து சென்று ஒரு பாழடைந்த படிக்கட்டுக்களில் ஏறினோம். வீட்டுக்கு முன்னால் வந்ததும் அங்கே சற்று நின்று அங்குமிங்கும் பார்த்தேன். நான் தங்கியிருந்த கேச்செகோண்டுக்கு மேலே குடிசையில் நாங்கள் இருந்தோம்.

திறந்திருந்த கதவின் வழியே சிர்ப்பால் முதலில் உள்ளே சென்றாள்.

“அக்பி உள்ளே வாருங்கள்” என்றாள்.

எங்கள் வீட்டைப் போலவே அது ஒற்றை அறை கொண்ட வீடு. சன்னலுக்கு அருகே ஒரு வயதான பாட்டி படுக்கையில் அமர்ந்திருந்தாள். அவள் ஏதோ பின்னிக்கொண்டிருந்தாள்.

“நீ இங்கேயா இருக்கிறாய் யூசுஃப்?” என்றார் அந்தப் பாட்டி.

“மாலை வந்தனம்” என்றேன்.

“வா வந்து என் அருகே உட்கார் பையா.”

அந்தப் பாட்டிக்குக் கண் தெரியாதென அப்போதுதான் கவனித்தேன். அவருக்கு எதிரே அமர்ந்தேன். அவர் என் முகத்தைப் பார்க்காமல் சுறுசுறுப்பாகப் பின்னிக்கொண்டிருந்த அவர் விரல்களையே பார்த்தேன். பின்னல் இரண்டு, ஜரிகை இரண்டு என எண்ணியவாறு நீளமான பின்னல் வேலையைத் தொடர்ந்தார். நான் அவர் கைவிரல்களைப் பார்த்தவாறிருந்ததை உணர்ந்தாற்போல் பின்னுவதை நிறுத்தினார். ஊசிகளைக் கீழே வைத்து “பக்கத்தில் வா” என்றார்.

பாட்டி கைகளால் என் முகத்தைத் தொட்டார். என் கன்னங்களை, தாடையை, முன் தலையை வருடிய ஒரு கை என் கழுத்தைத் தொட மறு கை மூக்கு, கண், புருவம் என நகர்ந்தது.

ஏதோ பின்னல் வேலை பற்றிக் கூறுவதுபோல் “ஒழுங்கான உருவமும் அழகிய முகமும் உனக்கு இருக்கிறது” என்ற அவர், “உன்னைப் பற்றி யாசெமின் எங்களிடம் கூறியிருக்கிறாள். வீட்டுப் பாடத்தில் குழந்தைக்கு உதவி செய். அவளின் வகுப்புப் பாடங்களில் என்னால் எல்லா நேரங்களிலும் ஈடுபட முடியவில்லை” என மேலும் கூறினார்.

இந்த அளவு வறுமையால் கடுமையாகப் பாதிக்கப்பட்ட ஒரு வீட்டை நான் ஒருபோதும் பார்த்ததில்லை. சன்னலில் திரைச்சீலை இல்லை. சன்னல் கண்ணாடி உடைந்திருந்தது. சன்னல் மேற்பகுதியின் மூலையில் கண்ணாடி இல்லை. பிளாஸ்டிக் பையினால் அது மூடப்பட்டிருந்தது. எதிரே இருந்த சுவருக்கு அருகே சிறிய சமையல் கேஸ் சிலிண்டர்[4] இருந்தது. சில தட்டுக்களும் கண்ணாடிக் குவளைகளும் உள்ள அட்டைப் பெட்டி அதற்கு அருகே வைக்கப்பட்டிருந்தது. அடுப்பில் பலவீனமாய் எரிந்துகொண்டிருந்த தீயில் தேநீருக்காகத் தண்ணீர் கொதித்துக்கொண்டிருந்தது. தரையில் விரித்திருந்த ஜமுக்காளம் நிறம் மங்கியும் கிழிசலாயும் இருந்தது. சுவரின் மேற்பூச்சு உதிர்ந்திருந்தது. மேசையோ நாற்காலிகளோ இல்லை. இறகுகள்

4. பயணங்களிலும் தற்காலிக முகாம்களிலும் பயன்படுத்தப்படும்.

முதலிய வெதுவெதுப்பான பொருட்கள் அடைக்கப்பட்ட மெத்தை போன்ற இரண்டு பொதிகள் ஒன்றின்மீது ஒன்றாகப் படுக்கையின் மேல் பகுதியில் வைக்கப்பட்டிருந்தன. இரவில் பாட்டி படுக்கையின் ஒரு புறத்திலும் சிர்ப்பால் மறு புறத்திலும் படுத்துக்கொள்வார்கள் என்பது தெரிந்தது.

பள்ளிக்கூடப் பையைத் தரையிலிருந்து எடுத்து என்னருகே வந்தமர்ந்தாள் சிர்ப்பால். பையைத் திறந்தாள். அதன் நிறமே மாறியிருந்தது. ஒருபக்கம் பிய்ந்திருந்தது. பாடப் புத்தகத்தையும் பயிற்சி நோட்டுக்களையும் வெளியே எடுத்தாள்.

"எங்கள் ஆசிரியர் மூன்று கேள்விகளைக் கொடுத்திருக்கிறார்."

"அப்படியானால் ஆரம்பிக்கலாம். ஒவ்வொன்றாக வாசி" என்றேன்.

சிர்ப்பால் பாட்டியை முதலில் பார்த்தாள். பின் என்னைப் பார்த்தாள். வாசிக்கத் தொடங்கினாள்.

"கேள்விகள் முதல்பகுதி. கேள்வி ஒன்று: பருவ நிலை ஏன் மாறுகிறது? எப்போதும் கோடையாகவும் குளிர்காலமாகவும் ஏன் இருப்பதில்லை?"

"அது எனக்கு எப்படித் தெரியும்?" என்றார் பாட்டி.

சிர்ப்பாலும் நானும் ஒருவரையொருவர் பார்த்துச் சிரித்துக் கொண்டோம்.

"சிர்ப்பால், எழுது சொல்கிறேன். இரண்டு காரணங்கள் உள்ளன. முதல் காரணம், பூமி சூரியனைச் சுற்றி வருகிறது. இரண்டாவது, பூமியின் மையக்கோடு நேராக இல்லை. சூரியக் கதிர்கள் வருடம் முழுவதும் வெவ்வேறு கோணங்களில் பூமியின் மேல் விழுவதால் வெப்பநிலை மாறுபடுகிறது. இதன்காரணமாகப் பருவ காலங்கள் மாறுகிறது" என்றேன்.

"எனக்கு அது தெரியும்" என்றார் பாட்டி.

"உனக்குத் தெரியுமென்றால் என்னிடம் ஏன் சொல்லவில்லை?" என்றாள் சிர்ப்பால்.

"என் செல்லமே, எனக்கு அந்தப் பதில் தெரியாது. யாசெமின் அப்லாவின் நண்பர்கள் அனைவரும் புத்திசாலிகள் என்பது தெரியும்" என்றார் பாட்டி.

நான் சட்டெனக் குறுக்கிட்டுத் திருத்த முயன்றேன். "நான் யாசெமின் அப்லாவின் நண்பன் அல்ல. அவளின் சகோதரன்" என்றேன்.

"சகோதரன், நண்பன்... என்ன வித்தியாசம்? நீங்கள் எல்லோரும் ஒன்றுதான்."

மூவரும் பேசிக்கொண்டே சிர்ப்பாலின் வீட்டுப் பாடத்தை முடித்தோம். பருவநிலை மாறினாலும் மலைகளின் உச்சியிலுள்ள பனி ஏன் உருகுவதில்லை என்பது பற்றியும் நாம் இருக்கும் பகுதியில் நான்கு பருவங்கள் இருக்கத் துருவங்களில் ஒரே ஒரு பருவம் மட்டும் இருப்பது ஏன் என்பது பற்றியும் பேசினோம்.

"நாமும் துருவங்களைப் போலத்தான்" என்றார் பாட்டி.

"எல்லாக் காலங்களிலும் ஒரே மாதிரி ஏழையாகவே இருக்கிறோம். பருவ காலங்கள் மாறுவதைப்போலப் பணக்காரர்களின் இடத்திற்கு ஏழைகள் மாற வேண்டும் என்பது என் விருப்பம். அது ஒன்றும் மோசமான நீதியாக நிச்சயம் இருக்காது" என்றார்.

அந்த நீதி அவர்களுக்கு விரைவிலேயே தேவைப்படும் என்பது சன்னல் இடைவெளியிலிருந்து வீசிய இலையுதிர்காலக் காற்றிலிருந்து புலனாகியது. இஸ்தான்புல்லின் ஈரம், பனிக் குளிர் ஆகியவை எலும்பையே துளைக்கும் அளவு மிகக் கடுமையானவை. அந்தச் சமயத்தில் அவர்கள் என்ன செய்வார்கள்? வெப்பமூட்டும் கருவியைப் பயன்படுத்துவார்களா? சிர்ப்பாலின் கிழிந்திருந்த காலுறையிலிருந்து கால் விரல்கள் வெளியே தெரிந்தன. இரண்டு கம்பளிக் காலுறைகளைப் பாட்டி இப்போது அவருக்காகப் பின்னிக்கொண்டிருக்கலாம். அதன்பின் அடர்த்தியான ஸ்வெட்டரைப் பின்னுவதற்கான திட்டம் அவளுக்கு இருந்திருக்கலாம். அவர்கள் இருவருமே மெலிந்திருந்தனர். அவர்களின் விரல்கள் எலும்பும் தோலுமாய் இருந்தன. முகங்கள் வெளுத்திருந்தன. படுக்கை, இறகுகள் முதலிய வெதுவெதுப்பான பொருட்கள் அடைக்கப்பெற்ற மெத்தை போன்ற இரண்டு பொதிகள் தவிர வேறு அறைகலன்களோ போர்வையோ இல்லை என்பதால் அந்த வீட்டில் அவர்கள் இருவரும் மட்டுமே இருந்தனர் என்பதை என்னால் சொல்ல முடியும்.

"நான் கிளம்புகிறேன்" என்றேன்.

பாட்டி என் கையைப் பிடித்தார். "அதெல்லாம் முடியாது. நீ இன்னும் டீ குடிக்கவில்லை. எதுவும் சாப்பிடவும் இல்லை. சிர்ப்பால் செல்லமே, வீட்டுப் பாடங்களை முடித்துவிட்டால் எங்களுக்குக் கொஞ்சம் டீ கொடு. உனது யூசுஃப் அக்பிக்குச் சாப்பாடு கொடு."

"ஒன்று மட்டும் பாக்கி இருக்கிறது பாட்டி. ஒரு கவிதையை மனப்பாடம் செய்ய வேண்டும்."

"எந்தக் கவிதை?"

"நம் தாய் நாடு ஒரு சொர்க்கம் என்பது பற்றிய கவிதை."

"என்ன சொர்க்கமா? ஏதோ சொர்க்கம்" என்று பாட்டி சிரித்தார்.

நான் நிமிர்ந்து உட்கார்ந்தேன். "சிர்ப்பால் படிக்கட்டும். நான் டீ கொண்டுவருகிறேன்" என்றேன்.

"உனக்கு ஏன் தொந்தரவு பையா? கொஞ்சம் ரொட்டியும் ஆலிவ் எண்ணெய்யும் இருக்கிறது. டீயுடன் நீ அதையும் சாப்பிடலாம்."

"நன்றி. உங்கள் வீட்டுக்கு வருவதற்கு முன்னால்தான் சாப்பிட்டேன். வயிறு நிரம்பியிருக்கிறது."

மெத்தை போன்ற பொதிகளுக்கு அருகே அமர்ந்த சிர்ப்பால் பாடப் புத்தகத்தைத் திறந்து கவிதையை மனப்பாடம் செய்யத் தயாரானாள்.

நான் தேநீரை ஊற்றினேன். சீனி சேர்த்துக் கண்ணாடிக் குவளையைக் கலக்கினேன்.

பாட்டி தனது பின்னல் வேலைச் சாமன்களை மடியில் வைத்தார். சூடான கண்ணாடிக் குவளையை தனது இரண்டு உள்ளங்கைகளுக்கு இடையே பிடித்தார்.

"சிர்ப்பாலின் வயதில் இருந்தபோது நான் பின்னல் வேலை செய்யத் தொடங்கினேன். அப்போது எனக்குப் பார்வை இருந்தது. எங்கள் கிராமம் உலகின் மறு பக்கத்தில் இருந்தது. அங்கே கோடை காலம், குளிர் காலம் என இரண்டே பருவங்கள் இருந்தன. கோடைகாலத்தில் வயல்களில் வேலை செய்தேன். வயல் வேலைகளிலேயே முழு வாழ்க்கையையும் கழித்துவிடுவேன் என்று அப்போது நினைத்ததுண்டு. இப்போது கம்பளி ஸ்வெட்டர்களை நானே பின்னி அவற்றை விற்று வாழ்ந்துவருகிறேன். அக்கம்பக்கத்திலுள்ளோர் என்னைப்பற்றித் தங்கள் நண்பர்களிடம் சொல்லி எனக்கு உதவி செய்கிறார்கள். சில சமயங்களில் கடற்கரையிலும் தெருக்களிலும் அவற்றை விற்பனை செய்கிறேன். ஸ்வெட்டர்களை விற்று எவ்வளவுதான் பணம் சம்பாதிக்க முடியும்? இந்தக் குழந்தைக்கு அதிகமாகப் பணம் தேவைப்படுகிறது."

"குழந்தைக்கு மட்டுமல்ல. உங்களுக்கும்தான்."

கையில் பிடித்திருந்த கண்ணாடிக் குவளையைச் சன்னல் கட்டையில் வைத்தார். என்னை நோக்கிச் சாய்ந்தவாறு "உன்னிடம் ஒரு கேள்வி கேட்டால் உன்னால் பதில் சொல்ல முடியுமா?" என்றாள்.

"எதுபற்றி?"

"சிர்ப்பால் பற்றியது."

நான் பாட்டியை வெறுமையாகப் பார்த்தேன்.

"அது எளிமையான கேள்விதான். எனது மகளின் மகளான சிர்ப்பால் என் கணவனின் சகோதரியாவாள். இது எப்படி சாத்தியம்?" என்றார்.

கேள்வியை விடவும் அதன் அபத்தம் பற்றி யோசித்தேன். "விடுகதைபோல் உள்ளது" என்றேன்.

"யாசெமினிடமும் இதே கேள்வியைக் கேட்டேன். அடுத்த முறை இங்கே வருகையில் பதில் சொல்லாம் என்றேன். இவ்விதம் அவள் இங்கே திரும்பி வருவதற்கான இன்னொரு காரணத்தை அவளுக்குத் தந்தேன். இந்தக் கேள்விக்கான பதிலை யோசித்து உன்னால் சொல்ல முடியுமா?"

"சந்தேகம்தான். இது சிக்கலாக இருக்கிறது."

"மிக்க மகிழ்ச்சி. பதில் சொல்ல நீயும் சில நாட்கள் எடுத்துக்கொள். எங்கு போனாலும் உன்னைப் பார்த்துக்கொள். பாதுகாப்பாகத் திரும்பி வா. அந்த விடுகதைக்குப் பதில் வேண்டும்."

மகிழ்ச்சியாக இருக்க முயன்றவனாக, "பதிலுடன் திரும்புகிறேன் கவலைப்படாதீர்கள்" என்றேன்.

முன்னால் சிறிது சாய்ந்து என்னிடம் பேசிக்கொண்டிருந்தவர் மீண்டும் பழையபடியே உட்கார்ந்துகொண்டார். தன் விரல் நுனிகளால் கண்களைத் துடைத்துக்கொண்டார்.

“உனக்குத் தெரியுமா யூசுஃப்? கண் பார்வை போவதற்கு முன் கனவுகள் கண்டுகொண்டிருந்தேன். இப்போது கனவுகள் வருவதில்லை. இது வருத்தமளிக்கிறது. கிராமத்தில் இளம் பெண்களைக் காணும்போது அவர்களை வன தேவதைகள் என நான் நினைப்பேன். அவர்கள் கழுத்துகள் நீளமாக இருந்தன. மார்புப் பிளவுகள் வெளியே தெரிந்தன. அவர்களின் சுவாசக் காற்றில் பறவைகள் சிறகடித்தன. வளர்ந்ததும் அந்த இளம் பெண்களைப் போலவே நானும் இருப்பேன், கண்ணாடிகளில் ஒளிர்வேன் என்றெல்லாம் கனவு காண்பதுண்டு. ஆனால் வளரிளம் பருவத்தை அடையும் முன்பே என் வாழ்க்கை மாறியது. கோடை முழுவதும் மஞ்சள் காளான் வாசனையுடன் காற்று வீசியது. பயிர்கள் அழுகின. மான்கள் ஆறுகளில் மூழ்குவதையும் ஓநாயின் சடலங்கள் செங்குத்தான பாறைகள்மீது விழுவதையும் இடையர்கள் கண்டனர். ஏதோ சொர்க்கலோகத்தின் சுல்தான்கள்போலக் கம்பீரமான சிறகுகளுடன் பறந்த கழுகுகள் ஒவ்வொன்றாக வானிலிருந்து கீழே விழுந்தன. அந்த விலங்குகளையும் பறவைகளையும் பார்வையிழக்கச் செய்த அந்த நோய் குழந்தைகளுக்கும் பரவியது. கண்கள் வலிப்பதான புகாருடன் என்னுடைய தோழிகள் பலரும் ஒரே இரவில் மடிந்தனர். இழவு வீட்டில் பெண்கள் ஒப்பாரி வைக்கத் தொடங்கினர். நான் கொடுத்துவைத்தவள். பார்வை இழந்தேன்; ஆனால் உயிர் பிழைத்துக் கொண்டேன். நான் தேம்பித் தேம்பி அழுதேன். ஒப்பாரிப் பெண்கள் என்னைவிட மோசமாக அழுதார்கள். இங்கே மான் குட்டிகள் பொறி வைத்துப் பிடிக்கப்படும் எனவும் ஓநாய்க் குட்டிகள் சுட்டுக் கொல்லப்படும் எனவும் இந்தக் கிராமத்திற்குச் சாபம் உண்டு என்பதாக அவர்கள் கூறினர். உனக்கு அந்தக் கதை தெரியுமா யூசுஃப்? ஒரு நகரத்தில் பார்வை இழந்தோர் மட்டுமே வசித்தார்கள். அங்கே ஒவ்வொருவரும் பார்வை இல்லாமல் பிறந்தார்கள். ஒரு நாள் ஒரு குழந்தை தனது பார்வையைத் திரும்பப் பெற்றுத் தன்னைச் சுற்றிலும் பார்க்கத் தொடங்கியது. கிராமவாசிகள் இந்த நோயினால் பீதியடைந்தார்கள். பிற குழந்தைகளுக்கும் இந்த நோய் பரவுவதைத் தடுத்து நிறுத்த, அந்தக் குழந்தையைக் கொன்றார்கள். அந்தக் குழந்தையின் உடலை எரித்தார்கள். நான் இஸ்தான்புல்லை நினைத்துக்கொள்கிறேன். இத்தகைய கொடூரமான பாவங்களைப் புரிந்த இந்த நகரத்திற்கு என்ன கிடைக்கும்? எத்தகைய சாபம் இந்த நகரைப் பீடித்திருக்க வேண்டும்? அல்லது ஏற்கெனவே பீடித்திருப்பதால்தான் அதன் விளைவுகளை நாம் அனுபவித்துக்கொண்டிருக்கிறோமா? தங்கள் பார்வையைத் திரும்பப் பெறுபவர்கள் சட்ட விசாரணை ஏதுமின்றிச் சித்திரவதையால் கொல்லப்படுகிறார்கள். பையா உனக்குக் கனவுகள் இருக்கின்றன. உன்னையும் அவர்கள் கொல்வார்கள்.” பாட்டியின் குரல் தணிந்தது. தூக்கம் வந்ததுபோல் அவர் தளர்வடைந்தார். “நீண்ட கழுத்தும் வெளியே தெரியும் மார்புப் பிளவும், பறவைகள் சிறகடிக்கும் சுவாசமும் கொண்ட யாசெமினையும் அவர்கள் கொல்வார்கள்.”

வெளியே பார்த்தேன். எங்கள் கேச்செகோண்டுத் தோட்டத்தின் நுழைவாயில் தெரிந்தது. யார் உள்ளே போகிறார். யார் வெளியே வருகிறார் என்பதை இங்கிருந்தே கவனிக்க முடியும். ஆனால் பார்வையற்ற பாட்டியின் வீட்டில் இதனை யார் செய்வார்? இருள் படரத் தொடங்கிற்று. யாசெமின் அப்லா திரும்பவில்லை. இந்த நேரத்திற்குப் பிறகு அவள் திரும்பி வரப்போவதுமில்லை.

கப்பல்களின் சங்கொலியும் கடல் பறவைகளின் இரைச்சலும் தூரத்திலிருந்து வந்தன. கிழக்கிலிருந்து தூசு மேகங்கள் நகர்வதைப் போல நட்சத்திரங்கள் நகரை நோக்கி நகர்ந்தன. நீர் பூசினாற்போல் வானத்தில் ஈரம் படர்ந்திருந்தது. வானத்தில் இடமில்லாத காரணத்தால் ஏராளமான நட்சத்திரங்கள் அடிவானத்திற்கு அப்பால் காத்திருக்கக் கூடும் என்று தோன்றியது. வானம் முடிவற்றதாயும் ஒரு மணி ஜாடி[5]க்குள் பொருந்துவதாகவும் தோன்றியது. நட்சத்திரங்கள் எங்கு முடிந்து, நகர விளக்குகள் எங்கு தொடங்கின என்று கூறுவது கடினம்.

பாட்டி என் பக்கம் சாய்ந்து என் கையைப் பிடித்துக்கொண்டார். மடித்திருந்த துண்டுக் காகிதத்தை என் உள்ளங்கையில் வைத்தார்.

மிகுந்த ஆர்வத்துடன் அதனை விரித்தேன். "வீடு கண்காணிக்கப் படுகிறது... சாம்பல் புள்ளி... நாளை... 15... பி.கு: காதணியை மறந்துவிடு..." என அதில் எழுதியிருந்தது.

காதணிகள்?

பாட்டி தனது மார்புக் கச்சையிலிருந்து காதணியை வெளியே எடுத்தார்.

"யாசெமின் அப்லா இங்கு வந்தாளா?" பரபரப்புடன் கேட்டேன்.

"என்னால் சொல்ல முடியவில்லை. எனக்குக் கண் தெரியாது" எனப் புதிராகக் கூறினார்.

"பின்வாசலுக்குச் செல்லும் ஒரு சந்து உள்ளது. சிர்ப்பால் உனக்கு அதனைக் காட்டுவாள். யாரும் பாரா வண்ணம் அந்தச் சந்தின் வழியே நீ செல்ல முடியும்."

என் கையிலிருந்த குறிப்பை மீண்டும் வாசித்தேன். எங்களுக்கென்று சில முன்னெச்சரிக்கைகள் இருந்தன. நாங்கள் சந்திக்கும் இடங்களின் பெயர்களை வெவ்வேறு நிறங்களில் குறிப்பிட்டோம். இஸ்தான்புல் பல்கலைக்கழகத்திற்கு முன்னால் உள்ள பேருந்து நிலையம் சாம்பல் நிறத்தினால் குறிக்கப்பட்டிருந்தது. அறிவிக்கப்பட்ட நேரத்திற்கு ஒரு மணிநேரத்திற்கு முன்பாகவே எங்கள் சந்திப்பு நிகழ்வது வழக்கம். இப்போது நாங்கள் 14.00 மணிக்குச் சந்திக்க வேண்டும். இந்தக் குறிப்பினை அனுப்பியது யாசெமின் என என்னை நம்பச் செய்வதற்காக மற்றொரு காதணியை அவள் அனுப்பியிருந்தாள். "காதணிகளை மறந்துவிடு" என்ற அவளின் எச்சரிக்கை சுவற்றில் ஆணி அடித்தாற்போல் தெளிவாக இருந்தது.

---

5. வகுப்பறைச் சோதனைச் சாலைகளில் செயல்முறை விளக்கத்திற்காகப் பயன்படுத்தப்படும் ஜாடியைப் போன்ற ஒன்று.

சிறிய ஒரு தடயத்தையும் இங்கே நான் விட்டுவிடக் கூடாது. யாருடனும் தொடர்புடைய எதனையும் என்னுடன் நான் எடுத்துச் செல்லக் கூடாது.

பாட்டியின் கையை முத்தமிட்டேன்.

“எங்கள் வீட்டில் சில மலர்ச் செடிகள் உள்ளன. சாவியை உங்களிடம் கொடுத்தால் அவற்றுக்கு நீங்கள் நீரூற்றுவீர்களா?” என்று கேட்டேன்.

“அதைப்பற்றிக் கவலைப்படாதே. உங்களின் வீட்டுச் சாவி என்னிடம் இருக்கிறது” என்று கூறிய பாட்டி தனது கை விரல்களில் கம்பளி நூல் இழையைச் சுற்றினார். பின்னல் ஊசிகள் பறவை இறகுகளைப்போல உயர்ந்தன, தாழ்ந்தன. பின்னல் வேலை மும்முரமாகத் தொடர்ந்தது. நான் கிளம்பும்போது, “எனது விடுகதையை மறந்துவிடாதே. எனக்குப் பதில் வேண்டும்” என்று கூறினார்.

வெளியே கடுமையான குளிர் முகத்தில் அறைந்தது. கழுத்துச் சால்வையைக் கழுத்தைச் சுற்றி இறுக்கிக் கட்டிக்கொண்டேன். சிர்ப்பாலைப் பின் தொடர்ந்தவனாக வேகமாகச் சென்று இருளில் நுழைந்தேன். வளைவுகளும் திருப்பங்களுமாய் அந்தச் சந்து முடிவின்மைக்கு இட்டுச் சென்றது. எல்லா இடங்களிலும் சுள்ளிகளும் புதர்க் குவியலும் காணப்பட்டன. அந்த இடத்தை நன்கறிந்த ஒருவரின் துணையின்றிப் புதிதாகச் செல்லும் ஒருவர் நிச்சயம் வழி தவறிவிடுவார். அது சிக்கலான ரகசிய வழியைப் போன்றது. வெளிச்சம் மங்கிக்கொண்டிருந்தது. கீழேயிருந்து நாய்கள் குரைத்தன. அந்தச் சத்தம் சன்னமாகக் காதில் விழுந்தது. மலைக் குன்றையும் புதர்களையும் கடந்து ஒரு காய்கறித் தோட்டத்திற்கு வந்து சேர்ந்தோம். ஓரிடத்தில் சற்றுத் தாமதித்து நின்றோம். அங்கிருந்து என் பயணத்தை நான் தனியே தொடர வேண்டும்

பையிலிருந்து பணத்தை எடுத்து அதில் பாதியை சிர்ப்பாலுக்குக் கொடுத்தேன். நன்றாகப் படிக்க வேண்டுமெனவும் பாட்டியை நன்கு கவனித்துக்கொள்ள வேண்டுமெனவும் கூறினேன். குனிந்து அவள் உச்சந்தலையை முத்தமிட்டேன். ஒளி வீசிப் பிரகாசிக்கும் அவள் முகம் மஞ்சள் காதணிக்கு மிகப் பொருத்தமாக இருக்குமென்ற எண்ணம் சட்டெனத் தோன்றியது. தெளிவாக, நேர்த்தியாக, வசீகரத்துடன் அந்த முகம் இருந்தது. வன தேவதை போலிருந்தாள். அங்கே இல்லாதது மஞ்சள் காதணி மட்டும்தான். இரட்டை ஜடையாகப் பின்னியிருந்த அவளின் தலைமுடியை என் கையினால் கோதி அதனைச் சிறிது நகர்த்தினேன். அவள் கன்னத்தைச் சிறிது மேலே உயர்த்தினேன். இரண்டு காதுகளில் ஒன்றில் ஒரு காதணியையும் இன்னொரு காதில் ஒரு காதணியையும் மாட்டினேன். “இந்தக் காதணிகள் உனக்குத்தான்” என்றேன். நம்ப முடியாது வேகமாய்க் கண்களைச் சிமிட்டிய அவள் தன் கைகளை முகத்தருகே கொண்டுசென்றாள். இரண்டு நீர்த் துளிகளாய்த் தொங்கிக்கொண்டிருந்த அந்தக் காதணியைத் தொட்டாள். அப்போது அவள் முகம் உலகிலேயே மிக அழகிய தோற்றம் கொண்டிருந்தது. நான் மட்டும் அவளை விட்டிருந்தால் சிறகு விரித்து நட்சத்திரங்கள் பதிந்துள்ள வானில் பறந்து சென்றிருப்பாள்..

காய்கறித் தோட்டத்தில் நுழைந்து மெல்ல நடக்கத் தொடங்கியபோது யாசெமின் அப்லாவிடமிருந்து கற்றிருந்த கவிதை வரிகள் மனதில் வந்தன. "ஓ சுதந்திர மனிதனே... கடலை நேசித்துப் போற்றுவாயாக."

அந்தக் கணத்தில் என் நிஜப் பெயர் கூறி யாரோ என்னை அழைத்தனர். இருளில் நின்று சுற்றிலும் பார்த்தேன். எங்கிருந்து குரல் வந்தது என்பதை என்னால் கணிக்க முடியவில்லை. கடுமையான பயத்தில் என் இதயம் வேகமாகத் துடித்தது. வியர்வை கழுத்திலிருந்து திடீரென வழிந்தது. அதே குரல் மீண்டும் கேட்டதும் கண்களைப் பாதி திறந்தேன்,

"திமிர்த்தே நீ தூக்கத்தில் பேசிக்கொண்டிருக்கிறாய்" என்றார் டாக்டர்.

சிறையின் இருண்ட சுவர்களைப் பார்த்தவாறு "சிறிது கண் அயர்ந்திருப்பேன்" என்று கூறினேன். தூங்குவதும் சிந்தனையில் மூழ்கிப் போவதும் ஒருவரைக் குணமாக்கக் கூடியவை. இங்கிருந்து வெளியேறிச் சென்றுவிடுவதாகவும், பிடிபடுவதற்கு முன்னர் நான் வாழ்ந்த பழைய வாழ்விற்குத் திரும்பிவிடுவதாகவும் கனவு கண்டேன். அதன்பின் நிகழ்ந்தவை மிகப் பயங்கரமானவை. மீண்டும் சிறையில் கண் விழித்தபோது நம்பிக்கையின்மையும் வருத்தமும் என்னைக் கிழித்துக் குதறத் தயாராக இருந்தன. சீழ் நிறத்தில் என் முன் சுவர் இருந்ததைப் பார்த்தேன். நான் ஏன் பிடிபட்டேன்? நான் ஏன் வேகமாக ஓடவில்லை என என்னை நானே நிந்தனை செய்துகொண்டேன். எனக்கு இன்னொரு வாய்ப்பு வேண்டுமென விரும்பினேன். அந்த வாய்ப்பினால் என் வாழ்வில் அடிப்படை மாற்றம் ஏற்படும். அப்போது என் உடல் காயங்கள் தரும் வேதனையில் பதைபதைப்பேன்.

"குஹெய்லேன் மாமா, உங்களுக்கு ஒரு விடுகதை சொல்லட்டுமா?" என்றேன்.

"கடவுள் நம்மை ஆசீர்வதிப்பாராக. நேற்று நான் விடுகதை போட்டேன். அதற்கு என்னை இப்போது பழிவாங்குகிறாயா?"

"எனது விடுகதை இன்னும் கடினமானது. ஒரு பெண்ணுக்குச் சிறிய பெண் குழந்தை இருந்தது. அது உங்களின் பேத்தியா என்றேன். அதற்கு அவள் கூறியது: இது என் மகளின் குழந்தையும் என் கணவனின் சகோதரியுமாவாள். அது எப்படி இருக்க முடியும்?"

"இவ்விதம் கனவு கண்டாயா?"

"இல்லை" என்றேன்.

பாட்டியைப் பற்றியோ சிர்ப்பாலைப் பற்றியோ எதையும் கூறவில்லை.

"என் மகளின் மகள் என் கணவனின் சகோதரி" என்று குஹெய்லேன் மாமா தனக்குத்தானே மீண்டும் கூறிக்கொண்டார். "நல்ல கேள்விதான். இதுபற்றி யோசித்துப் பதில் சொல்ல முடியுமா என்று பார்க்கிறேன்."

இந்த விடுகதை பற்றி குஹெய்லேன் மாமாவும் டாக்டரும் யோசித்துக் கொண்டிருந்தனர். அதே நேரம் கடந்த இரு நாட்களாகச் சித்திரவதை செய்ய யாரையும் ஏன் வெளியே அழைத்துச் செல்லவில்லை என்பதும் அனைத்துச் சிறைகளையும் அமைதியாக இருக்கும்படி ஏன் விட்டுவிட்டார்கள் என்பதும் அவர்களுக்கு வினோதமாகத் தெரிந்தது. நேற்றும் இன்றும் அவர்கள் யாரையும் அழைத்துச் செல்லவில்லை. ஒரு சிறைக் காவலரின் பணி முடிந்து இன்னொரு காவலர் மாறும்போதும், எங்களுக்கு உணவு கொண்டு வரும்போதும்தான் இரும்பு வாயில்கதவு திறக்கப்படும்.

“விசாரணையாளர்களும் மனிதர்கள்தானே. தினமும் பத்து இருபது மணிநேரம் சித்திரவதை செய்வதில் களைத்துப் போயிருப்பார்கள். அதனால் அவர்கள் விடுமுறை எடுத்துக்கொண்டிருப்பார்கள். எங்கோ ஒரு கடற்கரையில் வெதுவெதுப்பிற்காக அவர்கள் படுத்துக்கொண்டிருப்பார்கள். சமுத்திரத்தில் ஒரு தீவாகவும் அது இருக்கலாம். சூரிய ஒளி அவர்களின் ஆன்மாவை வறண்டு போகச் செய்துவிடுகிறது.” என்று குஹெய்லேன் மாமா சிரித்தவாறு கூறினார்.

“இல்லை. தொடர்ந்து சித்திரவதை செய்வதால் வியர்வை வருமளவு அவர்கள் களைத்துவிடுகிறார்கள். வியர்வை காயும் முன் அவர்கள் வெளியே செல்வதால் அங்குள்ள குளிரிலும் காற்றிலும் அவர்களுக்குச் சளி பிடிக்கிறது. அதனால் புதினா கலந்த எலுமிச்சைச் சாறு அருந்தியவாறு இப்போது அவர்கள் வீட்டில் ஓய்வாக இருக்கிறார்கள்” என்றார் டாக்டர்.

டாக்டரும் குஹெய்லேன் மாமாவும் சிரித்துக்கொண்டிருந்தபோது ஒரு சிறிய பித்தான் சிறையின் கான்கிரீட் தரைக்கு நழுவி எங்கள் கால்களுக்கு அருகே வந்தது. அது எங்கிருந்து வந்ததென எங்களுக்குப் புரியவில்லை. நட்சத்திர வடிவம் கொண்ட அந்த மஞ்சள் நிறப் பித்தானில் இரண்டு துளைகள் இருந்தன. குஹெய்லேம் மாமா அதை எடுத்து வெளிச்சத்தில் பார்த்தார். “இந்தப் பித்தான் ஒரு பெண்ணின் உடையிலிருப்பது” என்றார். சிறைக்கதவின் அழிக்குச் சென்று வெளியே பார்த்தோம். எதிர்ச் சிறையில் சாம்பல் நிறச் சட்டகத்துக்குள் இருக்கும் சித்திரமாக ஸீன் சேவ்டா நின்றுகொண்டிருந்தாள். ஒரு பித்தானைத் தனது உடையிலிருந்து பிய்த்துக் கதவின் கீழ் உள்ள இடைவெளியினூடே எங்களிடம் எறிந்திருந்தாள். எங்களைப் பார்க்கும்போது அல்லது குஹெய்லேன் மாமாவைப் பார்க்கையில் புன்னகை செய்தாள். அவளின் ஊதாக் கண்கள் பிரகாசித்தன. “எப்படி இருக்கிறீர்கள்?” என்று சைகையில் காற்றில் எழுதினாள். அப்போதுதான் வகுப்பில் எழுதத் தொடங்கும் பள்ளிக்கூட மாணவன்போல் மிகுந்த சிரமத்துடன் சைகையால் குஹெய்லேன் மாமா பதில் எழுதினர்.

அவர்கள் இருவரையும் தனியே விட்டுவிட்டுப் பின்னால் தரையில் உட்கார்ந்தேன். டாக்டரின்மீது என் கால்களைப் போட்டேன். முழங்காலில் தலை வைத்து உறங்கிக்கொண்டிருந்தான் காமோ. உணர்ச்சியை வெளிக்காட்டாத அவன் தன்மைபற்றி யோசித்துக்கொண்டிருந்தேன். அவன் இன்று ஒரு வார்த்தையும் பேசவில்லை. நாங்கள் அங்கேயே இல்லை

என்பதுபோல அவன் நடந்துகொண்டான். தனது கூட்டுக்குள் சுருங்கிக் கொண்டான். எப்போதும் தூங்கியவாறிருந்தான்.

கதவருகே நின்ற குஹெய்லேன் மாமா கீழே குனிந்து "காமோ கதவருகே வா. ஸீன் சேவ்டா உனக்கு நன்றி சொல்ல விரும்புகிறாள்" என்றார். காமோ தலையை உயர்த்தினான். அவன் கண்களில் வழக்கத்திற்கு மாறாகச் சோர்வு தெரிந்தது. தான் எங்கிருக்கிறோம் என்பதை நினைவுபடுத்திக்கொள்ள முயல்பவன்போல் தன்னைச் சுற்றிலும் இருந்தவற்றைக் கூர்ந்து பார்த்தான். அங்கு வர விருப்பமில்லை என்பதாகவும் தனியே இருக்க விரும்புவதாகவும் கையால் சைகை செய்தான். பின்னர் முழங்கால்களை அணைத்தவாறு முகத்தைத் தோள்களில் புதைத்துத் தனது உலகிற்குள் ஒதுங்கிக்கொண்டான். அவன் தப்பிச் செல்ல முடிந்த தனிமையான உலகம் உறக்கம். அங்குதான் எங்களிடமிருந்து விலகி வெகுதூரம் அவனால் செல்ல முடிந்தது.

ஆறாம் நாள்

டாக்டர் கூறியது

காலப் பறவை

“இஸ்தான்புல் துறைமுகத்தில் ஒரு பெரிய கப்பல் நின்றிருந்தது. யாருக்கும் தெரியாமல் ஒரு இளம்பெண் மிக ரகசியமாக அதன் படிகளில் ஏறி ஒரு பெரிய உயிர்காப்புப் படகினுள் ஒளிந்துகொண்டாள். கப்பல் பயணத்திற்கான கதகதப்பான உடை அணிந்திருந்தாள். வெளியே இருந்து சத்தம் வருகிறதாவெனக் கூர்ந்து கவனித்தாள். நல்ல வேளை யாருமில்லை. கப்பல் புறப்பட்டதும் நிம்மதிப் பெருமூச்சு விட்டாள். பயணத்தின்போது தூக்கத்திற்கும் விழிப்பிற்கு மிடையே காலம் நகர்ந்தது. கப்பலில் பணி புரிவோர் பாடுவதைக் கேட்டாள். துறைமுகத்தில் கப்பல் நங்கூரமிட்டது. இரைச்சல் ஓய்ந்து இருள் வரும்வரை காத்திருந்தாள். யார் கண்ணிலும் படாமல் படிக்கட்டின் கீழிறங்கி ஓடத் தொடங்கினாள். புதிய உலகை நோக்கிப் போய்க்கொண் டிருந்தாள். விடியும்வரை ஓடினாள். முழு நிலா தன்னைப் பின்தொடர்ந்து வருவதாகவும் தான் திரும்புமிடமெல்லாம் அதுவும் திரும்புவதாகவும் ஓடும்போது உணர்ந்தாள். இறுதியில் பாலைவனத்தை வந்தடைந்தாள். அவள் அங்கே மணலில் படுத்துச் சிறிது நேரம் ஓய்வெடுத்துக் கொண்டாள். வெகு தூரத்தில் ஒரு குடிசை இருப்பது தெரிந்தது. வயதான ஒரு துறவி சூரியனைப் பார்த்தவாறு வணங்கிக்கொண்டிருந்தார். தன்னை நோக்கி வந்துகொண்டிருந்த பட்டுடை தரித்த ஓர் அழகை உற்றுப் பார்த்தவாறே மெல்ல எழுந்தார் துறவி. தான் ஏதோ கனவில் இருப்பதாய் உணர்ந்தார். வேகமாகக் குடிசைக்குள் சென்று புனிதக் கையெழுத்துப் பிரதியின் முன் மண்டியிட்டவாறு தனக்குத் தானே பேசிக்கொண்டார். கடவுள் என்னைச் சோதிக்கிறார். உடல் இன்பத்திற்கு நான் பலியாகிவிடக் கூடாது. அது மட்டுமல்லாது நான் ஒரு வயதான மனிதன். வெளியே சென்று அந்த இளம் பெண்ணுக்குக்

கொஞ்சம் தண்ணீர் கொடுப்பேன். இஸ்தான்புல் அரண்மனையின் அந்தப்புரத்தில் வாழப் பிடிக்காததால் அங்கிருந்து ஓடி வந்துவிட்டதாகவும் துறவியுடன் வாழ விரும்புவதாகவும் அவள் கூறினாள். இவ்விதமாகக் கடவுளுக்குப் பணிவிடை செய்வதற்கான சரியான பாதையைக் கண்டடைய முடியும் என அவள் கூறினாள். மணற்குன்றின் பின்புறம் மற்றொரு துறவி, வாழ்வதாகவும் கடவுளுக்குப் பணிவிடை செய்வதற்கான பாதையைக் காட்டுவதற்கு அவர் அதிகமும் தகுதியானவர் என்றும் சொன்ன துறவி, அவரிடம் செல் என்று அறிவுறுத்தினார். சுட்டெரிக்கும் வெயிலில் மிகுந்த களைப்புடன் அவள் நடந்தாள். மதிய வேளையில் இரண்டாவது துறவியின் குடிலை அடைந்தாள். கானல்நீரைக் கண்டாற்போல் தன் கண்களைத் துடைத்து அவளை உற்றுப் பார்த்தார் இரண்டாவது துறவி. தன்னை நோக்கி வந்துகொண்டிருந்த அந்தப் பிராணி நீண்ட கூந்தலும் ஒடுங்கிய இடையும் கொண்ட வன தேவதை என்பதாக நினைத்தார். அவர் எதிர்கொண்டதிலேயே மிகக் கடுமையான சோதனை இதுதான். கடவுள் இத்தகைய கடுமையான சவாலைத் தனக்குத் தந்துள்ளான் எனில் தான் புனிதத் துறவியாக ஆகவிருக்கிறோம் என்பதே பொருளாகும். இதனை உணர்ந்த அவர் தரையில் மண்டியிட்டு வானை நோக்கிக் கை உயர்த்திக் கடவுளை வணங்கியவராக, கடவுளே எனக்கு வயதாகிவிட்டது. ஆனால் உடல் ஆசை இன்னும் உள்ளது. ஆசையில் இந்த உடல் தகிக்கிறது. ரத்தம் கொதிக்கிறது. ஆனால் இதனை எதிர்த்து நிற்பேன். சாத்தானின் வழியில் செல்லமாட்டேன் என்றார். பின்னர் தண்ணீர்ப் பாத்திரத்தை எடுத்துக்கொண்டு அவளை நோக்கிச் சென்றார். அவள் தாகத்துடன் குடித்தாள். நீர்த் துளிகள் அவள் உதடுகளிலிருந்து சொட்டுச் சொட்டாகக் கன்னத்திலும் கழுத்திலும் வடிந்தன. இமைகள் தாழ அவரைப் பார்த்த அந்த இளம் பெண் என்னை நீங்கள் பாதுகாக்க வேண்டும்: உங்களுடன் தங்கிக் கடவுளுக்குப் பணிவிடை செய்ய எனக்கு நீங்கள் வழிகாட்ட வேண்டும் என மன்றாடினாள். துறவி பெருமூச்செறிந்தார். எனது மகளே, கடவுளுக்குப் பணிவிடை செய்வதில் உனக்கு வழிகாட்ட விருப்பம்தான். ஆனால் என்னை விடவும் மற்றொருவர் இதில் சிறப்பாக உனக்கு உதவ முடியும். அந்த மணற்குன்றுக்குப் போ. அங்கே சூரியன் மறையும் இடத்தில் ஒரு துறவி வாழ்கிறார். கடவுளுக்குப் பணிவிடை செய்யும் வழியை அங்கே நீ காண முடியும். பாலைவனம் என்பது என்ன? சுடும் வெயிலும் மணலும் தவிர வேறென்ன அது? மணல் துகள் அனைத்தும் ஒன்றுதான். மணற்குன்றுகளும் துறவிகளும் அப்படியே. ஒருவர் போலவே மற்றொருவரும். ஒருவர் சொன்னதையே மற்றவர் திருப்பிச் சொல்லுவார். தணியாத நெருப்பாகச் சூரியன் எரிக்கும் வரை என்ன பெரிய பாலைவனம்? அந்தப் பெண் தொடர்ந்து நடந்தவாறிருந்தாள். களைப்பும் சோர்வும் மேலும் அதிகரித்தன. நடையின் வேகம் குறைந்துகொண்டே இருந்தது. சூரியன் மறையும் தறுவாயில் இருந்தான். அவள் கடைசி மணற் குன்றுக்கு வந்து சேர்ந்தாள். கீழே குடில் இருப்பதைக் கண்டுபிடித்தாள் ஆ... இதுதான் பாலைவனத்திலேயே மிக அழகான பகுதி என்றாள். பிறரை விடவும் மிகவும் இளமையாக இருந்த ஒரு துறவி குடிலுக்குள் இருப்பதைப் பார்த்தாள். மறையும் தறுவாயில் இருந்த சூரியனை நோக்கி மண்டியிட்டவாறு கடவுள் வழிபாட்டில் மூழ்கியிருந்தான் அந்தத் துறவி. அந்தப் பெண்ணின் குரல்

கேட்டதும் திரும்பிப் பார்த்தான். அரும்பு முலைகளும் திறந்த தொடைகளுமாய் ஒரு வன தேவதை கண் முன் நிற்பதைக் கண்டான். அது கடவுளின் பரிசு. கடுமையான சோர்வில் மூர்ச்சையுற்றிருந்த அந்தப் பெண்ணைக் கையிலேந்திக் குடிலுக்குக் கொண்டுசென்றான். அவளின் நெற்றி, கழுத்து, பிளந்த உதடுகள் ஆகியவற்றை ஈரத் துணியால் ஒற்றி எடுத்தான். விடியும்வரை அவள் படுக்கையருகே காத்திருந்தான். எத்தனையோ வழிகளில் கடவுள் மனிதருக்கு அழகைக் காட்டுகிறான். புதர்களில் ரோஜாக்கள், பாலைவனத்தில் நீர், வானில் நிலவு ஆகியவை அழகானவை. இவற்றுடன், வனதேவதையான இவள் சுவர்க்கத்தின் கண்ணாடியைப் போன்றவள். இத்தகைய அழகிற்கான தேடலே கடவுளை அடையும் பாதை. இதன் காரணமாக அந்த இளந்துறவி இளம் வயதில் பாலைவனத்தின் ஆழங்களில் புதையுண்டு கிடந்தான். வெளியே வானம் வெளுக்கத் தொடங்கியபோது அந்தப் பெண் கண் விழித்தாள். துறவியை அவள் உற்றுப் பார்த்தாள். மீண்டும் அரண்மனைக்குச் செல்ல விருப்பமில்லை. உன்னுடன் நான் தங்க வேண்டும், கடவுளுக்குப் பணிவிடை செய்வது எப்படி என்று எனக்குக் காட்டு என்றாள். குடிலுக்கு வெளியே அடியெடுத்து வைத்த அவர்கள் புதிதாக உதித்த சூரியன் முன் மண்டியிட்டுக் கண்களை மூடினார்கள். கடவுள் அவர்களுடன் இருந்தார். அவளுக்குப் படுக்கை தயார் செய்ய இலைதழைகளைச் சேகரிப்பதில் ஒரு நாள் கழிந்தது. இரவில் அவர்கள் அருகருகே படுத்துக்கொண்டனர். துறவி நீண்டநேரம் தீவிரமாகச் சிந்தித்தான். மிக மோசமான கனவுகள் வந்தன. ஒரு நாள் இரவு ஒரு முடிவிற்கு வந்தான். உன்னை முழுமையாக அர்ப்பணித்துக்கொண்டு கடவுளுக்குப் பணிவிடை செய்யத் தயாராக இருக்கிறாயா என்று அவளைக் கேட்டான். அவள் தயாராக இருந்தாள். நான் சொல்வதைக் கவனமாகக் கேள் என்றான் துறவி. கடவுளின் பரம எதிரி சாத்தான். கடவுள் அவனை நரக நெருப்பில் தள்ளித் தண்டனை அளிக்கிறான். ஆனால் அவனோ மீண்டும் வெளியே வருகிறான், கடவுளுக்குப் பணிவிடை செய்வது மனிதனின் கடமையாகும். இப்போது நான் செய்வதுபோல் நீ செய். துறவி தனது ஆடைகளைக் களைந்தான். அந்த பெண்ணும் தனது பட்டாடையைக் களைந்தாள். அவர்கள் இப்போது நிர்வாணமாக இருந்தனர். வானம் இருண்டது. மிகப் பெரியதாக விரிந்தது. நட்சத்திரங்கள் அதனை அலங்கரித்திருந்தன. மணலில் மண்டியிட்டு மேலே முழு நிலவை உற்றுப் பார்த்தனர். ஏதோ பிரார்த்தனையில் இருப்பதுபோல் அவர்கள் அமைதியாகக் காத்திருந்தபோது உடலில் மாற்றங்கள் நிகழத் தொடங்கின. துறவியின் ஆண்மை மெல்ல விழித்தெழுந்து முழுதாய் விரைப்படைந்தது. அது என்ன என்று கேட்டாள் அந்தப் பெண். அது சாத்தான் என்றான் துறவி. அவன் என்னை வேதனைப்படுத்துகிறான் என மேலும் கூறினான். வியப்படைந்த அவள் கீழே குனிந்து அதனை அருகே பார்த்தாள். முகம் சுளித்தாள். துறவியின்மீது இரக்கம் கொண்டாள். தன் குரலில் பக்திபூர்வமான தொனியைக் கொண்டவனாக, உன்னைக் கடவுள் ஏன் இங்கு அனுப்பினார் என்று எனக்குத் தெரியும் என்றான். எனது சாத்தானை உனது நரகத்தினுள் நம்மால் வைக்க முடியுமாவெனக் கடவுள் அறிந்துகொள்ள விரும்புகிறார். நம் இருவரையும் கடவுள் சோதிக்கிறார். ஒருவருக்கொருவர் உதவ வேண்டும். அந்தப் பெண் அவனை உற்றுப் பார்த்தாள். கடவுளின் ஆசீர்வாதத்தைப்

பெறுவதற்குத்தான் எதனையும் செய்யத் தயாராக இருப்பதாக அவள் கூறினாள். துறவி எழுந்து அவளைக் குடிலுக்கு அழைத்துச் சென்றான். மறுநாள் காலை கண் விழித்தபோது அவர்களின் முகங்கள் வித்தியாசமான தோற்றம் கொண்டிருந்தன. படுக்கையில் ஒருவருக்கொருவர் புன்னகை செய்து கொண்டனர். உண்மையிலேயே சாத்தான் கடவுளின் பரம எதிரியாகவே இருக்க வேண்டும் என்றாள். அவன் என்னுள் தள்ளப் பட்டபோது உக்கிரம் கொண்டு நரக நெருப்பில் கொந்தளித்தான். மொத்தத்தில் ஆறு முறை அன்று இரவு சாத்தானை நரகத்திற்கு அனுப்பினோம் என்றாள். இந்த நல்ல வேலையைத் தொடர வேண்டுமென அந்தத் துறவி அவளிடம் கூறினான். கடவுளின் பாதையில் குறித்த விதமாக அடியெடுத்து வைக்க வேண்டுமெனில் பெருமளவு நம்பிக்கை நமக்கு வேண்டும். அந்த இளம் பெண்ணின் மீதேறிச் சாத்தானை மீண்டும் நரகத்திற்குள் தள்ளினான். கடவுளுக்குப் பணிவிடை செய்வதை விடவும் மகிழ்ச்சி தருவது வேறு ஒன்றுமில்லை என்றாள் அவள். கடவுளுக்குப் பணிவிடை செய்வதை விடவும் வேறு ஏதாவது ஒன்றைச் செய்ய நினைப்பவன் மூடன் என நான் நினைக்கிறேன் என்றாள். ஆனால் இரவு முழுக்கவும் நான் இவ்விதம் நினைத்துக்கொண்டிருந்தேன். தொடக்கத்திலேயே கடவுள் ஏன் சாத்தானை அழிக்கவில்லை? சாத்தானை அழிக்க விரும்பி ஆனால் அதற்குப் போதிய வலிமை இல்லாதிருந்தால் கடவுள் பலவீனமானவர் என்று பொருள். வலிமை இருந்தும் அவருக்கு அழிக்க விருப்பமில்லை எனில் தீமைக்கு அவர் உடன்படுகிறார் என்று அர்த்தம். சாத்தானை அழிக்கப் போதிய வலிமை இருந்து, அதனைச் செய்ய விருப்பமும் இருந்தால் சாத்தான் இன்னும் ஏன் இருக்க வேண்டும்? இந்தத் தீமை எங்கிருந்து வருகிறது? பேசிக்கொண்டும் தூங்கியும் கடவுளை வணங்கியும் அவர்கள் பாலைவனத்தில் நாட்களைக் கழித்தனர். சூரியன் உதித்ததும் மறைந்ததும் அதே இடங்களில்தான். ஆனால் ஒவ்வொரு இரவும் வேறு வேறு முகம் காட்டிற்று நிலா. ஒருநாள் குடிலுக்கு அருகே அமர்ந்து தூரத்தில் எங்கோ பார்த்தவாறிருந்தான் துறவி. அந்தப் பெண் அதற்கு மறுப்புத் தெரிவித்தாள். சோம்பியிருக்க நான் இங்கு வரவில்லை. பணிவிடை செய்யவே வந்துள்ளேன் என்றாள். நேற்றிலிருந்து எதற்காகக் காத்துக்கொண்டிருக்கிறோம்? சாத்தானை நரகத்திற்கு மீண்டும் ஏன் அனுப்பவில்லை? துறவி முறுவலித்தான். சாத்தானுக்கு ஏற்கெனவே பாடம் கற்பித்துவிட்டோம். எனவே அவன் பெருமிதத்துடன் மீண்டும் தலை தூக்கும்வரை அவனை நாம் தண்டிக்க வேண்டாம் என்றான். அவள் திகைப்புற்றவளாகத் தோன்றினாள். தன் கைகளைத் தன் வயிற்றின்மீது வைத்தாள். உங்கள் சாத்தானின் பெருங்கோபத்தை நீங்கள் வேண்டுமானால் தணித்திருக்கலாம். ஆனால் நெருப்பு எனது நரகத்தில் இன்னும் எரிகிறது என்றாள். நரகத்திற்கு சாத்தான் வேண்டும். தூரத்தில் தூசு மண்டலம் தெரிந்தது. பாலைவனத்து மணல் வான் நோக்கி உயர்ந்தது. குதிரை மீதிருந்த சிலர் மணல் குன்றின் மீதேறி அவர்களுக்கு அருகே வந்து நின்றனர். இளவரசிக்காக வந்திருக்கிறோம் என்றனர். ஒரு குதிரையில் அவளை ஏற்றிக்கொண்டு வந்த வழியில் திரும்பி அதே புழுதி மண்டலத்தில் மறைந்தனர். இஸ்தான்புல் அரண்மனை வந்து சேர்ந்ததும் அங்கு காத்துக்கொண்டிருந்த மருத்துவர்கள், பெண்களின் பாதுகாவலில் அவளை

அவர்கள் ஒப்படைத்தனர். அவளை பன்னீரில் குளிக்கச் செய்து கண்ணாடியின் முன் அமர்த்தினர். அவள் தலைமுடியில் மணிகளைக் கோர்த்துக் கண்களுக்கு மை தீட்டி மணம் கமழும் திரவியத்தை அவள்மீது பூசினர். அவளைத் தயார் செய்தபின் அரசவை மூதாட்டிகளிடம் அவளை அழைத்துச் சென்றனர். அவளுக்கு என்ன நேர்ந்தது என்பதையும் பாலைவனத்தில் அவள் என்ன செய்தாள் என்பதையும் அவளிடம் அந்த மூதாட்டியர் கேட்டனர். நான் கடவுளை வணங்கினேன். எனது வாழ்க்கையே ஒழுக்கம்தான். அதைத் தவிர வேறு எதுவுமில்லை. எனது கால்களை விரித்தேன். அந்த துறவி சாத்தானை நரகத்தில் தள்ளினார். கடவுள் வணக்கம் எவ்விதம் மனிதரை எவ்விதம் மகிழ்வுறச் செய்கிறது என்பதைக் கற்றுக் கொண்டேன். கடவுளுக்குப் பணிவிடை செய்வதையே நான் தொடர்ந்திருக்க வேண்டும். மூதாட்டியர் மவுனமாக இருந்தனர். ஒரு கணம்தான். பின்னர் வெடித்துச் சிரித்தனர். கவலைப்படாதே. இங்கும் நரகத்தில் சாத்தான்களைத் தள்ளவும் கடவுளுக்குப் பணிவிடை செய்யவும் முடியும் என்றனர்."

வயதான மூதாட்டியருடன் இஸ்தான்புல் அரண்மனையிலேயே இருப்பதுபோல் சிரித்தேன். ஆனால் நான் இருந்தது சிறையில். முன்னால் சாய்ந்து கடைசி வாக்கியத்தை மீண்டும் சொல்ல முயன்றேன். ஆனால் நான் அதிகமாகவே சிரித்தேன்.

குஹெய்லேன் மாமாவும் திமிர்த்தேயும் என்னைவிடவும் உரக்கச் சிரித்தனர். தொடர்ந்து துன்பத்தை அனுபவித்த பின் மீதமிருந்த நேரத்தைத் தூங்கியோ சிரித்தோ அவர்கள் கழித்தனர். அதனால் அவர்கள் முகத்தில் தெம்பும் உற்சாகமும் திரும்பிற்று. சித்திரவதையால் பேச முடியாமல் உடைந்திருந்த அவர்களின் குரல் மீண்டது. அரசவையில் மன்னனைப் புகழும் பரிவாரத்தினர்போல் அவர்கள் ஒருவரை ஒருவர் பார்க்கப் பார்க்க மேலும் அதிகமாக அவர்கள் சிரித்தார்கள். அப்போதெல்லாம் தாங்கள் சிறைக்குள் இருப்பதை மறந்திருந்தனர்.

இங்கே வாழ்க்கை எப்படி இருக்குமென முதல் சில நாட்கள் ஒருவராலும் விளங்கிக்கொள்ள முடியவில்லை. என்னதான் கடினமாக முயன்றாலும் தனக்குக்கும் சிறைக்குமான தொடர்பை ஒருவரால் உருவாக்கிக்கொள்ள முடிவதில்லை. பின்னர் அவர் காலத்தைப் பற்றி யோசிக்கத் தொடங்குவார்: மேலே நகரத்தில் நாம் வாழ்ந்தது சில வாரங்களுக்கு முன்பா அல்லது சில நூறு வருடங்களுக்கு முன்பா? இங்கே சிறையில் வாழும் எங்களின் காலத்திற்கும் இஸ்தான்புல் அரண்மனையில் வாழ்வோரின் காலத்திற்கும் இடையே வித்தியாசம் உள்ளதா? சூனியத்திலிருந்து இங்கே நாம் வரவில்லை என்பதையும் ஏதோ புறவயமான காலத்திலிருந்து வந்திருந்தோம் என்பதையும் பேசிக் கொண்டிருந்தபோது நாங்கள் உணர்ந்துகொண்டோம். ஆனால் அது எந்தக் காலம்? எங்களுக்குள் கதைகள் கூறிக்கொண்டதன் மூலமும், இந்தக் கணத்தைப் பின் தொடர்ந்ததன் மூலமும் நாங்கள் எந்தக் காலத்திலிருந்து வந்திருந்தோம் என்பதைக் கண்டறிய முயன்றோம்.

கடைசியாக ஒரு முறை உரக்கச் சிரித்த மாணவன் திமிர்த்தே பின்பு அமைதியானான். "கதையின் இறுதிக் காட்சி வரும்வரை ஒரு சினிமாபோல ஒவ்வொன்றும் என் கண் முன் உயிர் கொண்டெழுந்தது. அலைகளூடே

பயணம் செய்யும் கப்பல், பாலைவனத்தில் நடக்கும் இளம் பெண், குடிலுக்கு மேலே நட்சத்திரங்கள், தூரத்துத் தூசு மண்டலம்...பின்னர் படம் அறுந்தது. சிரிக்கத் தொடங்கியதும் கதையின் காலத்திலிருந்து வெளியே வந்து சிறையில் இருக்கும் காலத்திற்கு திரும்பினேன். கடைசி வாக்கியத்துடன் என் மனதிலிருந்த பிம்பங்கள் மறைந்தன."

"குஹெய்லேன் மாமாவின் ஓநாய்க் கதை பற்றியும் இதையே அன்று சொன்னாய். காதில் விழும் ஒவ்வொன்றையும் திரைப்படம்போல் உருவகித்துக்கொள்கிறாய். சினிமா இயக்குநர் ஆவதாகத் திட்டம் உண்டா?"

"விருப்பம் இருக்கிறது. இந்தக் கதைகளை யாரும் இதுவரை படமாக எடுக்கவில்லையென்றால் நான் எடுக்கலாம்..."

இதனைக் கவனமாகக் கேட்டுக்கொண்டிருந்த குஹெய்லேன் மாமா, "அது எல்லோரும் நன்றாக அறிந்த கதையா?" என்று கேட்டார்.

"இதற்கு முன் அதை நீங்கள் கேள்விப்பட்டதில்லையா?" என்றேன்.

"இல்லை."

"உங்களுக்கு ஏற்கெனவே தெரிந்திராத ஒரு கதையை இப்போதுதான் எங்களில் ஒருவர் முதன்முதலாய்க் கூறியிருக்கிறார் குஹெய்லேன் மாமா. இதற்காக எங்களுக்கு நீங்கள் வாழ்த்துத் தெரிவிக்க வேண்டும்."

"டாக்டர், இஸ்தான்புல்பற்றி நான் அறிந்திருக்கலாம். ஆனால் நான் கேள்விப்பட்டிராத எத்தனையோ கதைகள் இன்னும் இருக்கின்றன. வெளியே போகும்போதெல்லாம் புதிய பெயர்களையும் சம்பவங்களையும் கேள்விப்படுவதாக என் தந்தை கூறுவதுண்டு. புதிய கதைகளை எங்களுக்குக் கூறும்போது அவர் பரபரப்படைவார். முடிவே இல்லாது விரிந்து பரந்திருக்கும் பாலைவனத்தைப்போல, முடிவின்மை உணர்வினை உருவாக்குவதன் மூலம் இஸ்தான்புல் தெருக்களும் கட்டடங்களும் வளர்வதாக அவர் கூறுவார். சூரியன் உதித்து மறையும் புள்ளிகளுக்கு இடையே மிகப்பெரிய உலகங்கள் பல இருந்தன. முழுப் பிரபஞ்சத்தையும் தங்கள் உள்ளங்கையில் வைத்திருப்பதான எண்ணம் இஸ்தான்புல் மக்களிடம் இருந்தது. மறுபுறமோ இங்கிருந்து அவர்கள் மறைந்துகொண்டிருந்ததால் தங்களைப் பற்றியும் நகரத்தைப் பற்றியுமான அவர்களின் கண்ணோட்டம் ஒவ்வொரு நாளும் மாறியவாறிருந்தது. ஒருநாள் மாலை என் தந்தை கோல்டன் ஹார்ன் கடற்கரையில் வயதான ஒருவரைச் சந்தித்தார். வட்ட வடிவ முகம் பார்க்கும் கண்ணாடியை அவர் பிடித்துக்கொண்டிருந்தார். முதலில் கண்ணாடியில் தன்னைப் பார்த்துக்கொண்டிருந்த அவர் பின்னர் எதிரே இருந்த கடற்கரையைப் பார்த்தார். என் தந்தை அந்த மனிதர் அருகே சென்று அமர்ந்தார். அவருக்கு முகமன் கூறிச் சிறிது நேரம் காத்திருந்தார். எனது அருவருப்பான தோற்றத்தைக் கண்ணாடியில் பார்த்துக்கொண்டிருக்கிறேன் என்றார் அவர். இளம் வயதில் நான் இப்படி இருந்ததில்லை. பார்க்க அழகாக இருந்தேன். ஒரு பெண்ணிடம் காதல் கொண்டு அவளைத் திருமணம் செய்துகொண்டேன். குழந்தைகள் பிறந்தன. 40 ஆண்டுகள் மகிழ்ச்சியாகக் குடும்பம் நடத்தினோம். சென்ற வருடம் என் மனைவி இறந்தாள். எங்கள் வீட்டிற்கு எதிரே இருந்த பியே லோஷா

மலையடிவாரத்திற்கு அருகேயுள்ள மயானத்தில் அவளைப் புதைத்தோம். என் மனைவியின் பார்வை மறைந்ததும் என்னுடைய அழகான தோற்றமும் மறைந்துவிட்டது. ஆண்டுகள் வேகமாக நழுவிச் செல்கின்றன. இப்போது கண்ணாடியில் பார்க்கும்போதெல்லாம் நான் எவ்வளவு வயதானவனாகவும் அருவருப்பானவனாகவும் மாறி இருக்கிறேன் என்பது தெரிகிறது."

குஹெய்லேன் மாமா தன் முழங்கால்களை வளைத்துச் சுவரில் சாய்ந்தார். நேராக நிமிர்ந்து உட்கார்ந்து பேச்சைத் தொடர்ந்தார்.

அழகாக இருப்பதாக நினைத்துக்கொண்டிருந்த பலர் தாங்கள் அருவருப்பாக இருப்பதாக இப்போது நினைக்கின்றனர் என அந்தக் கதையைக் கூறிய பிறகு என் தந்தை மேலும் கூறினார். இதேபோல் இஸ்தான்புல்லைக் காண்பவர்களும் எப்போதும் அதிகரித்தவாறே இருக்கிறார்கள். இவர்களின் காலம் எத்தகையது என்பதுபற்றி உங்களுக்குக் காட்டுகிறேன் என்றவாறு வெளிச்சத்தை நோக்கிக் கையை உயர்த்தி விரிந்த இறக்கைகள் கொண்ட பறவைபோல் தோன்றிய நிழலைச் சுவரில் தோன்றச் செய்தார். பாருங்கள் இதுதான் காலப் பறவை என்றார். கடந்த காலத்தில் தொடர்ந்து பறந்தவாறிருந்த அது இன்றைய நாளுக்கு வந்துசேர்ந்ததும் அதன் இறக்கைகள் அசைவின்றி நிற்கின்றன. பறவை காற்றில் ஸ்தம்பித்து நிற்கிறது. இஸ்தான்புல்லின் காலமும் அந்த விதமாகவே உள்ளது. கடந்த காலத்தில் அது சிறகடிக்கிறது. இன்றைய நாளுக்கு வந்து சேர்ந்ததும் அதன் இறக்கைகள் சற்று நின்று வெறுமைக்குள் நழுவுகின்றன."

தனது பெரிய கரங்களை விரித்துப் பார்த்தார் குஹெய்லேன் மாமா. தனது விரல்களைப் பெரிய இறகுகள்போல வெளியே நீட்டினார்.

"சிறு வயதில் காலப் பறவையின்மீது எனக்கு நம்பிக்கை இருந்தது. எனினும் என் தந்தை கூறிய இஸ்தான்புல்லின் கருத்தாக்கமாக அதனை விளங்கிக்கொள்வது சிரமமாக இருந்தது. இந்தச் சிறையில் இப்போதுதான் அதை நான் விளங்கிக்கொள்கிறேன். கண்களைத் திறக்கும் ஒவ்வொரு முறையும் கரிய சிறகுகளுடனான பறவையை என் தலைக்கு மேலே காண்கிறேன். காலப் பறவை சிறகசைக்காமல் எங்கள் தலைக்கு மேல் வட்டமடிக்கிறது."

தலையை உயர்த்திக் கூரையைப் பார்த்தோம். அது இருண்டிருந்தது. ஆழமான இருள். அத்தகைய கூர்மையான இருளை அப்போதுதான் முதன்முறையாகப் பார்ப்பது போலும் அது தனது சுழலுக்குள் எங்களை இழுப்பதுபோலும் அந்த இருளையே பார்த்தவாறிருந்தோம். எங்களுக்கு முன்னர் அந்த இருளைக் கடந்து சென்றவர் யார்? சமாளித்து இங்கேயே உயிருடன் வாழ்ந்தவர் யார்? இறுதி மூச்சை விட்டவர் யார்? ஏதோ மேலே நிலப்பரப்பில் பூமியில் பிறப்பதற்குப் பதிலாக நிலவறையிலேயே பிறந்தாற்போல ஒவ்வொரு நாளும் வெளி உலகைச் சிறிதளவு மறந்தவாறிருந்தோம். குளிருக்கு எதிரானது வெப்பம் என்ற அளவில் மட்டுமே வெப்பம் என்ற சொல் எங்களுக்குத் தெரியும். ஆனால் வெப்பம் என்றால் எத்தகையது என உணர்ந்த ஞாபகம் எங்களுக்கு இல்லை. மண்ணிலுள்ள புழு பூச்சிகள்போல இருளும் ஈரமும் எங்களுக்குப் பழகி விட்டது. அவர்கள் எங்களைச் சித்திரவதை செய்யாவிட்டால் என்றென்றும்

நாங்கள் வாழ்வோம். எங்களுக்கு வேண்டியது ரொட்டி, நீர், கொஞ்சம் தூக்கம். அவ்வளவே. எழுந்து நின்று வெளியே கை நீட்டினால் மேலே உள்ள இருளை எங்களால் தொட முடியுமா?

"நாம் இங்கிருந்து ஒருநாள் வெளியேறுவோம் குஹெய்லேன் மாமா. எல்லோரும் சேர்ந்து இஸ்தான்புல்லைச் சுற்றிப் பார்ப்போம். பின்னர் அடுக்குமாடிக் குடியிருப்பில் கடலைப் பார்த்தவாறிருக்கும் என் வீட்டுப் பால்கனியில் அமர்வோம். நீங்கள் கதைகள் சொல்வீர்கள்" என்றேன்.

"நான் ஏன் கதை சொல்ல வேண்டும்? நீ சொல்லக் கூடாதா?"

"டெக்கமெரான்[1] நூலில் உள்ள கதைகளைவிடவும் உங்களுக்கு அதிகமான கதைகள் தெரியும் குஹெய்லேன் மாமா. ரெச்சி மது அருந்தியவாறே நம் கதைகளைத் தொடரலாம்."

"அது நல்ல யோசனை. இன்று மாலை ரெச்சி மதுவுடன் ஒரு விருந்துக்கு ஏற்பாடு செய்யவா டாக்டர்?"

"நல்லது. நான் உணவும் மீனும் சமைக்கிறேன். ஆனால் மாலை நேரம் என்பதை எப்படி அறிந்துகொள்வது?"

"காலம் நேரம் பற்றியெல்லாம் நமக்குத் தெரியாததால், நாமே அதன் எஜமானர்கள். நாம் எப்போது விரும்புகிறோமோ அந்த நேரத்தை மாலை எனக் கொள்ளலாம். நாம் விரும்பும்போது சூரியன் மறைகிறான் என எடுத்துக்கொள்ளலாம்."

குறும்புக்காரச் சிறுவனைப்போல நிமிர்ந்து அமர்ந்தான் மாணவன் திமிர்த்தே. "விருந்திற்கு எனக்கும் அழைப்பு உண்டா? நான் இளைஞன் என்பதால் மது விருந்தில் என்னைத் தவிர்த்துவிடுவீர்களா?" என்றான்.

சந்தேகத் தோற்றம் முகத்தில் தெரிய, குஹெய்லேன் மாமாவும் நானும் ஒருவரையொருவர் பார்த்துக்கொண்டோம்.

திமிர்த்தே தொடர்ந்தான் "குஹெய்லேன் மாமா, நீங்கள் விரும்பினால் மீன் வியாபாரிகள் இருக்கும் கடற்கரைப் பகுதிக்குச் செல்வேன். மிகச் சிறந்த மீன் எங்கு கிடைக்குமென்று எனக்குத் தெரியும். திரும்பி வரும்போது காய்கனி விற்பவனிடமிருந்து பச்சைக் காய்கறிக் கலவைக்கான காய்கறிகளை வாங்கி வருவேன். மூலைக் கடையில் ஒரு குடுவை ரெச்சி மதுவும் வாங்குவேன்."

"இன்னும் நேரமிருக்கிறது."

"என்ன சொல்கிறீர்கள்? இப்போது ஏறத்தாழ மாலை நேரமாகி விட்டிருந்தால்...? மேற்கூரை உச்சியில் சூரியன் இறங்கியிருந்தால்...? தெருக்களில் ஆரவாரக் கூச்சலுடன் பள்ளிச் சிறார்கள் வீடு திரும்பும் நேரமாகவும் இருக்கலாம் இல்லையா?"

"அவசரம் வேண்டாம். இதுபற்றி யோசிப்போம்."

---

1. இத்தாலியில் ஃப்ளோரென்ஸ் வட்டார வழக்கு மொழியில் எழுதப்பட்ட தலைசிறந்த நூல்; ஆசிரியர் ஜியவான்னி போச்சா (1313–1375). பிளேக் கொள்ளை நோயின் மோசமான விளைவுகளிலிருந்து தப்பிக்க, நகரத்திலிருந்து கிராமத்திற்குச் செல்லும் ஏழு பெண்கள், மூன்று ஆண்களைப் பற்றிய கதை.

"குஹெய்லேன் மாமா, இரவு விருந்திற்கு என்னை நீங்கள் அழைத்தால் நேற்றைய விடுகதைக்குப் பதில் சொல்வேன்."

"விடுகதையா?"

"சரி. வேண்டுமென்றால் நானே ஒரு விடுகதை போடுகிறேன்."

குஹெய்லேன் மாமா சற்றுத் தயங்கினார். பின்னர் மெதுவாகப் பேசினார். "நீ கடற்கரைக்குச் செல். விருப்பமான மீனைத் தேர்வு செய். வரும் வழியில் ரெச்சி மதுவையும் பச்சைக் காய்கறிக் கலவைக்கான காற்கறிகளையும் வாங்கிக்கொள். என்ன சரியா?" என்றார்.

"நீ வெளியே சென்று அலையத் தேவையில்லை. கடலைப் பார்த்தவாறிருக்கும் பால்கனியில் அமர்ந்து பேசிக்கொண்டிருக்கலாம். உன் கதைகளைச் சொல்லலாம். மாலையில் கூட்டம் கூடுவதற்கு முன் கடைகளுக்குச் சென்று திரும்பிவிடுவேன். அதேநேரம் தெருவிலும் மீன் கடையிலும் பஸ்ஸிலும் மக்கள் என்ன பேசுகிறார்கள் என்பதை ஒட்டுக் கேட்பேன். சமீபத்தியக் குதிரைப் பந்தயத்தில் மோசடி செய்தவர், அண்மையில் தீ விபத்து நடந்த இடம், விவாகரத்துச் செய்துகொண்ட சமீபத்திய பாடகன் ஆகிய தகவல்களைச் சேகரிப்பேன். செய்தித்தாளையும் வாங்கிக்கொள்வேன்."

"எலுமிச்சம் பழங்களை வாங்க மறந்துவிடாதீர்கள். விருந்திற்கான உணவுப் பொருட்களை மேசையில் வைப்பது என் வேலை. ரெச்சி மதுவை நிரப்புவேன். நகரத்தில் விளக்குகள் ஒவ்வொன்றாக எரியத் தொடங்கியதும் ஸ்டீரியோவில் எனக்குப் பிடித்தமான பாடல்களைப் போடுவேன்" என்றேன்.

"ஆம். பாடல்களைக் கேட்கலாம். ஆனால் குடிபோதையில் பாட முயற்சித்தால் என்னைத் தடுத்துவிடுங்கள். சிலர் அற்புதமான குரல் வளத்திற்குப் பேர் போனவர்கள். நான் மோசமாகப் பாடுபவன் என்று அறியப்பட்டவன். நான் பாடுவதைக் கேட்கும் கிராம வாசிகள் மனம் மாறி வேறுபக்கம் சென்றுவிடுவார்கள்" என மனம்விட்டுச் சிரித்தபடி குஹெய்லேன் மாமா சொன்னார்.

"எனது குரலும் மிக மோசமானது. மது அருந்துகையில் என் மனைவி பாடுவதை நான் மட்டுமே கேட்பேன். அவளைப்போல அற்புதமான குரல் வளம் கொண்டவர்கள் மிகவும் குறைவு" என்றேன்.

"அவளுக்கும் ரெச்சி மது பிடிக்குமா?"

"ஆம். நீண்ட காலத்திற்கு முன்னரே அவள் இறந்துவிட்டாள். அவளுக்கு நோய் பரவத் தொடங்கியதும் தனது குரலை ஒலி நாடாக்களில் ரகசியமாகப் பதிந்து வைத்துக்கொண்டாள். எஞ்சிய வாழ்நாளை ஒரே மேசையில் என்னுடன் அமர்ந்து கழிப்பதற்கான மிகச் சிறந்த வழி அதுதான் என்பதை அவள் அறிந்திருந்தாள். மாலை நேரங்களில் ஸ்டீரியோவை இயங்கச் செய்வேன். மேசைக்கு முன்னால் அமர்ந்து மதுக் கிண்ணத்தை நிரப்பி இஸ்தான்புல் பற்றிய ஆழ்ந்த சிந்தனையில் மூழ்கிவிடுவேன். கடலின் இரு புறங்களிலும் ஒளிர்ந்தவாறிருக்கும் விளக்குகள், மாயாஜாலக் கதைகளில் மந்திரத்தால் உருவான நிலம்போல் தோன்றும். மாயா ஜாலக்

கதைகளில் மந்திரத்தால் மேலெழும் அரச மாளிகைபோல, டாப் காப்பி அரண்மனையின் சுவர்களும் கோபுரங்களும் உயரே எழும். விளக்குகளின் மங்கலான ஒளி அழகிய திரையாய் சுவர்களை மெல்ல மூடும். பால்கனியின் இடது புறமிருக்கும் மெய்டன் டவரிலிருந்தும் துருக்கி ராணுவ வீரர் குடியிருப்புகளிலிருந்தும் வரும் விளக்குகளின் ஒளி மினுமினுக்கும். வானம் தெளிவாக இருந்து அதிர்ஷ்டமும் இருந்தால் தூரத்து இளவரசர்களின் தீவுகளில் இருக்கும் விளக்குகளும் கண் சிமிட்டும். எப்போது இரண்டாவது மதுக் கிண்ணத்தைக் காலி செய்து மூன்றாவதைத் தொடங்கினேன் என்பது நினைவில் இல்லை. சாஸ்திரிய இசையில் துருக்கிப் பாடல்களைப் பாடும் மனைவியின் குரல் ஸ்டீரியோவிலிருந்து சடசடவென வெளிவருகிறது. பிரிவையும் நகரையும் பற்றிய பாடல் அது. பிரிவு என்பது நம்பிக்கையினின்றும் வெகுதூரம் விலகியிருக்கும் நகரம். ஒரே ஒரு பறவை, ஒரு துண்டுச் செய்தி, வாழ்த்து என எதுவும் அங்கேயிருந்து நமக்கு வருவதில்லை. நம்பிக்கையிழந்த கூக்குரல்கள், வீணாகக் காத்திருத்தல், ஆறுதலை விடவும் துயரம் மிகுந்த மாலை வேளைகள் ஆகியவை மட்டுமே அங்கு உள்ளன. குவளையில் மது குறைகிறது. நட்சத்திரங்கள் வானில் அதிகரிக்கின்றன. அந்த நேரத்தில் என் மனைவி புதிய பாடலைத் தொடங்குகிறாள். எங்கெங்கும் பூக்கள் மலர்கின்றன. ஒளிரும் சர விளக்குகள்போல் மாலைப் பொழுது அசைந்தாடுகிறது. தோணிகளின் சங்கொலி தூரத்தில் கேட்கிறது. கடற்பறவைகள் தம் இறக்கைகளால் வானில் கோடுகள் வரைகின்றன ...”

தலையை உயர்த்தி மேலே பார்த்தேன். காலப் பறவை மேலே எங்களைச் சுற்றி வட்டமிட்டுக்கொண்டிருந்ததா? இருளில் எங்களுக்கான பாதையை அடையாளமிட்டுக்கொண்டிருந்ததா? இங்கிருந்து வெளியேறி ஒரு எப்போதாவது பால்கனிக்குச் செல்ல முடியுமா? கடலைப் பார்த்தவாறு உண்மையிலேயே பேசிக்கொண்டிருக்க முடியுமா? இஸ்தான்புல் பற்றிய ஆழ்ந்த சிந்தனையில் மூழ்கிவிட முடியுமா?

“இப்போதெல்லாம் கோல்டன் ஹார்னில் உங்கள் தந்தை சந்தித்த மனிதரைப்போல நான் இருக்கிறேன் குஹெய்லேன் மாமா. என் மனைவியின் ஞாபகம் வரும்போது கடந்தகால மகிழ்ச்சி அந்தக் காலத்திற்கே சொந்தமானது என்ற எண்ணத்தினால் மனம் பரபரக்கிறது” என்றேன்.

திமிர்த்தே விசித்திரமாக என்னைப் பார்த்தான். “நீங்கள் வருத்தத்துடன் இருப்பதை முதன்முறையாய் இப்போதுதான் பார்க்கிறேன் டாக்டர்” என்றான்.

“வருத்தமா? அதுபற்றி எனக்குத் தெரியாது. இங்கே மகிழ்ச்சியான எண்ணங்களுடனேயே இருக்க முயல்கிறேன். துயரங்களைப் பொறுத்தவரை ரெச்சி மது விருந்தில் அவற்றை மூழ்கச் செய்ய வேண்டும் என்று விரும்புகிறேன்.”

“விருந்திற்கு எனக்கும் அழைப்பு உண்டு அல்லவா? நீங்கள் பேசுவதை வைத்தே அதனை என்னால் சொல்ல முடியும்.”

நான் பதில் சொல்லவில்லை. குஹெய்லேன் மாமா பேசுவதற்காகக் காத்திருந்தேன்.

திமிர்த்தே பற்றி கவனமாக தனக்குள் யோசித்த குஹெய்லேன் மாமா, "நீ சின்னப் பையன். புத்திசாலி. இன்று இரவு நீயும் எங்களுடன் சேர்ந்து கொள். அனைவரும் ரெச்சி மதுவருந்தலாம்" என அவனிடம் கூறினார்.

இந்தப் பதிலையே திமிர்த்தே அவரிடமிருந்து எதிர்பார்த்தான். மகிழ்ச்சி அடைவதற்குப் பதிலாக அவன் எரிச்சல் கொண்டான். "சின்னப் பையன் என்று என்னை அழைப்பதை நிறுத்துவீர்களா மாமா? உங்கள் ரெச்சி மதுபான விருந்திற்கு வருவதிலிருந்தே நான் சின்னப் பையன் அல்ல என்பது தெரிகிறது" என்றான்.

"பழக்கத்தில் அப்படிச் சொல்லிவிட்டேன். திமிர்த்தே. நீ அருமையான இளைஞன்" என்றார் குஹெய்லேன் மாமா.

திருப்தி அடைந்தவனாகச் சுவரில் சாய்ந்தான் திமிர்த்தே. "நீங்கள் ஸீன் சேவ்டாவையும் அழைப்பீர்கள் அல்லவா?" என்று கேட்டான். "நல்ல யோசனை. அவளையும் கேட்கிறேன்."

சிறைக் கதவின் கீழே இருந்த இடைவெளியிலிருந்து கடல் காற்று உள்ளே வந்தது. எங்கள் மூவரின் பார்வையும் கதவிலேயே இருந்தது. கான்கிரீட் தரையை உரசி உள்ளே வீசிய காற்று அதனுடன் கடல் வாசனையைக் கொண்டுவந்து எங்களின் வெற்றுக் கால்களில் போட்டுவைத்தது. உப்பும் கடற்பாசியும் கொண்ட உலகின் வருகையை அது முன்னறிவிப்புச் செய்தது. குளிர் எங்கள் கணுக்கால்களிலிருந்து மேலேறுவதை உணர்ந்தோம். கணநேரத்திய உணர்வு அது. சில சமயங்களில் கடலின் மணம், அவ்வப்போது ஆரஞ்சுத் தோல் மணம், சில சமயங்களில் பைன் மணம். நொடிப் பொழுதில் வந்து நழுவிவிடும் அந்த மணங்களின் உணர்வை விடாது பற்றிக்கொள்ள எங்களாலான அனைத்தையும் செய்வோம். சிறையில் எங்களை விட்டுவிட்டு எங்கிருந்து வந்ததோ அந்த பாஸ்ஃபரஸ் நீரோட்டத்திற்குத் திரும்பும் முன்னர் அந்த மணம் முழுவதையும் உள்ளே இழுத்து எங்கள் நுரையீரலை நிரப்புவோம். அதில் ஒருபோதும் திருப்தி அடைவதில்லை. இன்னும் இன்னுமென ஏங்குவோம். எங்கள் கற்பனைகளின்மீது எங்களுக்கு இன்றும் சிறிது, அதிக நம்பிகை இருந்திருந்தால், எங்கள் ஏக்கங்களின்பால் எங்களை நாங்கள் இன்னும் அதிகமாக இழந்திருந்தால் புயல்காற்றின் பேரோசையை நாங்கள் கேட்டிருக்கக் கூடும். வடக்குக் காற்றினால் மேலெழும் அலை ஓசையையும், மீன்பிடிப் படகுகளின் எஞ்சின் சத்தத்தையும் கேட்டிருக்கக் கூடும்.

"டாக்டர்" என்றார் குஹெய்லேன் மாமா. புயலால் உடைந்த குரலில் வயதான மீனவன் ஒருவன் அலைகளூடே அழைப்பதுபோல அவர் குரல் இருந்தது.

"டாக்டர், இந்த அனைத்துக் கதைகளும் உள்ள ஒரு நூல்பற்றிப் பேசிக்கொண்டிருந்தீர்களே, அது எந்த நூல்?" என்றார் குஹெய்லேன் மாமா.

"டெக்கமெரான் புத்தகத்தைப் பற்றியா கேட்கிறீர்கள்?"

"ஆம். அதுதான். அந்த நூலின் பெயர் வினோதமாக இருக்கிறது. அதனால் எனக்கு ஞாபகம் வரவில்லை."

“அந்தப் புத்தகமே வினோதமானதுதான். பிளேக் கொள்ளை நோயிலிருந்து தப்புவதற்காக ஆண்களும் பெண்களுமான குழு ஒன்று நகரத்தை விட்டுத் தப்பி ஓடி ஒரு கிராமப்புற வீட்டினைத் தஞ்சமடைகிறது. கொள்ளை நோய் முடிவுக்கு வரக் காத்திருக்கிறார்கள். சாவிலிருந்து தப்பிக்க நகரத்திலிருந்து தப்பி ஓடுவதே வழி என்றால், நேரத்தை ஓட்டுவதற்கான வழி ஒருவரோடு ஒருவர் பேசிக்கொண்டிருப்பதே. பத்து நாட்கள் வீட்டிலேயே அமர்ந்து ஒவ்வொரு நாள் மாலையும் கதைகள் சொல்லிக்கொண்டார்கள். பண்டைக்கால இஸ்தான்புல் வாசிகளின் மொழியில் ‘டெக்கமெரான்’ என்றால் ‘பத்து நாட்கள்’ என்று பொருள். இந்தப் புத்தகத்தின் பெயர் இதிலிருந்து வந்ததுதான். பாலியல் கதைகள், காதல் கதைகள், மோசடிக் கதைகள் எனக் கதைகள் கூறி நிறையவே சிரித்தார்கள். வாழ்க்கையைத் தீவிரமாக எடுத்துக்கொள்ளாத அந்தக் கதைகளால் கொள்ளை நோய் பற்றிய அவர்கள் பயம் குறைந்தது. பாலைவனத்திற்குத் தப்பி ஓடிய இளவரசியின் கதை அந்தக் கதைகளில் ஒன்று” என்றேன்.

“ஆயிரத்தோர் இரவுகளில் சொல்லப்பட்ட கதைகள் எனக்குத் தெரியும். ஆனால் பத்து நாட்கள் சொல்லப்பட்ட கதைகளைக் கேள்விப்பட்டதில்லை. என் தந்தை அவைபற்றி ஏன் கூறவில்லை என்பது வியப்பளிக்கிறது. சொல்வதற்கு அவரிடம் ஏராளமான பிற கதைகள் இருந்திருக்கக் கூடும்.”

“அவர் அந்தக் கதைகளைச் சொல்லியிருக்கலாம். ஆனால் அவை எங்கிருந்து வந்ததென்று அவர் சொல்லியிருக்க மாட்டார்.”

தன் ஞாபகத்தில் சேர்ந்திருந்த எல்லாக் கதைகளையும் நினைவுபடுத்த முயன்றவராகச் சற்றுத் தயங்கினார் குஹெய்லேன் மாமா. பின்னர் “யாருக்குத் தெரியும்? கொள்ளை நோய் வெடித்ததாக டெக்கமெரான் நூலில் குறிப்பிடப்பட்டுள்ள நகரம் இஸ்தான்புல்லாக இருந்திருக்கலாமோ?” என்றார்.

“ஒவ்வொரு நகரமும் நமக்கு இஸ்தான்புல்தான் இல்லையா மாமா? குறுகலான தெருக்களில் வழி தவறி, இருட்டிய பிறகும் வீடு திரும்பாமல் ஒரு சிறுவன் இருந்தால் அந்த இடம் இஸ்தான்புல். தன் வாழ்நாள் காதலியைத் தேடி அபாயகரமான இடங்களுக்கும் துணிவுடன் செல்லும் இளைஞன், கறுப்பு நரியின் ரோமத்தைத் தேடிச் செல்லும் வேட்டையாடி, புயலால் இழுத்துச் செல்லப்படும் கப்பல், முழு உலகையும் தனது உள்ளங்கையில் ஒரு வைரத்தைப்போல வைத்துக்கொள்ள விரும்பும் இளவரசன், ஒருபோதும் பணிய மாட்டேன் என சத்தியம் செய்யும் கடைசிக் கிளர்ச்சியாளன், பாடகியாக வேண்டும் என்ற தனது கனவை நிறைவேற்ற வீட்டை விட்டு ஓடிச் செல்லும் இளம் பெண், கோடீஸ்வரர்கள், திருடர்கள், கவிஞர்கள் என அனைவரும் செல்லும் நகரம் இஸ்தான்புல். ஒவ்வொரு மனிதனின் கதையும் இதைப் பற்றித்தான்.”

“நீங்கள் என் தந்தையைப்போல் பேசுகிறீர்கள் டாக்டர். இஸ்தான்புல்லில் நிலவறை எப்படி இருக்கிறதோ அதேபோல் மேலே நிலப்பரப்பிலுள்ள நகரமும் அப்படியே உள்ளது. இரண்டிலும் காலப் பறவை தன் அசையா இறக்கைகளுடன் கருநிழலாய் நழுவியவாறு சென்றுகொண்டிக்கிறது. இந்த நகரத்தின் ரகசியம் என் தந்தைக்குத் தெரியும். அதனை வெளிப்படையாகக்

கூறுவதற்குப் பதிலாகக் கதைகள் மூலம் அவர் விளக்கினார். ஏதோ ஒன்றின் பகுதி அல்ல இஸ்தான்புல். அனைத்துப் பகுதிகளும் ஒன்றுசேரும் முழுமை. அதைத்தான் அவர் சொல்ல முயன்றார். நகரின் அந்த ரகசியத்தை இதுபோன்ற ஒரு இடத்தில் எங்கோ நிலவறையில் அவர் கண்டுபிடித்திருக்கக் கூடும்."

"உங்கள் தந்தை கண்டுபிடித்த விஷயங்களையும் இப்போது நாம் கண்டுபிடித்துக்கொண்டிருக்கிறோம்."

"டெக்கமெரான் புத்தகத்தில் வரும் மக்கள் நம்மை விடவும் பொருளாதார நிலையில் மேம்பட்டவர்கள். நகரத்திலிருந்து ஓடிச் சாவிலிருந்து தப்பிப் பிழைத்தவர்கள். ஆனால் நாமோ இருளில் தூக்கி எறியப்பட்டு நகரத்தின் கீழே ஆழத்தில் உள்ளோம். இங்கே இருப்பதற்குப் பதில் டெக்கமெரான் புத்தகத்தில் கதைகள் சொல்லிக்கொண்டிருக்கும் மக்களுடன் இருக்க நாம் எதை வேண்டுமானாலும் கொடுப்போம் அல்லவா? தங்களின் சுய விருப்பத்தின்படி அவர்கள் அங்கே போனார்கள். ஆனால் நமது விருப்பத்திற்கு எதிராக இங்கே நாம் கொண்டுவரப்பட்டுள்ளோம். இன்னும் மோசமான விஷயம் என்னவென்றால், அவர்கள் சாவிலிருந்து வெகு தூரம் விலகி இருக்க, நாமோ சாவை நெருங்கிச் சென்றுகொண்டிருக்கிறோம். டெக்கமெரான் நூலில் வருவது போன்ற அதே நகராக நம் இஸ்தான்புல் இருக்குமென்றால் ஒவ்வொரு கதையின் விதியும் வேறு திசையில் செல்லும் இல்லையா?"

"நீங்கள் சொல்வது சரிதான் குஹெய்லேன் மாமா" என்றேன் நான்.

நான் பேச்சைத் தொடருவதற்கு முன் வெளியே இரும்பு வாயில் கதவு திறக்கும் சத்தம் காதில் விழுந்தது. நாங்கள் பதற்றத்திற்கு ஆளானோம். ஒருவரையொருவர் பார்த்துக்கொண்டோம். பின்னர் சிறைக்கதவின் கம்பி அழியை நோக்கித் திரும்பினோம். வெளியே என்ன பேசிக்கொண்டார்கள் என்பதை முனைப்புடன் கேட்க முயன்றோம். பேச்சுச் சத்தம் வராந்தாவில் கேட்கும்வரை காத்திருந்தோம். கடந்த இரண்டு நாட்களாக இரும்பு வாயில் கதவைத் திறக்கும் ஒவ்வொரு முறையும் நாங்கள் என்னவெல்லாம் உணர்ந்தோம் என்பது எங்களுக்குத்தான் தெரியும். எதற்காக அவர்கள் வருகிறார்கள்? எங்களில் ஒருவரை விசாரணைக்கு அழைத்துச் செல்லவா? அல்லது உணவு தருவதற்காகவா? கொஞ்ச நேரத்திற்கு முன்புதான் உணவு தந்துவிட்டார்களே. இவற்றை அறிந்துகொள்ளும் ஆர்வமெல்லாம் ஒன்றுமில்லை. பதற்றம்தான். சிறைக் காவலர் மாறும்போதோ அல்லது ஏதாவது அலுவலகக் கோப்பு ஒன்றை வாங்கிக்கொண்டு செல்லும்போதோ வாயிற்கதவு திறக்கப்பட்டு அந்தச் சத்தம் எங்கள் காதில் விழுந்திருக்கலாம். இவ்விதம் எங்களைப் பாதிக்காத அல்லது சிறையில் எங்கள் மன அமைதியைக் குலைக்காத வேறு காரணங்கள் அல்லது சாத்தியக்கூறுகளைப் பற்றி யோசிப்பதில் என் தலையைப் பிய்த்துக்கொள்வேன். இப்போதிருக்கும் சூழ்நிலையில் நாங்கள் சிறையில் நிம்மதியாகவே இருந்தோம். சித்திரவதைக்காக எங்களை வெளியே கொண்டு செல்லாதவரை கும்பலாகச் சேர்ந்து நெருங்கி அரட்டை அடிப்பதிலும் முயல்களைப் போல இலேசாகத் தூங்கி வழிவதிலும் மகிழ்ச்சியாகவே இருந்தோம். எங்கள் மகிழ்ச்சியை நிலவறைக்கு மேலே நிலப்பரப்பில் உள்ள மகிழ்ச்சியை

வைத்து அளக்கவில்லை. நிலப்பரப்பின் உலகம் பழைய ஞாபகமாகத் தொலைவில் இருந்தது. சிறையில் எங்களுக்கான ஒரே அளவுகோல் வலி. எங்களைப் பொறுத்தவரை வலி இல்லாதிருப்பதே மகிழ்ச்சிதான். அதனை ஏற்றுக்கொள்வோம். இவ்விதமாக அவர்கள் எங்களை இருக்கவிட்டார்கள் என்றால் இதுபோல் நாங்கள் மகிழ்ச்சியாகவே வாழ்வோம்.

"இதுவும் கடந்து போகும்" என்றார் குஹெய்லேன் மாமா. அவர் திமிர்த்தேயிடம் பேசிக்கொண்டிருந்தார்; என்னிடமல்ல.

மாணவனான திமிர்த்தே அதிர்ச்சியில் வெளிறிப்போனான். கவனம் முழுவதையும் வெளியே திருப்பி வராந்தாவிலிருந்து வரும் குரலைப் புரிந்துகொள்ளும் முனைப்புடன் இருந்தான். நாங்கள் கேட்டது சிறைக் காவலர்களின் தினசரி உரையாடலை அல்ல. ஒரு பெரிய குழுவிலிருந்த பலர் ஒரே நேரத்தில் பேசுவதாகத் தெரிந்தது. சில சமயங்களில் முணுமுணுத்தனர். சில சமயங்களில் வெடித்துச் சிரித்தனர். சிறைக் காவலர்கள் வராததால் தொந்தரவேதுமில்லாமல் இரண்டு நாட்கள் விடுமுறை தின்ங்களாக இருந்தது. அது இப்போது முடிவுக்கு வந்திருந்தது. எங்கிருந்து அவர்கள் தொடங்குவார்கள்? எங்கள் சிறையிலிருந்தா? எதிரேயுள்ள சிறைகளிலிருந்தா? அல்லது பின்புற வராந்தாவில் உள்ள சிறைகளிலிருந்தா?

"இது கடந்து போகும் இல்லையா?" என்று பலவீனமான குரலில் திமிர்த்தே கூறினான்.

"நிச்சயம் கடந்துவிடும். எப்போதும் அப்படித்தானே. இப்போது மட்டும் வித்தியாசமாக ஏன் இருக்க வேண்டும்?" என்றார் குஹெய்லேன் மாமா.

"சித்திரவதைக்காகக் கொண்டுசெல்லப்படும் ஒவ்வொரு முறையும் அதற்குத் தயாராக இருப்பதாகவே நான் உணர்வதுண்டு. ஆனால் இந்த இரண்டு நாள் விடுமுறையில் என் உடல் சோர்வில்லாமல் அமைதியாக இருக்கப் பழகிவிட்டது. இப்போது இன்னும் அதிகமாகத் துன்புற வேண்டியிருக்கும்."

"வலி எதுவும் மாறப் போவதில்லை திமிர்த்தே. தொடக்கத்தில் எப்படி இருந்ததோ அதேபோலவே இப்போதும் இருக்கிறது. திரும்பத் திரும்ப அவர்கள் நம்மைக் கொண்டுசென்றார்கள். திரும்பத் திரும்பச் செல்வோம். நம்பிக்கையுடன் திரும்பி வருவோம்.

அச்சம்,விலா எலும்புக்கூட்டினுள் எப்போதும் ஊர்ந்துகொண்டிருந்தது. அதன் சிறிய எலிப் பற்கள் எங்கள் இதயத்தைக் கரம்பியவாறிருந்தன. எப்போதும் எங்கள் மீதே எங்களுக்குச் சந்தேகமிருந்தது. தலைசுற்ற வைக்கும்படியான வேதனையின் நெருப்பை, பைத்தியம் பிடிக்கச் செய்யும் நிலையிலிருந்த அந்தப் பீதியை எங்களால் தாங்கிக்கொள்ள முடியுமா? எங்கள் உடலில் அவர்கள் மின்சாரம் பாய்ச்சியபோது எண்ணிப்பார்க்கும் திறனை இழந்தோம். எனினும் விளங்கிக்கொள்ள முடியாத ஏதோ ஒரு உணர்வு ஆதரவாக எங்களைத் தாங்கிப் பிடித்து, வாழ்வதற்கான மனோதிடத்தைப் பாதுகாப்பாக இருக்கும்படி செய்தது. இந்தச் சிறைக்கு அப்பால் வெளியே ஓர் உலகம் எங்களுக்கு இருந்ததா? அங்கே எங்களுக்கு எதிர்காலம் இருந்ததா? உடல் பாரமாகக் கனக்க,

எங்களின் வாழ்வு இருந்த இடத்தைப் பதற்றம் பிடித்துக்கொண்டதாக உணர்ந்தோம். அப்போது பூமியைச் சுற்றும் சந்திரனும் சூரியனைச் சுற்றும் பூமியும் மிகுந்த ஆவேசத்துடன் விரைவாகச் சுற்றுவதாக உணர்ந்தோம். தடுத்து நிறுத்த முடியாததாக வலி உருவாகிக்கொண்டிருந்தது. அது காலத்தையும் எங்களின் மனங்களையும் வளைத்தது.

"சித்திரவதை செய்வதற்காக யாரையும் அவர்கள் அழைத்துப் போகாதிருக்கலாம்; அல்லது வந்ததுபோலவே அவர்கள் திரும்பிச் சென்றுவிடவும் கூடும்" என்றேன்.

திமிர்த்தேயைப் போலவே நானும் ஆசுவாசமாக இருக்கப் பழகிக்கொண்டேன். இங்கிருந்து ஒருபோதும் என்னைக் கொண்டுசெல்ல மாட்டார்கள் என ஏறத்தாழ நம்பினேன். எங்களை அவர்கள் மறந்திருக்கலாம் அல்லது நகரத்தின் உள் அடுக்குகளின் ஆழத்தில் இறங்குவது அவர்களுக்குச் சிரமமாகத் தோன்றியிருக்கலாம். நாங்கள் விலங்குகள். எப்போதாவது எங்களுக்கு உணவை எறிவார்கள். எங்களைப்பற்றி எந்த அக்கறையுமின்றி என்ன வேண்டுமானாலும் செய்துகொள்ளுங்கள் என்று விட்டுவிடுவார்கள். சுவர்களிலிருந்த ஈரத்தைத் தடவினோம், காற்றினை நுகர்ந்தோம், கதகதப்பிற்காக ஒருவரையொருவர் நெருங்கி அரவணைத்துக் கொண்டோம். விசாரணையாளர்கள் வா என்றால் வந்தோம்; போ என்றால் போனோம். வராந்தாவில் காலடி ஓசையின் எதிரொலி அருகே கேட்க, ஏதோ அப்போதுதான் முதன்முறையாகக் கேட்பதுபோலக் காதுகளைக் கூர்மையாக்கி முனைப்புடன் அதனைக் கேட்க முயன்றோம்.

"திரும்பி வரும்போது உனது கேள்விக்குப் பதில் கூறுவேன்" என்றார் குஹெய்லேன் மாமா.

"மிகுந்த ஆவலுடன் எந்தக் கேள்வி?" என்றான் திமிர்த்தே.

"நீ போட்ட விடுகதையை நீயே மறந்துவிட்டாயா? என் அருகே இருக்கும் குழந்தை, என் மகளின் மகள் எனவும் எனது கணவனின் சகோதரி எனவும் அந்த முதியவள் கூறவில்லையா? அதுபற்றிக் கவனமாக நன்கு யோசித்து விடை கண்டுபிடித்தேன். ரெச்சி மதுபான விருந்தின்போது அதுபற்றிப் பேசலாம்."

பொய்களால் எளிதில் ஏமாற ஆவலுடன் இருக்கும் குழந்தையைப் போல, திமிர்த்தேயின் முகம் பிரகாசித்தது. "சரி அந்த விடுகதைக்கான பதிலை யோசியுங்கள். உங்களிடம் இன்னொன்று கேட்க வேண்டும். விடியும்வரை மதுபான விருந்தைத் தொடரலாம். சரியா?"

"நிச்சயமாக திமிர்த்தே. உன்னுடன் மது அருந்துவது கவுரவம்."

கதவு திறந்தது. தெற்கத்தியக் கடல் அலை கரையில் பாய்வதுபோல, உள்ளே பாய்ந்துவந்த வெளிச்சத்தால் கண்கள் கூசின; வேகமாய்க் கண்சிமிட்டினோம். முகத்தைப் பாதுகாக்கக் கைகளை உயர்த்தினோம்.

"முட்டாள்களே எழுந்து நில்லுங்கள்."

கான்கிரீட் வெறுந்தரையில் மெல்ல எழுந்து நின்றோம்.

ஒரே வீச்சில் முதலில் திமிர்த்தேயையும் பின்னர் குஹெய்லேன் மாமாவையும் பிடித்தார்கள். “நீ இங்கேயே இரு” என என்னைப் பார்த்து நாய் குரைப்பதுபோலக் கத்தினார்கள்.

நான் அவர்களுடன் போகாமல் இங்கேயே இருக்கப்போகிறேனா? மகிழ்ச்சி அடைந்தேன். அதே நேரம் என்னுடன் சிறையிலிருந்த சகாக்களைப் பிரிந்ததற்காக வருந்தவும் செய்தேன். முரண்பட்ட இந்த இரு உணர்வுகளால் கவனம் திசை மாறியது. நம்பிக்கையுடன் அடியெடுத்து வைக்கும் குஹெய்லேன் மாமாவையும் மெலிந்த தோள்கள் கொண்ட மாணவன் திமிர்த்தேயையும் பார்த்தேன். அவர்கள் சித்திரவதைக்காகக் கொண்டு செல்லப்பட்டனர். அந்த வேதனையை என்னால் தாங்க முடியாது. அவர்கள் சென்றதால் நான் துயரமடைந்தேன் என்பது உண்மை. அதே நேரம் என் உடலை அவர்கள் அடித்து நொறுக்கமாட்டார்கள் என்பதும் என் முகம் ரத்தக் களரியாகாது என்பதும் ஆறுதல் தந்தது. வேதனையிலிருந்து தப்ப முடியாதுதான். ஆனால் இந்த முறை அது என்னைக் கடந்து பிறரைப் பற்றிக்கொண்டது. முதலில் நம்மைப் பற்றி நினைப்பதும் நமது காயங்களைக் கவனிப்பதும் இயல்பு என எனக்குத் தெரியும். இதனைப் பல்கலைக்கழகத்தின் முதலாம் ஆண்டிலேயே கற்றிருந்தோம். ஆனால் மனிதர்களுக்கு வேறு பக்கங்களும் உண்டு. நாம் யாரை நேசிக்கிறோமோ அவர்களுக்காக வேதனையைத் தாங்கிக்கொண்டோம். சித்திரவதையைத் துணிவுடன் எதிர்கொண்டோம்.

“ஏய் கழுதை… நீயும் எழுந்திரு.”

அவர்கள் காமோவுடன் பேசிக்கொண்டிருந்தனர். காமோ யார் கண்ணிலும் படாமல் வளைந்த முதுகுடன் சுவரருகே விழுந்து கிடந்தான். கடந்த இரு நாட்களாக வயதான ஆமைபோலத் தொடர்ந்து தூங்கிக்கொண்டிருந்த அவன் ஏதோ முணுமுணுத்தவாறு தலையை உயர்த்தி வாசலில் நின்றுகொண்டிருந்த விசாரணையாளர்களைப் பார்த்தான். அவனது பார்வை அவர்கள்மீது நிலைத்திருந்தது. எழுந்து நிற்க எந்த முனைப்பையும் காட்டவில்லை.

“உன்னிடம்தான் பேசிக்கொண்டிருக்கிறேன் மடையா,” விசாரணையாளனின் குரல் அச்சுறுத்தியது.

ஏதோ பிரிக்க முடியாத சுவரின் ஒரு பகுதிபோல் இருந்த இடத்திலேயே இருந்தான் காமோ. அவன் முதுகு சுவரை ஒட்டியபடி இருந்தது. கால்கள் தரையில் ஆணி அடித்தாற்போல் அசையாதிருந்தன. எவ்வளவு நேரம் அப்படியே அமர்ந்திருந்தான் என்பது அவனுக்கே நினைவில்லை. எரிச்சலுடன் பெருமூச்செறிந்தான். திடீரெனத் தசை வெட்டி இழுக்க, ஒரு கையால் சுவரைப் பிடித்துக்கொண்டான். அவனையும் அவர்கள் விசாரணைக்கு அழைத்துச் சென்றுவிடுவார்கள் என இப்போது நம்பியவன், பதற்றமோ ஆசுவாசமோ இல்லாமல் ஆனால் முற்றிலும் அலட்சியமாக எழுந்து நின்றான். சித்திரவதைக்காக அவனை வெளியே கொண்டுசெல்வதாகப் பலமுறை கனவு கண்டதுண்டு. ஆனால் ஒவ்வொரு முறையும் சிறையில்தான் கண் விழித்தான். ஒவ்வொருவரும் சித்திரவதையால் துன்புற்றுக்கொண்டிருந்தபோது, அவன் ஏன் காத்திருந்தான்? வெளியே

இரும்பு வாயில் கதவு வழியே பிறர் சென்றுகொண்டிருந்தபோது அவன் ஏன் சிறையில் தூங்கினான்? கேள்விகளை அவன் தன்னிடமே கேட்டுக்கொண்டான். பிறரைப்போல் காயங்களால் அவன் உடலில் வலி இல்லையாதலால் அவன் கடும் கோபம் கொண்டான். உடல் வலி தனது மன வேதனையைத் தணிக்குமென நம்பினான். இந்த நம்பிக்கையுடன் நாட்கணக்காகக் காத்திருந்தான்.

காமோ சிறை வாசலுக்குச் சென்றான். விசாரணையாளர்களைக் கடந்து வெளியே வராந்தாவில் அடியெடுத்து வைத்தான். யாரும் அவனை இழுத்துச் செல்லவில்லை. இந்த அழைப்புக்காகப் பல நாட்களாக ஆவலுடன் காத்திருந்தான். வராந்தா முடிவில் அவனுக்கு என்ன காத்திருந்தது? இரும்பு வாயில் கதவுக்குப் பின்னால் அவனுக்கு நேரவிருந்த விதி என்ன? இவை பற்றியெல்லாம் அவனுக்கு எந்த அக்கறையும் இல்லை.

விசாரணையாளர்கள் உடனடியாகக் கிளம்பவில்லை. வராந்தாவில் காத்திருந்த யாரோ ஒருவரைச் சுட்டிகாட்டி "அந்தத் தாயோழியை டாக்டர் இருக்கும் சிறையில் வீசுங்கள்" என்று ஒரு விசாரணையாளன் கூறினான். ரத்தம் படிந்த ஒரு மனிதனை அவன் தலைமுடியைப் பற்றி இழுத்து முதுகில் கட்டை விரலை வைத்து உள்ளே தள்ளினார்கள். தடுமாறியபடி அவன் என்மேல் விழ நாங்கள் இருவரும் கீழே விழுந்தோம். என் தலை சுவரில் மோதியது. எங்களுக்குக் கீழே மாட்டிக்கொண்ட என் கை உடைந்துவிட்டதாக நினைத்தேன். கதவு சாத்தப்பட்டதும் மீண்டும் அறை இருளடைந்தது. எனக்குச் சுய உணர்வு திரும்பியது. நான் எழுந்து உட்கார்ந்தேன். என் அருகே களைத்துச் சோர்ந்து கிடந்த மனிதனைப் பார்த்தேன். அவன் புலம்பி அழுதுகொண்டிருந்தான்.

"நன்றாக இருக்கிறாயா?" என்றேன். நன்றாக அவன் நிமிர்ந்திருக்க உதவினேன். சுவரில் சாய்ந்தவாறு சிரமத்துடன் உட்கார்ந்தான்.

"காயம் இருப்பதால் என்னால் வலி தாங்க முடியவில்லை" என்றான்.

"எங்கே காயம்?" அவன் தலைமுடி, முகம், கழுத்துப் பகுதிகளில் ரத்தம் உறைந்து ஓடுபோல மூடியிருந்தது. ஆனால் அவன் தனது இடது கெண்டைக்கால் சதையை உறுதியாகப் பிடித்திருந்தான்.

"என் காலில் குண்டடி பட்டுள்ளது."

"துப்பாக்கிக் குண்டு பட்ட காயமா?"

"ஆம், இரண்டு நாட்களுக்கு முன்பு ஒரு மோதலில் நான் பிடிபட்டேன். ஒரு மருத்துவமனையில் துப்பாக்கிக் குண்டை என் காலிலிருந்து அகற்றினார்கள். அதன் பிறகு அவர்கள் என்னை இங்கே கொண்டுவந்தார்கள். காலையிலிருந்து என்னைச் சித்திரவதை செய்துகொண்டிருந்தார்கள்."

அவன் காலைத் தொட என் கையை நீட்டியபோது உடல் இறுகி அவன் முகம் பதற்றமடைந்தது. தமது காயங்களைப் பிறர் தொடுவது நோயாளிகளுக்குப் பிடிப்பதில்லை. வினோதமான இந்த நடத்தையின் காரணத்தை அறிய முயன்றேன். நோயாளிகள் மட்டுமின்றிச் சாமானிய இஸ்தான்புல் வாசிகளும் தொட்டதும் பயந்து பின்வாங்கினார்கள் என்பதை என் மருத்துவத் தொழிலின் முதல் சில ஆண்டுகளில் கண்டுகொண்டேன்.

கடந்த காலத்தில் கொள்ளை நோய், காலரா போன்ற தொற்று நோய்கள் இருந்தபோதும் மக்கள் உடல்கள் பட்டுக்கொள்ளும்படி அருகருகே நெருங்கி வாழ்ந்தார்கள். இப்போது காலம் மாறிவிட்டது. தொற்று நோய்களின் இடத்தைப் புற்றுநோய், நீரிழிவு, இதயநோய் ஆகியவை பிடித்துக்கொண்டுள்ளன. இவற்றை மக்கள் தனியாகவே தாங்கிக்கொள்ள வேண்டியதுள்ளது. தங்களின் கடினமான கூட்டிற்குள் பாதுகாப்பாக ஒதுங்கிப் பிறருடன் எந்தத் தொடர்புமின்றி மக்கள் வாழ்ந்துகொண்டிருக்கிறார்கள். "நான் மனிதன்" என்பது: "எனக்கும் பிறருக்கும் இடையேயான தூரத்தைத் தக்கவைத்தவனாக அவர்களிடமிருந்து விலகிக்கொண்டிருக்கிறேன்" என்னும் பொருள் தருவதாக ஆகிவிட்டது. இந்தக் காலத்தில் அந்நியர்கள் மட்டுமல்லாது நண்பர்களும் ஒருவரையொருவர் தொடுவதைத் தவிர்க்கிறார்கள். என் மருத்துவமனைப் பரிசோதனை அறைக்கு வருபவர்கள் அடைக்கப்பட்ட பூனைகளாய்த் தங்களை உணர்ந்தனர் என்பதை நான் அறிவேன். இந்த வகைப் பதற்றத்திற்கு நோய் பற்றிய பயத்தை மட்டும் காரணமாகக் கூற முடியாது. இஸ்தான்புல்லை விட்டு மக்களைத் தப்பி ஓடச் செய்வது திடீரெனத் தொற்றிப் பரவும் கொள்ளை நோய் மட்டுமல்ல; இஸ்தான்புல் வாசிகளிடம் திடீரெனத் தோன்றி இப்போது பரவிவரும் தொடுகை தவிர்த்தலும் காரணமாகும். அதாவது யாராவது நம்மைத் தொட்டுவிடக் கூடும் என்ற எண்ணமே இஸ்தான்புல் வாசிகளைப் பீதி அடையச் செய்து அவர்களை எங்காவது தப்பி ஓடச் செய்துவிடும்.

"நான் ஒரு டாக்டர். உன் காயத்தைப் பார்க்கலாமா?"

அவன் அணிந்திருந்த உடை கிழிந்திருந்தது. தையல் விட்டிருந்தது. அவன் கெண்டைக்கால் சதையிலிருந்த காயத்தை என்னால் பார்க்க முடிந்தது. யாரோ சிலர் காயத்திற்கு மருந்து வைத்து அதனைத் துணியால் கட்டியிருந்தார்கள். நான் அதை மெல்ல அவிழ்த்தேன். சிறைக் கதவின் கம்பிகளூடே கசிந்த வெளிச்சத்தில் காயத்தை நன்கு பார்க்க முடிந்தது.

"ரத்தம் வரவில்லை. தையலை இன்னும் பிரிக்கவில்லை."

காயத்தில் பாதுகாப்பாகச் சுற்றியிருந்த கட்டை நான் மாற்றியபோது அவன் முகத்தில் ஆசுவாசம் தெரிந்தது. என்டைய கை அசைவுகளை அமைதியாகப் பார்த்துக்கொண்டிருந்தான்.

"குளிராக இருக்கிறது" என்றான்.

அவன் நெற்றியைத் தொட்டுப் பார்த்தேன். "உனக்குக் காய்ச்சல் அடிக்கிறது. சமீபத்தில்தான் காயம் ஏற்பட்டிருக்கிறது. எனவே காய்ச்சல் வருவது சகஜம்தான். கவலை வேண்டாம். காய்ச்சல் போய்விடும்."

"நானும் அப்படித்தான் நம்புகிறேன்."

தண்ணீர் பாட்டிலுக்கு அருகில் இருந்த ரொட்டித் துண்டையும் வெண்ணெய்யையும் எடுத்து அவனிடம் நகர்த்தினேன்.

முழுக்கவும் அந்நியமான ஏதோ ஒன்றினைப் பார்ப்பதுபோலச் சற்றுத் தயங்கினான். நீண்ட நேரம் அதனையே உற்றுப் பார்த்தவாறிருந்தான். நான் அவற்றை எடுத்து அவன் உள்ளங்கையில் வைத்தேன். அதைக் கடித்து

இரண்டே கவளங்களில் வேகமாக விழுங்கினான். அவன் நெஞ்சு விம்மிற்று. பாட்டிலை எடுத்து ஆவலுடன் தண்ணீர் குடித்தான்.

"என் பெயர் அலி" என்றான். "அலி லைட்டர் என்பதாக எல்லோரும் அறிவார்கள்."

எனக்கு அந்தப் பெயர் ஞாபகம் வந்தது. உண்மையில் அந்தப் பெயர் ஆணி அடித்தாற்போல் என் நினைவில் பதிந்திருந்தது. அவனை நன்றாகப் பார்ப்பதற்காக அவன் முகத்தை நெருங்கினேன். அவன் புருவங்கள் சோர்ந்திருத்தையும் நெற்றியில் வரி விழுந்திருந்ததையும் பார்த்தேன். அவனுக்கு 30 வயதுகூட இருக்காது என்று தோன்றியது. என் மகனைக் காட்டிலும் வயதில் மூத்தவனாகத் தெரிந்தான்.

"நீ என்னை டாக்டர் என்று அழைக்கலாம். அப்படித்தான் எல்லோரும் என்னை அறிவார்கள்" என்றேன்.

"நீங்கள் செர்ராஹ்பாசாவிலிருந்து வரும் டாக்டர் என்று சொல்லி விடாதீர்கள்."

"அதேதான்."

பெயர் மட்டுமே எங்களுக்குத் தெரிந்திருந்தது. ஆனால் நாங்கள் ஒருபோதும் சந்தித்ததில்லை. இஸ்தான்புல்லின் அழகிய தெரு ஒன்றிலோ அல்லது கடற்கரை காஃபி கடையிலோ சில வாரங்களுக்கு முன்னர் நாங்கள் சந்திக்கவிருந்தோம். இறுதியில் இந்தச் சிறையில் சந்திக்கும்படியானது. அப்போது வாழ்வதற்கான உரிமை தீர்ந்துபோகாதிருந்தது. வாழ்க்கைப் பாதையின் முடிவுக்கும் நாங்கள் அப்போது வந்திருக்கவில்லை. அவனும் என்னை ஆர்வத்துடன் பார்த்தான்.

"செர்ராஹ்பாசா மருத்துவத் துறையில் இளம் மாணவனாக நீங்கள் இருப்பீர்கள் என்று கற்பனை செய்திருந்தேன்" என்றான்.

அவனிடம் உண்மையைச் சொல்லிவிடலாமா?

என் மனைவிக்குக் கணையப் புற்றுநோய். நீண்ட காலம் துன்புறுவதைவிட உடனே இறந்துவிட விரும்பினாள். "ஒரு ஊசி போட்டு என்னை விடுவித்து விடுங்கள். உங்கள் மடியிலேயே நான் இறுதி மூச்சுவிட வேண்டும்" எனக் கூறியிருந்தாள். காதல் கொண்ட தொடக்க நாட்களில் அனுபவமில்லாத காதலர்களாக இஸ்தான்புல் நகர் முழுவதையும் சுற்றிப் பார்த்தோம். அந்தக் கால வழக்கப்படி ஒவ்வொரு கப்பல்துறையிலும் ஒரு விருப்பத்தை வெளிப்படுத்தினோம். ஒவ்வொரு பூங்காவிலும் ஒரு மலரின் இதழ்களைப் பறித்தோம். இதழ்கள் முடியும் தறுவாயில் எங்களுக்குப் பிடிக்கும் குழந்தைகளின் எண்ணிக்கை ஒற்றைப் படையில் இருக்குமா அல்லது இரட்டைப் படையில் இருக்குமா என்று யோசித்தோம்.[2] அந்த வயதில் எதிர்காலத்தைப்பற்றி அறியும் ஆர்வம் இருக்கும். அடுத்த பத்து ஆண்டுகள் எங்கே வாழ்வோம்? இருபது வருடங்களில் என்ன

---

2. கப்பல்துறையில் விருப்பத்தை வெளிப்படுத்தினால் ஏதோ மந்திர சக்தியால் அது நிறைவேறும் என்ற நம்பிக்கை அப்போது இருந்தது. அது மட்டுமல்லாமல் ஒவ்வொரு பூங்காவிலும் ஒரு மலரின் இதழ்களைப் பறிக்கும் வழக்கமும் காதலர்களிடம் இருந்தது.

செய்துகொண்டிருப்போம்? அடுத்த ஐம்பது ஆண்டுகளை எங்களால் நினைத்துப்பார்க்கவும் முடியவில்லை. அந்த வயதில் நிறைவாகவே வாழ்ந்திருப்போம் என நம்பத்தான் முடிந்தது. மரணம் என்ற தேசத்தின் எல்லையை என் மனைவி சீக்கிரமே தொட்டிருந்தாள். எல்லையின் மறுபுறத்தை வேதனையின்றிக் கடக்க விரும்பினாள். "அருமை மனைவியே நாம் இருவருமே அருகருகே இறந்துபோகலாம் – அதற்கு நீ சம்மதித்தால் அதே ஊசியை இருவருக்கும் போட்டுவிடுகிறேன்" என்றேன். கஷ்டப்பட்டுச் சிரிக்க முயன்றபடி அவள் சொன்னாள். "நீ கட்டாயம் வாழ வேண்டும். நமது மகனை நீ பார்க்க வேண்டும். அவன் குழந்தைகள் வளர்வதை நீ காண வேண்டும். அதற்குப் பிறகே நீ என்னிடம் வந்துசேர வேண்டும். அதற்கு முன் அல்ல."

என் மகன் வளர்ந்து வாலிபனானபோது முடிந்தவரை விரைவிலேயே அவன் திருமணம் செய்துகொள்ள வேண்டுமென விரும்பினேன். இவ்விதம் அவன் அம்மாவின் கனவை ஓரளவாவது நிறைவேற்ற விரும்பினேன். ஆனால் அவனோ வீட்டை விட்டு வெளியேறி மருத்துவக் கல்லூரியின் இறுதி ஆண்டைப் புறக்கணித்து நகரம் முழுக்கவும் பரவியிருந்த புரட்சிகர இயக்கங்களில் ஒன்றில் சேர்ந்து தனக்கென வேறு பாதையை வகுத்துக்கொண்டான். மோதல்களும் இறப்புகளுமாகப் பத்திரிகைகளில் செய்திகள் தொடர்ந்து வந்துகொண்டிருந்தன. இது தொடர்பான பத்திரிகைச் செய்திகளை கவனித்துப் பார்த்தவாறிருந்தேன். அவன் பெயரைப்போல ஒரு பெயர் தெரிந்தாலோ, அவன் முகத்தைப்போல் தோன்றும் ஒரு முகத்தைப் புகைப்படத்தில் பார்த்தாலோ கடுமையாகப் பதற்றமடைந்தேன். சில சமயங்களில் படகில் ஏறிக்கொண்டிருக்கும்போதோ, இருண்ட பாலத்தின் அடியில் நடந்துகொண்டிருக்கும்போதோ, தூக்கம் வராத பின்னிரவு நேரங்களில் காலாற நடக்கையிலோ என் மகன் திடீரென அருகில் தோன்றி என்னை இறுக அணைத்துக்கொள்வான். அவனிடம் அவன் தாயின் மணம் இருந்தது. அவன் விரல்களைத் தொடுவேன். எப்போதும் மெலிந்தவாறிருக்கும் அவன் முகத்தைப் பார்ப்பேன். உள்ளொடுங்கிய அவன் கண்களிலிருந்த வெளிச்சத்தைப் பிடிக்க முயல்வேன். "அப்பா, என்னைப்பற்றிக் கவலைப்படாதீர்கள். நான் நன்றாக இருக்கிறேன். இந்த நாட்கள் கடந்து போய்விடும்" என்பான். ஆனால் அந்த நாட்கள் கடந்து செல்லவில்லை. காலம் முடிவில்லாது நீண்டு சென்றவாறிருந்தது. என் பதற்றமும் ஏக்கமும் அதே வேகத்தில் அதிகரித்தன.

இலையுதிர்கால மழை நாள் ஒன்றில் காலையில் சீக்கிரமே வீட்டை விட்டுக் கிளம்பினேன். பதினைந்து நிமிடங்களில் நடந்து செல்லும் தூரத்திலிருந்த என் மருத்துவ ஆலோசனை அறைக்குப் போய்க்கொண்டிருந்தேன். என் குடைக்குக் கீழ் வந்த என் மகன் தோளோடு தோள் சேர என்னுடன் இணைந்துகொண்டான். "நிற்காதீர்கள். தொடர்ந்து நடக்கலாம் என்றான்." தெருநாயைப்போல முழுக்கவும் மழையில் நனைந்திருந்த அவன் நடுங்கியவாறும் இருமிக்கொண்டுமிருந்தான். கைக் குட்டையால் வாயைப் பொத்திக்கொண்டான். சிறிது தூரம்தான் நடந்திருப்போம். பலவீனமான அவன் முழங்கால் திருகி வளைய ஆதரவுக்கு என்னைப் பற்றிக்கொள்ள முயன்றவனாகக் கீழே மடிந்து விழுந்தான். ஒரு வாடகை வண்டியில் அவனை மருத்துவமனைக்கு அழைத்துச் சென்றேன்.

என் மகனுக்குக் காசநோய். தொற்று நோய்கள் குறைந்துவரும் ஒரு நகரில், ஒருவரையொருவர் தொடுவதைத் தவிர்த்த மக்களிடையே எனது மகன் காசநோய்க்கு இரையாகியிருந்தான். தான் நம்பும் கொள்கைகளுக்காகத் தன் உடல் நலத்தையே விலையாகக் கொடுத்துக்கொண்டிருந்தான். எங்களிடையே நடக்கும் விவாதங்களின்போது "அப்பா, தீமையைப்போல நன்மையும் தொற்றிப் பரவும் தன்மை கொண்டது" என்று கூறும் என் மகனே இப்போது தொற்று நோயினால் பாதிக்கப்பட்டிருந்தான். ஏதோ அதுவே தனக்கு ஏற்புடைய தண்டனை என்பதாக உணர்ந்தான்போலும். பழைய நகரம் இறந்துவிட்டது. புதிய நகரம் எதனாலோ பிறக்க மறுத்தது. துயரம் மிகுந்த அலறல் சத்தம் பூமிக்குக் கீழிருந்து வந்தது. மழை நீராலும் கழுவி வெளியேற்ற முடியாத துர்நாற்றம் வீசியது. ஆயிரக்கணக்கான கனவுகளை இளஞ்சிறார்கள் கட்டி எழுப்பினார்கள். பனி அடர்ந்த கரையை நோக்கிச் செல்லும் கப்பல்கள்போல் கடுமையான வேகத்தில் அந்தக் கனவுகள் முன்னோக்கிச் சென்றன. கப்பல் பாய்கள் சேதமடைந்து கனவுகள் நொறுங்கிக் கரையில் ஒதுங்கின. இந்த நகரம் எப்போதாவது குழந்தைகளை நேசித்ததா? இந்த நகரம் யாருக்காவது எப்போதாவது கருணை காட்டியதுண்டா? ஒருநாள் இந்த விதமாக நான் பேசிக்கொண்டிருந்தபோது என் மகன் "அப்பா, அன்பிற்காக இரந்து நிற்பதல்ல எங்கள் லட்சியம். அன்பை உருவாக்குவது. அதற்காகவே நாங்கள் போராடிக்கொண்டிருக்கிறோம்" என்றான்.

வாழ்வின் பாடங்களைத் தன் தந்தைக்கு வழங்கிய என் மகன் பித்தம் பிடித்தவனாக நடுங்கியவாறு நோய்ப் படுக்கையில் இப்போது கிடந்தான். பயத்தினால் நெற்றியிலிருந்து வழிந்துகொண்டிருந்த வியர்வை தலையணையை நனைத்தது. அவன் சுவாசத்தைக் கவனித்தவாறும் சுரத்தைச் சரிபார்த்துக்கொண்டும் நாள் முழுக்க அவன் அருகிலேயே இருந்தேன். அந்த இரவு மருத்துவமனை வராந்தா மனித நடமாட்டமே இல்லாமல் வெறிச்சோடிக் கிடந்தது. செவிலியரின் காலடியோசை மட்டுமே எங்கோ தொலைவில் ஒலித்தாற்போல் காதில் விழுந்தது. அப்போது கண் விழித்த என் மகன், "நான் எழுந்திருக்க வேண்டும். நாளை ஒருவரைச் சந்திக்க வேண்டியதிருக்கிறது" என்று காதில் கிசுகிசுத்தான். நான் அதற்கு அனுமதித்திருந்தாலும் அவனால் செய்ய முடியாத விஷயத்தைப் பேசிக்கொண்டிருந்தான். "அப்பா உண்மையிலேயே இது முக்கியமானது. என் நண்பர்களின் வாழ்க்கையே இதனைச் சார்ந்திருக்கிறது. நாளை ஒருவரைச் சந்திக்க வேண்டும்." காசநோய் மட்டுமின்றிச் சிறுநீரகம், வயிறு சம்பந்தப்பட்ட பிரச்சினைகளும் அவனுக்கு இருந்தன. உடல்நலத்தைப் புறக்கணிக்கவே முடியாத நிலையில் அவன் இருந்தான். இன்னும் பல நாட்கள் படுக்கையை விட்டு எழும் பேச்சுக்கே இடமில்லை. "மகனே கவலைப்படாதே. அது அவ்வளவு முக்கியமெனில் உனக்குப் பதிலாக நானே போகிறேன்" என்றேன். பதில் கூற முடியாதவனாகக் கண்களை மூடித் தூக்கத்தில் ஆழ்ந்தான். குழந்தையாக இருந்தபோது அவனிடமிருந்த அதே களங்கமில்லாத தோற்றம் இப்போதும் இருந்தது. அவன் எவ்வளவு பெரியவனாக வளர்ந்திருந்தாலும் இரவில் அவன் தூங்கும்போது திருட்டுத்தனமாக அவன் அறைக்குச் சென்று விளக்கு வெளிச்சத்தில் அந்தக் குழந்தை முகத்தைப் பார்த்த பின் சந்தடியில்லாமல் திரும்புவேன். அதே

முகத்துடன் அவன் விழிக்க வேண்டுமென விரும்பினேன். ஆனால் காலையில் கண் விழித்ததும் துயரத்துடன் என்னைப் பார்த்தான். எலும்பும் தோலுமாக இருந்த தனது விரல்களை உயர்த்தி "அப்பா" எனக் கரடுமுரடான குரலில் அழைத்தான். "மகனே" என்றேன். நான் வாழ வேண்டுமென என் மனைவி விரும்பினாள். ஆனால் நான் என் வாழ்வை அவனுக்காக விட்டுவிடத் தயாராக இருந்தேன். காசநோய் சூறையாடிய அவன் தலைமுடியைக் கோதினேன். நோயினால் சேதமடைந்திருந்த அவன் கைகளைப் பற்றினேன். சிரமத்துடன் அவன் மூச்சு விடும் சத்தம் அவன் மார்பிலிருந்து வந்தது. "அப்பா... இது முக்கியமல்லாததாக இருந்திருந்தால் ஒருபோதும் உங்களைப் போக விட்டிருக்க மாட்டேன். லாலேலியிலுள்ள ராகிப் பாசா நூலகத்திற்கு நீங்கள் போக வேண்டும். அங்கே ஓர் இளம்பெண்ணை நீங்கள் சந்திப்பீர்கள். அவள் குழுக்களுக்கிடையே தூது செல்பவள். பின்னர் அவள் குறிப்பிடும் உண்மையான இடத்திற்கு நீங்கள் போக வேண்டும். அங்கே அலி என்ற நபரை நீங்கள் சந்திக்க வேண்டும். நேரம் குறித்து விழிப்போடு இருங்கள். அந்த இளம்பெண் குறிப்பிடும் நேரத்திற்கு ஒரு மணி நேரத்திற்கு முன்பாக நீங்கள் அலியைச் சந்திக்க வேண்டும். இருவரையும் நான் பார்த்ததில்லை. நீங்கள்தான் நான் என்பதாக அவர்கள் நினைத்துக்கொள்வார்கள். கல்லூரி மருத்துவப் பிரிவில் படிப்பதால் நான் டாக்டர் என்று அவர்கள் அறிவார்கள். எனவே உங்களைப் பொறுத்தவரை அது ஒன்றும் பெரிய வித்தியாசமாக இருக்காது. ஏதாவது தவறு நடந்து போலீசிடம் நீங்கள் மாட்டிக்கொண்டால் உண்மையில் நீங்கள் யாரென்று சொல்லுங்கள்."

மனிதன் எப்போது முழுமை அடைகிறான்? குழந்தை பிறந்த பிறகு ஒருபோதும் கற்பனையே செய்ய முடிந்திராத விஷயங்களை உணர்ந்ததாக என் மனைவி கூறியிருந்தாள். "நான் முழுமையடைந்ததாய் உணர்கிறேன். எனக்குள் துண்டு துண்டாக இருந்த பகுதிகள் அதனதன் இடத்தில் சேர்ந்துகொண்டாற்போல் இப்போது தோன்றுகிறது" என அவள் கூறியிருந்தாள். முன்னர் ஒருபோதும் கண்டிராத சாந்தம் அவள் முகத்தில் குடிகொண்டிருந்தது. உலகுடன் நிறைவும் இணக்கமும் கொண்டிருந்த அவளைப் பொறாமையுடன் பார்த்தேன். எத்தகைய முழுமை அது? அந்த உணர்வை எவ்விதம் நான் அடைய முடியும்? பிறருக்காக அன்பாக நடந்துகொண்டால் போதுமா? அல்லது அதனை என் மகனுக்குக் கடத்த வேண்டுமா? எனக்குள் இருக்கும் அனைத்தையும் ஒன்றுசேர்த்து என் மகனின் துன்பங்களை நான் ஏற்றுக்கொண்டால் அது என்னை முழுமையாக நிறைவடையச் செய்யுமா? தனியாக அமர்ந்து இஸ்தான்புல் கடலைப் பார்த்துக்கொண்டிருக்கையில், இரவில் படுக்கையில் தலை சாய்க்கையில், காலையில் குறித்த திசையில் களைப்புடன் வேலைக்குச் செல்கையில் இந்தக் கேள்வியை என்னிடமே அடிக்கடி நான் கேட்டுக்கொள்வதுண்டு: மனிதன் எப்போது முழுமை அடைந்தான்?

ஒருநாள் என் மகனும் இந்தக் கேள்வியைத் தன்னிடமே கேட்டுக் கொள்வான்.

"என் மகனே, வேறு ஒரு நோயாளியின் பெயரில் உன்னை இந்த மருத்துவமனையில் சேர்த்துள்ளேன். உனது உண்மையான அடையாளம் யாருக்கும் தெரியாது. நீ பாதுகாப்பாக இருக்கிறாய்" என்றேன்.

ஏழாம் நாள்

மாணவன் திமிர்த்தே கூறியது

பாக்கெட் கடிகாரம்

“பையாசிட் நூலகத்தின் இயக்குநரான செராஃபத் பே அன்று காலை பணிக்கு வந்தபோது நூலகத்தின் வாயிலில் யாரும் காத்திருக்கவில்லை என்பதை உணர்ந்தார். ஒவ்வொரு நாளும் புத்தகப் பிரியர் சிலர் முன்பே வந்து காத்திருப்பார்கள். ஆனால் இன்று காலை அவர் மட்டுமே இருந்தார். முன்பு பள்ளிவாசல் குதிரை லாயமாக இருந்த ஒரு கட்டிடம் இப்போது நூலகமாக மாற்றப்பட்டிருந்தது. அந்தக் கட்டிடத்தின் பக்கவாட்டுச் சுவரை நோக்கிச் சென்றார் நூலக இயக்குநர். கீழே குனிந்து கையோடு கொண்டுவந்திருந்த ஈரல் பொட்டலத்தை அவிழ்த்தார். ஈரலைச் சிறிய துண்டுகளாக நறுக்கி அவற்றை அங்கிருந்த வட்டக் கல்லில் வைத்தார். பூனைகள் வந்துசேர்ந்தன. பின்னர் திரும்பி உயரமான ஒரு மரத்தின் கீழ் புறாக்கள் நின்றிருந்ததைக் கவனித்தார். தனது கைப்பெட்டியைத் திறந்து ஒரு காகிதப் பையிலிருந்த கோதுமைத் தானியங்களை ஒரு கை அள்ளி மரத்தைச் சுற்றிலும் தூவினார். பூனைகளும் புறாக்களும் ஒன்றையொன்று தொந்தரவு செய்யாமல் தானியங்களை உண்ணத் தொடங்கின. இயக்குநர் எழுந்து நூலகக் கதவை நோக்கி நடந்து சென்றார். நூலகத்திற்குச் சீக்கிரமே வரும் புத்தகப் பிரியர்கள் இருவர் வந்துகொண்டிருப்பதைக் கண்டார். அவர்களுக்குக் காலை வணக்கம் கூறிய அவர், அவர்கள் பத்து நிமிடங்கள் தாமதமாக வந்ததை நினைவுறுத்தினார். அவர்கள் தங்களின் கைக்கடிகாரத்தைப் பார்த்து, தாங்கள் சரியான நேரத்தில் வந்திருப்பதாகக் கூறினார்கள். இயக்குநர் கைப்பகுதி இல்லாத இடுப்பளவு கோட்டிலிருந்து தன் கடிகாரத்தை வெளியே எடுத்தார். அதனைப் புத்தகப் பிரியர்களின் கடிகாரத்துடன் ஒப்பிட்டுப் பார்த்தார்.

அவர்களின் கடிகாரம் பின்தங்கி இருந்தது. இயக்குநர் அவர்களைப் பார்த்துப் பெருந்தன்மையோடு புன்னகைத்தார். அவர்கள் மட்டுமின்றி நூலகத்திற்கு வெளியேயும் உள்ளேயும் ஒவ்வொருவரின் கடிகாரமும் நாள் முழுக்கப் பத்து நிமிடங்கள் தாமதமாகக் காட்டுவதைப் பார்த்தபோது ஏதோ தவறு நடந்துகொண்டிருப்பதாக உணர்ந்தார். காலத்தின் கிருபைக் கரம் இஸ்தான்புல்லில் மாறிக்கொண்டிருந்தது. பள்ளிக்கூட மணி, சினிமா, படகுப் பயணம் யாவும் பத்து நிமிடங்கள் தாமதமாயின. இந்த வித்தியாசத்தை யாரும் உணரவில்லை. உரத்த குரலில் காலைப் பத்திரிகைகளை விற்றுக்கொண்டிருந்த சிறார்கள் இதுபோன்ற செய்தியை அறிவிக்கவில்லை. ஒவ்வொரு நாளும் தனது பாக்கெட் கடிகாரத்தின்படியே நூலகத்தைத் திறந்த இயக்குநர் இதே கேள்வியைத் தன்னிடம் கேட்டுக்கொண்டார்: எல்லாக் கடிகாரங்களும் ஏன் திடீரெனத் தாமதமாக ஓடின? அது உண்மையிலேயே நீண்ட கதை. சுருக்கமாகச் சொல்கிறேன். உலகின் ஒரு பகுதியில் ஒரு போர் முடிவுக்கு வந்துகொண்டிருந்தது. மற்றொன்றில் புதிதாக ஒரு போர் உருவாகிக்கொண்டிருந்தது. வசந்த காலத்திலும் இஸ்தான்புல்லின் காற்றும் சூழலும் அசவுகரியமாக இருந்தன. கடலோடிகள் அமைதியாகக் கடலுக்குச் சென்றனர். பெண்கள் நாள்கணக்கில் துணிகளைத் துவைக்க மறந்தனர். ஒவ்வொருவரின் கடிகாரமும் தாமதமாகச் செல்வதையும் சரியான நேரத்திற்கு வழக்கமாக வரும் பணியாளர்கள் தாமதமாக வருவதையும் இயக்குநர் செராஃபத் பேயால் தாங்கிக்கொள்ள முடியவில்லை. இதுபற்றி ஏதாவது செய்ய வேண்டுமென முடிவு செய்தார். பூனைகளுக்கும் புறாக்களுக்கும் உணவு வைத்த பின் மதியம்வரை நூலக வேலைகளைக் கவனித்தார். செய்ய வேண்டிய நூலகப் பணிகளை உதவியாளர்களுக்குப் பிரித்துக் கொடுத்த பின் அன்றைய நாளின் மீதி நேரத்தை நகரிலுள்ள பிற நூலகங்களைப் பார்வையிடுவதில் கழித்தார். அவர் சென்ற பின் படிப்பறைகளில் முணுமுணுப்புச் சத்தம் பரவிற்று. வானொலி அறிவிப்பாளர் பத்து நிமிடங்கள் தாமதமாகச் செய்தி வாசித்தார். பள்ளிவாசல் மோதினார் பத்து நிமிடங்கள் தாமதமாக இறை நம்பிக்கையாளர்களைத் தொழுகைக்கு அழைத்தார். நேரம் இஸ்தான்புல்லில் முழுமையான மாறுதலுக்கு ஆளாகிக்கொண்டிருந்தபோது தவறாக நேரம் காட்டும் ஒரே கடிகாரம் அவருடையதுதான். தான் அபாயத்திலிருப்பதும் சட்டையில் கறுப்பு பேட்ச் அணிந்த ஆட்கள் அவரைக் கண்காணித்துக் கொண்டிருந்ததும் அவருக்குத் தெரியாது. வானொலி நிகழ்ச்சிகளும் தொழுகை அழைப்பொலியும் தாமதமாவதால் ஏற்படும் விளைவுகள் பற்றி அவரால் நினைத்துப்பார்க்கவும் முடியவில்லை. குறைந்தது நூலகங்களையாவது இத்தகைய விளைவுகளிலிருந்து பாதுகாக்க வேண்டுமென எண்ணினார். பழைய நூலகர்களிடம் சரியான நேரத்தைச் சொன்ன அவர், தான் மட்டுமே இந்த உண்மையை உணர்ந்துகொண்டதாகக் கூறினார். இவ்விதம் நேரம் தாமதமாக ஓடுவதன் விளைவாக பியாசித் நகரில் ஆண்டாண்டுகளாக அருகருகே வாழ்ந்துவந்த பூனைகளும் புறாக்களும் மாறிவிட்டதாகவும், பூனைகள் சிடுசிடுப்பாக இருப்பதாகவும் புறாக்கள் பதற்றத்துடன் சிறகடிப்பதாகவும் கூறினார். நேரத்தைச் சரிசெய்ய வேண்டும் எனவும் உண்மையை வருங்காலத் தலைமுறையினருக்கு நினைவூட்ட வேண்டுமெனவும் கூறினார். அவரது பாக்கெட் கடிகாரம் நிற்காமல் ஓடிக்கொண்டிருக்கும்வரை அல்லது ஒவ்வொரு நாளும் யாரோ ஒருவர்

அதன் நேரத்தைப் பத்து நிமிடங்கள் கூடுதலாக வைக்காமல் இருக்கும்வரை காலம் அவர் பக்கமே இருந்ததாக உண்மையிலேயே நம்பினார். ஒருநாள் காலை தன்னை நோக்கி நேராக வந்த கார் ஒன்றினைத் தற்செயலாகப் பார்க்க, சட்டென நகர்ந்து கார் தன்மீது மோதுவதைத் தவிர்த்தார். மதிய உணவு நேரத்தில் ஒரு தெரு வண்டிக்காரன் விஷம் கலந்த சர்ப்பத்தை அவரிடம் கொடுக்கக் கை நீட்டினான். சர்பத் குவளை அழுக்காக இருந்ததெனக் காரணம் சொல்லிக் கடைசி வினாடியில் அதனை அவனிடம் திருப்பிக் கொடுத்தார். ஆனால் அன்று மாலை வீடு திரும்பித் தோட்டத்திற்குள் நுழைந்தபோது யாரோ ஒருவன் அவர் முதுகில் கத்தியால் குத்தியதை அவரால் தவிர்க்க முடியவில்லை. அவர் மனைவியின் அலறல் சத்தம் கேட்டு அக்கம்பக்கத்தில் இருந்தவர்கள் ஓடிவந்து மருத்துவரை அழைத்தனர். வாழ்வின் இறுதிக் கட்டத்திற்கு வந்துவிட்டதை உணர்ந்த செராஃபத் பே தனது கடிகாரத்தை வெளியே எடுத்துப் பத்திரமாக வைத்துக்கொள்ளும்படி மனைவியிடம் கூறினார். சிவப்புக் கல் மாணிக்கம் பதிக்கப் பெற்ற மேலுறையால் மூடப்பட்டிருந்த அந்த பாக்கெட் கடிகாரத்தைப் பார்த்துத் துயரத்துடன் சொன்னாள்: உங்கள் கடிகாரம் காட்டும் நேரமே சரியானது, மற்ற எல்லாருடைய கடிகார நேரமும் தவறானது என்பதன் பொருள் என்னவாக இருக்க முடியும்? செராஃபத் பே தன் மனைவியை அன்பாகவும் கனிவாகவும் பார்த்துத் தன்னருகே வரும்படி சைகை செய்தார். அண்டை வீட்டார் ஆவலுடன் கூர்ந்து பார்த்தவாறிருக்க, அவள் அவர் அருகே குனிந்தாள். அவள் காதில் ஏதோ கிசுகிசுத்தார். பின் கண்களை மூடிய அவர் மீண்டும் கண்களைத் திறக்கவே இல்லை. மறுநாள் அவர் உடலைக் கழுவிச் சுத்தம் செய்தார்கள். பத்து நிமிடங்கள் தாமதமாக இறுதி வழிபாடு நடந்த பின் அவரைக் கல்லறைக்குச் சுமந்து சென்றார்கள். ஈர மண்ணால் அவரின் சடலத்தை மூடினார்கள். அக்கம் பக்கத்திலுள்ளவர்கள் கண்ணீர் வடித்து உரத்த குரலில் அழுது புலம்பினார்கள். ஒப்பாரிக்கு இடையே ஒரு பக்கம் ஒதுங்கி, இறக்கும் முன்னர் அவள் கணவன் என்ன கூறினார் என்று கேட்டார்கள். தெரியாது என்பதுபோல் தலையை அங்குமிங்கும் ஆட்டியவளாகக் கண்ணீருடன் அவள் பதில் கூறினாள். எனக்குக் கொஞ்சம் காது கேட்காது. அதனால் கணவன் பேசியது என் காதில் விழவில்லை என்றாள்."

குஹெய்லேன் மாமா கடைசி வாக்கியத்தை என்னிடம் மீண்டும் கூறினார். "எனக்குக் கொஞ்சம் காது கேட்காது."

நாங்கள் அனைவரும் சேர்ந்து சிரித்தோம்.

நிலவறையில் நாங்கள் வேதனைக்கு உட்படுத்தப்படவில்லை. ஆனால்அதனை நிறுத்திவைத்து அதன் எல்லையிலேயே எங்களை இருக்கச் செய்தனர். இதுதானே மேலே நிலப்பரப்பிலும் நடந்தது? அங்கே அடுக்குமாடிக் கட்டடங்கள், புறநகர்கள், கார் ஹார்ன்களின் உரத்த சத்தம், வேலையின்மை என்னும் பெருந்தொற்று ஆகியவற்றுக்கிடையே எந்தத் துரதிருஷ்டமும் எங்களுக்கு நிகழலாம். எந்தத் துன்பத்திற்கும் இரையாகவிருந்தோம். இந்த நகரம் மிருதுவான உரோமத்தால் நெய்த செயற்கைப் போர்வையால் மூடி நம்மைக் கதகதப்புடன் வைத்திருப்பது

உண்மைதான். ஆனால் எந்நேரமும் நம்மைத் திடீரென இந்த நகரம் வெளியே தள்ளி, வேண்டாத கருவைப்போல் கழிவறைத் தொட்டிக்குள் திடீரென்று நம்மை அமிழ்த்திவிடக் கூடும். இந்த அபாயம் நம்மை விரைவாகச் செயல்படத் தூண்டியது; ஒவ்வொரு நாளையும் மிகுந்த விருப்பத்துடன் வாழும்படி செய்தது. ஏறத்தாழ சுவர்க்கத்தை அடைந்துவிட்டோமெனவும், கால்களுக்குக் கீழே நரகம் இருப்பதாகவும் நம்பினோம். இதன் காரணமாக இந்த நகரில் இன்பம் அபரிமிதமாக இருந்தபோதிலும் தொடர்ந்து இருந்துவருவது அச்சம்தான். மிகுந்த உணர்ச்சியுடன் சிரித்தோம்; எங்கள் உணர்ச்சி பூதாகரமானதாக இருந்தது. சொந்த நன்மைக்காகவே இவ்விதம் உணர்ச்சியை வெளிக்காட்டினோம். இந்த வழக்கம் தொடர்ந்தது. பின்னர் அதனை நுகர்ந்தோம். எங்கள் செயல் ஒவ்வொன்றையும் பாதிக்கத் தொடங்கியது; கடுமையான துர்நாற்றத்தை அது எங்கள் உடலில் விட்டுச் சென்றது. இதனை எவ்வளவு அதிகமாக உணர்ந்தோமோ அவ்வளவு அதிகமாக இஸ்தான்புல்லை மாற்றுவதற்கான ஏக்கம் அதிகரித்தது.

கதையில் வரும் இஸ்தான்புல் வாசிகளைப்போல் இப்போது என் கடிகாரமும் தாமதமாக ஓடியது. விசாரணையின்போது விசாரணையாளர்களைவிடவும் அதிகமான கேள்விகளை என்னிடமே நான் கேட்டுக் கொண்டேன். நான் எந்திரமல்ல, மனிதன்; எனது சதையும் எலும்புகளும் வேதனையைத் தாங்க முடியாத எல்லையை ஏறத்தாழத் தொட்டுவிட்டன. நம்பிக்கை அனைத்தையும் இழந்த நிலையில் கடைசி முயற்சியாக வலியைத் தவிர்ப்பதற்கான வழியைத் தேடியவாறிருந்தேன். விசாரணையாளர்களிடம் உண்மையைக் கூறினால் யார் மனதையாவது அது புண்படுத்துமா? விசாரணையாளர்கள் என்னை மேலும் துன்புறுத்தாதிருக்க அவர்கள் கேட்கும் சில தகவல்களை அவர்களுக்கு அளித்தால் என்ன? ஒரு பெயரையோ முகவரியையோ அவர்களுக்குக் கொடுத்தால் என்ன பாதகம் விளைந்துவிடப் போகிறது? அவர்கள் தேடும் நபரின் பெயரையும் முகவரியையும் இப்போது நான் கொடுத்தால் அவர்களுக்கு எந்தப் பயனும் ஏற்படாது. அந்த நபர் எப்போதோ அந்த முகவரியிலுள்ள வீட்டைக் காலி செய்திருப்பார்; அல்லது ரகசியமான வேறு இடத்திற்குச் சென்று ஒளிந்திருப்பார். இது பற்றியெல்லாம் கவனமாக யோசித்து முடிவு செய்ய வேண்டும். யாருக்கும் அபாயம் விளைவிக்காத ஓர் அற்பமான தகவலை அவர்களுக்குச் சொல்வேன். இவ்விதமாக விசாரணையாளர்களை முட்டாள்களாக்கி வேதனையிலிருந்து என்னை நானே விடுவித்துக்கொள்வேன். அது முடியாத ஒன்றா? இந்த விதமான எண்ணங்கள் என் மனதை அரித்துக்கொண்டிருந்தபோது சொற்கள் எப்படி என் தலைக்குள் புகுந்தன என்று எனக்குத் தெரியாது. என் உடலில் மின்சாரம் பாய்ச்சப்பட்டபோது முதலில் அது வேதனை தந்தது. பின்னர் விரக்தி; இறுதியில் இவை களங்கமில்லாச் சொற்களாக மாறி என் தலைக்குள் உலவின. நான் ஒரு எல்லைக் கோட்டினை நெருங்கிச் சென்றுகொண்டிருந்தேன். அதன் மறுபக்கம் என்ன இருந்தது என்பது எனக்குத் தெரியாது.

நான் என்ன செய்ய வேண்டும்? எதனைப் பற்றிப் பிடித்துக்கொள்ள வேண்டும்? டாக்டரின் ஆலோசனையைக் கேட்க விரும்பினேன். எனக்கு நம்பிக்கை அளிப்பதைத் தவிர அவரால் வேறு எதையும் பெரிதாகச் செய்ய

முடியவில்லை. என் பலவீனத்தை அவரால் குணப்படுத்த முடியவில்லை; எனது சந்தேகங்களை அவரால் போக்க முடியவில்லை. கொடூரமான ஒரு சுவர் என் கண் முன்னால் எழுந்துகொண்டிருந்தது. வேறு எதையும் காண முடியவில்லை. பிற அனைத்துக் கடிகாரங்களும் ஒரு நேரத்தைக் காட்டத் தனது கடிகாரம் மட்டுமே இஸ்தான்புல்லின் சரியான நேரத்தைக் காட்டியதாக நம்பிய நூலகரைப்போலத் தனியனாக இருந்தேன். “மாபெரும் கனவுகளே மாபெரும் ஏமாற்றத்திற்கு இட்டுச் செல்கின்றன” என்ற வாசகம் மனதில் எழுந்தது. என் வாழ்வில் முதன்முறையாகத் தோல்வியை ஏற்றுக்கொண்ட வருத்தம் எனக்கிருந்தது. இந்த நகரம் எனக்குத் தந்த வலியைத் தாங்கிக்கொள்ள முடியாத வருத்தம் ஏற்பட்டது.

“இந்தக் கதையை முன்பே என்னிடம் சொன்னாய். ஆனால் அதன் முடிவு வேறு மாதிரி இருந்தது” என்றார் டாக்டர்.

“ஒரே ஆற்றில் இரண்டு முறை குளிக்க முடியாது. அதேபோல் ஒரே கதையை இரண்டு முறை இஸ்தான்புல்லில் சொல்ல முடியாது” என்றேன்.

வாழ்க்கை குறுகியது. கதைகள் நீண்டவை. நாங்களும் கதையாக விரும்பினோம், வாழ்வெனும் நதியில் கலந்து அதன் ஓட்டத்துடன் செல்ல விரும்பினோம். இந்த விருப்பத்தை வெளிப்படுத்துவதற்கான ஒரு வழி கதைகள் கூறுவதே.

குஹெய்லேன் மாமாவும் பேச்சில் சேர்ந்துகொண்டார். “இஸ்தான்புல்லில் என் மனம் கவரும் விஷயங்களில் பாக்கெட் கடிகாரமும் ஒன்று. கடிகாரத்தை மூடியிருந்த மேலுறையில் பதிக்கப்பட்டிருந்த மாணிக்கக் கற்கள் இருளில் நட்சத்திரங்கள்போல் ஒளிர்ந்தன. அதனை ஒரு முறை பார்த்தவர்கள் பல இரவுகள் வானில் தேடினார்கள். மாணிக்கக் கற்களைப் போன்ற நட்சத்திரங்கள் வானில் தெரிந்ததை அவர்கள் கண்டுபிடித்தனர். அதனால் நூலகரின் பாக்கெட் கடிகாரத்தின் நேரத்தைச் சரி என நம்பினார்கள். என் தந்தை கூறும் கதை இவ்விதமாக இருந்தது.”

“நான் சிறுவனாக இருந்தபோது வழக்கமாகச் செல்லும் ஒரு நூலகத்திலுள்ள கடிகாரம் பத்து நிமிடங்கள் அதிகமாகவே எப்போதும் காட்டும். அந்த நாட்களில் மாணிக்கக் கல் பதிக்கப்பெற்ற பாக்கெட் கடிகாரம் பற்றிய நிறையக் கதைகள் உலவின. அனைத்துக் கதைகளும் வெவ்வேறு விதங்களில் முடிந்தன. திமிர்த்தே தான் கூறும் கதைகளை மாற்றுவதுபோலக் கடிகாரக் கதைகளும் மாறின. சிறுவனாக இருந்தபோது அதுபற்றியெல்லாம் அவ்வளவாக யோசிக்கவில்லை. ஆனால் இப்போது பாக்கெட் கடிகாரம் எனக்கு வியப்பளிக்கிறது” என்றார் டாக்டர்.

“இந்தச் சிறையில் நமக்கு வேறு கவலை எதுவும் இல்லை என்பது போல...” என்று எனக்கு நானே முணுமுணுத்துக்கொண்டேன்.

என்னை அடுத்து அமர்ந்திருந்த குஹெய்லேன் மாமா என்னைத் திரும்பிப் பார்த்து, “நமக்கு வேறு கவலைகள் எதுவும் இருக்கிறதா திமிர்த்தே?” என்றார். ரத்தக் கறை படிந்த சிறையின் கான்கிரீட் தரையில் உட்காராமல், வழக்கமான உள்ளூர்க் காபிக் கடைக்கு முன் கதகதப்பிற்காக மூட்டிய நெருப்பிற்கு அருகே அவர் அமர்ந்திருப்பதுபோல அவரின் பேச்சு இருந்தது.

அவ்வளவு உறுதியுடன் இருந்த அவரைக் கண்டு சிரிப்பு வந்தது. அதற்குப் பதிலாக நேற்று விசாரணையாளர் அறையில் இறந்துபோன ஒரு பெண்ணைப் பற்றிக் கூறினேன். ஒரு கட்டத்தில் என் கால்களிலும் கைகளிலுமிருந்த கட்டுக்களை அவிழ்த்தார்கள். மேசையோடு என்னைக் கட்டியிருந்த தோல் வாரினை நீக்கினார்கள். என் கண் கட்டை அவிழ்த்தனர். சுவர் அருகே ஒரு பெண் நிர்வாணமாகக் கிடந்தாள். உடல் முழுக்கவும் கத்தியால் கீறப்பட்ட காயங்கள் இருந்தன. உதடுகளிலோ நெஞ்சிலோ அசைவேதும் இல்லை. அவள் மூச்சு விடுகிறாள் என்பதற்கான அறிகுறி எதையும் காணோம். அவள் இறந்திருந்தாள். ஒரு விசாரணையாளன் அவள் அருகே சென்று அவள் வயிற்றில் உதைத்தான். பின் இன்னொரு உதை. அடுத்து மற்றொன்று. பின்னர் அவள் விரல்களின் மேல் நின்று அவற்றை நசுக்கினான். நசுக்கியபடியே அவன் என்னைப் பார்த்தான். பீதியால் நான் நடுங்குவதைக் காணவும் நான் என்ன சொல்லப் போகிறேன் என்பதை அறிய விரும்பினான். அந்தப் பெண்ணின் உடைந்த விரல்களை மிதிக்கையில் எழும் நரநரப்புச் சத்தத்திற்கேற்ப தலையை இடமும் வலமும் ஆட்டியவனாய்த் தன்னைக் குஷிப்படுத்திக்கொண்டான். பெண்ணின் கை அருகே ஒரு கடிகாரம் கிடந்தது. அதன் மேற்புறம் உடைந்திருந்தது. கடிகாரத்தை நான் பார்த்ததைக் கண்டதும் விசாரணையாளனும் தன் பார்வையை அதன்மீது திருப்பினான். அந்தக் கடிகாரம் எதற்காக அங்கிருந்தது என்பதை அறியாதவன்போல் சிறிது நேரம் அதனைப் பார்த்தவாறிருந்தான். பின்னர் ரத்தமும் சகதியும் தோய்ந்த தனது பூட்ஸ் காலுடன் கடிகாரத்தின்மீது ஏறி நின்றான். மெல்லத் தனது குதிகாலை நகர்த்தினான். கடிகாரத்தின் மணி நிமிட முட்கள், நுட்பமான உட்பகுதிகள், சுருள், சக்கரங்கள் முதலியவற்றை பூட்ஸின் குதிகால் பகுதியால் நசுக்கினான். அவன் உடல் முன்னும் பின்னும் அசைய அவன் தலை வட்டமாக ஆடியது. அவன் முகம் குடிகாரனின் தோற்றம் கொண்டிருந்தது. அது ஒன்றும் ஏதோ சாதாரணக் கடிகாரம் அல்ல. நேற்று, நாளை, கடந்தகாலம், நிகழ்காலம் யாவும் அவன் காலடியில் கிடந்தன. அவனை யாரால் தடுத்து நிறுத்த முடியும்? கார்களை வேகமாக ஓட்டிச் செல்வது, பகட்டான இரவு விடுதிகளில் குடிப்பது, பெண்வாசனை மிதந்துகொண்டிருக்கும் விடுதி அறைகளில் உறங்குவது ஆகியவை தரும் இன்பத்தைக் காட்டிலும் அதிக மகிழ்ச்சியை இது அவனுக்குத் தந்தது. சாவைத் தனது உள்ளங்கையில் ஏந்தியபடி அவன் காலத்தை அழித்துக்கொண்டிருந்தான். ரத்தம், சதை, எலும்புகள் அவன் பக்கமிருந்தன. அவனைத் தடுத்து நிறுத்தவே முடியாது. காலத்தைக் காட்டும் மணி நிமிட முட்கள் அவன் காலடியில் நெரிபட, வியர்வைத் துளிகள் அவன் நெற்றியில் அரும்பின; நெற்றி நரம்புகள் புடைத்தன. பண்டைய எகிப்துப் பேரரசான ஃபேரோவைப்போலக் கடவுளுக்குச் சமமானவனாகத் தன்னைக் கருதினான். பாவங்களோ தண்டனையோ அவனுக்கு இல்லை. பிறரின் துன்பங்களும் அவர்களின் இறுதி மூச்சும் அவன் முழுமையான அதிகாரத்தின்கீழ் இருந்தன.

“உன்னை விசாரணை செய்து முடித்ததும் அந்தப் பெண்ணை எனக்கும் காட்டினார்கள் என நினைக்கிறேன். தரையில் கிடந்த கடிகாரம் துண்டு துண்டாக நொறுக்கப்பட்டிருந்தது. அதன் உலோகத் துணுக்குகள் எல்லா இடங்களிலும் சிதறிக் கிடந்தன” என்றார் குஹெய்லேன் மாமா.

"இங்கு வந்த பின் நான் பார்த்த இரண்டாவது சடலம் அது" என்றேன்.

அந்தப் பெண் எப்போது இறந்தாளோ அப்போதிருந்து அவள் கடிகாரம் சரியான நேரத்தைக் காட்டிற்று என்பதற்கு ஏதாவது பொருள் இருக்கிறதா? அதைத்தான் நான் கேட்க விரும்பினேன் அல்லது இங்கே நிலவறையில் நாம் இருப்பதையே அறியாமல் மேலே நிலப்பரப்பில் உள்ளோர் தங்கள் வாழ்வை வழக்கம்போல் தொடர்ந்தவாறிருக்க, நாம் இங்கே அனுபவித்துக்கொண்டிருக்கும் துன்பத்தின் பொருள் என்ன? விண்ணைத் தொடும் வலிமை மிக்க பேபல் கோபுரம் என்ற நகரைப் பூமியில் எழுப்ப பாபிலோனிய வாசிகளான முதல் மனிதர்கள் முயன்றபோது அவர்கள் ஒருவரை ஒருவர் புரிந்துகொள்ளாதிருக்க அவர்கள் பேசும் மொழியைக் குழப்பமுறச் செய்தார் கடவுள். இவ்விதம் கோபுரம் எழுப்பப்படுவதைத் தடுத்து நிறுத்தினார். அதனால் ஏதேனும் நன்மை விளைந்ததா? கடும் சினம் கொண்ட மனிதன் பூமியை மட்டுமின்றி வானையும் ஆக்கிரமித்தான். வானத்தை மீண்டும் மீண்டும் துளையிட்டு, ஒன்றல்ல ஓராயிரம் கோபுரங்களைக் கட்டி எழுப்பினான். கட்டடங்கள் உயரமாக வளர்ந்தவாறிருக்க, கடவுள் ஒழிக்கப்பட்டுவிட்டதாகவே மனிதன் நினைத்தான். இதற்கு மேலும் மனிதன் கடவுளை நாடவில்லை. எறும்புகளின் வழித் தடங்களைக் காட்டிலும் மிகச் சிக்கலான நகரங்களை மனிதன் எழுப்பினான். மக்கள் நகரங்களை நோக்கி வரத் தொடங்கினார்கள். இவ்விதம் வெவ்வேறு மொழிகள் பேசும், வெவ்வேறு இனங்களைச் சார்ந்த மக்களை ஒரே இடத்தில் சேர்த்தான் மனிதன். தனக்கு ஒருபோதும் மரணமில்லை என்பதுபோல் அவன் வாழ்ந்தான். ஒரு புதிய கடவுளுக்கான தேவை இருந்தால் அந்தப் பணிக்கு மனுச் செய்யும் தகுதி மனிதர்களுக்கு மட்டுமே இருந்தது. மனிதர்கள் வலிமை வாய்ந்தவர்களாக வளர வளர அவர்கள் நிழல் மேலும் நீண்டவாறிருந்தது. தங்களின் நிழலை உற்றுப் பார்த்துக்கொண்டிருந்தபோது அன்பு என்றால் என்ன என்பதை அவர்கள் மறந்தார்கள். தாம் என்ன செய்கிறோம் என்பதை அவர்கள் அறியவில்லை. அன்பு இருந்த இடத்தை உரிமைக்குத் தந்தார்கள். லாபநஷ்டக் கணக்கை உரிமையின் இடத்தில் வைத்தார்கள். முதல் நெருப்பு, முதல் வார்த்தை, முதல் முத்தம் ஆகியவற்றைத் தமது நினைவுகளிலிருந்து அழித்தார்கள். அன்பை அவர்களுக்கு நினைவூட்ட எஞ்சியிருந்தது வேதனை மட்டுமே. வேதனையிலிருந்து விடுபடப் போதைப் பொருட்களை நாடினார்கள். சிறையிலிருந்த நாங்கள் அன்பைப்பற்றி அதிகமும் நினைத்தோம். ஏனெனில் வேதனையைச் சகித்துக்கொண்டிருப்பது நாங்களே. அந்த அளவுகோலைக் கொண்டே எங்களின் பெறுமதியை அளந்துகொண்டோம். மேலே நிலப் பரப்பில் இருந்த நகரவாசிகள் ஒவ்வொருவரும் எங்களைப் பொருட் படுத்தாமல் அலட்சியம் செய்துகொண்டிருக்கும் நிலையில் நிலவறையில் நாங்கள் அனுபவித்துக்கொண்டிருந்த துன்பங்களுக்கு என்ன பொருள்?

"மரணத்தைப்பற்றிப் பேச வேண்டாம் திமிர்த்தே. மேலே நிலப் பரப்பிலுள்ள இஸ்தான்புல்லில் இருப்போர் முடிந்தவரை எப்படி முழுமையாக வாழ்கிறார்கள் என்பதைப்பற்றிப் பேசுவோம். நாம் அங்கே இல்லையென்றாலும் இன்னமும் அற்புதமாகவும் உயிர்த் துடிப்புடனும் பரபரப்பாகவுமே அந்த நகரம் இருக்கிறது. இது நல்ல விஷயம்தானே?" என்றார் டாக்டர்.

நான் பதில் சொல்லவில்லை.

குஹெய்லேன் மாமா எங்கள் இருவரையும் கூர்ந்து பார்த்தார். அவர் பேசுவதற்காக நாங்கள் காத்திருந்தோம் என்பதை உணர்ந்ததும் அமைதியாகப் பேசத் தொடங்கினார்.

“மானின் படம் கொண்ட திரைச்சீலை எங்கள் வீட்டுச் சுவரில் தொங்கியவாறிருந்தது. ஒருநாள் அதைச் சுட்டிக்காட்டிய என் தந்தை, இந்த ஜமுக்காளத்தில் இருக்கும் மானை உண்மையான மானைப்போல் உன்னால் நேசிக்க முடியுமா என்று கேட்டார். ‘உண்மையான’ என்ற சொல்லையும் ‘மான்’ என்பதையும் சேர்த்து உச்சரித்ததே எனக்கு வித்தியாசமாகப் பட்டது. நான் சன்னல் அருகே இருந்தேன். அது இரவு நேரம். வெளியே நட்சத்திரங்கள், அவற்றின் கீழே மலைகள், மலைகளுக்குப் பின்னால் மான்கள் இருந்தன. நட்சத்திரங்கள், மலைகள், மான்களை என் முகத்தில் பார்க்க முடியுமாவெனத் தேடுவதுபோல் என்னைப் பார்த்த என் தந்தை, ஆழ்ந்த துயரத்திலிருந்த இஸ்தான்புல் இளைஞன் ஒருவனின் கதையை என்னிடம் சொல்லத் தொடங்கினார். அந்த இளைஞன் ஒரு பெண்ணின் சித்திரத்தைப் பார்த்து அவள்மேல் காதல் கொண்டான். இரவும் பகலும் அவளைப்பற்றிக் கற்பனை செய்துகொண்டிருந்தான். ஒரு நாள் சித்திரத்திலிருந்த அந்தப் பெண்ணை நேரில் சந்திக்க நேர்ந்தது. அவளை மேலோட்டமாக ஒரே ஒரு முறை பார்த்ததும் முகத்தைத் திருப்பிக்கொண்டான். இரண்டாவது முறை பார்ப்பதும் தனது தகுதிக்குக் குறைவான செயல் என்று கருதினான். படத்திலிருக்கும் பெண்ணை நேசிக்கிறேன், உண்மையான பெண்ணின்மீது எனக்கு எந்த உணர்ச்சியும் இல்லை என்றான். இளைஞனின் மனதைப் பற்றி எரியச் செய்தது உயிருடனிருந்த பெண் அல்ல; அவள் பற்றிய அவனது கற்பனைகளே. இதில் வினோதமானது எது? காதலா அல்லது மனிதர்களா? இஸ்தான்புல் வாசிகளும் இந்த மனநிலையிலேயே இருப்பதாக என் தந்தை கூறினார். தினந்தோறும் நடக்கும் தெருக்கள், மழை ஈரமிருந்த மேற்கூரைகள், கடற்கரைத் தேநீர் விடுதிகள் ஆகிய அனைத்தையும்விடத் தங்கள் வீட்டுச் சுவர்களில் தொங்கவிட்டிருந்த இஸ்தான்புல் பற்றிய ஓவியங்களை இஸ்தான்புல் வாசிகளுக்குப் பிடித்திருந்தது. அவர்கள் ரெச்சி மது அருந்துவார்கள், புராணக் கதைகளை விரிவாகப் பேசுவார்கள், கவிதை வாசிப்பார்கள். பின்னர் தங்களின் வீட்டுச் சுவர் ஓவியங்களை உற்றுப் பார்த்தவாறு பெருமூச்சு விடுவார்கள். ஏதோ வேறு நகரில் வாழ்வதாக அவர்கள் நினைத்தார்கள். வெளியே, பாஸ்ஃபரஸ் கால்வாய் நீர் பொங்கியவாறு கரைகளிலிருந்த இடைவெளி வழியே வழிந்தது. அலைகளின் மேல் கப்பல்கள் தம் பயணத்தைத் தொடங்கின, ஒருபுறம் ஆசியாவிலிருந்து மறுபுறமிருந்த ஐரோப்பாவிற்குக் கடற் பறவைகள் சிறகு விரித்தன.[1] பாலங்களுக்கடியில் சிறார்கள் தீ வளர்த்து அதனருகே அமர்ந்தவாறு, எஞ்சின் சத்தத்தை வைத்து அது எந்தக் கார் என்று சொல்ல முடியுமா என்று தங்களுக்குள் பந்தயம் கட்டினார்கள். இரவில் பணி செய்வோர் நிந்தனை செய்யும் அரபுப் பாடல்களைக் கேட்டார்கள். வீடுகள், காபி விடுதிகள், பணி இடங்கள் ஆகியவற்றிலிருந்த சுவர் ஓவியங்களிலிருந்து இஸ்தான்புல்லின்

1. துருக்கியின் முக்கியப் பகுதி மேற்கு ஆசியாவிலும் மறு பகுதி தென் கிழக்கு ஐரோப்பாவிலும் பரவியுள்ளது.

வெளிப்படையான முகம் ஒளிர்ந்தது. கண்ணுக்குப் புலனாகாத இஸ்தான்புல்லின் முகமோ ஓவியங்களின் பின்புறம் மறைந்திருந்தது. ஏதோ மந்திர சக்திக்குக் கட்டுண்டவர்போல ஒவ்வொருவரும் ஓவியங்களையே கண் கொட்டாமல் பார்த்துக்கொண்டிருந்தனர். பின்னர் கவலையுடன் படுக்கைக்குச் சென்றார்கள். உறக்கம் விழிப்பு என பிரித்துக்கொண்டாற்போல் தங்களின் நேரத்தையும் இரு பகுதிகளாகப் பிரித்துக்கொண்டார்கள்."

குஹெய்லேன் மாமாவின் தலைக்குள் ஏராளமான வார்த்தைகள் இருந்தன. நகரில் இருந்த தெருக்களைவிடவும் அதிகமான கதைகள் அவரிடமிருந்தன.

தன் இரு கைகளையும் இருபுறத்திலும் வெளியே அகல நீட்டியவராக "இஸ்தான்புல் வாசிகள் காலத்தை இவ்விதமாகப் பிரித்துக்கொண்டனர்." என்றார் குஹெய்லென் மாமா. அவர் மேலும் கூறியவதாவது: "உண்மையான இஸ்தான்புல் கடந்த காலத்திய நகரம் என்று அவர்கள் கருதினர். களைத்துச் சோர்ந்த இந்த நகரம் முன்பு உற்சாகத்துடன் துடிப்பாக இருந்தது, கீர்த்தி மிகுந்த சுல்தான்கள் அப்போது ஆட்சி செய்தனர். ஆனால் இப்போது இஸ்தான்புல் உறங்கத் தொடங்கியுள்ளது. இந்த ஆழ்ந்த உறக்கத்திலிருந்து ஒருபோதும் அது விழிக்கப்போவதில்லை. பிரமிக்கத்தக்க மாளிகைகளைப்போல அற்புதமான கதைகளும் இடிபாடுகளுக்கிடையே புதைந்திருந்தன. கடந்தகாலத்தை வணங்கியவற்றின்மீதும் பழங்காலத்தைப் பற்றிப் பேசும் நாவல்களை வாசிப்பதிலும் இஸ்தான்புல் வாசிகள் நம்பிக்கை கொண்டிருந்தனர். ஆனால் இன்றைய தினத்தைத் தவிர வேறு காலம் ஏதேனும் உள்ளதா? அனைத்துச் சகாப்தங்களிலிருந்த காலமும் நன்றாக இணைந்தது இந்த நகரில்தானே! அல்லது காலம் என்பது நமது சிந்தனைக்கு அப்பாற்பட்டதா? தங்கள் மனங்களில் தோன்றிய பிற கேள்விகளைப்போல இந்தக் கேள்விகளையும் அவர்கள் மறக்க விரும்பினர். அருகே உள்ளவற்றை அல்ல; அவர்கள் தொலைவிலிருப்பதைப் பார்த்தனர். மறப்பதற்காக வேதனையை தாங்கிக்கொண்டனர், ஆனால் நிகழ்காலத்தையும் மறந்து கொண்டிருக்கிறோம் என்பதை அவர்கள் உணரவில்லை. வாழ்வதும் சாவதும் அவர்களுக்கு ஒன்றுதான், மாறாக இறந்த காலமோ முடிவற்றதாக இருந்தது. கடந்து சென்ற சகாப்தங்கள்மீது அசாத்தியமான பிரியம் கொண்டிருந்தார்கள். ஆனால் ஒவ்வொரு நாள் காலையிலும் கண் விழித்தபோது இந்த நகரை வெறுத்தார்கள். குவியல் குவியலாக கான்கிரீட் கலவையால் குவி மாடங்களைக் கட்டி எழுப்பினார்கள். அவை ஒன்றை ஒன்று போலியாய் நகல் செய்தன. அவர்கள் அவற்றைத் தகர்த்தனர், உடைத்து நொறுக்கினர். முற்றிலும் சோர்ந்து வீடு திரும்பி, புதிர் நிறைந்த இஸ்தான்புல்லின் அழகிய ஓவியத்துடன் உறங்கச் சென்றனர்."

"கவனித்துக்கொண்டிருக்கிறாயா திமிர்த்தே?" என்று என்னிடம் கேட்ட குஹெய்லேன் மாமா மேலும் தொடர்ந்தார். "மலைமேல் இருந்த மான்களை எனக்குப் பிடித்திருந்ததுபோலச் சுவரில் தொங்கிய சிலையில் வரையப்பட்டிருந்த மானின்மீதும் எனக்குப் பிரியமிருந்தது. இஸ்தான்புல் பற்றிய பழைய கதைகளின்மீது ஈடுபாடு ஏற்பட்டது. அதுபோலவே இப்போதிருக்கும் இஸ்தான்புல் நகரின்மீதும் ஈடுபாடு உள்ளது. தற்போதைய நிலையிலிருக்கும் இஸ்தான்புல்லின்மீது மக்களுக்குக் காதல் இருந்தாலும்

அதன்மீது அவர்களுக்குப் பாசம் இல்லை. நேச உணர்வற்ற காதல் ஆர்வம் சுயநலமிகளாக அவர்களை ஆக்கியது. தான் யாரைக் காதலிக்கிறோமோ அவர்களை ஒடுக்கும் காதலர்களைப்போல, தங்களிடம் உள்ள போதாமையை அவர்களால் காண முடியவில்லை. மகிழ்ச்சி நிறைந்த காலகட்டம் தங்களைக் கைவிட்டுவிட்டது என்பதை அவர்கள் நம்புவதால் இஸ்தான்புல்லின்மீது அவர்களுக்கு நம்பிக்கை இல்லை."

"இதன் காரணமாகவே நீங்கள் இங்கே வர விரும்பினீர்களா? உண்மையில் இஸ்தான்புல் எப்படியிருந்தது என்பதை அறிவதற்காகவா?" என்று கேட்டேன்.

"இறந்துபோகும் முன்னர் எனது கனவை நிறைவேற்ற முடியுமா என்பதை அறிய விரும்பினேன். வாழ்வின் இறுதித் திருப்பத்தில் இங்கு வந்தேன். அதற்கான விலை இந்த வேதனையைப் பொறுத்துக்கொள்வது என்பதாகவா இருக்க வேண்டும்? முன்னரே நான் இங்கு வந்திருக்க வேண்டும். அதற்கான போதிய துணிவு அப்போது ஏன் என்னிடம் இல்லை? சாவு நேரடியாக என்னைப் பார்த்துக்கொண்டிருக்கும் இந்த வேளையை இங்கு வருவதற்கு நான் ஏன் தேர்வு செய்தேன்? இந்தக் கேள்விகளால் என்னை நான் வதைத்துக்கொள்வதில்லை. என்னை இஸ்தான்புல்லுக்குக் கொண்டுசென்றால் எனது ரகசியங்கள் அனைத்தையும் விசாரணையாளர்களிடம் கூறுவதாக நான் பிடிபட்டபோது தெரிவித்தேன். இப்போது அதே கேள்விகளையே ஒவ்வொரு நாளும் இயந்திரத்தைப்போல அவர்கள் என்னிடம் கேட்கிறார்கள். இஸ்தான்புல்லை அவர்களுக்கு விவரிக்கிறேன், ஆனால் அவர்களுக்கு அது பிடிபடுவதில்லை. இஸ்தான்புல்லை அவர்களுக்குக் காட்டுகிறேன். அவர்கள் அதைப் பார்ப்பதில்லை. வேதனையைத் தாங்கமுடியாமல் இஸ்தான்புல் பற்றிய நேசத்தை நான் விட்டுவிட வேண்டுமென்று அவர்கள் விரும்புகிறார்கள். என்மீதும் இஸ்தான்புல்லின்மீதும் எனக்கு இருக்கும் நம்பிக்கையை விட்டுவிட வேண்டுமெனவும் அவர்களைப் போலவே நானும் இருக்க வேண்டுமெனவும் விரும்புகின்றார்கள். கற்பனைக்கு எட்டிய அனைத்து வழிகளிலும் என்னை அவர்கள் துன்புறுத்துகின்றார்கள். என் ஆன்மாவையும் அவர்களைப் போன்றதாக ஆக்கும் முயற்சியில் என் உடலைக் கடுமையாகத் துன்புறுத்துகின்றனர். இந்த நகரத்தின் மீதான எனது நம்பிக்கை வலுவடைந்தவாறு உள்ளது என்பதை அவர்கள் உணர்வதில்லை."

"குஹெய்லேன் மாமா நமது நம்பிக்கை வலுவடைந்து என்னவாகப் போகிறது? நாம் இங்கே வேதனையை அனுபவித்துக்கொண்டிருக்கிறோம் என்பது யாருக்கும் தெரிவதில்லை. நாம் உயிர் வாழ்கிறோம் என்பதே மக்களுக்குத் தெரியாது" என எரிச்சலுடன் கூறினேன்.

"நாம் துன்புற்றுக்கொண்டிருக்கிறோம் என்பது நம்மைச் சித்திரவதை செய்பவர்களுக்குத் தெரியும்."

நகரம், காலம் இரண்டும்தான் வேதனையை நம்மீது சுமத்தியுள்ளது என்பது எனக்குத் தெரியும். காலமும் நகரமும் ஒன்றே. அதனால்தான் கடவுளின் ஆட்சி இங்கே வீசி எறியப்பட்டுள்ளது. நம்மைப் பார்த்துக்கொள்ள யாரும் இல்லை. நன்மையைக் கண்டுபிடித்தவர் கடவுள், மனிதர்களிடமிருந்தே

தீமை வந்தது என்று கூறுவது தவறு. கடவுள் விரும்பியிருந்தால் எல்லையற்ற நன்மைகளை அவர் நமக்கு வழங்கியிருக்கலாம். அதனைச் செய்யவிடாமல் அவரைத் தடுத்தது எது? தீமையை அவர் கண்டுபிடித்தாரென நான் நினைக்கிறேன். அதன் பின்னர் நன்மையைக் கண்டுபிடிக்கும் விஷயம் மனிதர்களிடமே விடப்பட்டது, மேலே நிலப்பரப்பில் வாழும் மனிதர்கள் இதனை அறிவார்களா? நம்மைப் பற்றி நினைப்பவர் யாரேனும் அங்கு இருக்கிறார்களா? நாம் இங்கே அனுபவித்துக்கொண்டிருக்கும் துன்பங்களைப் பற்றி யாருக்காவது அக்கறை உண்டா?

“நமக்கு யார் வேதனை அளிக்கிறார்களோ அவர்கள்தாம் நமது வேதனையின் சிறந்த சாட்சிகள். அவர்கள் வாழ்வில் நமக்குப் பெரும்பங்கு உண்டு. அதுபோல் நமது வாழ்விலும் அவர்களுக்குப் பங்கு உண்டு” என அழுத்தம் திருத்தமாகக் கூறினார் குஹெய்லேன் மாமா.

“நீங்கள் நேரத்தையும் கடிகாரங்களையும் பற்றிப் பேசிக்கொண்டிருக்கிறீர்கள். அதுபற்றிக் கூற அலியிடமும் சில விஷயங்கள் உண்டு. இப்போது நேரம் என்ன என அவன்தான் ஓயாமல் கேட்டுக்கொண்டிருந்தான்” என்றார் டாக்டர்.

நேற்று அவர்கள் அலியைச் சிறைக்குக் கொண்டுவந்திருந்தபோது டாக்டர் அவனிடம் பேசினார். அவனின் காயங்களைப் பரிசோதித்தார். அவனுக்குக் குளிரடித்ததைக் கண்ட டாக்டர் தனது மேல்சட்டையைக் கழற்றி அவனுக்குத் தந்து அவனை அணியச் செய்தார். சிறையில் அப்போது என்ன நேரம் என்பதை அலி அறிய விரும்பினான். அங்கே கடிகாரம் இல்லை என்பது பற்றிய புகார் அவனிடமிருந்தது. சிறைக்கு வரும் புதிய கைதிகள் அனைவரையும்போலக் காலத்தின் திசையை அறிந்துகொள்ளும் ஆர்வம் அவனிடமும் இருந்தது. வெளியில் இருந்தபோது நேரம் காலை நேரச் சூரியனின் கதிர்களில் இருந்தது. இரவில் அது வானத்தின் இருளில் இருந்தது. பணியிடத்தில் அலுவலக நேரங்களில் இருந்தது. பள்ளி மணி ஓசை இடைவேளை நேரத்தைக் காட்டியது. கார் விரைவுமானியில் நேரம் இருந்தது. மேலே நிலப்பரப்பிலுள்ள தெருக்களின் ஒவ்வொரு ஓசையும் ஒவ்வொரு பொருளும் காலம் எங்கே இருக்கிறது என்பதைக் கூறின. நேரத்தைக் காட்டும் ஒரு பொருள் நிலவறையில் எங்குள்ளது? சாம்பல் சுவரில்? சிறையின் இருண்ட உட்புறக் கூரையில்? அல்லது வெளிவாசல் இரும்பு வாயிற் கதவில்? தூரத்தில் ஓநாய்கள் ஊளையிடும் சத்தத்தின் எதிரொலிபோல வேதனையில் அலறும் சிறைக் கைதிகளின் சத்தத்தில்? சுவரில் கசியும் ரத்ததில்? ஒருபோதும் திரும்ப முடியாத சித்திரவதைக் கூடத்திற்கு அழைத்துச் செல்லப்படும் கைதிகளின் கடைசிப் பார்வையில்? சிறையில் நேரத்தைச் சுட்டுவது எது? அலியின் மனதையும் இது அரித்தவாறிருந்தது. சித்திரவதைக்காக அவனை அழைத்துச் செல்ல அவர்கள் வந்தபோது காயமடைந்த தனது காலுடன் நொண்டியவாறு சிறையிலிருந்து மெல்ல வெளியேறினான் அலி. அப்போது சிறைக் காவலரிடம் முதன்முதலாய் அவன் கேட்ட கேள்வி நேரம் என்ன என்பதுதான். “உனது நேரம் முடிவுக்கு வந்துவிட்டது. இதற்கு மேலும் உனக்கு நேரம் இல்லை” என்று அவர்கள் சொன்னார்கள்.

பிடிபட்ட அன்று அலி தன் நண்பர்களுடன் பெல்கிரேடு வனத்தில் இருந்தான். அப்போது கடுமையான குளிர் இருந்தது; பனியும் பெய்தது. அதனால் மனிதநடமாட்டம் இராது என்ற காரணத்தால் அங்கே சந்திப்பதென அவர்கள் முடிவு செய்திருந்தனர். அலியும் அவன் நண்பர்களுமாக மொத்தம் 20 பேர். இவ்விதம் பெரிய குழுவாக அவர்கள் சந்திப்பது இதுவே முதல்முறை. மூன்று தளங்களுக்குக் கீழே சிறைக் கைதிகளின் விசாரணைக் கூடம் என்ற ரகசியச் சித்திரவதைக் கட்டிடத்தின்மீது திடீர்த் தாக்குதல் நிகழ்த்துவதற்கான திட்டத்தை அவர்கள் கூட்டத்தில் விவாதித்திருந்தனர். விசாரணைக் கூடத்திற்குச் செல்லும் வழிகள், சிறைக் காவலர்களின் இருப்பிடம், அவர்கள் புறப்படுமிடம் முதல் சேரும் இடம்வரையான பல்வேறு வழிகள் ஆகியவற்றை அடையாளம் கண்டிருந்தனர். செய்ய வேண்டிய வேலைகளைத் தங்களுக்குள் பிரித்துக்கொண்டிருந்தார்கள். முக்கிய வேலைகளை வரிசைப்படுத்தி யார் எதைச் செய்வது என்பதை முடிவு செய்திருந்தார்கள். ஏராளமாக சிகரெட் புகைத்த அவர்கள், காவலில் இருந்தபோது காணாமல்போன நண்பர்கள் பற்றியும் அவர்கள் குழுவில் புதிதாகச் சேர்ந்தவர்கள் பற்றியும் பேசினார்கள். அவர்களுக்குக் கிடைத்த செய்தியின்படி அங்குள்ள நிலைமை நம்பிக்கை ஊட்டுவதாக இல்லை. அந்தச் சூழலிலும் ஒருவரையொருவர் கேலி செய்தவாறிருந்தனர். இன்றின் மீது இல்லாவிடினும் நாளையின்மீது அவர்களிடம் நம்பிக்கை இருந்தது.

குல்லாவுடன் கூடிய மேல்சட்டை, குட்டையான கழுத்துச் சால்வை அணிந்து தோளோடு தோள் சேர நெருங்கி அமர்ந்திருந்தபோது, பணியிலிருந்த காவலர்களின் திடீர் எச்சரிக்கை விசில் சத்தம் அவர்களின் காதில் ஊசியால் குத்துவதுபோல் விழுந்தது. அவர்களில் ஒருவன் எழுந்து காவலர்களை நோக்கி நடந்தான். விரைவிலேயே திரும்பிவந்த அவன், நம்மை ராணுவ வீரர்கள் சூழ்ந்துள்ளனர். மோதலுக்குத் தயாராகுங்கள் என்றான். ராணுவ வீரர்கள் அவர்களைச் சுற்றிவளைக்கும் முன்னர் அவர்கள் நான்கு பேர் கொண்ட குழுக்களாகப் பிரிந்து காட்டின் அனைத்துத் திசைகளிலும் கலைந்தோடினார்கள். ராணுவ வீரர்களால் தேடப்படுகிறோம் என்ற எண்ணம் அப்போது அவர்களிடம் இல்லை. அந்தக் காட்டில் உண்மையான ராணுவக் கட்டுப்பாட்டு அமைப்பு இருக்குமிடத்தைக் கண்டுபிடிக்க முயன்றார்கள். அந்தப் பகுதியைத் தங்களின் கூரிய கண்களால் கவனமாக ஆராய்ந்தனர். துப்பாக்கி சுடும் சத்தம் காதில் விழுந்தது. ஒரு குழு நேருக்கு நேர் ராணுவ வீரர்களை எதிர்த்துச் சண்டையிட வேண்டியதிருந்தது. துப்பாக்கிச் சத்தம் முதல் தடவையாய் எதிரொலித்தது. அலி முன்னெடுத்துச் சென்ற குழு மற்றொரு பகுதியைக் கடக்க முயன்றது. மேற்கே ஒரு பாதையை வெட்டி உருவாக்க முடியுமெனில் குடியிருப்புப் பகுதிகளுக்கு எளிதாகச் சென்றுவிடலாம். மேலே ஹெலிகாப்டர் உறுமும் சத்தத்தில் மரக்கிளைகள் அதிர, குருவிகள், நட்சத்திரப் பறவைகள், காகங்கள் அவசரமாகச் சிறகடித்துப் பறந்தன. ஹெலிகாப்டரால் கண்டுபிடிக்க முடியாதபடி அடர்த்தியான மரக்கிளைகளின் மறைவில் ஒதுங்கி ஒரு குழு காட்டின் ஊடே நகர்ந்தது. சிறிது நேரத்திற்குப் பிறகு துப்பாக்கிச் சத்தம் அதிகரிக்க மோதலில் பிற குழுக்களும் சேர்ந்துகொண்டதை உணர்ந்தனர். இருட்டுவதற்குள் அங்கிருந்து அவர்கள் வெளியேறுவது சிரமம்தான்.

அலியும் அவன் குழுவிலிருந்த பிறரும் மலைப் பகுதியைக் கடக்கையில் துப்பாக்கிச் சத்தம் மிக அருகே கேட்க, உடனே அவர்கள் தரையில் குதித்தனர். கண்ணுக்கெட்டிய தூரத்தில் ஒருவரும் அவர்களுக்குத் தென்படவில்லை. எனவே துப்பாக்கி தங்களைக் குறிவைத்துச் சுடப்படவில்லை என்பதை உணர்ந்தனர். மற்றொரு குழு சண்டையிட்டுக் கொண்டிருந்தது. அவர்கள் மலைச் சரிவின் மறுபுறமிருந்தனர். எனவே மலைச் சரிவைத் தாண்டிச் சென்று அந்த நட்புக் குழுவிற்கு உதவ முடிவு செய்தனர். எதிர்பாராத விதமாகத் தாக்கி நட்புக் குழுவை வெற்றிபெறச் செய்யச் சந்தடியின்றி அங்கே நகர்ந்து சென்றனர். திட்டமிட்டபடி விஷயங்கள் நடக்கவில்லை. அந்தக் குழுவைக் கடந்து செல்கையில் இன்னொரு குழுவிடம் மாட்டிக்கொண்டனர். துப்பாக்கித் தோட்டாக்கள் அவர்களைக் கடந்து சென்றவாறிருந்தன; வெடிகுண்டுகள் வெடித்தன. குழப்பத்தில் தாங்கள் வழி தவறிவிட்டதாக அவர்கள் உணர்ந்தனர். துப்பாக்கியால் சுட்டது யார்? யாரைத் தாக்கினார்கள்? யார் பின்வாங்கினார்கள்? அறிந்துகொள்ள முடியாத விஷயங்கள் இவை. மரக் கிளைகள் முறிந்திருந்தன. அதனால் பனிச் சிதறல்கள் அனைத்துத் திசைகளிலும் பறந்தன. ஒருவரின் குரல் மற்றவருக்குக் கேட்கவில்லை . அவர்கள் தலைக்கு மேல் சுற்றியவாறிருந்த ஹெலிகாப்டர் வேறெங்கோ செல்லும்வரை தொடர்ந்து சுட்டார்கள். பின்னர் துப்பாக்கிச் சத்தம் கேட்கவில்லை. அலி தனது நண்பர்களை இழந்து தனியே இருப்பதை உணர்ந்தான். சுற்றுமுற்றும் பார்த்தான். யாருமில்லை. பனி அடர்ந்த பாதையின் மீதிருந்த கால் தடங்களைப் பின்தொடர்ந்தான். புதருக்குப் பின்னால் தேடினான். அவன் நண்பர்கள் சுடப்பட்டிருக்க வேண்டும். அல்லது வேறு பாதையில் சென்றிருக்க வேண்டும்.

அங்குமிங்கும் தொடர்ந்து நடந்தான். தான் மட்டும் அங்கிருந்து வெளியேறிச் செல்வதைக் காட்டிலும் துப்பாக்கிச் சத்தம் வரும் இடத்திற்குச் சென்று அங்கிருந்த பிற நட்புக் குழுக்களுக்கு உதவியாக இருக்க விரும்பினான். ஒவ்வொரு முறையும் சிறிய குழுக்களைத் தவிர்த்தான். அடர்ந்த மரங்களுக்கிடையே வந்து கடைசித் தோட்டாக்களைத் துப்பாக்கியினுள் வைத்தபோது முற்றிலுமாகக் களைத்துச் சோர்ந்திருந்தான். மூச்சிரைத்தது; பீதியில் உடல் வியர்க்கப் பனி படர்ந்த தரையில் கால்கள் மடங்கிக் கீழே விழுந்தான். வியர்வை நிற்கும்வரை சிறிது காத்திருக்கலாம் என நினைத்தான். எந்தப் பக்கம் செல்லலாமென யோசித்துக்கொண்டிருந்தபோது மேலே மரக் கிளைகள் எதேச்சையாகக் கண்ணில் பட்டன. இருள் கவியத் தொடங்கியது. அது இரவு நேரம் என்பதை அப்போதுதான் உணர்ந்தான். மேகங்கள் கலைந்து வானம் தெளிவாக இருந்தது. பேனாவின் மை நீரில் பரவுவதுபோல இருள் வேகமாகப் பரவத் தொடங்கிற்று. மரங்கள் வளர்ந்துகொண்டிருப்பதுபோலத் தோன்றின. அது நிலா இல்லாத இரவு. யாரோ தனது பெயரைச் சொல்லி அழைக்கும் குரல் மிக அருகே கேட்க, அவன் கை தன்னிச்சையாக ஆயுதத்தைத் தேடியது.

“அலி.”

அருகேயிருந்த சிவப்பு பைன் மரத்தின் கீழ் தெரிந்த நிழலை நோக்கிச் சென்றான். அந்த நிழல் தனது குழுவிலிருந்த மைன் படி என்று தெரிந்ததும்

கீழே குனிந்தான். அடிமரத்தின் தடிமனான பகுதியில் சாய்ந்தவாறு மைன் படி தரையில் அமர்ந்திருந்தாள். மிகுந்த சிரமத்துடன் மூச்சு விட்டுக்கொண்டிருந்தாள்.

"நிறைய ரத்தம் போய்விட்டது" என்றாள்.

"எங்கே சுட்டார்கள்?"

"நெஞ்சில்."

"உன்னை இங்கிருந்து வெளியே கொண்டுசெல்கிறேன்."

"அதற்காக முயற்சிகூடச் செய்யாதே. நான் சாகப்போகிறேன் என்பது எனக்குத் தெரியும்."

"இல்லை. நாம் போகிறோம்."

"மற்றவர்கள் தப்பிச் சென்றிருப்பார்கள் என்று நம்புகிறேன்."

"துப்பாக்கிச் சத்தம் நின்றுவிட்டது."

"அவர்கள் தப்பிச் சென்றிருக்க வேண்டும்."

"என்னால் உன்னைத் தூக்கிக்கொண்டு போக முடியும். காட்டிற்கு வெளியே இருட்டில் போவது எளிது."

"அலி, எதையும் நீ முழுவதுமாய் முடிக்காமல் விடமாட்டாய் என்பது தெரியும். இப்போது என்னை மறந்துவிடு. இன்று ஏற்கெனவே நாம் பேசிக்கொண்டபடி போ. நமது திட்டத்தை நிறைவேற்று."

"திடீர்த் தாக்குதல் பற்றியா சொல்கிறாய்?"

"ஆம் விசாரணை நிலையத்தின்மீது தாக்குதல் நடத்த நீ போக வேண்டும். அங்கே சித்திரவதைக்கு ஆளாகும் மக்களை நீ காப்பாற்ற வேண்டும்."

"நாம் இருவரும் சேர்ந்து செய்யலாம்."

"வர விருப்பம்தான். என் காதலன் அங்கே இருக்கிறான். அவனைக் காப்பாற்ற, அரவணைத்துக்கொள்ள என்ன வேண்டுமானாலும் செய்வேன்..." பேச்சை முடிப்பதற்கு முன் மைன் படி கண்களை மூடினாள். பீதி அடைந்த அலி அவள் முகம் மரத்துவிட்டதோ எனச் சந்தேகித்தான். தூரத்தில் கிழட்டு ஆந்தை அலறும் சத்தம் கேட்டது. மைன் படி மீண்டும் கண்ணைத் திறந்தாள். "எனக்குத் தாகமாக இருக்கிறது" என்றாள். ஒரு கைப் பனிக்கட்டியை அள்ளி அவளிடம் நீட்டினான் அலி.

"இதை உனது வாயில் போட்டுக் கரையும்படி செய்."

"நான் யாரைக் காதலிக்கிறேன் என்று உனக்குத் தெரியுமா அலி?"

"தெரியும்."

"அவனிடம் அதைச் சொன்னதே இல்லை. நான் பயந்தாங்கொள்ளி."

"கவலைப்படாதே. அவனும் உன்னைக் காதலிக்கிறான்."

"நிஜமாகவா? நீ சொல்வது சரியா?"

"உங்கள் இருவரையும் பற்றி நாங்கள் பேசிக்கொண்டோம், நீங்கள் இருவரும் காதலிப்பது எல்லோருக்கும் தெரியும். தெரியாதவர்கள் நீங்கள் இருவர் மட்டுமே." மைன் படி ஆழமாக மூச்சை இழுத்தாள். அடி மரத்தின் தடித்த பகுதியில் ஓய்வாகத் தலைசாய்த்துக்கொண்டாள். மேலே நட்சத்திரங்களைப் பார்த்தாள். அடுத்தடுத்துத் தென்பட்ட எரிமீன்கள் அவளை மெய்சிலிர்க்கச் செய்தன. குழந்தையாக இருந்தபோதும் இந்தக் காட்சி அவளிடம் இதே உணர்வையே எழுப்பிற்று.

"எரிமீன்களை நீ பார்த்தாயா?"

"ஆம்."

"நான் வேண்டிக்கொண்டேன்."

"கவலைப்படாதே. இரவில் முதல் நட்சத்திரத்தை வானில் கண்டால் நீ வேண்டிக்கொள்வது நிறைவேறும்."

"முகத்தில் தீ சுட்டதுபோல் உணர்கிறேன்."

"உன்னை எப்போது அவர்கள் சுட்டார்கள்?"

"ஒரு மணிநேரத்திற்கு முன்பு சுடப்பட்டதும் அங்குமிங்கும் தடுமாறிக் கடைசியில் இந்த அடி மரத்தருகே விழுந்தேன்."

"ரத்த வாடையை வைத்து அவர்கள் உன்னைக் கண்டுபிடிக்கக் கூடும்."

"விடியும்வரை எந்தச் சுவடையும் அவர்கள் பின்தொடர மாட்டார்கள். அது மட்டுமல்லாமல் காலை வரை நான் இருக்கமாட்டேன்."

"இருட்டிலும் அவர்கள் இங்கு வரலாம். நாம் இங்கே இருக்க வேண்டாம். காட்டிற்குச் சிறிது தள்ளி இருக்கும் வீடொன்றில் நாம் ஒளிந்துகொள்ளலாம்."

"அலி, இனி எனக்குப் பயமேதும் இல்லை. நான் காதலிக்கும் அந்த மனிதர் என்னையும் விரும்புகிறார் என நீ கூறியதால் நான் இப்படிச் சொல்கிறேன் என்று நினைக்கிறாயா?"

"உனக்குப் பயமில்லை என்பது நல்லதுதான்."

"எனவே என் காதலை அவனுக்குத் தெரிவிக்கத் தேவையில்லை. அவனை நான் அணைத்துக்கொண்டாலே போதும்."

"தன் மனதிலிருப்பதை வெளிப்படையாகச் சொல்ல உன்னை விடவும் அவனுக்குப் பயம் அதிகம் போலிருக்கிறது."

"இதனால்தான் அவன் என்னை அப்படிப் பார்த்தானா?"

"எப்படி?"

"அவன் பார்க்கும் விதமே இப்படித்தான்... இப்போது சித்திரவதைக் கூடத்தில் கடுமையான வேதனையில் அவள் துடித்துக்கொண்டிருப்பாள் என்று நினைக்கிறாயா?"

"நாம் அவனைக் காப்பாற்றப் போகிறோம்."

"என்னுடன் பேசி உனது நேரத்தை வீணாக்காதே அலி. போய் நமது நண்பர்களைப் பார். துன்புற்றுக்கொண்டிருக்கும் நமது மக்களைக் காப்பாற்று."

தூரத்தில் கிழட்டு ஆந்தையின் அலறல் மீண்டும் கேட்டது. மரக் கிளைகளின் சடசட ஒலி. துப்பாக்கி சுடும் சத்தம் அருகே கேட்டது.

மைன் படியைத் தரையில் கிடத்தி அவள் அருகே படுத்தான் அலி. சுற்றுமுற்றும் உள்ள பகுதியை நோட்டமிட்டான். மரங்களையும் புதர்களையும் கவனமாகக் கண்காணித்தான். அங்கே யாரையும் பார்க்க முடியவில்லை. இருள் நிரம்பியிருந்தது. நிலா இல்லாத அந்த இரவில் வெகு தூரம் பார்க்க நட்சத்திரங்களின் வெளிச்சமும் போதுமானதாக இல்லை. மூச்சை அடக்கிக்கொண்டு காட்டை உற்றுக் கவனித்தான். எங்கோ சிறிது தூரத்தில் பறவைகள் சிறகடிக்கும் சத்தம் காதில் விழுந்தது. "இங்கேயே காத்திரு. வேறெங்கும் போய்விடாதே. நான் அங்கு சென்று அந்தப் பகுதியைக் கவனமாக நோட்டமிட்டு வருகிறேன்" என்றான்.

ஒன்றும் பேசாமல் மெல்ல நடந்தான். மரங்களுக்குப் பின்னால் தேடினான். மேலே மரக்கிளைகளைப் பார்த்தான். யாரும் இல்லை. வழி தவறித் தவறான பாதைக்கு வந்துவிட்டதாக முடிவுக்கு வந்தான். திரும்பும்போது சடாரெனத் துப்பாக்கிக் குண்டு அவனருகே பாய்ந்துவர, தடுமாறிக் கீழே விழுந்தான். காலில் ஏற்பட்ட கடுமையான வலியால் துடித்தான். ஒரு கையால் காயமடைந்த காலை இறுகப் பற்றி மற்றொரு கையால் பனித்திரளைத்துழாவித் தன் துப்பாக்கியைத் தேடினான். அதைத் தேடிக் கண்டுபிடிக்கும் வாய்ப்பை அவர்கள் அவனுக்குத் தரவில்லை. அவனைச் சூழ்ந்துகொண்டார்கள். அவன் முதுகையும் தலையையும் மிதித்துக் கீழே தள்ளிக் கை விலங்கிட்டார்கள்.

"என்னைப் போகவிடுங்கள்." மீண்டும் மீண்டும் அலறினான். "என்னைப் போகவிடுங்கள்."

அலியின் நடத்தை அவர்களிடம் சந்தேகத்தை ஏற்படுத்தியது. பனிக் கட்டியின் மீதிருந்த அவன் கால் தடங்களைத் துருவி ஆராய்ந்தார்கள். அவை மைன் படி இருந்த இடத்திற்குச் சென்றன. அந்தச் சிவப்பு பைன் மரத்தை அடைந்ததும் டார்ச் லைட் வெளிச்சத்தில் மரத்தைச் சுற்றிலும் உள்ள பகுதியை உற்றுப் பார்த்தார்கள். ரத்தக் கறை தெரிந்தது. யாரும் அங்கில்லை.

"இங்கே இருந்தது யார்? உரக்கச் சத்தமிட்டு யாருக்கு நீ எச்சரிக்கை செய்தாய்?" என அதிகாரத்துடன் அலியைக் கேட்டனர்.

"யாருக்கும் எச்சரிக்கை தரவில்லை" என்றான் அலி.

"உனது கால் தடம்தான் இங்கு தெரிகிறது. யாருடைய ரத்தம் இது? சொல்."

"என்ன ரத்தம்? பனிக்கட்டிதான் தெரிகிறது?"

இஸ்தான்புல்: நிலவறைக் கைதிகளின் நினைவுக் குறிப்புகள்

கடுமையான அடிகளும் உதைகளும் சாரமாரியாக அவன்மீது விழத் தடுமாறிக் கீழே விழுந்தான் அலி. மைன் படியின் நினைவு வந்தது. குண்டடி பட்டிருந்தும் அவள் தப்பிச் சென்றதில் மிகவும் மகிழ்ந்தான். இனியும் தன்னால் உயிர் பிழைக்க முடியாத நிலையை அடைந்திருந்தான். அங்கேயே அவர்கள் அவனைக் கொன்றுவிடலாம். அல்லது இன்னும் சில நாட்கள் உயிர் வாழ அவகாசம் தரலாம். அவன் தயாராகவே இருந்தான். சபிக்க முயன்றான். வாய் முழுக்க ரத்தம் நிரம்பியிருந்ததால் முனகல் சத்தம் மட்டுமே வெளிப்பட்டது. நினைவு மங்கத் தொடங்கிற்று. தலைக்கு மேல் வட்டமிட்டுக்கொண்டிருந்த ஹெலிகாப்டரின் வெளிச்சத்தைப் பார்த்தான். துப்பாக்கி சுடும் சத்தம் காட்டின் நான்கு மூலைகளிலும் எதிரொலித்தது.

மைன் படியின் விருப்பம் நிறைவேறுமா? காட்டிலிருந்து தப்புவாளா? அவள் நெஞ்சிலிருந்த காயம் ஆறுமா?

காட்டிலேயே அவர்களுடன் இருந்தவர்போல் அந்த இரவை விவரித்துக்கொண்டிருந்த டாக்டரிடம் "அவள் விரும்பியது அதுவல்ல" என்றேன். "இந்த விசாரணை நிலையத்தின்மீது திடீர்த் தாக்குதல் நடத்தி இங்கே துன்புற்றுக்கொண்டிருந்த அனைவரையும் காப்பாற்றுவதே அவள் விருப்பம். அது நிச்சயம் நிறைவேறும். அவர்கள் வந்து நம்மை மீட்பார்கள்" என்றேன்.

"நீ கூறுவது சரியாக இருக்கலாம் திமிர்த்தே. அவள் விருப்பத்தில் நம்மைப் பற்றிய அக்கறை இருந்தது."

"எரிமீன் ஒன்றல்ல; இரண்டு. ஒன்று குறி தவறினாலும் மற்றது இலக்கை எட்டிவிடும்."

"குறி தவறாது என நம்புகிறேன்."

"மைன் படி யாரைக் காதலிக்கிறாள்? அலி ஏதாவது சொன்னானா?"

"இல்லை."

"அவன் இங்கேயே இருக்கிறான். இதே படுகொலைக் களத்தில் என்பது நிச்சயம்."

டாக்டர் சிந்தனை வயப்பட்டவராக, "நிலவறைச் சிறைகள் எல்லாம் நிரம்பியிருக்கின்றன. அவர் எந்தச் சிறையில் இருக்கிறார் என யாருக்குத் தெரியும்?" என்றார்.

"தான் காதலித்த அவனும் தன்னைக் காதலிக்கிறான் என்பதை அறிந்து மகிழ்ந்தாள். இதுவே கதையில் எனக்கு மிகவும் பிடித்த பகுதி. மைன் படியைப் போலவே எனது விருப்பமும் இருந்திருக்கும். நான் காதலிக்கப்பட்டேன் என்பதை இங்கேயே இப்போதே கண்டுபிடிக்க விரும்பியிருப்பேன்."

"திமிர்த்தே இது கதையல்ல. நிஜம்."

"கடந்த காலத்தில் நிகழ்ந்தவையும் நாம் பேசும் வார்த்தைகளும் கதையாகிவிடுவதில்லையா டாக்டர்? இங்கே கடந்தகாலம் என எதுவும் இல்லை. கடந்த சில தினங்களாக இதனை நாம் கண்டுபிடித்திருக்கிறோம் இல்லையா?"

சாதாரண இஸ்தான்புல் வாசிகளைப் போன்றவர்கள் நாம். மிகச் சிறந்தது எனக் கடந்தகாலத்தை வழிபட்டோம்; அல்லது நாளையைப் பற்றிய கற்பனையில் திளைத்தோம். இன்று என்பதே இல்லை எனப் பாசாங்கு செய்ய முயன்றோம். ஒருபுறம் கடந்தகாலம் பற்றிய கதையைக் கூறினோம். மறுபுறம் எதிர்காலம் பற்றிய கதையைக் கூறினோம். கடந்தகாலத்திற்கும் எதிர்காலத்திற்கும் இடையேயான பாலம் என்பதாக நிகழ்காலத்தைக் கருதினோம். அந்தப் பாலம் தகர்ந்து கீழே வெறுமைக்குள் விழுந்துவிட்டதோவென்று பீதியடைந்தோம். இந்த விஷயம் பற்றியே இடைவிடாமல் ஆழமாக யோசித்துக்கொண்டிருந்தோம். இதிலிருந்து நம்மால் விடுபட முடியவில்லை. நிகழ்காலம் யாரிடமுள்ளது? 'இன்று' யாருக்குச் சொந்தமானது?

இரும்பு வாயிற் கதவின் மறுபக்கத்தில் உரத்த சத்தம் கேட்டது. காதுகளைக் கூர்மையாக்கி அது என்னவென்று அறிய முயன்றோம். அதே சத்தம் திரும்பத் திரும்பக் கேட்கவே அது துப்பாக்கிச் சத்தம் என்பதை உணர்ந்தோம். விசாரணையாளர்கள் தங்கள் கைத்துப்பாக்கியைப் பரிசோதித்துக்கொண்டிருப்பார்கள் அல்லது தங்கள் கோபத்திற்கு வடிகால் காண்பதற்காக யாரையாவது கொன்றிருப்பார்கள்.

"அது பெரெட்டா கைத்துப்பாக்கி" என்றார் குஹெய்லேன் மாமா. மனிதர்களப் போலவே துப்பாக்கி பற்றிய அறிவும் தனக்கு உண்டு என்பதை எங்களுக்குக் காட்டிக்கொள்வதாகத் தோன்றியது. முன்பு கேட்ட அந்தத் தூரத்துச் சத்தம் மீண்டும் வரக் காத்திருந்தோம். இரும்பு வாயிற் கதவுக்கு அப்பாலிருந்த பாதைகள் ஏகப்பட்ட சுவர்களுடன் சிக்கலாயும் நீளமாயும் இருந்தன. எவ்வளவு தூரத்திலிருந்து சத்தம் வந்ததென்று கூறுவது சாத்தியமில்லாத ஒன்றாகும். குண்டு வெடிக்கும் அதே சத்தம் மீண்டும் கேட்டது. "அது பிரவ்னிங் கைத்துப்பாக்கி" என்றார் குஹெய்லேன் மாமா.

பிறகு துப்பாக்கிச் சத்தம் நின்றது. சுவர்கள் தம் அமைதிக்குத் திரும்பின.

"நேரம் போய்க்கொண்டிருக்கிறது. இன்னும் யாரும் வரவில்லை" என்றார் குஹெய்லேன் மாமா. "சூரியன் மேற்கே சாய்ந்துகொண்டிருக்கிறான். மாலை நேரம் சீக்கிரமே வந்துவிடும், ரெச்சி மது விருந்து நேற்றே நடந்திருக்க வேண்டும். ஆனால் அது நடக்கவில்லை. அதற்குப் பதிலாக இன்று விருந்துக்கு ஏற்பாடு செய்யலாமா?" என மாமா கேட்டார்.

டாக்டர் வீட்டுப் பால்கனியில் அமர்ந்து மது அருந்தவிருந்தோம். அது எங்களின் கற்பனை. பாஸ்ஃபரஸ் நீரோட்டத்தின் மறுபுறத்திலிருந்த சுற்றுப் பகுதிகளில் விளக்குகள் ஒவ்வொன்றாக எரியத் தொடங்கின. ஒவ்வொரு பகுதியின் வசீகரத் தன்மையையும் குறிப்பிட்டுப் பேசுவோம். அஸ்குடார், குஸ்கன்கெக், ஆல்டுனிஸேட், சாலெச்சாக், ஹாரீம், கடிக்கோய், கினாலியாடா, சுல்டானாமெட் பியாஸிட் என ஒவ்வொன்றாக எண்ணுவோம். பள்ளிவாசல் மினராக்களின் உயரத்தை வைத்து அந்தந்தப் பள்ளிவாசல்களை அடையாளம் காண்போம். கார்களின் ஹார்ன் சத்தத்தை வைத்துப் போக்குவரத்து நெரிசல் இருக்குமிடங்களைக் கணிப்போம். இந்த நகரை மிக மோசமாகச் சேதப்படுத்துவதற்குத் தங்கள் சக்திக்கு உட்பட்ட அனைத்தையும் இந்த மக்கள் நூற்றுக்கணக்கான ஆண்டுகளாய்ச் செய்தவாறு

உள்ளனர். ஒன்றின் மேல் ஒன்று மேலே நெருக்கி எழுப்பப்பட்டிருந்த கட்டடங்களை இடித்துத் தகர்த்தனர். இதுபோன்ற சேதங்கள், அழிவு நடவடிக்கைகள் அனைத்தையும் இஸ்தான்புல் எவ்விதம் சமாளித்து ஈடுகொடுத்து வந்திருந்தது என்பதை வியப்போம்; இஸ்தான்புல் தன் அழகை இன்னும் தக்கவைத்திருப்பதும், சக்தி வாய்ந்த தனது மாய வசீகரத் தன்மையை அது இழந்துவிடாதிருப்பதும் எங்களை மலைக்கச் செய்யும்.

ரெச்சி மது விருந்தினை ஒரு காட்சியாக இவ்விதம் உருவாக்கினோம்: வெண்மையான மேசை விரிப்பை மேசையின்மீது விரித்தார் டாக்டர். வெண்ணெய், முலாம், புத்தம்புதிய பைன் பீன் பச்சடி, ஹுமுஸ் எள் விதை, ஆலிவ் எண்ணெய், சுண்டல் எலுமிச்சை, பூண்டு ஆகியவற்றைச் சேர்த்து அரைத்த கெட்டியான கலவை, ஹைதாரி[2] தயிர் முதலியவற்றை டாக்டர் கொண்டுவந்தார். இவற்றுடன் முறுகலான ரொட்டி, பச்சடி ஆகியவற்றையும் வைத்தார். இது மட்டுமல்லாது முந்திரி இலைகளுடன் கூடிய அரிசி உணவுப் பொருட்களையும் ஈஸ்ட் நொதியுடனான காரசாரமான கிச்சடியையும் மேசையில் வைத்தார். இறுதியில் மஞ்சள் ரோஜா மலர்ச் சாடியை மேசையின் மத்தியில் வைத்தார். வேறெதையும் வைக்க முடியாதபடி மேசை நிரம்பியிருந்தது. ரெச்சி மதுவைக் கிண்ணங்களில் ஒரே அளவில் ஊற்றினார். ரெச்சியுடன் நீரைக் கலந்தார். இசை கேட்பதற்காக உள்ளே சென்று ஸ்டீரியோவை இயங்கச் செய்தார். ஒரு காதல் பாட்டு ஒலிக்கத் தொடங்கிற்று.

"இரவு உணவு மேசையில் பரிமாறப்பட்டுள்ளது."

மது அருந்துவதுபோல வெறுங்கைகளை மேலே உயர்த்தி விருந்தைத் தொடங்கி வைத்தோம்.

"சியர்ஸ்."

"சியர்ஸ்."

"மிக மோசமான நாளும் நமக்கு இதுபோல இருக்கட்டும்."

மேலே உயர்த்திய எங்கள் கைகள் மேலேயே ஒரு கணம் இருந்தன.

குஹெய்லேன் மாமா மீண்டும் கூறினார்.

"மிக மோசமான நாளும் நமக்கு இதுபோல இருக்கட்டும்."

அனைவரும் வாய்விட்டுச் சிரித்தோம். மது விடுதியில் அல்லாமல் டாக்டரின் வீட்டுப் பால்கனியில் விருந்தினை ஏற்பாடு செய்தது நல்லதுதான். இல்லையெனில் விடுதியில் பிற மேசைகளில் அமர்ந்திருப்போரை எங்களின் ஆரவாரம் தொந்தரவு செய்திருக்கக் கூடும்.

கீழே சாலைகளிலிருந்து கார்களின் ஹார்ன் ஒலி கடற் பறவைகளின் ஓசையுடன் ஒன்றுகலந்தது. எங்களைப் பற்றிச் சிறிதும் சட்டை செய்யாமல் தனது மாறான சூழ்நிலைகளுடனும், ஏற்ற இறக்கங்களுடனும் இஸ்தான்புல் வழக்கம்போல் சென்றுகொண்டிருந்தது. எதிரே இருந்த அடுக்குமாடித்

2. மூலிகை, மசாலா, பூண்டு ஆகியவற்றைத் தயிருடன் சேர்த்து உருவாக்கிய ஒரு வகை உணவுப் பொருள்.

தாழ்வாரத்தில் இளம் நண்பர்களின் குழு பீர் அருந்திக்கொண்டிருந்தது. அவர்களில் ஒருவன் கிடார் வாசித்துக்கொண்டிருந்தான். அவனுடன் சேர்ந்து வேறு சிலரும் பாடினர். பக்கத்துக் கட்டிடத்தின் மேல்மாடியிலிருந்த பெண் ஒரு கையால் தலைமுடியைச் சரி செய்து சன்னலுக்கு வெளியே எட்டிப் பார்த்தவாறு தொலைபேசியில் பேசிக்கொண்டிருந்தாள். பெரும்பாலான வீடுகளில் திரைச் சீலைகள் கீழே இழுத்துவிடப்படாதிருந்தன. கை வைத்த நாற்காலியில் அமர்ந்து டிவி பார்த்துக்கொண்டிருந்த வயதான மனிதனைச் சுற்றிக் குழந்தைகள் விளையாடிக்கொண்டிருந்தன. சூரியன் மறையத் தொடங்கியபோது கடல் இருண்டுகொண்டிருந்தது. எமினோனுவிலிருந்து அஸ்குடா செல்லும் தோணியில் விளக்கேற்றப்பட்ட து. ஆயிரம் விதமான மகிழ்சியுடனும் நம்பிக்கையுடனும் தோணி தன் பயணத்தைத் தொடங்கிற்று.

"ஸீன் சேவ்டா சீக்கிரமே இங்கு வந்துவிடுவாள். தூது செய்தியைக் கொண்டு சேர்க்கும் சில பணிகள் அவளுக்கு இருப்பதால் தாமதமாக வருவதாகச் சொன்னாள்" என்றார் குஹெய்லேன் மாமா.

அவளின் ஆரோக்கியத்திற்காக எங்கள் மதுக் கிண்ணங்களை உயர்த்தினோம்.

"மலைக்கன்னியான ஸீன் சேவ்டாவுக்கு…"

"மலைக்கன்னியான ஸீன் சேவ்டாவுக்கு…"

மெய்டன் டவரிலும் விளக்கு ஏற்றப்பட்டது. இஸ்தான்புல்லின் கழுத்திலாடும் முத்தாரம்போல அந்த விளக்கின் ஒளி மின்னிப் பிரகாசித்து அசைந்தாடியது. தொட்டுவிடும் தூரத்தில் மிக அருகே அது இருந்தது. மெய்டன்ஸ் டவரைப் பார்த்துக்கொண்டிருந்தோம். ஸ்டீரியோவிலிருந்து மெல்ல வந்துகொண்டிருந்த ராகம் எங்களை ஆட்கொள்ள ஒவ்வொருவரும் எங்களின் பழைய நினைவுகளில் ஆழ்ந்தோம்.

"இரண்டு நாட்களாக அவர்கள் ஏன் நம்மைச் சித்திரவதை செய்யவில்லை என்பதும் சிறைக்கு வெளியே நம்மை ஏன் கொண்டுசெல்லவில்லை என்பதும் இப்போது தெளிவாகத் தெரிகிறது. பெல்கிரேடு காட்டில் நடந்த மோதலுடன் அது தொடர்புடையது. விரிவான பகுதியை உள்ளடக்கி, பெரிய அளவில் நீண்ட காலமாக நடந்த மோதல் அது. நம் விசாரணையாளர்களும் அங்கு சென்றிருப்பார்கள். அதனால்தான் இங்கு வரவில்லை. நமக்கு நிம்மதி" என்றார் டாக்டர்.

குஹெய்லேன் மாமா புன்னகை செய்தவாறு, "நமது துன்பங்கள் இங்கே லேசாகிக்கொண்டிருக்கின்றன. ஆனால் மக்கள் வேறெங்கோ மடிந்துகொண்டிருக்கின்றனர். என்ன விநோதமான உலகம்! இப்போது துன்பங்கள் மீண்டும் நமக்கு நடக்கவிருக்கின்றன. அதனால் வேறெங்கோ இருப்பவர்கள் நலம் பெறுவார்கள் என நம்பிக்கை கொள்வோம்" என்றார்,

மதுக் கிண்ணங்களை உயர்த்தினோம்.

"பிறர் நலனுக்காக."

"பிறர் நலனுக்காக."

நாங்கள் பரபரப்புடன் மிக வேகமாகக் குடித்ததால் ரெச்சி மதுவின் சுவையை இழந்திருந்தோம்.

எதிரே மொட்டை மாடியிலிருந்த இளம் நண்பர்களைப்போல இன் முகம் கொண்டவனாக, சன்னலருகே இருந்த பெண்ணைப்போல மகிழ்ச்சி உடையவனாக, சாய்வு நாற்காலியில் அமர்ந்து டிவி பார்த்துக்கொண்டிருந்த முதியவரைப்போல அமைதியானவனாக இப்போது இருக்க விரும்பினேன். இந்த பால்கனியிலிருந்து கீழே போக முடியுமெனில் யார் விஷயத்திலும் தலையிடாமல் பாலத்தின் கீழ் நடப்பேன். பாலிக்கேக்மெக்[3] சாண்ட்விட்ச் ரொட்டியை உண்டு மகிழ்வேன். கோல்டன் ஹார்ன் நீரோட்டத்தில் படகுகளைப் பார்த்தவாறிருப்பேன். பின்னர் யூ ஷேக் கல்டீரத்திலிருந்து பியோக்லுவிற்குக் காலாற நடந்து சினிமாவிற்குச் சாவகாசமாகச் செல்வேன். சில சமயங்களில் திரைப்படங்களைவிடத் திரை அரங்குகளையே நான் தேர்ந்தெடுப்பேன். அவற்றின் கட்டடங்கள், சிற்ப வேலைப்பாடுகள், அவை எழுப்பும் நினைவுகள் ஆகியவற்றைப் பொறுத்து அவற்றைத் தேர்வு செய்வேன். என்ன படம் என்பது எனக்குப் பொருட்டே அல்ல. எனது நெஞ்சத்தைத் தொடுவது திரை அரங்கு எனில் அதனைச் சந்தோஷமாக அனுபவிப்பேன்.

“குஹெய்லேன் மாமா எனது விடுகதைக்கு இப்போது பதில் தரலாம் இல்லையா? என்ன சொல்கிறீர்கள்?”

“நீ சொல்வது சரி.”

கேச்செகோண்டு சேரிக் குடிசையில் பாட்டி என்னிடம் கேட்ட கேள்வியைத் திரும்பவும் கூறினேன். “வயதான மூதாட்டியுடன் சிறிய பெண் குழந்தை இருந்தது. இது என் மகளின் மகள். என் கணவனின் சகோதரி என்கிறாள் மூதாட்டி. இது எப்படி சாத்தியம்?”

முறுகலாக வாட்டிய ரொட்டித் துண்டைத் தனக்கு முன்னாலிருந்த ஹாமூஸ் கலவையில் முக்கி நிதானமாக மென்று சாப்பிட்டார் குஹெய்லேன் மாமா. புறங்கையால் மீசையைத் துடைத்தார்.

நான் அதிக ஆர்வத்துடன் காத்திருப்பதைக் கண்ட குஹெய்லேன் மாமா “பொறுமையாக இரு திமிர்த்தே. நிதானமாக நானே சொல்லுவேன். எங்கள் கிராமத்தில் நாற்பது வயதான கறுப்பு நிறப் பெண்மணி இருந்தாள். பொன்னிறத் தலைமுடி கொண்ட மகளுடன் அவள் தனியே வாழ்ந்து வந்தாள். கறுப்பு நிறப் பெண் அண்டை வீட்டிலிருந்த திடகாத்திரமான வாலிபனுடன் நெருங்கிப் பழகினாள். வைக்கோல் கொட்டகையில் அவர்கள் பலமுறை சந்தித்தார்கள். பின்னர் இருவரும் திருமணம் செய்து கொண்டார்கள். அந்தச் சமயத்தில் அந்த வாலிபனின் அப்பா கிராமத்திற்குத் திரும்பினார். பல ஆண்டுகளுக்கு முன்னர் இஸ்தான்புல்லுக்கு வேலைக்குச் சென்றிருந்த அவர் பற்றிய விவரங்கள் எதுவும் தெரியாமல் இருந்தது. அவர் இறந்திருப்பார் அல்லது கிராமத்தை மறந்திருப்பார் என ஊரிலுள்ள

3. புதிதாகப் பிடிக்கப்பட்ட ஒரு வகை கானாங்கெழுத்தி மீனுடன் வெங்காயம் எலுமிச்சை, பச்சை மிளகாயைக் கலந்து விற்கப்படும் ரொட்டி. இஸ்தான்புல்லில் பிரசித்த பெற்ற வீதி உணவு.

ஒவ்வொருவரும் நினைத்தனர். அவருக்கும் ஏறத்தாழ நாற்பது வயதிருக்கும். தனியாகவே இருந்தார். அண்டைவீட்டுப் பொன்னிறத் தலைமுடி கொண்ட இளம் பெண்ணிடம் மையல் கொண்டார். இருவரும் புதிய வாழ்க்கையைத் தொடங்கினார்கள். விரைவிலேயெ அவர்களுக்கு ஒரு பெண்குழந்தை பிறந்தது. இப்போது பாட்டியான கறுப்பு நிறப் பெண் மிகவும் மகிழ்ந்தார். நேரம் முழுவதையும் பேத்தியுடன் செலவழித்தார். தனது பேத்தியுடன் வீட்டின் முன் விளையாடியவாறு போவோர் வருவோரிடம் இந்தச் செய்யுளை மகிழ்ச்சியுடன் ஒப்பித்தாள். எனது மகளின் மகள் என் கணவனின் சகோதரி. வேறு எதுவும் இதுபோல இல்லை. அவள் எதைப் பற்றிப் பேசிக்கொண்டிருந்தாள் என்பது தெரியாமல் மக்கள் அவளைப் பார்த்தனர். ஆனால் அவள் உண்மைதான் சொன்னாள் இல்லையா" என முடித்தார் குஹெய்லேன் மாமா. குஹெய்லேன் மாமா வெகு சீக்கிரமே புதிருக்குப் பதில் கூறியதில் திகைத்துப்போனேன். "நீங்கள் கூறிய கதை நேர்மையானதாக இல்லை" என்றேன்.

"ஏன் அது சரியான பதில் இல்லையா?"

"நீங்கள் விடுகதைக்குச் சரியான பதில் சொன்னது எனக்குப் பிடிக்கவில்லை. ஆனால் அது (உங்களின் கதை) நேர்மையானதல்ல. முதன்முறையாகச் சரியாக ஊகம் செய்திருக்கிறீர்கள்." வாழ்நாள் முழுவதும் சேர்ந்திருந்த வயதானவர்களைப்போல குஹெய்லேன் மாமாவும் டாக்டரும் சிரித்தார்கள். மதுக் கிண்ணங்களை உயர்த்தி ஒரு மிடறு ரெச்சி மதுவை அருந்தினார்கள்.

"முதலில் சரியான விடை கிடைக்கவில்லை. இரண்டு நாட்கள் அதுபற்றியே யோசித்துக்கொண்டிருந்தேன். வெவ்வேறு நாற்பது வழிகளில் விடை காண முயன்றேன். இறுதியில் விடை கிடைத்தது."

"நீங்கள் சொன்ன கதை உண்மையிலேயே நடந்ததா? அல்லது நீங்களே உருவாக்கியதா?"

"என்ன விதமான கேள்வி இது திமிர்த்தே? கடந்தகாலத்தில் நடந்த ஒவ்வொன்றும், வார்த்தைகளில் நாம் சொல்பவை அனைத்தும் கதையாகின்றன என்று நீதானே சொன்னாய். இதற்கு நேர்மாறானதும் உண்மைதான். இங்கே நாம் கூறும் ஒவ்வொரு கதையும் கடந்தகாலத்தில் நிகழ்ந்தது. அது முழுக்கவும் உண்மை."

"அவர் சொன்னது சரிதான். எனது விடுகதை உண்மையில் நடந்ததை அடிப்படையாகக் கொண்டது. விடுகதைக்கான விடையுடன் திரும்பி வருவதாகப் பாட்டியிடம் நான் உறுதி கூறியிருந்தேன். தனது 'ஹிசாரஸ்டுவில் உள்ள வீட்டில் எனது வருகைக்காகப் பாட்டி காத்திருந்தாள். பாதுகாப்பாகவும் ஆரோக்கியத்துடனும் அங்கு திரும்பிச் செல்ல இருக்கிறேன். இஸ்தான்புல்லின் இன்றைய நடைமுறைகளால் முழுவதுமாக என்னை நான் இழந்துவிடமாட்டேன். வறியவர்களுக்கு உதவுவேன், கூட்டத்தில் தனியாக நடப்பேன். தலை கிறங்கவைக்கும் கவர்ச்சியான விளம்பரப் பலகைகளின் பிரகாசமான விளக்குகளில் சுய கட்டுப்பாட்டினை இழந்துவிடமாட்டேன். யாசெமின் அப்லாவை ஒரு

ரகசிய இடத்தில் நான் சந்திக்கக் கூடும். மங்களகரமான ஓர் இரவில் அவள் அருகே அமர்ந்து அவள் கவிதைகள் பாடுவதை நான் கவனித்துக் கேட்கலாம். சாசுவதமான அந்தக் கவிதை வாசகங்களில் நம்பிக்கை கொள்வேன். வெளியே நிலவு எழும், வானம் அழகுறும். மஞ்சள், இளஞ்சிவப்பு, சிவப்பு என நட்சத்திரங்கள் மலரும்.

"திமிர்த்தே மற்றொரு கேள்வி என்ன?"

"எந்தக் கேள்வி?"

"இந்த விடுகதைக்கு விடை தந்தால் இன்னொன்று கேட்பதாக நீ நேற்று என்னிடம் சொன்னது நினைவிருக்கிறதா?"

பாட்டியின் கேச்செகோண்டு சேரி வீட்டை விட்டு வெளியே வந்தபோது எனக்கு நம்பிக்கை இருந்தது. அவருடைய விடுகதைக்கு விடை கண்டுபிடிக்கும் எண்ணம் இருந்தது. அந்த விடையுடன் அவரைச் சந்திக்கையில் அவரிடம் என் விடுகதை ஒன்றையும் கூறிப் பதில் கேட்க நினைத்திருந்தேன். பாட்டியின் கேள்விகளுக்குப் பிற கேள்விகளால் பதில் அளிக்க விரும்பினேன். பாட்டியுடன் எப்போதும் தொடர்பில் இருக்கவும் அவரை அடிக்கடி பார்த்து வரவும் எனக்கு விருப்பம் இருந்தது. ஆனால் வேகமாக ஓடாததால் விதிக்கு இரையானேன், இறுதியில் இந்த நிலவறைச் சிறையில் அவர்கள் என்னை வீசினார்கள். மலைக் குன்றின் உச்சியில், இஸ்தான்புல்லைப் பார்த்தவாறிருக்கும் கேச்செகோண்டு வீட்டிலிருப்பதற்குப் பதிலாக இந்தச் சிறையில் இருந்தேன். பாட்டியிடம் கேட்பதற்காகப் பாதுகாப்பாக வைத்திருந்த ஒரு விடுகதையை இவர்களிடம் கேட்பதாக இருந்தேன்.

"ஒருவனுடன் இளம் பெண் ஒருத்தி இருந்தாள். அவள் யார் என்று சிலர் கேட்க, அவள் என் மனைவியும் என் மகளும் என் சகோதரியும் ஆவாள் என்றான் அவன். அது எப்படிச் சாத்தியம்?" என்றேன்.

"இந்த விடுகதை சிரமமானதாகத் தெரிகிறது."

"எளிதான விடுகதை ஏதாவது ஒன்றைக் கேட்பேன் என்று நினைத்தீர்களா?"

"அந்தப் பெண்தான் அவன் மனைவி, அவன் மகள், அவன் சகோதரி என்கிறாய். சரியா?"

"ஆம்."

"என்னைப் பதற்றமடையச் செய்வதே உன் எண்ணம் என்று தெரிகிறது."

"உங்கள் நினைவுகளில் ஆழமாகத் தேடுங்கள். இவர்கள் உங்கள் கிராமத்திலிருந்து வந்தவர்களாகவும் இருக்கலாம்."

"யோசித்துப் பார்க்கிறேன்" எனச் சிரித்தவாறே கூறினார் குஹெய்லேன் மாமா.

"என்னால் விடுகதைக்கு விடை காண முடியவில்லை என்றால் டாக்டரின் உதவியைக் கேட்கிறேன். என்ன டாக்டர்? எனக்கு உதவுவீர்களா?" என்றார்.

“நிச்சயமாக.”

“அது உங்கள் விருப்பம். உதவிக்காக நீங்கள் யாரை வேண்டுமானாலும் கேட்கலாம். அது டாக்டரோ அல்லது காமோவோ யாராக இருந்தாலும் எனக்கொன்றுமில்லை.”

நாங்கள் மூவரும் பேச்சை நிறுத்தி ஒருவரையொருவர் பார்த்துக் கொண்டோம். நாங்கள் அனைவரும் ஒருசேர ரெச்சி மதுக் கிண்ணங்களை உயர்த்தினோம்.

“காமோவிற்காக.”

“காமோவிற்காக.”

“அவன் பாதுகாப்பாகத் திரும்புவதற்காக.”

சிறையிலிருந்து வெளியேறி, மக்களை விழுங்கியவாறிருந்த இஸ்தான்புல்லின் அன்றாட நடைமுறைகளுடன் கலந்து ஒன்றாகிவிடுவோம் என்னும் நம்பிக்கை இங்கு வந்த ஒரு சில நாட்கள் இருந்தது. காலம் செல்லச் செல்ல எங்கள் எதிர்பார்ப்புக்கள் உள்நோக்கித் திரும்பின; இறுதியாக இந்தச் சிறைக்குச் சரியாகப் பொருந்தும்படியாகச் சுருங்கிக்கொண்டன. சித்திரவதைக்காக இங்கிருந்து கொண்டுசெல்லப்பட்டவர்கள் காயமோ சேதமோ இன்றி மனதையும் ஆன்மாவையும் இழந்துவிடாமல் பாதுகாப்பாகத் திரும்ப வேண்டும் என்பதே எங்களின் இப்போதைய எதிர்பார்ப்பு. நேற்று சித்திரவதைக்காகக் கொண்டுசெல்லப்பட்ட காமோவையும் அப்படித்தான் எதிர்நோக்கிக் காத்திருந்தோம். கதைகள் கூறினோம், ரெச்சி மது அருந்தினோம், பாடல்கள் கேட்டோம். தலையைத் திருப்பிக் கடலில் அலைவுறும் விளக்குகளை உற்றுப் பார்த்தோம். எங்கள் காயங்களை மறக்க முயன்றோம். கீழ்த் தளத்தின் வாசல் கதவு திறப்பது போன்ற சத்தம் கேட்டதும் ஒருவரையொருவர் பார்த்துக்கொண்டோம். வெளிவாசல் இரும்புக் கதவின் கொடூரமான அந்தச் சத்தம் மிக அருகே கேட்டது. நாங்கள் டாக்டர் வீட்டுப் பால்கனியில் இல்லை என்பதையும் இந்த நிலவறைச் சிறையில்தான் இருந்தோம் என்பதையும் அந்தச் சத்தம் எங்களுக்கு நினைவூட்டியது.

எட்டாம் நாள்
டாக்டர் கூறியது

கத்தி போன்ற வானளாவிய கட்டடங்கள்

"இஸ்தான்புல் விமான நிலையத்தில் மின் தடை காரணமாக ஒரு விமானம் தரை இறங்க முடியவில்லை. அதனால் 37 பயணிகளுடனும் நான்கு கப்பல் பணியாளர்களுடனும் விமானம் இருண்ட கடலில் விழுந்து நொறுங்கியது. மறுநாள் காலை இஸ்தான்புல் வாசிகள் பதற்றத்துடன் கண் விழித்தார்கள். ஏழரை மணித் தோணி கடிக்கோயிலிருந்து ஐரோப்பாப் பகுதியைக் கடந்தபோதும் அவர்கள் செய்தித் தாளை வாசித்தவாறு தேநீரை உறிஞ்சிக்கொண்டிருந்தார்கள். வேறு செய்திகள் இருக்கலாமென அருகே இருந்தவரின் செய்தித்தாளையும் எட்டிப் பார்த்தனர். சன்னல் இருக்கைப் பயணிகள் சன்னலை ஒட்டி நெருக்கமாக அமர்ந்திருந்தார்கள். அவர்களின் மூக்கு சன்னல் கண்ணாடியின்மீது அழுந்தி யிருந்தது. கடல் அலைகளுக்கிடையே உதவி கேட்டு அலறும் யாரோ ஒருவரைப் பார்க்கக் கூடும் என்பதுபோலக் கண்ணாடி யிலிருந்த நீர்த் திவலையைத் துடைத்தனர். ஹேதர்பாஷா ரயில் நிலையம், சிலிமியே ராணுவக் குடியிருப்பு முகாம்கள், மெய்டன் டவர் என ஒருபுறமும் சுல்தான் அஹமது பள்ளிவாசல், ஹாயா சோஃபியா தேவாலயம், டாப்காப்பி அரண்மனை ஆகியவை மறுபுறமுமாகக் காலத்தின் சுரங்கப் பாதையைத் தோணி கடந்தது. தோணியிலிருந்த அவர்கள் கான்கிரீட் கட்டடங்களும் கத்தி போன்ற வானளாவியக் கட்டடங்களுமிருந்த கடற்கரைக்கு வந்திறங்கினார்கள். உற்சாகத்துடனும் நம்பிக்கையுடனும் ஒரு கரையிலிருந்து மறு கரைக்கு ஒவ்வொரு நாளும் போவதும் வருவதுமாய் இருந்தார்கள். வீட்டில் அவர்களின் மனநிலை என்னதான் வித்தியாசமாக இருந்தாலும் தோணி, ரயில், பேருந்து

ஆகியவற்றில் பயணிக்கையில் தங்களின் முகத் தோற்றம் அந்த நாளுக்குப் பொருத்தமாக இருக்கும்படி பார்த்துக்கொண்டார்கள். மூன்றாம் நாள் காலை அதே தீவிரத்துடனும் கண்ணியத்துடனும் தேநீரை உறிஞ்சியவாறு செய்தித்தாளை வாசித்தார்கள். விமான விபத்தில் பலியானவர்களுக்கு அஞ்சலி செலுத்தும் விதமாக நீண்ட தலைமுடி கொண்ட இளைஞன் ஒருவன் கிட்டார் வாசித்தவாறு புதிய பாணி ராக் பாடலைப் பாடிக் கொண்டிருந்தான். விமான விபத்தில் பலியானோருக்கு அது பிடித்திருக்கக் கூடும். அப்போது கப்பலின் மேற்தளத்தில் கூக்குரல் கேட்டது. வெளியே பாய்ந்துவந்த அனைவரும் ஒரே நேரத்தில் மறுபுறம் திரும்பிப் பார்த்தனர். அங்கே சராய்பர்னு பாறையில் ஒரு பெண் உணர்வற்றுக் கிடந்தாள். குளிர்ந்த அலைகள் அவளை அங்கே வீசி எறிந்திருந்தன. கடலில் விழுந்து நொறுங்கிய விமான விபத்தில் உயிர் பிழைத்த ஒரே நபர் அந்தப் பெண்தான். அவள் கால்கள் முறிந்திருந்ததாக மறுநாள் ஒரு நாளிதழில் செய்தி வந்திருந்தது. அவள் செவிப்பறை கிழிந்திருந்தது, ஒரு கண் பார்வை பறிபோனது, தனது நாக்கினை அவள் இழந்திருந்தாள் என்பதாகப் பிற அனைத்துச் செய்தித்தாள்களும் குறிப்பிட்டிருந்தன. அந்தப் பெண்ணின் அதேபுகைப்படம் அனைத்துச் செய்தித்தாள்களின் முன்பக்கத்திலும் வெளியாகியிருந்தது. அந்தப் புகைப்படத்தில் ஒயர்கள், சொட்டு மருந்து பாட்டில்களுடன் மருத்துவமனையில் அவள் படுத்திருந்தாள். அவளருகில் சூட்டும் உச்சியில் மகுடம்போல் மடித்து வைக்கப்பட்ட தொப்பி அணிந்திருந்த ஒருவர் இருந்தார். 'என் மனைவி காப்பாற்றப்பட்டார். நான் மிகவும் மகிழ்ச்சியுடன் இருக்கிறேன்' என்ற வாசகம் அந்தச் செய்தித்தாளிலுள்ள புகைப்படத்தின் கீழே குறிப்பிடப்பட்டிருந்தது. தனது மகளுடன் மீண்டும் சேர்ந்துகொள்வதில் அதே நபர் மிகவும் மகிழ்ந்தார் என்பதாக மற்றொரு செய்தித்தாள் தெரிவித்திருந்தது. இன்னொரு பத்திரிகையோ தனது சகோதரி சாவிலிருந்து தப்பித்ததில் வியப்படைந்ததாகக் கூறியது. தாங்கள் வாசித்த செய்தியைப் படகுப் பயணிகள் பகிர்ந்துகொண்டனர். இவற்றில் எது சரியாக இருக்கும் என்று அவர்கள் விவாதித்தார்கள். தங்களின் செய்தித்தாள் கூறியதே சரியானது என ஒவ்வொரு பயணியும் தர்க்கம் செய்தார். வாக்குவாதம் மறுநாளும் தொடர்ந்தது. அனைத்துப் பத்திரிகைகளிலும் ஒத்திருந்த ஒரே விஷயம் ஃபிலிஸ் ஹனீம், ஜீன் பே என்ற அவர்களின் பெயர்களே. புகைப்படங்கள் மூலம் வரிசையாக ஒரு காதல் கதையைக் கூறுவதுபோலத் தினந்தோறும் தவணை முறையில் மீதிச் செய்தி வெளியிடப்பட்டது. அந்த விபரங்கள் வெறும் தேசியச் செய்தியாக மட்டும் சுருங்கிவிடவில்லை. அவை புனைவு எழுத்தாளர்களின் துரிதப் படைப்பிற்கான பெறுமதி உடையவை என இப்போது கருதப்பட்டது. நீண்டுகொண்டே செல்லும் மிகச் சிக்கலான இந்தப் புராணத்திற்கு ஒவ்வொரு நாளும் புதிது புதிதாகப் புகைப்படங்கள் சேர்க்கப்பட்டன. ஃபிலிஸ் ஹனீம், ஜீன் ஆகியோரின் வாழ்க்கை அனைவரும் காணும் விதமாகப் பொதுமக்கள் பார்வைக்கு எடுத்துச் செல்லப்பட்டது. ஜீன் பே எங்கோ ஐரோப்பிய நாட்டில் பிறந்து வளர்ந்தார்; சிலர் ஃபிரான்ஸ் எனவும் வேறு சிலர் ஸ்விட்சர்லாந்து எனவும் கூறினார்கள். அவர் தனது வாலிப வயதில் விடுமுறையைக் கழிக்க இஸ்தான்புல் வந்திருந்தார். அந்தச் சமயத்தில் பியோக்லுவில் உள்ள ஓர் இரவு விடுதியில் பாடகியாக இருந்த ஒரு பெண்ணுடன் அவருக்குக்

காதல் ஏற்பட்டது. அவள் பிரெஞ்சு நாட்டைச் சேர்ந்தவர் எனச் சிலரும் சுவிட்சர்லாந்து நாட்டைச் சேர்ந்தவள் என வேறு சிலரும் கூறினர். இஸ்தான்புல்லில் பார்க்க வேண்டிய இடங்களைப் பார்த்த பின் தனது நாட்டிற்கு ஜீன் பே திரும்பிச் சென்றார். குழந்தையுடன் ஒரு பெண்ணை விட்டு வந்திருக்கிறோம் என்பதை அவர் அப்போது அறிந்திருக்கவில்லை. பல்கலைக்கழகத்தில் பட்டம் பெற்று விரிவுரையாளராகப் பணிபுரியத் தொடங்கினார். சமூகவியலோ உயிரியலோ இயற்பியலோ கற்பித்தார். அதே துறையில் பணியாற்றிக்கொண்டிருந்த யாரோ ஒரு பெண்ணைத் திருமணம் செய்துகொண்டு அவர் மகிழ்ச்சியாக இருந்தார், கடினமாக உழைத்தார், கண்ணியமிக்கவராக மதிக்கப்பட்டார். ஐந்து வருடங்களுக்குப் பிறகு – சிலர் பத்து வருடங்கள் என்றனர் – பின்னர் ஏதோ காரணத்தால் தன் மனைவியை அவர் மணவிலக்குச் செய்தார். மீண்டும் திருமணமே செய்துகொள்ளப்போவதில்லை எனச் சபதமேற்றார். அதன்படியே பல ஆண்டுகள் தனியாக வாழ்ந்தார். பின்னர் தனது மாணவி ஒருத்திமீது காதல் கொண்டார். இஸ்தான்புல்லிலிருந்து வந்த அந்த மாணவி ஃபிலிஸ் ஹனீம். இருவரும் திருமணம் செய்துகொள்ள முடிவு செய்தனர். ஃப்லிஸ் ஹனீமின் அம்மாவைத் திருமணத்திற்கு வருகை தர அழைப்பு விடுத்தனர். விமானங்கள் இஸ்தான்புல்லிலிருந்து தாமதமாகப் புறப்பட்ட காரணத்தால் திருமணத்திற்கு அவள் கடைசி நிமிடத்தில் வந்தாள். விருந்தினர் கூடியிருந்த திருமண மண்டபத்திற்குள் நுழைந்தபோது அதிர்ச்சியில் ஜீன் பேயின் மூச்சே ஏறத்தாழ நின்றுவிட்டது எனலாம். சில ஆண்டுகளுக்கு முன்னர் இஸ்தான்புல் வந்திருந்தபோது அவர் காதல் கொண்ட இரவு விடுதிப் பாடகி அவர் முன் நின்றாள். ஒருவரையொருவர் அவர்கள் அடையாளம் கண்டுகொண்டனர். ஆனால் தெரியாதவர்கள்போல் நடந்துகொண்டனர். ஃபிலிஸ் ஹனீம், ஜீன் பேயின் மனைவி மட்டுமல்ல; மகளும்தான் என்பதை ஏற்கெனவே படித்திருந்த படகுப் பயணிகள் நம்ப முடியாமல் ஒருவரையொருவர் பார்த்துக்கொண்டனர். அத்தகைய துரதிருஷ்டமான நிலையை அவர்கள் கேள்விப்பட்டதில்லை. கதை இத்துடன் முடிந்துவிடவில்லை என்பதை மறுநாள் செய்தித்தாள் மூலம் அறிந்துகொண்டனர். ஜீன் பே சிறு குழந்தையாக இருந்தபோதே அவன் அம்மா வீட்டை விட்டு வெளியேறினாள். அதனால் ஜீன் பேயும் அவன் தந்தையும் தங்களைத் தாமே பார்த்துக்கொள்ளும் நிலைக்குத் தள்ளப்பட்டனர். திருமண மண்டபத்தில் முக்கிய விருந்தினருக்கான மேசையில் அமர்ந்திருந்த ஜீன் பேயின் தந்தை தனது மருமகளின் தாயைக் கண்டதும் தன் கண்களையே அவரால் நம்ப முடியவில்லை. அவள் அவருடைய மனைவிதான். இத்தனை ஆண்டுகளாகத் தங்களை விட்டுப் பிரிந்திருந்த அதே பெண். ஒருவரையொருவர் அவர்கள் அடையாளம் கண்டுகொண்டனர். ஆனால் தெரியாதது போல் நடந்துகொண்டனர். ஃபிலிஸ் ஹனீம், ஜீன் பேயின் மனைவியும் மகளும் மட்டுமல்ல, சகோதரியும்கூட. பத்திரிகைச் செய்தியின் ஒவ்வொரு சொல்லையும் வாசித்த படகுப் பயணிகள், வாசித்து முடித்த ஒவ்வொரு வாக்கியத்தையும் பேராவலுடன் விழுங்கியவாறு இதுபோன்ற ஒன்றினை ஒருபோதும் கேள்விப்பட்டதில்லை என்று வியந்தார்கள். கறுப்பு வெள்ளை நாடகங்களையே பார்த்து வளர்ந்த அவர்கள், வாசித்த ஒவ்வொன்றையும் நம்பினார்கள். செய்தித்தாள் அறிக்கைகளில் முரண்பாடு இருப்பினும்

ஒத்திசைவில் அல்லாமல் இசைவின்மையிலேயே உண்மை இருப்பதாகக் கருதினார்கள். ஒரு பயணி செய்தித்தாளை மேலே உயர்த்திபடி பேசினார். இத்துடன் இது நின்றுவிடப் போவதில்லை என்றார். சரி ஃபிலிஸ் ஹனீம், ஜீன் பேயின் மனைவி, மகள், சகோதரி. ஆனால் எனது செய்தித்தாள் மற்றொரு தகவலையும் சேர்த்துள்ளது . ஃபிலிஸ் ஹனீம், ஜீன் பேயின் அத்தையும்கூட என்றார் அவர். இது சாத்தியம் இல்லை எனப் பயணிகள் மறுப்புத் தெரிவித்தனர். ஆனால் தங்களின் மறுப்பு தவறாக இருக்கக் கூடும் எனவும், ஆச்சரியம் தரும் உண்மைத் தகவல்களை இன்னும் அதிகமாகக் கேட்க நேரும் எனவும் நம்பி சமீபத்தியச் சிறு துணுக்குச் செய்தி ஏதேனும் உண்டா என்று கேட்டார்கள். வம்பு வதந்திகளை விரும்பும் எல்லோரையும்போலவே ஆர்வத்துடனும் அதே நேரம் பற்றற்று விலகியும் இருப்பதாகக் காட்டிக் கொள்ள அவர்கள் முயன்றார்கள். தேநீரைக் கலக்கியவாறு சன்னலுக்கு வெளியே அசட்டையாகப் பார்த்துக்கொண்டிருந்தார்கள். பனி படர்ந்த கடலினூடே, கடற்கரையிலிருந்து வெகு தொலைவிலுள்ள கத்தி போன்ற வானளாவியக் கட்டடங்களின் சகாப்தத்தை நோக்கிக் காலம் என்ற தோணி மெல்ல நகர்ந்தது."

சற்று நிறுத்தினேன். ஒரு பயணி தூரத்தில் எதையோ பார்ப்பதுபோல் ஒருக்களித்தவாறு என்னைச் சுற்றியும் பார்த்தேன். "பனி மூடிய கடலினூடே காலம் என்ற தோணி பயணித்தது..."

கதையில் சொல்லாமல் விடப்பட்ட பகுதிகளை நான் எப்படிச் சேர்த்து இணைக்கப்போகிறேன் என்பதைக் காண ஆவலுடன் காத்திருந்த மாணவன் திமிர்த்தே முறுவலித்தான்.

"டாக்டர் நீங்கள் குஹெய்லேன் மாமாவிற்கு உதவியிருக்கிறீர்கள். அவருக்காக விடுகதைக்கு விடை கண்டுபிடித்திருக்கிறீர்கள்" என்றான்.

திமிர்த்தே வலிந்து சிரிக்க வேண்டியதிருந்தது. அவன் வேதனை படிப்படியாகக் கூடியவாறிருந்தது. இன்று விசாரணைக் கூடத்திலிருந்து திரும்பிச் சிறைக்குக் கொண்டுவந்தபோது பாதி உணர்விழந்த நிலையில் அவன் இருந்தான். வலி தாங்க மாட்டாமல் தெளிவற்று ஏதேதோ முனகியவாறிருந்தான். கைகளை அவனால் அசைக்க முடியவில்லை. அவன் தலை தளர்ந்து தொங்கியது. ஏதோ படுக்கைக்குச் செல்வதுபோல் கான்கிரீட் தரையில் கைகால் நீட்டி நெட்டுயிர்த்தான். மூச்சை ஆழமாக இழுத்தான். உடனே தூங்கிவிட்டான். அவன் இன்னும் சவுகரியமாக உறங்குவதற்குத் தோதாக என் மேல்சட்டையைக் கழற்றி அவன் தலைக்குக் கீழே வைப்பதற்குப் பதிலாகக் கதகதப்பிற்காக அதனை அவன்மீது மூடினேன். அவன் தலையைக் கோதி அவன் நெற்றியிலும் கழுத்திலுமிருந்த ரத்தத்தைத் துடைத்தேன்.

சிறிது நேரத்திற்குப் பின் குஹெய்லேன் மாமாவையும் உள்ளே கொண்டுவந்தார்கள். நான் ஏதோ விபத்து, அவசரச் சிகிச்சைப் பிரிவில் பணியில் இருப்பதாக உணர்ந்தேன். காயமடைந்த நோயாளிகள் தொடர்ந்து வந்துகொண்டிருந்தனர். குஹெய்லேன் மாமாவின் கண் புருவங்கள் பிளந்திருந்தன. மீண்டும் அவருடைய சட்டையும் கால்சட்டையும் ரத்தத்தில் நனைந்திருந்தன. உள்ளங்கால்கள் ரத்தக் களரியாக இருந்தன.

திமிர்த்தேயின் அருகே அவரைப் படுக்கவைத்தேன். "நாளைய தினம் நல்லதாக அமையட்டும்" என்றேன். இருவரின் மார்பின் குறுக்கே எனது மேல்சட்டையை விரித்தேன். சிரமத்துடன் அவர்கள் மூச்சு விடுவது தெரிந்தது. அவர்களின் முகத்தில் தெரிந்த கோடுகளை உற்றுப் பார்த்தேன். கழிவறை செல்வதற்கு எங்களுக்கு அனுமதிக்கப்பட்ட நேரம் வரும்வரை கவனமாகக் காத்திருந்தேன். வராந்தாவின் முனையிலிருந்த கழிவறைக்குச் செல்ல அவர்களுக்கு உதவினேன். திமிர்த்தேயிடம் லேசான முன்னேற்றம் தெரிந்தது. சமாளித்து நடந்தான். ஆனால் குஹெய்லேன் மாமாவால் தானாக நிற்க முடியவில்லை. என்மீது சாய்ந்தபடிதான் நடக்க முடிந்தது.

"அதில் என்ன தவறு? நேற்று எங்கள் இருவரிடமும் விடுகதைக்கான விடையை நீ கேட்டாய். எனக்காக டாக்டர் பதில் சொல்லிவிட்டார்" என்றார் குஹெய்லேன் மாமா.

"உங்களுக்கு அவ்வளவு கடினமாக இருந்ததா?"

"நீண்ட நேரம் அதுபற்றி யோசித்தேன். விடுகதைக்கு விடை கிடைக்கவில்லை, எனவே, டாக்டரிடம் உதவி கேட்டேன்."

"எனவே, இந்த விடுகதைக்கான விடை இஸ்தான்புல்லில் உள்ளது; உங்கள் கிராமத்தில் அல்ல."

"ஆம். அது இங்கேயே இருக்கிறது. பொய்களை உண்மையாக மாற்றும் விடுகதைகளைப் பொறுத்தவரை எந்தக் கிராமம் இஸ்தான்புல்லிடம் போட்டியிட முடியும்? நீயே சொல்?"

"முன்பும் இஸ்தான்புல் இப்படியா இருந்தது குஹெய்லேன் மாமா? வஞ்சமும் ஏமாற்றும் கொண்டதாகவா இந்த நகரம் எப்போதும் இருந்தது?" என்றான் திமிர்த்தே. அவன் கேட்ட விதம் பதிலை எதிர்பார்ப்பதுபோல் அல்லாமல் ஓர் உண்மையைச் சொல்லும் விதத்தில் இருந்தது.

இயற்கை பொய் சொல்லாது. பகல், இரவு, பிறப்பு, இறப்பு, நில நடுக்கம், புயல் ஆகிய அனைத்தும் உண்மையே. இயற்கையிடமிருந்து உண்மையைக் கற்ற இஸ்தான்புல் நகரம் பொய்களைத் தாமாகவே உருவாக்கிக்கொண்டது. மோசம், வஞ்சகம், ஞாபகத்தைக் குழப்புவது ஆகிய அனைத்தும் அதன் கண்டுபிடிப்புகளே. இந்த நகரம் ஒவ்வொருவரையும் தன்னை வணங்கச் செய்தது. பழைய காதலியரை அணைத்தவாறு காலையில் கண் விழிப்போம் என நம்பிக்கை கொள்ளும் குடிகாரர்களை உருவாக்கியது. பணக்காரர்கள் நேர்மையான வழியில் செல்வம் ஈட்டினார்கள் என நம்பிக்கை கொள்ளும் வறியவர்களை உருவாக்கியது. நம்பிக்கையை எல்லா இடங்களிலும் பரவலாகத் தூவியது. மனம் உடைந்தவர்கள் தமக்கான பொற்கணத்தைக் காண்போம் என்று நம்பினார்கள். வேலை இல்லாதவர்களும் ஒருநாள் ரொட்டி கறியுடன் வீடு திரும்புவோம் என நம்பினார்கள். தனிமையை மறைப்பதற்காகப் பிரகாசமாக ஒளிரும் கடைச் சாளரங்களை இஸ்தான்புல் உருவாக்கியது. கடவுள் இல்லாததை ஏற்றுக்கொள்வதற்குப் பதிலாகத் தாமே கடவுளாக விரும்பும் மனிதர்களை அந்நகரம் உருவாக்கியது. தொடர்ந்து வாக்குறுதிகளை மட்டும் தந்து காதலியைச் சந்திக்காது விலகியிருக்கும் காதலனைப்போல, தன் உடல் வாசனையைத் தீவிரமாக்கியவாறு

இஸ்தான்புல் இருந்தது. அதன் பொய்கள் மிகச் சிறந்தவை. முற்றிலும் நம்பிக்கையிழந்த நிலையில் தன்மீது மட்டுமே நம்பிக்கை வைக்கும் ஆண்களையும் பெண்களையும் அந்த நகரம் உருவாக்கியது.

“என் தந்தையைப் போலவே கடினமான கேள்விகளைக் கேட்கிறாய்; அவரைப் போலவே உருவாகி வருகிறாய் திமிர்த்தே” என்றார் குஹெய்லேன் மாமா.

“மிகவும் தாமதமாகிவிட்டது குஹெய்லேன் மாமா.”

“ஏன்?”

தன் தோள்களைக் குலுக்கியவாறு, “மிகவும் தாமதமாகிவிட்டது” என்று மீண்டும் கூறினான் திமிர்த்தே.

சிறைக்கு வருவதற்கு முன்பு வெளி உலகிலும் திமிர்த்தே இப்படித்தான் இருந்தானா? விளம்பரப் பலகைகள், காபிக் கடைகள், பிச்சைக்காரர்கள் மத்தியில் அலைந்து திரிந்தபோது அவன் மனதை நம்பிக்கையின்மை அலைக்கழித்ததா? தெருவிலுள்ள ஒவ்வொன்றும் தொடர்ச்சியான உருமாற்றத்திற்கு உள்ளாகியிருந்ததாலும் வடிவங்கள் சிக்கலாகித் தெளிவில்லாமல் இருந்ததாலும் அவன் அக உலகும் குழம்பியிருக்கக் கூடும். மகிழ்ச்சியுடனும் அதே நேரம் நம்பிக்கையற்றும் இருந்தான். சிரிக்கும்போது அவனைத் துக்கம் ஆட்கொண்டது. ஆர்வத்துடன் உரையாடிக்கொண்டிருக்கும்போது திடீரென நிறுத்தி மவுனத்தில் ஆழ்ந்தான். “மிகவும் தாமதமாகிவிட்டது.” எதற்குத் தாமதமாகிவிட்டது என்பதை அவன் அறிவானா?

நான் குறுக்கிட்டேன். “திமிர்த்தே, எனது பதிலை நீ நிராகரிக்கவில்லை. எனவே நான் விடுகதைக்குத் தீர்வு கண்டுவிட்டேன் என்பதை நீ ஏற்றுக்கொள்கிறாய். இல்லையா?” என்றேன்.

“உண்மையைச் சொல்வதானால், விடுகதையைவிடவும் விமான விபத்து விஷயத்தில் எனக்கு அதிக ஆர்வம் உண்டு டாக்டர்.”

“விமான விபத்துப்பற்றி உனக்குத் தெரியுமா?’

“ஆம். என் அம்மாவின் தோழி ஒருத்தி அந்த விமானத்தில் இருந்தாள். அவர்கள் இருவரும் அடுத்த நாள் சந்திப்பதாக இருந்தது. அப்போது படித்திருந்த ஒரு நாவலை என் அம்மா அவளுக்குக் கொடுக்கவிருந்தாள். விபத்தைப் பற்றிக் கேள்விப்பட்டதும் அம்மாவால் நம்ப முடியவில்லை. நல்ல செய்திக்காக நாட்கணக்கில் காத்திருந்தாள்.”

“அந்தப் புத்தகத்தை உன் அம்மா என்ன செய்தாள்?”

திமிர்த்தே குனிந்து தன் கால்களைச் சிறிது நேரம் பார்த்துக்கொண்டிருந்தான். ஒவ்வொரு நாளும் அதிகமாகக் குளிரடிப்பதாய் அவன் உணர்ந்தான். திரும்புவதற்கு இலேசாக உடலைத் திருப்பினாலும் வலித்தது. அவன் உடலின் அசைவுகளின் வேகம் குறைந்தபடி இருந்தது. அவன் பெரிய கண்களிலிருந்த ஒளி மங்கத் தொடங்கியது. பேசுவதோ மவுனமாக இருப்பதோ எதுவும் அவனுக்கு எந்த நன்மையையும் தரவில்லை. தலையை

உயர்த்தாமலேயே, "எனக்குத் தெரியாது. புத்தக அலமாரியில் அவள் அதனை விட்டுச் சென்றிருப்பாள். நான் கேட்கவில்லை" என்று கூறினான்.

"உன் இடத்தில் நான் இருந்திருந்தால் அந்தப் புத்தகத்தைப் பற்றி அறிந்துகொள்ளும் ஆவல் எனக்கு இருந்திருக்கும்."

"டாக்டர் இப்போது நான் நினைத்துக்கொண்டிருப்பது புத்தகத்தைப் பற்றி அல்ல. விமானத்திலிருந்த பயணிகள்பற்றி. விமானத்திலிருந்த அனைவரும் இறந்துவிட்டார்கள் என நினைத்தேன். ஒருவர் உயிருடன் இருக்கிறார் என்பது எனக்குத் தெரியாது."

விமான விபத்தில் உயிர் தப்பிய பெண் யாரெனெத் தெரிந்துகொள்ள டாக்டர் ஆர்வமாக இருந்தார். ஆனால் அது உண்மையா எனத் தாமாகவே அவரால் கேட்க முடியவில்லை. இங்கே மனிதர்கள் அடிப்படைக் கோட்பாடுகளைப் புரிந்துகொண்டார்கள். ஆனால் அவை குறிப்பாக எதனைச் சுட்டிக்காட்டின என்பதில் அவர்கள் உறுதியாக இல்லை. ஒளி, நீர், சுவர் ஆகியவற்றை முதன்முறையாய்ப் பார்ப்பதாக அவர்கள் நினைத்தார்கள். ஒவ்வொரு ஓசையும் அவர்களுக்கு வித்தியாசமாகப் பட்டது. மனதில் ஏராளமான கேள்விகள் நிரம்பியிருக்கும் ஒருவன் தனது கைகளையே சந்தேகிப்பான். கதைகளின் ஒரு முனை திறந்ததாகவும் மற்றொரு முனை மூடியதாகவும் இருப்பது ஏன் என்பதை அவனால் புரிந்துகொள்ள முடியவில்லை. கதையைப் போலவே இஸ்தான்புல்லும் நிலவறையிலும் மேலே நிலப்பரப்பிலும் அது மாறுபட்டதாக இருந்தது. இதனைக் கண்டுபிடிப்பதற்கான வேதனையைத் தாங்கிக்கொள்ள வேண்டியதிருந்த திமிர்த்தேயால் "உண்மை என்ன?" என்று கேட்க முடியவில்லை.

"என் அம்மாவுக்கு அது தெரிந்திருக்க வேண்டும் என்று விரும்புகிறேன். எல்லோரும் இறந்துவிட்டதாகக் கருதப்பட்டபோது ஒருவர் உயிர் தப்பினார் என்பது அவளுக்குச் சிறிது நம்பிக்கையைத் தந்திருக்கும். விபத்து நடந்தபோது அதனால் ஏற்பட்ட துக்கத்தைச் சமாளிப்பதற்கு அந்த இரவுகளில் அவள் புகைத்த சிகரெட்டுக்களை விடவும், அந்த நம்பிக்கை அவளுக்கு உதவியிருக்கக் கூடும். தனியே என்னை வளர்த்ததே அம்மாவுக்குப் பெரிய சுமையாக இருந்திருக்கும். ஒரு நிறுவனத்தில் தேநீர் தயாரித்து வழங்கும் பணியாளராக வேலை செய்தாள். நான் நன்கு படித்து அவளைப்போல் இல்லாமல் வேறு விதமாக வாழ வேண்டுமென விரும்பினாள். எனக்குப் பிறகே உறங்கச் செல்லுவாள். காலை நேரங்களில் நான் கிளம்பிச் செல்லும் அதே நேரத்தில் கிளம்புவாள். பஸ் நிறுத்தத்தில் வாராவாரம் மாற்றப்படும் விளம்பரப் பலகைகளை உற்று நோக்குவாள், தனது விடுமுறைக் கனவு இல்லத்தைச் சில விளம்பரங்களில் காண்பாள், வேறு விளம்பரங்களில் ஒருநாள் எங்களுக்குச் சொந்தமாகவிருக்கும் அழகிய வீடு இருக்கும். எங்களின் எதிர்கால வாழ்க்கைபற்றி உணர்ச்சி பொங்கப் பரபரப்புடன் இருப்பாள். வார இறுதியில் தூரத்திலுள்ள பகுதிகளுக்குச் சென்று வீடுகளைச் சுத்தம்செய்து பணம் சம்பாதித்துச் சேமித்துவைப்பாள். ஒவ்வொருவருக்கும் அவரவருக்கேயான சுற்றுப்புற வட்டாரம் உண்டு. ஏழை – பணக்காரர், துருக்கிக் கிழக்குப் பகுதியின் ஆதரவாளர் – மேற்குப் பகுதியின் ஆதரவாளர், அழுத்தமாக உச்சரிப்பவர் – பலவீனமான உச்சரிப்புடன் பேசுவோர்

என அனைவரும் வெவ்வேறு வட்டாரங்களில் இருந்தார்கள். அண்டை வீட்டில் இருப்பவர் பசித்திருக்கையில் வயிறு நிறைய உண்டு உறங்கச் செல்பவர் சஞ்சலமடைவதுண்டு; வேறு இடத்திற்கு மாறிச் செல்வதன் மூலம் இந்தப் பிரச்சினைக்கு அவர்கள் தீர்வு கண்டார்கள். இஸ்தான்புல்லுக்கு உள்ளேயே சிறிய இஸ்தான்புல்கள் இருந்தன. பசித்திருந்தவர்களும் நன்றாக உண்பவர்களும் ஒருவரிடமிருந்து ஒருவர் விலகி வெகு தூரம் தள்ளி இருந்தனர். நகரின் ஒரு பகுதியில் ஓர் நாள் முடிய இருக்கையில் மறுபகுதி கேளிக்கைக்குத் தயாராகும். ஒரு பகுதி வேலைக்குச் செல்லக் கண் விழிக்கும்; மறு பகுதியோ அப்போதுதான் உறங்கச் செல்லும். ஒவ்வொருவருக்கும் அவரவரின் சொந்த இஸ்தான்புல் இருந்தது. அதில் தங்களைப் போன்ற மக்களுடன் அவர்கள் வாழ்ந்தனர். வெளியே கடலைப் பார்த்தபோது அவர்கள் கண்ட காட்சியும் வேறாக இருந்தது. என் அம்மா ஒரு வேலையிலிருந்து மற்றொன்றுக்கு அவசர அவசரமாக மாறிக்கொண்டிருந்தபோது எங்கள் வீட்டிலிருந்து வெளியேறிப் புதிய வீடு செல்வதாகவும் காலத்திற்கேற்ப நவீனத் தொலைக்காட்சிப் பெட்டி, குளிர்சாதனப் பெட்டி ஆகியவற்றைத் தொடர்ந்து மாற்றுவதாகவும் கனவு கண்டாள். தன்னைப்போல் அல்லாது மகனின் எதிர்காலம் வித்தியாசமாக இருக்குமென அவள் நம்பினாள். நான் அதனை நம்பவில்லை என்பது அவளுக்குத் தெரியாது. அந்தக் கதையை உங்களிடம் எப்போதாவது கூறியுள்ளேனா டாக்டர்? இளவரசரின் மேல் ஏன் காதல் கொள்ள வேண்டுமென சிண்ட்ரெல்லாவைக் கேட்டபோது அது ஒன்றே அந்தக் கதை எனக்கு அளித்த விதி என்று அவள் கூறினாள். சுற்று வட்டாரத்திலிருந்த வாழ்க்கையும் வேறு விதி எதனையும் எங்களுக்கு அளிக்கவில்லை. ஒவ்வொரு குடும்பமும் எங்களைப்போல இவ்விதமாகவே கனவு கண்டது. ஆனால் வேறெங்கும் செல்ல முடியாத முட்டுச் சந்தை அடைந்து அங்கேயே அவர்கள் மாட்டிக்கொண்டார்கள். ஏன் இவ்விதம் இருக்க வேண்டும் என ஒருவரும் கேட்கவில்லை. காலி மனையில் வழக்கமாக என்னுடன் கால்பந்து விளையாடும் மூத்த பையன்கள் தந்த புத்தகங்களைப் படிக்கும்வரை நானும் கேள்வி கேட்கவில்லை."

திமிர்த்தே குறுக்காகச் சாய்ந்து தண்ணீர் பாட்டிலை எடுத்துக் கொண்டான். இரண்டு மிடறுகள் குடித்த பின் பேச்சைத் தொடர்ந்தான்.

"ரொட்டியும் சுதந்திரமும்தான் இஸ்தான்புல்லின் முக்கியமான இரண்டு விருப்பங்கள்: ஒன்று மற்றொன்றின் அடிமையாக இருக்க வேண்டும் என்று இவை கோரின. ரொட்டிக்காக உங்கள் சுதந்திரத்தை இழக்க வேண்டும். அல்லது சுதந்திரத்திற்காக ரொட்டியைத் தியாகம் செய்ய வேண்டும். இரண்டையும் ஒரே நேரத்தில் பெறுவது சாத்தியமில்லாத ஒன்று. சுற்று வட்டாரங்களிலிருந்த இளைஞர்கள் இந்த விதியை மாற்ற விரும்பினர்; பிரகாசமாக ஒளிர்ந்தவாறிருந்த விளம்பரப் பலகைகளின் நிழலில் நின்றவாறு புதிய எதிர்காலத்திற்காக அவர்கள் கனவு கண்டார்கள். அவர்கள் எனக்குத் தந்த புத்தகங்களை வாசிக்கையில் எனக்கு ஓர் எண்ணம் தோன்றியது: முழு இஸ்தான்புல்லையும் புண்கள் மொய்த்திருக்கையில் புதிய எதிர்காலம் எப்படிச் சாத்தியமாகும்? தெருக்களை கார்கள் அடைத்திருந்தன; காலி மனைகள் கட்டடங்களால் நிரம்பியிருந்தன. பாரம் தூக்கும் எந்திரங்களும்

பாலத்தைத் தாங்கும் இரும்புத் தூண்களும் துயரத்துடன் நின்றுகொண்டிருந்த மரங்களின் இடத்தைப் பிடித்துக்கொண்டன. பிச்சைக்காரர்களின் எண்ணிக்கையைப்போல உணவைத் தேடி அல்லாடும் பறவைகளின் எண்ணிக்கையும் அதிகரித்தன. என் அம்மாவும் ஆசிரியர்களும் நண்பர்களும் ஆழமான பற்றுதல் வைத்திருந்த இந்த நகரைப் புரிந்துகொள்ள இடைவிடாது வாசித்தேன்."

தூங்கி விழித்ததும் கரகரப்பாக இருந்த திமிர்த்தேயின் குரல் இப்போது மென்மையானது. "தொடர்ந்து மாறியவாறிருந்த நகரின் வேகத்துடன் என் அம்மாவால் ஒத்துப்போக முடியவில்லை. அளவுக்கு மீறிய வேலையால் கடுமையாகக் களைத்துச் சோர்ந்தாள். தனது குழந்தைப் பருவத்தைப் பற்றிப் பேசுகையில் கடந்த காலத்தில் வாழ்க்கை இவ்வளவு விரைவாக மாறுவதில்லை என்றாள். அந்தக் காலத்தில் புதுமைகள் படிப்படியாக நடைமுறைக்கு வந்தன என என் அம்மா கூறுவது வழக்கம். அவற்றைச் சிறிது சிறிதாக எங்களின் வாழ்வில் இணைத்துக்கொள்வோம். புதுமைகள் எங்களைக் கிளர்ச்சியுறச் செய்யும், குழப்பாது. மறுநாளில் எதை எதிர்கொள்வோம் என்பது எங்களுக்குத் தெரிந்திருந்தது. அந்த நாட்களில் இருந்தது போலவா இப்போது இருக்கிறது? புதுமைகள் வேகமாக வந்து வேகமாகப் போய்விடுகின்றன. அவை புழக்கத்தில் தொடர்ந்து இருந்து பழையனவாக ஆகும் சாத்தியமே இல்லாத வகையில் நமது வாழ்விலிருந்து துடைத்தெறியப்படுகின்றன. தடங்களையோ நினைவுகளையோ அவை விட்டுச் செல்வதில்லை. ஒரு புதுமையை ஏற்றுக்கொண்டு நடைமுறையில் அதனைப் பின்பற்றும் வாய்ப்புக் கிடைக்கும் முன்னரே அதன் இடத்தை மற்றொன்று பிடித்திருக்கும். ஆனால் மக்களுக்கு எல்லைக்கோடு உண்டு. நாம் ஆமைகளைவிட வேகமாக நடக்கிறோம், முயல்களைக் காட்டிலும் மெதுவாக ஓடுகிறோம். நமது மனதிற்கும் உணர்வுகளுக்கும் வரம்பு உண்டு. பாரம்பரியத்தைப் பொறுத்தவரை நாம் வேகமாக முன்செல்கிறோம்; புதுமையை ஏற்றுக்கொள்வதில் நாம் பின்தங்கிவிடுகிறோம். இந்த வித்தியாசம் பாரம்பரியத்திற்கும் புதுமைக்கும் இடையேயான சமநிலைக்கு அழுத்தம் தர அது நமக்குள் இருக்கும் சமநிலையைக் குலைக்கிறது. பழைமை என்பதே இல்லாததால் புதியவை பழைமையின் தொடர்ச்சி அல்ல. எல்லாமே வீணாகின்றன. குப்பைகூளங்கள் போடும் நமது இதயங்களும் கழிவுகளால் நிரப்பப்பட்டிருக்கின்றன. இந்த நிலையாலும் வேகத்தாலும் என் அம்மா களைத்துச் சோர்ந்தாள். இரவில் துயரத்துடன் உறங்கச் செல்வாள். பகல் பொழுதைக் கனவுகளால் நிரப்புவாள். வேறு என்னதான் அவளால் செய்ய முடியும்? இஸ்தான்புல்லின் அனைத்துக் குளறுபடிகளுக்கும் மத்தியில் எந்த ஆதரவுமின்றித் தானாகவே ஒரு வாழ்வை எவ்விதம் உருவாக்குவது எனத் தடுமாறிய நிலையில் கனவுகளை இறுகப் பற்றிக்கொள்வதைத் தவிர வேறு என்னதான் அவளால் செய்ய முடியும்?"

திமிர்த்தேவுக்குத் தனியே இருக்கப் பிடிக்காது. தனியே சிறையில் இருக்க அஞ்சினான். நாங்கள் அவனுடன் இருக்கையில் மகிழ்ச்சியடைந்தான். ரயில் நிலையங்கள், பழமையான பழுதடைந்த தோணிகள், ஒருவரையொருவர் இடித்தவாறு நடந்து செல்லும் மரங்களடர்ந்த பரபரப்பான சாலைகள் ஆகிவற்றை இழந்த உணர்வு அவனிடமிருந்தது. நகரின் அழகே

அதன் மக்கள் கூட்டம்தான். எல்லா இடங்களும் மக்கள், இரைச்சல், விளக்குகளால் நிரம்பியிருந்தன. ஒரு தெருவில் அமைதியாக இருந்த வாழ்வு மற்றொரு தெருவில் துடிப்புடன் ஆர்ப்பரித்தது. கான்கிரீட்டுடன் உலோகக் கம்பிகள் ஒன்றுசேர்ந்தன. சன்னல், கதவு முதலியவற்றின் இரும்புக் கம்பிகளைக் கண்ணாடித் தகடுகள் மூடின. இஸ்தான்புல்லின் மனிதர்களும் இஸ்தான்புல்லைப் போலவே இருந்தார்கள். நிலம், நெருப்பு, நீர் மூச்சுக் காற்றினால் பிறந்தவள் இஸ்தான்புல். இரும்பின் உறுதியும் கண்ணாடியைப்போல உடையும் தன்மையும் கொண்டவள். கடந்த காலத்தில் பலப்பல சாகச வீரர்கள் இருக்கும் நிலையை மாற்றும் ரசவாதத்தை நிகழ்த்துவதற்காகத் தங்கள் வாழ்வை அர்ப்பணித்திருந்தார்கள். ஏற்கெனவே இருப்பவற்றை ஏற்றுக்கொள்ள அவர்கள் தயாராக இல்லை; வியக்கத்தக்க புதுமைகளையே நாடினார்கள். நெருப்பையும் நீரையும் காதலையும் வெறுப்பையும் ஒன்றுசேர்த்தனர். இயற்கை வெறுப்பூட்டுவதாக இருந்ததால் அதனை மாற்றுவதற்காகத் தீமையை நன்மையுடன் சேர்த்தனர். பணத்தால் பொய்களை வாங்கினர். தங்களின் வீடுகளை பிளாஸ்டிக் மலர்களால் அலங்கரித்தனர். தங்களின் தோல் சுருக்கங்கள் வெளியே தெரிந்துவிடாதிருக்க சிலிக்கானைச் செலுத்திக்கொண்டனர். கண்ணாடியில் தங்கள் முகத்தை மேலும் வசீகரமாகக் காணும் நம்பிக்கையில் ஒவ்வொரு நாள் காலையிலும் கண் விழித்தனர். ஒவ்வொருவருக்கும் இஸ்தான்புல்லின் ரசவாதம் அவரிடமிருந்தே தொடங்கியது.

வலிமையுடனும் பலவீனமாகவும், வேகமாகவும் நிதானமாகவும், நம்பிக்கையுடனும் நம்பிக்கையற்றும் திமிர்த்தேயின் அம்மா இருந்தாள். பாரம் அனைத்தையும் ஒரே நேரத்தில் சுமந்தவாறு எப்படிச் சமாளித்தாள் என்பது அவளுக்கே தெரியாது. சூரிய அஸ்தமனம், விளம்பரங்கள், கார்களின் ஹார்ன் சத்தம் ஆகிய வழக்கமான நடவடிக்கை அனைத்தையும் தொடர முயன்றாள். கடந்த காலமே தனக்கு மகிழ்ச்சியையும் நன்மைகளையும் தந்ததென ஞாபகங்கள் அவளுக்கு நினைவூட்டின. ஞாபகங்களுக்கு அவள் அஞ்சினாள். நகரம் பாழ்பட்டது. வாழ்க்கை வறண்டது. மக்கள் சீர்குலைந்தனர். ஒவ்வொரு நாளும் முந்தைய நாளைவிட மிகவும் மோசமானதாக இருந்தது. எல்லோரையும்போலவே தனிமையில் மூழ்கியிருந்த அவளும் மகிழ்ச்சியில் முடியும் நாவல்களையே விரும்பினாள். வீட்டிலோ, பணியிடத்திலோ, தெருவிலோ இல்லாத நேர்மை நாவல்களில் இருப்பதைக் கண்டாள். ஒருபுறம் உறுதியாக இருந்த அவளின் ஆன்மா மறுபுறம் நொறுங்கிவிடும் கண்ணாடியாக இருந்தது; ஒருபுறம் கண்ணீர். மறுபுறமோ வெஞ்சினம். இவ்விதமாக முரண்பட்டிருந்த தன் ஆன்மாவின் இரு முனைகளையும் அவள் இணைத்தாள்.

“என் அம்மாவுக்குப் புத்தகங்களின்மீது நம்பிக்கை இருந்தது” என்றான் திமிர்த்தே. புத்தகங்கள்மீது நாங்களும் நம்பிக்கை கொண்டிருந்தோமா என்பதை அறிந்துகொள்ள முயல்பவன்போல எங்களைப் பார்த்தான். “சில இரவுகளில் நான் இருப்பதையே முழுவதும் மறந்து நாவலை வாசிப்பதில் மூழ்கியிருந்தாலோ அல்லது வழக்கத்தைவிட அதிக சிகரெட்டுகளைப் புகைத்தாலோ அவள் மனதில் புதிதாகக் காயம் பட்டிருக்கும் என்று நினைப்பேன். அதனை நான் கேட்டதில்லை. அவள் சொன்னதுமில்லை.

நீரில் மூழ்கிய குழந்தை காற்றுக்காக மேலே வரத் தத்தளிப்பதுபோல அவள் இருந்தாள். அவள் மூழ்கவுமில்லை காற்றுக்காக நீர்ப் பரப்பிற்கு வரவும் இயலவில்லை. கனவுகளுக்குப் பதிலாகக் கணக்கீடுகளால் இந்த நகர் உருவாக்கப்பட்டதை அவள் ஏற்கவில்லை. கண்ணைக் கவரும் அழகிய புத்தக அட்டைபோல இஸ்தான்புல் இருப்பதாக அவள் நினைத்தாள். வெளியே தெரியும் அதன் அலங்காரங்களும் வடிவமைப்புகளும் மக்களை ஏமாற்றி அதனுள் இருந்த உண்மையிலிருந்து அவர்களை வெகுதூரம் தள்ளியிருக்கச் செய்தன. அம்மா நீங்கள் ஏன் இவ்வளவு அதிகமாக வேலை செய்கிறீர்கள் என்று சிறுபிள்ளைத் தனமாகச் சில சமயங்களில் நான் கேட்பதுண்டு. அதற்கு அவள், திமிர்த்தே நாளை நீ வசதியாக வாழ்வதற்காக ஒரு வீடு வாங்க விரும்புகிறேன். இப்போது ஒரு நல்ல வாழ்க்கையை உனக்குத் தர முடியாது. ஆனால் வருங்காலத்தில் நீ மகிழ்ச்சியாக இருக்க வேண்டுமென்பதற்காகக் கடுமையாக முயற்சிக்கிறேன். எதிர்காலம் வெகு தூரத்தில் இருக்கிறது என நினைக்காதே. அது மிக அருகே உள்ளது. மனித வாழ்வைப் புத்தகங்களில் வாசிக்கையில் இதனை நன்கு புரிந்துகொள்வாய் என்று அவள் சொன்னாள். என் அம்மா இவ்விதமாகப் பேசும்போது அவளை ஆத்மார்த்தமாய்க் கவனித்துக் கேட்பேன். புத்தகங்கள் மீது நம்பிக்கை கொள்ளக் கற்றுக்கொண்டது அவளிடமிருந்துதான்."

"நீ பிடிபட்டுள்ள விஷயம் உன் அம்மாவுக்குத் தெரியுமா?" என்று நான் கேட்டேன்.

"இல்லை. மாதக்கணக்காக அவளை இன்னும் பார்க்கவில்லை. என்னை அவர்கள் தேடிக்கொண்டிருப்பதால் என் வீட்டுப் பக்கம் நான் போகவில்லை."

"உன் அம்மா வேலை முடிந்து வீடு திரும்பும்போது தெருவில் பரபரப்பான பகுதியில் யார் கண்ணிலும் படாமல் நீ பார்த்திருக்கலாமே" என்றேன்.

"அதுபற்றி யோசித்துப் பார்த்தேன் டாக்டர். அப்படி முயன்று பார்க்கலாம் என ஓரிரு முறை விரும்பியதும் உண்டு. ஆனால் கடைசி நேரத்தில் மனம் மாறிவிடும். அவர்கள் அவளைப் பின்தொடரக் கூடும்."

என் மகன் ரகசியமாக வந்து என்னைப் பார்ப்பதுண்டு. சில சமயங்களில் கூட்ட நெரிசலில், சில சமயங்களில் தெருவின் இருண்ட மூலையில் பதுங்கியிருந்த அவன் வெளியே வந்து கையைத் தொடுவான். தனது நடை வேகத்தை எனக்கேற்றாற்போல் மாற்றி என்னுடன் நடந்து வருவான். திமிர்த்தேயின் கதையைக் கேட்கையில் அதிர்ஷ்டசாலியாக என்னை நான் உணர்ந்தேன். தங்களின் மகன்களுக்காகவும் மகள்களுக்காகவும் நீண்ட காலம் சிலர் காத்திருந்தார்கள்; அல்லது அவர்கள் இறந்துவிட்டார்கள் என்ற செய்தி சிலருக்குக் கிடைத்தது. இவர்களையெல்லாம் எண்ணிப் பார்க்கும்போது நான் மகிழ்ச்சியான சிறுபான்மையைச் சேர்ந்தவன் என உணர்ந்தேன். என் மகனைக் கண்டுபிடித்து அவனை மருத்துவமனையில் சேர்த்திருந்தேன். அவனைப் பாதுகாப்பாக அங்கே ஒப்படைத்திருந்தேன்.

"திமிர்த்தே" என அழைத்து அவனிடம் மேலும் கூறினேன். "அலுவலக சகா ஒருவர் இருந்தார். பல ஆண்டுகள் என்னுடன் சேர்ந்து பணியாற்றிவர்.

பதின் பருவத்தைச் சேர்ந்த அவரின் மகள் வீட்டை விட்டு வெளியேறி ஒரு புரட்சியாளர் குழுவில் சேர்ந்தாள். அவள் சுட்டுக் கொல்லப்பட்டு விட்டாள் என்பதையும் தோழர்கள் அவளை ரகசியமாகப் புதைத்து விட்டதாகவும் கேள்விப்பட்டார். அவளின் கல்லறை இருக்குமிடத்தைக் கண்டுபிடித்தார். மார்பிளால் ஆன கல்லறை நினைவுச் சின்னம் ஒன்றை எழுப்பினார். ஒரு கடலின் படத்தை அந்த நினைவுச் சின்னத்தில் பதிக்கும்படி செய்தார். அவள் சிறுமியாக இருந்தபோது அவளுடன் சேர்ந்து வாசித்திருந்த 'Illustrated Book of Istanbul' என்ற புத்தகத்திலிருந்த அட்டைப் படம் அது. ஒவ்வொரு வாரமும் கல்லறைக்குச் சென்று மண்ணில் புதைக்கப்பட்ட மகளுடன் பேசினார். 'Illustrated Book of Istanbul' புத்தகத்திலிருந்து சில பகுதிகளை மகளுக்கு வாசித்துக் காட்டினார். நட்சத்திரங்கள்போல் ஒளிர்ந்த குவி மாடங்கள், ஆறுகள்போல் வளைந்து செல்லும் தெருக்கள், ஈட்டி போன்ற கட்டடங்கள் ஆகியவற்றை அவளுக்குக் காட்டினார். ஒரு நாள் மகளின் நண்பர்கள் அங்கு வந்து ஒரு தவறு நேர்ந்துவிட்டதென்று சொன்னார்கள். இந்தக் கல்லறையில் புதைக்கப்பட்டிருப்பது வேறு ஒரு நபர் எனவும் அவர் மகளின் கல்லறை பாஸ்ஃபரஸின் மறுபுறம் இருப்பதாகவும் கூறினார்கள். என் அலுவலக சகா அந்த இரவு தூங்கவில்லை. மறுநாளும். மூன்றாம் நாள் வழக்கமான அந்தக் கல்லறைக்குச் சென்று அங்கேயே படுத்துக்கொண்டார். காலையில் கண்விழித்தார். வானில் வீனஸ் கிரகத்தைப் பார்த்தார். சிப்ரஸ் மரங்களிலிருந்து வந்த காற்றின் ஓசையைக் கேட்டார். கையினால் கீழே தோண்டிக் கல்லறையிலிருந்து ஒரு கை மண் அள்ளினார். மண்ணை முகர்ந்தார். அதனைக் காற்றில் வீசினார். காற்று அந்த மண்ணை அங்குமிங்கும் விசிறியடித்துப் பறக்கச் செய்ததைப் பார்த்தார். இந்தக் கல்லறைக்குச் சொந்தக்காரன் நான், இது எனது பிரியத்திற்குரியதாகி விட்டது, அதற்கும் என்னைப் பிடித்துவிட்டது எனத் தனக்குத் தானே கூறிக் கொண்டார். கீழே விழுந்து அழுதார். இந்தக் கல்லறையை விட்டுச் சென்றுவிட்டால் வேறு கல்லறையிலிருந்த தன் மகளையும் இறந்துபோன பிறரையும் கவனிக்க ஆளில்லாது போய்விடும் என நம்பினார். எனது சக ஊழியர் தொடர்ந்து அந்தக் கல்லறைக்கே செல்லத் தொடங்கினார். தன்னுடன் 'Illustrated Book of Istanbul' புத்தகத்தைக் கொண்டுசென்றார். அதிலிருந்த கதைகளை வாசித்தார்; படங்களை விவரித்தார். எது இந்தச் சம்பவத்தை நினைக்கவைத்தது தெரியுமா? உனது அம்மாவும் அதையே செய்தார் என்று நினைக்கிறேன். தான் வாசித்த புத்தகத்தைத் தன் தோழிக்குக் கொடுக்கத் திட்டமிட்டிருந்தாள். அதன்மூலம் விமான விபத்தில் நொறுங்கி விழுந்த இஸ்தான்புல் கடலிடம் சேர்க்க விரும்பினாள். அவள் நாவலைப் படித்ததும் அதனைக் கடலில் நழுவி விழச் செய்திருக்கக் கூடும்."

பதற்றமடைந்தவனாக திமிர்த்தே, "இரண்டாவது முறையாகத் துயரமான ஒரு கதையைக் கூறியிருக்கிறீர்கள் டாக்டர். உங்களுக்கு என்ன ஆயிற்று? இறப்பைப் பற்றியோ வேதனையைப் பற்றியோ இங்கே பேச வேண்டாமென முன்பு நீங்களே அறிவுரை சொன்னீர்கள்" என்றான்.

அதுபற்றி யோசிக்கையில் அவன் கூறுவது சரியென்றே எனக்குப் பட்டது. "நான் அப்படி செய்வது எனக்கே தெரிவதில்லை. அப்படியானால் சில சமயம் நான் என் கட்டுப்பாட்டை இழந்துவிடுகிறேன் என்று அர்த்தம்" என்றேன்.

திமிர்த்தே தனது மூச்சுக் காற்றினால் கைகளை வெதுவெதுப்பாக வைத்துக்கொள்ள முயன்றான். அவன் உடல் வெப்பத்தைப் பரிசோதிக்க அவன் நெற்றியில் கைவைத்துப் பார்த்தேன். நாடித் துடிப்பைப் பார்த்தேன். தோலுக்குக் கீழ் எலும்பு மட்டுமே அவன் உடலில் இருந்தது. சதை இல்லை. அவன் தொடர்ந்து நடுங்கிக்கொண்டிருந்தான். அவன் காய்ச்சல் அதிகரித்திருந்தது. பின்னால் சாய்ந்துகொள்ளும்படி சொன்னேன். அவன் கால்களை மெதுவாகத் தூக்கி என் முழங்கால்மீது வைத்தேன். சிவப்பு, இளஞ்சிவப்பு, வெள்ளை நிறங்களில் வெட்டுக் காயங்களின் தழும்புகள் அவன் உள்ளங்காலில் இருந்தன. அவன் உயிரற்றவன்போல் இருந்தான். பருத்திக் கம்பளியால் கால் விரல்களைச் சுற்றிக் கட்டுவதுபோல் என் உள்ளங்கைகளைக் குவித்து அவன் கால் விரல்களைப் பற்றிக்கொண்டேன். அவனை வெதுவெதுப்பாக ஆக்க முயன்றேன்.

அவன் சிரித்தான்.

"என்ன ஆயிற்று?" என்றேன்.

"கிச்சுகிச்சு மூட்டுவதுபோல் இருக்கிறது."

"நல்லது. குறைந்தது உன்னால் சிரிக்கவாவது முடியும்."

"நான் சிரிக்க வேண்டுமா?"

"ஆம். கட்டாயம் நாம் சிரிக்க வேண்டும். இல்லாவிட்டால் சோகமான கதைகளைச் சொன்னதற்காக குஹெய்லேன் மாமா சங்கடப்படுவார். இப்போதே அவர் நம்மை முறைத்துப் பார்க்கிறார்."

"அப்படியானால் நான் ஒரு ஜோக் சொல்வேன்."

திமிர்த்தே புதிதாக ஒரு ஜோக்கைச் சொல்லப் போகிறானா? அல்லது பழைய ஜோக்குகளில் ஏதாவது ஒன்றையா?

"என்ன ஜோக்?" என்றேன்.

"பனிக்கரடி ஜோக்."

"என்ன?" பனிக்கரடி ஜோக்கா? அது என்ன?"

"குட்டிப் பனிக்கரடி ஜோக்."

"சரி. சொல்லு."

தனது கால்களை என் உள்ளங்கைகளில் வைத்தவாறு அவன் சொல்லத் தொடங்கினான்.

"வடக்குப் பகுதியில் நிலம், மலைகள் அனைத்திலும் பனி உறைந்திருந்தது. உள்ளே இழுத்த சுவாசக் காற்றிலும் பனி இருந்தது. பனிக்கரடிக் குட்டி தன் தாயை நெருங்கி அணைத்து அதன் நீண்ட, வெதுவெதுப்பான, மிருதுவான உரோமத்திற்குள் புதைந்துகொண்டது. நீ என்னுடைய உண்மையான அம்மாதானா என்று குட்டிக் கரடி கேட்டது. ஆச்சரியம் கொண்ட தாய்க் கரடி, நிச்சயமாக நான்தான் உன் அம்மா என் கண்ணே என்று கூறியது. உன் தாயாரும் பனிக்கரடிதானா என்று குட்டி கேட்டது. ஆம் என்

தாயும் பனிக்கரடிதான். உன் தந்தை? அவரும் பனிக்கரடிதான். குட்டிப் பனிக்கரடி தாயாரிடமிருந்து நகர்ந்து தந்தையிடம் சென்றது. தந்தையின் நீண்ட மிருதுவான உரோமத்திற்குள் நெருங்கிப் படுத்துக்கொண்டது. அப்பா நீங்கள் என் உண்மையான அப்பாவா என்று கேட்டது. ஆம் என்றது தந்தைக் கரடி. முன்புபோலவே கேள்விகள் தொடர்ந்தன. உன் தந்தையும் பனிக்கரடிதானா? ஆம். உன் தாயும் பனிக்கரடியா? ஆம். உண்மையில் இது பெரிய கதை. ஆனால் சுருக்கமாகச் சொல்லிவிடுகிறேன். எதிர்பார்த்த பதில்கள் கிடைத்ததும் குட்டிக் கரடி கோபத்துடன் தரையில் ஓங்கி மிதித்தது. பனிக்கட்டியில் அது எழுந்து நின்றது. அப்படியானால் எனக்கு ஏன் எப்போதும் குளிர்கிறது என்று சத்தம் போட்டது."

நாங்கள் ஓசை எழுப்பாமல் சிரித்துக்கொண்டோம். எங்கள் குரலைக் கட்டுப்படுத்தாவிட்டால் அது சுவர்கள் வழியாக நிலப்பரப்பிற்கு மேலே உள்ள உலகிற்குச் சென்றுவிடக் கூடும்.

"எனக்கு ஏன் எப்போதும் குளிர்கிறது?" என்றான் திமிர்த்தே. சொன்னதையே திருப்பிச் சொன்னான். வெகு தூரம் ஓடிவரும் குழந்தையைப்போல அவனுக்கு மூச்சிரைத்தது. "எப்போதும் எனக்குக் குளிர்கிறது. எலும்புகளுக்குப் பதிலாக என் சதைக்குள் ஐஸ் கட்டியை வைத்தாற்போலிருக்கிறது. இந்தச் சிறையில் எனக்கு மட்டும் ஏன் கடுமையாகக் குளிர்கிறது?"

"நீ ஒரு பனிக்கரடிக் குட்டி" என்று சரியான நேரத்தில் நான் சொன்னேன்.

"ஆம் அப்படித்தான் இருக்க வேண்டும்."

வெளிவாசல் இரும்புக் கதவு திறக்கும் சத்தம் காதில் விழ எங்கள் முகத்திலிருந்த புன்னகை மறைந்தது. வராந்தாவில் சிதறிவந்த சத்தத்தைக் கேட்கக் கடுமையாக முயன்றோம்.

இருளில் இளம் பெண்களின் ரத்தத்தை உறிஞ்சிய ரத்தக் காட்டேறிகள் தமது குகைக்குத் திரும்பின. காட்டில் குழந்தைகளை விழுங்கிய ஓநாய்கள் இரும்புக் கதவின் வழியாக நுழைந்தன. கடுமையான துர்நாற்றம் எங்கள் மூக்கைத் துளைத்தது. ஏதோ பாலைவனக் கிணற்றினுள் நாங்கள் விழுந்து விட்டாற் போலவும் எங்களைக் காப்பாற்ற நட்சத்திரங்களைப் பின் தொடர்ந்தவாறு வந்துகொண்டிருக்கும் ஒட்டகக் கூண்டு வண்டிக்காக நாங்கள் காத்திருப்பது போலவும் அந்தச் சூழல் இருந்தது. இரும்புக் கதவு திறக்கும் சத்தத்தைக் கேட்க முடியாத தூரத்தில், கதகதப்பான மணற் குன்றின் மேல் ஒருநாள் காலை கண் விழிப்பதாகக் கனவு கண்டோம். புயலில் அலைகளால் வீசி எறியப்பட்ட கப்பலைப்போல் நாங்கள் நிராதரவாக இருந்தோம். மூழ்கிய அந்தக் கப்பலில் உயிர் தப்பிப் பிழைத்த கப்பல் பணியாளர் குழுவிலிருந்த ஒரே நபர் நான்தான் என நாங்கள் ஒவ்வொருவரும் நினைத்தோம். ஆனால் இறந்த கடலோடிகளின் விதி பற்றிய செய்தியைப் பகிர்ந்துகொள்ள அஞ்சினோம்.

சிறிதும் அசையாமல் காத்திருந்தோம். வெளியே இருந்து வந்த சத்தத்தை உற்றுக் கேட்டோம். வராந்தா முனையிலிருந்த சிறைக் கதவு ஒன்றைத் திறந்து மூடினார்கள். பின்னர் பின்புறமிருந்த வராந்தாவிற்குச்

சென்றார்கள். பலமான சத்தத்துடன் மற்றொரு சிறையின் கதவைத் தட்டினார்கள். குடிகாரர்களைப்போல் சிரித்துக் கூப்பாடு போட்டார்கள். பாட்டுப் பாடினார்கள். பாட்டின் சொற்கள் தெளிவாகக் காதில் விழவில்லை. மகிழ்ச்சியுடனும் உற்சாகத்துடனும் திரும்பி வந்தார்கள். எங்கள் சிறைக்கு அருகே வந்தார்கள். அவர்கள் காலடி ஓசை சுவர்களில் மோதி எதிரொலித்தது. அவர்கள் நிறையப் பேர் இருந்தனர். அவர்களின் உறுமல் சத்தமும் துர்நாற்றமும் திணரச் செய்தன. எங்களின் சிறைக்கு முன் நின்றார்கள். எங்களின் சிறைக்குப் பதிலாக எதிரேயிருந்த சிறையின் கதவைத் திறந்து ஸீன் சேவ்டாவை அதன் உள்ளே தள்ளினார்கள். அவளைக் கீழ்த்தரமாகப் பேசி அவமதித்தார்கள். கதவை அறைந்து சாத்தினார்கள். மனநல மருத்துவமனையில் தங்கியிருக்கும் நோயாளிகளைப்போல வெறியுடன் வெடித்துச் சிரித்தார்கள்.

திமிர்த்தே எழுந்து சிறையின் கம்பிக் கதவை நோக்கி மெதுவாக நடந்தான். எதிர்ச் சிறையை ஏறிட்டுப் பார்த்தான். எங்கள் பக்கம் திரும்பி, "ஸீன் சேவ்டா கதவருகே இல்லை" என்றான்.

"இப்போதுதான் வந்திருக்கிறாள். எழுந்து நிற்பதற்கே இன்னும் சில நிமிடங்கள் தேவைப்படும்."

குளிரில் உறையச் செய்துவிடும் கான்கிரீன் தரையில் வெறுங்காலுடன் தான் நின்றிருந்ததை திமிர்த்தே உணரவில்லை. "இங்கே காத்திருப்பேன்" என்றான்.

காத்திருப்பது கடைசி முறையாக இருக்கப்போவதில்லை.

சிறையில் வாழ்க்கை நேற்று எவ்விதம் இருந்ததோ அதுபோலவே இன்றும் இருந்தது. இவ்விதமாகவே தொடர்ந்து இருக்கும். இருள் மெல்லப் பரவிற்று. அதே நபரையே எங்கள் சொற்கள் விவரித்தன, அதே நகரினூடே அவை பயணித்தன. அதே நம்பிக்கையையே பற்றிக்கொண்டன. எனினும் இன்றைய தினம் வித்தியாசமாக இருக்கும் என்ற நம்பிக்கையில் ஒவ்வொரு நாளையும் உற்சாகத்துடன் தொடங்கினோம். ஏதோ முதன்முறையாகச் சந்திப்பதுபோல ஒருவரையொருவர் உற்றுப் பார்த்துக்கொண்டோம். எங்கள் கனவுகளும் துன்பங்களும் தம்மைத் தாமே புதுப்பித்துக்கொண்டிருப்பதாக உணர்ந்தபோது கணநேர மவுனத்தில் ஆழ்ந்தோம். மகிழ்ச்சிக்கு எல்லை இருக்கிறது என்றால், மகிழ்ச்சியின்மை எல்லையே இல்லாமல் இருப்பது சாத்தியமா? சிரிப்பிற்கு எல்லை உண்டு என்றால், வரம்பற்ற வேதனை என்பது சாத்தியமா? ஒவ்வொரு நாளும் சிரிப்பதற்காகப் புதுப்புது சால்ஜாப்புகளைக் கண்டுபிடித்தோம். சிரிப்பு தானாகவே தன்னைப் புதுப்பித்துக் கொண்டதை உணர்ந்ததும் புதிய வாசலை அடைந்துவிட்டதாய் உணர்ந்தோம்.

தலையை உயர்த்திச் சிறையின் கூரையை நீண்ட நேரம் பார்த்துக் கொண்டிருப்போம். மேலே இஸ்தான்புல்லும் தன்னைத் தானே புதுப்பித்துக் கொண்டதா என்பதை நினைவுகூர முயன்றோம். சந்தைக் கடைகள், பள்ளிவாசல் புறாக்கள், பள்ளிக்கூடம் முடிந்து வீடு திரும்பும் சிறார்களின் ஆரவாரம் ஆகிய அனைத்தும் இஸ்தான்புல்லின் இருபுறமும்

ஒரே மாதிரியாகவா இருந்தன? பாஸ்ஃபரஸ் தான் செல்லும் பகுதிகளில் எல்லாம் ஒரே மாதிரியாகவா ஓடியது? அதே அழுகைச் சத்தத்துடனா குழந்தைகள் பிறந்தன? இறந்துபோகையில் முதியவர்கள் அனைவரும் ஒரே மாதிரியாகவா பெருமூச்செறிந்தார்கள்? சாவு பற்றி அறிந்துகொள்ளும் ஆர்வம் எங்களிடம் இருந்தது. மரணமும் தன்னைத் தானே மீண்டும் மீண்டும் நிகழ்த்திக்கொள்கிறதா? எல்லா மரணங்களும் ஒரே மாதிரியானவைதானா?

“ஸீன் சேவ்டா சிறைக் கம்பிக் கதவருகே நிற்கிறாள். உங்களைக் கூப்பிடுகிறாள்.”

“நம் இருவரையுமா?”

“ஆமாம். அவள் உங்களுடன் பேச விரும்புகிறாள்.”

குஹெய்லேன் மாமா எழுந்து நிற்க உதவினேன். கதவை நோக்கி இரண்டு எட்டு எடுத்து வைத்தோம். வராந்தா விளக்கின் வெளிச்சம் கண்களைக் கூச வைத்தது. எங்களின் சொந்த மகளைப் பார்த்ததுபோல மகிழ்ந்து ஸீன் சேவ்டாவைப் பார்த்துப் புன்னகை செய்தோம்.

“நன்றாக இருக்கிறாயா?” என்று குஹெய்லேன் மாமா சைகையில் எழுதினார்.

“ஆம்” என்ற ஸீன் சேவ்டா, “நீங்கள் எப்படி இருக்கிறீர்கள்?” என அதே கேள்வியை எழுதினாள்.

“நாங்கள் நன்றாக இருக்கிறோம் என் அருமைக் குழந்தையே.”

ஸீன் சேவ்டாவின் மூடிய இடது கண் உப்பி வீங்கியிருந்தது. அவள் முகத்தில் இருந்த காயங்கள் பல மடங்கு அதிகரித்திருந்தன. அவள் கீழ் உதட்டிலிருந்த வெட்டுக் காயம் பெரியதாகியிருந்தது. கழுத்துப் பகுதி அழுக்கேறிக் கறுத்திருந்தது. வழவழப்பான எண்ணெய்ப் பசையுடைய தலைமுடி தலையுடன் ஒட்டியிருந்தது. ஒவ்வொன்றாக எனது காயங்களை எண்ணுவதுபோல் என் முகத்தைப் பரிசீலித்தவாறு என்னைப் பார்த்தாள்.

“எப்படி இருக்கிறீர்கள் டாக்டர்?” என்று கேட்டாள்.

“நான் நன்றாக இருக்கிறேன். விசாரணையிலிருந்து நீ இப்போதுதான் திரும்பி வந்திருக்கிறாய். நீ தூங்கி ஓய்வெடுத்துக்கொள்ள வேண்டும்.”

நான் எழுதி முடிப்பதற்குள் தனது விரலை உயர்த்தி வேகமாக எழுதினாள். “நீங்கள் பேசிக்கொள்ளும்போது உங்கள் ரகசியங்களைப் பகிர்ந்துகொள்வதுண்டா?”

“இல்லை” என்றேன்.

குஹெய்லேன் மாமாவும் திமிர்த்தேயும் தங்கள் தலையை அசைத்து நான் சொல்வதை உறுதிசெய்தனர்.

“நிச்சயமாகத்தான் சொல்கிறீர்களா?” என்றாள் ஸீன் சேவ்டா.

“நீ என்ன சொல்கிறாய்?”

அவள் கேட்டதன் பொருள் என்ன?

சித்திரவதைக்கு ஆட்பட்ட நேரம் போக மீதி நேரங்களில் தூங்கினோம், பேசிக்கொண்டிருந்தோம், கடுங்குளிரால் அவதியுற்றோம். எங்கள் கனவுகளைப் பகிர்ந்துகொண்டோம். எங்களுக்கான சொர்க்கத்தை இங்கேயே எழுப்பினோம். இஸ்தான்புல் தனது ரகசியங்களை ஒளித்து வைத்திருப்பதுபோல நாங்களும் எங்களின் ரகசியங்களை ஒருவரிடமிருந்து ஒருவர் ஒளித்து வைத்திருந்தோம்.

“டாக்டர்” என்றாள் ஸீன் சேவ்டா. எழுத உயர்ந்த அவள் கைவிரல் சிறிது நேரம் அங்கேயே நின்றது. சொல்லவந்த வாக்கியத்தை முடிப்பதா வேண்டாமாவெனத் தீர்மானிக்க முடியாதவளாக அவள் தோன்றினாள்.

“விசாரணையாளர்களுக்கு உங்களின் ரகசியம் தெரியும்.”

என்னுடைய ரகசியம்?

மிடறு விழுங்கினேன். திகைப்பில் கண்களை இறுக மூடிப் பிறகு திறந்தேன்.

“எப்படி அவர்களுக்குத் தெரிந்திருக்கும்?” என்றேன்.

“நீங்களே அவர்களிடம் சொன்னீர்கள்.”

“இல்லை. அவர்கள் என்னைச் சித்திரவதை செய்தபோது ஒரு சொல்லும் என் வாயிலிருந்து வரவில்லை.”

“சித்திரவதையின்போது அல்ல. தங்களுடைய ஆள் ஒருவரை உங்கள் சிறையில் விசாரணையாளர்கள் வைத்திருந்தார்கள். அவனிடம் நீங்கள் சொன்னீர்கள்.”

“என்ன சொல்கிறாய் என் மகளே?”

இவள் என்ன சொல்கிறாள்?

ஸீன் சேவ்டா பொறுமையாக எழுதினாள்.

“விசாரணை அறையில் உணர்வற்றுக் கிடந்தபோது ஒரு கட்டத்தில் கண் விழித்தேன். விசாரணையாளர்கள் சுவருக்குப் பக்கத்தில் என்னை விட்டுவிட்டுப் பேசிக்கொண்டிருந்தார்கள். அவர்கள் பேசுவது என் காதில் விழுந்தது. நேற்று அவர்கள் ஒருவனைச் சித்திரவதை செய்து கொண்டிருந்தபோது அவன் தன் கண்களைக் கட்டியிருந்த துணியைக் கிழித்து ஒரு விசாரணையாளனிடமிருந்த துப்பாக்கியைப் பிடுங்கி அங்குமிங்குமாகச் சுடத் தொடங்கினான். அதுவரை சென்றிராத வராந்தாக்களில் ஓடித் தாறுமாறாகச் சுட்டான். அவன் ரொம்ப தூரம் போய்விடவில்லை. அவனைச் சுற்றிவளைத்துப் பிடித்துக்கொண்டார்கள். மறுயோசனையே இல்லாமல் அவனைச் சுட்டுக் கொன்றார்கள். நேற்று துப்பாக்கிச் சத்தத்தைக் கேட்டோமல்லவா? அது இதுதான்.”

தான் பேசிக்கொண்டிருந்ததைத் தொடர்ந்து கேட்டுக்கொண் டிருக்கிறேனா என்பதை அறிய அவள் சற்று நிறுத்தினாள்.

“டாக்டர், அவர்கள் என் கண்களைக் கட்டியிருந்தார்கள். அவர்கள் முகங்களை என்னால் பார்க்க முடியவில்லை. நான் உணர்விழந்த

நிலையில் இருப்பதாக அவர்கள் நினைத்தார்கள். சிகரெட் பிடித்தபடி தேநீரைக் கலக்கிக்கொண்டிருந்தார்கள். பிறகு உங்களைப் பற்றிப் பேசத் தொடங்கினார்கள். உங்களிடம் பேசிப் பழகி உங்களின் நம்பிக்கையைப் பெற்றது பற்றி ஒருவன் சொன்னான். உங்களிடமிருந்து பெற்ற தகவலை அவர்களிடம் வெளிப்படுத்தினான்."

என்னிடமிருந்தா தகவலைப் பெற்றான்?

"என்னிடமிருந்து அவன் பெற்றுக்கொண்ட தகவல் என்ன?"

"நீங்கள் உண்மையான டாக்டர் அல்ல..."

நான் சிறைக் கம்பிக் கதவிலிருந்து சில தப்படிகள் பின்னால் சென்றேன். கால்களில் வலுவில்லை. பாரமாய் அழுத்திற்று. அங்கிருந்து மெல்ல அடிவைத்துச் சிறையின் பின்சுவரைப் பற்றினேன். தூக்கத்தில் அழ விரும்பிய குழந்தை தன் அழுகையை வெளியே சத்தமாக எழுப்ப முடியாததைப்போல அசைவற்று நின்றேன்.

"அவர்களுக்குத் தெரிந்துவிட்ட து. கடவுளே ... அவர்களுக்குத் தெரிந்துவிட்டது" என்று நான் எனக்குள் முணுமுணுத்துக்கொண்டேன்.

சிறு எட்டுக்கள் வைத்து நடந்து மீண்டும் கதவருகே சென்றேன்.

ஸீன் சேவ்டா தொடர்ந்தாள்.

"இன்னொன்று – மைன் படி என யாரோ ஒருவரை அவர்கள் குறிப்பிட்டார்கள். அவள் காதலிக்கும் நபர் நீங்கள் அல்ல என்பது தெளிவு. மைன் படி நேசிப்பது வேறு ஒரு டாக்டர்."

நடப்பதற்குக் கால்களில் வலுவில்லை. கீழே தரையில் விழுந்தேன். கைகளால் வாய், நெற்றி, தலைமுடி ஆகியவற்றைத் தொட்டுப் பார்த்துக் கொண்டேன். என் சட்டை இறுக்கமாக இருப்பதாக உணர்ந்தேன். சட்டைப் பொத்தான்களை ஒவ்வொன்றாகப் பிய்த்தெறிந்தேன். குஹெய்லேன் மாமா என் மணிக்கட்டுகளைப் பற்றி என்னைப் பிடித்துக்கொண்டார். என்னைச் சுவரில் சாய்ந்துகொள்ளச் செய்தார். அவரிடமிருந்து என்னை விடுவித்துக்கொள்ளப் போராடினேன். அவர் என் மணிக்கட்டை இறுக்கிப் பிடித்தார்.

எனக்கு என்ன நேர்ந்துகொண்டிருந்தது?

வாழ்வில் மாற்ற முடியாத மூன்று விஷயங்கள் இருப்பதாகக் கூறுவார்கள். அவை என்ன? கசிந்த ரகசியமும் அவற்றில் ஒன்றா? கடிகாரத்தைப் பின்னோக்கித் திருப்ப விரும்பினேன். சென்ற மாதத்திற்கோ சென்ற வருடத்திற்கோ திரும்பிச் செல்வதல்ல என் விருப்பம். மிகத் தொன்மையான காலத்திற்குப் போக விரும்பினேன். மனிதன் இன்னும் மனிதனாக ஆகாத நிலைக்குச் சென்று வாழ்வது எவ்வளவு அருமையானது. அந்த நிலையில் கொடூரம் என எதுவும் இராது. கவலை இல்லை. இருப்பு என்பது துன்பத்தை அடிப்படையாகக் கொண்டதாக இல்லை. பார்ப்பதிலும் தொடுவதிலுமே மனிதர்கள் திருப்தி அடைந்தனர். பிறப்பு எண்ணிக்கை

பதிவு செய்யப்படவில்லை. இயற்கையாகவே சாவுகள் நிகழ்ந்தன. அங்கே ரகசியங்கள் என எதுவும் இல்லை.

“நாங்கள் காட்டிக்கொடுப்பவர்கள் அல்லர்” என்றான் திமிர்த்தே என் மணிக்கட்டுகளைப் பற்றியவாறு. அவன் குரல் பலவீனமாக இருந்தது. “உங்கள் ரகசியம் எதுவும் எங்களுக்குத் தெரியாததால் அதனை யாரிடமும் நாங்கள் சொல்லவும் முடியாது. இல்லையா குஹெய்லேன் மாமா?”

“நீ...” என்றேன்.

“நாங்கள் யாரிடமும் எதையும் சொல்லவில்லை.”

“அவர்களிடம் உன்னால் என்ன சொல்ல முடியும்? என் மகனுக்குப் பதிலாக அவர்கள் என்னைப் பிடித்தார்கள். அவன்தான் உண்மையான டாக்டர். உங்களிடம் நான் இதைச் சொல்லவில்லை. என் மகனின் ரகசியக் கூட்டத்திற்குச் சென்றேன். போலீஸின் பொறியில் நான் சிக்கியபோது என் மகனின் அடையாளத்தை எனதாக எடுத்துக்கொண்டேன்” என்று கூறினேன்.

என் மகன் அலியைச் சந்திப்பதாக இருந்தான். அந்தப் பருவத்தின் கடைசி வெப்ப நாட்களில் அந்த நாளும் ஒன்று. சூரியன் எனக்கு மிக அழகாகத் தெரிந்தான். ராகிபாஷா நூலகம் இருந்த இஸ்தான்புல்மீது கடைசி முறையாக அன்பு பெருகியது. நூலக முற்றத்தில் தரையில் குனிந்தேன். கைகளால் மண்ணைத் தோண்டித் துளையிட்டு நிலத்தடியில் விழுந்தேன். ஒவ்வொரு அடுக்காகக் கீழே இறங்கினேன். இருளில் புழுவைப்போலப் பரபரப்பின்றித் திரிந்தேன். கடைசியில் இந்த நிலவறைக்கு வந்தேன். என் பழைய தோலை உரித்தேன். அதற்கு அடியில் புதிய தோல் வளர்ந்தது. யாருமற்ற தனிமைத் துயரில் எனது சதையை நானே தின்றேன். தாகம் எடுத்தபோது என் ரத்தத்தை நானே குடித்தேன். என் மனைவி புகழ்பெற்ற ஒரு காதல் பாடலைப் பாடுவாள். எனது கைவிரல் நகத்தால் அதனைச் சுவரில் எழுதிவைத்தேன். ஓ... மொட்டே மலர்க என்றேன். உலக இன்பங்கள் நிலையாக இருக்குமெனக் கற்பனை செய்யாதே என்றேன். கண்களை மூடி இருளிடம் பேசினேன். இறுதித் தீர்ப்பு இங்கு நிகழும். உயிர் வாழ்பவை இறந்தன. இறந்தவை வாழ்ந்தன. பிரார்த்தனைகளைக் கவனித்துக் கேட்டேன். ஒருநாள் கதவு திறந்தது. அலி உள்ளே வந்தான். அவன் காயமடைந்திருந்தான். அவன் சட்டைப் பை முழுவதும் ஒளி நிரம்பியிருந்தது. வலி அதிகரித்தபோது சில ஒளித் துளிகள் வெளியே கசிந்து உருகின. இறந்த நண்பர்களின் இழப்பினை உணர்ந்தான். மைன் படி பற்றிப் பேசினான். எனது நிலையை எண்ணி வருந்தினான். மைன் படி என்னைக் காதலித்ததாகக் கூறினான். டாக்டர், அவள் நெஞ்சில் இரண்டு காயங்கள் இருந்தன என்றான். ஒன்று குண்டடி பட்டதால் ஏற்பட்டது. மற்றது உன்னால் விளைந்தது. குண்டடி பட்ட காயம் ஆறிவிடும். ஆனால் உன்னால் ஏற்பட்ட காயம்? இதயத்தின் வலியை மைன் படி எவ்விதம் போக்குவாள்? அலி பேசிக்கொண்டிருந்தபோது சிறையின் மேற்கூரை திறந்து வானிலிருந்து ஏராளமான நட்சத்திரங்கள் எங்கள்மீது சொரிந்தன. என் மனைவி வழக்கமாகப் பாடும் பாடல் எங்கோ தூரத்தில் கேட்டது. உனது ஆனந்தப் பூங்காவின் வானம்பாடி நான், ரோஜா மலர் நீ என்பதாகப்

பாடல் சென்றது. என் மகனுக்குச் சுதந்திரம் இருந்தது. ஒரு பெண்ணைக் காதலித்தான். அவள் தன் இதயத்தை அவனிடம் தந்தாள். அவர்கள் ஒருவரையொருவர் சந்திப்பார்கள். விரைவிலேயே இருவரும் மீண்டு வருவார்கள். அலியும் கட்டாயம் குணமடைந்து துயரின் சுமை முழுவதையும் களைய வேண்டும். தன் சட்டைப் பையிலிருந்து ஒளி வெளியே கசிவதைத் தடுத்து நிறுத்த வேண்டும். அவனுக்கு உதவ விரும்பினேன். எனது ஒரு பகுதி ரகசியத்தை அவனுடன் பகிர்ந்துகொண்டேன். கவலைப்படாதே, அந்தப் பெண் என்னைக் காதலிக்கவில்லை. என் மகனைக் காதலிக்கிறாள். அவர்கள் இருவரும் சந்தித்து ஒருவருக்கொருவர் உதவியாக இருப்பார்கள். கவலைப்படாதே. அவர்கள் சீக்கிரமே நலம் பெறுவார்கள்."

"அவ்வளவுதானா?" என்றார் குஹெய்லேன் மாமா.

"அவ்வளவுதானா என்றால் என்ன அர்த்தம்?"

"விசாரணையாளர்களுக்கு இது மட்டும்தான் தெரியுமா?"

"ஆம்."

"அப்படியானால் என்ன பிரச்சினை?"

"என் மகன் வெளியே இருக்கிறான் என்பது அவர்களுக்குத் தெரியும். அவர்கள் அவனைத் தேடிச் செல்வார்கள்."

"அவன் எங்கிருக்கிறான் என அவர்களுக்குத் தெரியுமா?"

"தெரியாது."

உண்மையில் இங்கே இருப்பது நான் அல்ல. நான் அவன் தந்தை. மகனின் அடையாளத்துடன் இங்கே இருக்கிறேன். இதுபோலவே அலியும். உண்மையில் அவன் ஒரு போலீஸ். பெல்கிரேடு காட்டில் நடந்த மோதலில் சுடப்பட்டுக் காயமடைந்தான். மருத்துவச் சிகிச்சை பெற்றான். களைத்துச் சோர்ந்தவன்போல் முகத்தை வைத்துக்கொண்டு என்னுடன் உள்ளே வந்துவிட்டான். கோப்புக்களிலிருந்த சில விஷயங்களையும் பிடிபட்ட சிலரிடமிருந்து பெற்றுக்கொண்ட தகவல்களையும் ஏதோ தனது ரகசியங்கள்போல எனக்குக் கூறினான். அவன் காயமடைந்திருந்தான். நான் அவனை நம்பினேன். அவன் துன்பத்தில் அவதியுற்றான். நான் அவனை நம்பினேன். அவனுக்குக் குடிக்க நீர் தந்தேன். அவனுடன் ரொட்டியைப் பகிர்ந்துகொண்டேன். என் மகன் காதலித்த பெண்ணைப் பற்றிக் குறிப்பிட்டதும் அவனை இன்னும் நம்பினேன். அவன் சுமையைக் குறைக்க நினைத்தேன். அவன் வலியைப் போக்க விரும்பினேன். என்னைப் பற்றிய ரகசியத்தின் ஒரு பகுதி அவனிடம் பகிர்ந்துகொண்டேன். ஆனால் என் மகன் எங்கிருந்தான் என்பதைச் சொல்லவில்லை.

"உறுதியாக அவனிடம் நீங்கள் சொல்லவில்லையா?"

"ஆம். எனது மகன் எங்கிருக்கிறான் என யாரிடமும் சொல்லவில்லை."

என் தோள்களைப் பற்றிக்கொண்டு, "நிச்சயமாக நீ யாரிடமும் கூறியிருக்க முடியாது. ஏனெனில் அது உனக்கே தெரியாது" என்றார் குஹெய்லேன் மாமா.

இஸ்தான்புல்: நிலவறைக் கைதிகளின் நினைவுக் குறிப்புகள்

“ஆம் நீங்கள் சொல்வது சரி. எனக்குத் தெரியாது” என்றேன்.

“உனக்குத் தெரியாத விஷயத்தை நீ அவர்களிடம் சொல்ல முடியாது இல்லையா?”

“உண்மை.”

“ஏனென்றால் உனக்குத் தெரியாது.”

“ஆம், எனக்குத் தெரியாது.”

“பின் எதற்காக நீ பயப்படுகிறாய்?”

“எனது ரகசியத்தைப் பாதுகாப்பாக என்னால் வைத்துக்கொள்ள முடியவில்லை. என்னுடைய எதிர்ப்பை என்னால் தக்கவைத்துக்கொள்ள முடியவில்லை என்றால் என்ன ஆகும்?”

இந்தச் சிறையில் நான் மகிழ்ச்சியாக இருந்தேன் என்பதை இந்தக் கணம்வரை உணர்ந்திருக்கவில்லை. வேதனையைத் தாங்கிக்கொண்டேன், அழுது புலம்பினேன், வாயிலிருந்து ரத்தம் வந்தது. அந்தச் சமயங்களிலும் நான் மகிழ்ச்சியாகவும் தன்னிறைவு கொண்டவனாகவும் இருந்தேன். என் ரகசியத்தை நேசித்தேன். எனது நாளங்களில் ரத்தம் வற்றிப் போகலாம். இங்கேயே என் உயிர் போகவும் கூடும். ஆனால் இதயத்தில் நான் சுமந்து கொண்டிருக்கும் ரகசியத்தை ஒருவரும் அறியப் போவதில்லை. என் உடல் பெரியதொரு காயமாக உருமாறியது. வெளியே என் மகன் மீள்வான். நான் இறந்தாலும் என் மகன் வாழ்வான். மகிழ்ச்சியின்மையை மக்கள் உணர்கிறார்கள். ஆனால் மகிழ்ச்சியை அவர்கள் உணர்வதில்லை. அதனை இப்போது அறிந்துகொண்டேன்.

குஹெய்லேன் மாமா என் கழுத்தைச் சிறிது உயர்த்தித் தண்ணீர் கொடுத்தார்.

“அமைதியாக இரு. எல்லாம் சரியாகிவிடும்” என்றார்.

“நிச்சயம் சரியாகிவிடும் இல்லையா?”

“டாக்டர் கவலைப்படாதீர்கள். இப்போதிருந்து எல்லாம் நல்ல விதமாக நடக்கும்.”

“நான் இறந்துபோகலாம். அதுவும் நல்லதுதான்.”

குளிர்காலம் பிறந்தது. சீக்கிரமாகவே இருட்டத் தொடங்கியது. மிக மெல்லிய வெண்பனிச் செதில்கள் மேற்கூரையில் பெருமளவு விழுந்தன. மேலே இஸ்தான்புல்லிருந்த கடைச் சாளரங்கள் பிரகாசமாக ஒளிர்ந்தன, பரபரப்பான பேயோக்லுவில் மக்கள் கூட்டம் நிரம்பி வழிந்தது. திரும்புமிடமெல்லாம் சினிமா சுவரொட்டிகள், உணவின் நறுமணம், இசையின் ஓசை. முடிவின்மையிலிருந்து புறப்பட்டு முடிவின்மையை நோக்கிப் பயணித்த டிராம் வண்டி மக்கள் கூட்டத்தினூடே கடந்து சென்றது. டிராம் வண்டிக்குப் பின்னால் ஒரு இளைஞன் அவன் காதலித்த பெண்ணின் கரத்தைப் பற்றிக்கொண்டிருந்தான். அது என் மகன். அவன் ஏதோ அவள் காதில் கிசுகிசுத்தான். என்னால் அதைக் கேட்க முடியவில்லை.

ஆனால் அதை அறியும் ஆவலில் பரபரத்தேன். அவன் முகத்தில் நுட்பமான அறிவுத் திறன் வெளிப்பட்டது. அவன் புன்னைகைத்தான். குழந்தையாக இருந்தபோது இருந்த அதே புன்னகை. பிரசித்திபெற்ற ஒரு காதல் பாட்டின் இசை வெளியிலிருந்து ட்ராமிற்குள் மிதந்து வந்தது. என் மகன் அதனைக் கேட்டதும் சன்னலுக்கு வெளியே எட்டிப் பார்த்தான். காதல் பாட்டு இவ்விதம் ஒலித்தது. ஓ மொட்டே மலராக விரிக… கடந்துபோகும் இந்த நொடிப் பொழுதின் ஆனந்தம் நீடித்திருக்கட்டும். தனக்குத் தெரிந்த யாரோ ஒருவரைத் தேடுவதுபோலக் கூட்டத்திலிருந்தவர்களை என் மகன் உற்றுப் பார்த்தவாறிருந்தான். முகங்களைக் கூர்ந்து கவனித்தான். பின்னர் அந்தப் பெண்ணின் கையை இன்னும் இறுகப் பற்றிக்கொண்டான். முடிவின்மையிலிருந்து புறப்பட்ட டிராம் வண்டி பேயோக்லு கூட்ட நெரிசலினூடே ஒளியைப்போல் சீராகச் சென்றது. புதிய முடிவின்மைக்கு என் மகனைக் கொண்டுசென்றது.

அந்தக் கணத்தில் இரும்புக் கதவு திறக்கும் சத்தம் வராந்தாவில் எதிரொலித்தது.

"நான் இறந்துபோகலாம்" என்று மீண்டும் கூறினேன்.

"இறந்துபோவாயா? என்ன சொல்கிறாய் நீ?" என்றார் குஹெய்லேன் மாமா.

"நான் இறந்துவிட்டால் என் மகன் எங்கிருக்கிறான் என்பதை அறிந்தவர் யாரும் மிஞ்சி இருக்க மாட்டார்கள்."

"ஆனால் டாக்டர் அவன் எங்கிருக்கிறான் என்பது உங்களுக்கும் தெரியாது!"

"மிகவும் தாமதமாகிவிட்டது."

"இல்லை."

"மிகவும் தாமதமாகிவிட்டது."

குஹெய்லேன் மாமா என்னை முறைத்துப் பார்த்தார். என் செவிட்டில் ஓங்கி அறைந்தார். சிறிது நேரம் இடைவெளி விட்டார். பிறகு மீண்டும் அறைந்தார்.

ஒன்பதாவது நாள்
நாவிதன் காமோ கூறியது

அனைத்துக் கவிதைகளின் கவிதை

"இரவு நேர ரயிலிருந்து இறங்கிவந்த தூங்கி வழியும் பயணி ஒருவர் தலையில் தொப்பியணிந்த ஒல்லியான ஒரு மனிதனைப் படிக்கட்டில் சந்தித்தார். ஹேதர்பாஷா ரயில் நிலையத்திற்கு முன்னாலிருந்த அந்தப் படிக்கட்டுகள் கீழே கடலுக்கு இட்டுச் சென்றன. எலும்பும் தோலுமான கை விரல்களில் பிடித்திருந்த ஒரு புகைப்படத்தைப் பார்த்துக் கொண்டிருந்த அந்த மனிதன் ஒரு கணம் அழுதான்; மறுகணம் உரக்கச் சிரித்தான். அழும்போது தலையைக் குனிந்து கொண்டான். ஆனால் பைத்தியத்தைப்போலச் சிரித்தான். ரயில் பயணி தனது சிறிய பெட்டியைத் தரையில் வைத்து விட்டு அவன் அருகே சென்று அமர்ந்தான். சீமெட்[1] விற்பவனை அழைத்துத் தனக்கும் தொப்பி அணிந்திருந்தவனுக்கும் சீமெட் வாங்கினான். எதிரே இருந்த கடற்கரையில் மேகங்களும் குவிமாடங்களும் நேர்கோட்டில் சேர்ந்திருந்ததை நீண்ட நேரம் உற்றுப் பார்த்தான். அருமையான சீதோஷ்ண நிலை பற்றியும் பருவ காலத்திற்கேற்ப இஸ்தான்புல்லின் மணம் மாறுவதைப் பற்றியும் பேசினான். அடுத்தடுத்து வேகமாய்ச் சென்றுகொண்டிருந்த படகுகளின் பெயர்களை வாசித்தான். ஒவ்வொரு பெயருக்கும் ஒரு தனித்தன்மை இருந்தது. அந்த நகரில் உண்மை வெளிப்படையாக இருப்பதுபோல் தோன்றியது; ஆனால் அப்படி அல்ல. கடலுக்குச் செல்லும் படிக்கட்டுக்கள், ரயில் நிலையத்தைப் படகுகளுடன் இணைக்கும் படிக்கட்டுகள், தாங்கள் கொண்டுசென்ற புகைப்படங்களைப் பார்க்க மனிதர்கள் அமரும் படிக்கட்டுகள்

---

1. ஒருவகை சிறிய ரொட்டி. வளையல் போன்ற வடிவம் கொண்டது. எள் விதைகள் அதன்மீது தூவப்பட்டிருக்கும். துருக்கியில் மிகவும் விரும்பி உண்ணப்படும் வீதி உணவு இது.

என ஒன்றல்ல பல வடிவங்களில் உண்மை இருந்தது. நகரின் வெவ்வேறு பகுதிகளில் ஒவ்வொருவரும் ஓர் உண்மையைப் பற்றிப் பிடித்திருந்தனர். இஸ்தான்புல்லின் இந்தப் பகுதியிலிருந்த அதே சூரியனா மறு பகுதியிலும் இருந்தது? இது பற்றி அறிந்துகொள்ள வழியேதும் இல்லை. இங்கு வீசிய அதே காற்றா வேறு பகுதியிலும் வீசிற்று என்பதையும் ஒருவராலும் நிச்சயமாகக் கூற முடியாது. ரயில் பயணியும் தொப்பி அணிந்தவனும் நாம் போகலாம் எனக் கிளம்பினர். சூரியன், காற்று ஆகியவை பற்றிய சிந்தனையில் ஆழ்ந்துவிட எண்ணி எதிர்ப்பக்கம் செல்ல முடிவு செய்தனர். ஓடத் துறைக்குச் சென்று அங்கிருந்த தோணியில் ஏறினார்கள். தோணியின் பின்தளத்தில் அமர்ந்து தேநீர் அருந்தியவாறு கண்ணில் தெரிந்த தொன்மையான அரண்மனைகள், ராணுவ வீரர்களின் குடியிருப்புகள், கோபுரங்கள் ஆகியவற்றை வியந்து போற்றினார்கள். வரலாற்றைத் தன்பக்கம் இஸ்தான்புல் ஈர்ப்பதில்லை எனவும் கடந்தகால வரலாற்றின் உட்கூறுகளிலிருந்து வெளியே வரும் முயற்சிகள் எதனையும் மேற்கொள்ள இயலாததாக அது இருக்கிறது எனவும் அவர்கள் கருதினார்கள். தொன்மையான அரண்மனைகள், கோபுரங்கள் என அந்த வரலாறே வண்ண அஞ்சல் அட்டைகளில் விற்கப்பட்டது. தோணியிலிருந்து இறங்கித் தெரு வியாபாரிகளையும் பார்வையற்ற தெருப் பாடகர்களையும் கடந்து செல்கையில் தங்களின் முடிவை மாற்றிக்கொண்டார்கள். அஞ்சலட்டைகள் பொய்களை விற்றன, வரலாற்றை அல்ல என்ற முடிவுக்கு வந்தார்கள். சிர்கேச்சிவரை செல்லும் பயண ரயிலில் தாவி ஏறினார்கள். முதியவர்கள் வசிக்கும் பகுதிகள், சீக்கிரம் குடிப்போருக்காகத் திறந்து வைக்கப்பட்ட மதுக்கடைகள், சிதிலமடைந்த நகரச் சுவர்கள் ஆகியவை கொண்ட பகுதிகளைக் கடந்து கடைசிவரை சென்றனர். அதற்குமேல் நிறுத்தங்கள் ஏதுமில்லாத இஸ்தான்புல்லையும் புது வண்ணம் தீட்டிய வானையும் நீண்ட நேரம் உற்றுப் பார்த்தனர். குப்பைகூளக் கிடங்குகளில் இறந்த பறவைகளைத் தின்னும் நாய்களைப் பார்த்தனர். திரும்பிச் செல்வதற்கான பயணச் சீட்டுடன் அதே பயண ரயிலில், அதே தோணியில் ஏறினார்கள். ரயில் இருப்புப் பாதைகளையும் அலைகளையும் கடந்து கடலைப் பார்த்தவாறிருந்த ஹேதர்பாஷா ரயில் நிலையத்திற்குத் திரும்பினார்கள். சூரியன் மறைந்துகொண்டிருந்தான். உயரமான பள்ளிவாசல் மினராக்களையும் குவிமாடங்களையும் வழுக்கியதுபோல் கடந்து செந்நிறச் சூரியனை நோக்கிப் பறவைக் கூட்டங்கள் பறந்துகொண்டிருந்தன. தொப்பி அணிந்தவன் ரயில் பயணி கொடுத்த சிகரெட்டை வாங்கிக்கொண்டான். நாள் முழுக்க இந்தக் கணத்திற்காகவே காத்திருந்தவன்போல் பேசத் தொடங்கினான். ஏறத்தாழ இந்த நேரத்தில்தான் அனைத்தும் நிகழ்ந்தன என்றான். ஒரு மாலைப் பொழுதில் வெளியே சென்ற என் மனைவி வீடு திரும்பவே இல்லை. ஓடிப் போய்விட்டாள், காணாமல் போய்விட்டாள், இறந்துவிட்டாள் என ஏதேதோ சொன்னார்கள். ஆனால் அது எந்த விளைவையும் என்னிடம் ஏற்படுத்தவில்லை. விளம்பரம் செய்தேன், சுவரொட்டிகள் வைத்தேன், காவல் நிலையங்கள், மருத்துவமனைகள் என ஒவ்வொரு இடத்திற்கும் போனேன். பின்னர் மதுக்கடைகளுக்குச் செல்லத் தொடங்கினேன். குடிக்கும்போது என் மனைவியின் பெயரை அழுத்தம் திருத்தமாய் உச்சரித்தேன். அவளை மறக்கும் முயற்சியில் வேசிகளுடன் படுத்தேன். எனது சொந்த நகரிலேயே

நாடு கடத்தப்பட்டவன்போல் நாட்களை, மாதங்களை, பருவ காலங்களை எண்ணிக்கொண்டிருந்தேன். பார், இது என் மனைவியின் புகைப்படம். இதை எல்லா இடங்களுக்கும் எடுத்துச் செல்கிறேன். ஒவ்வோரு தடவையும் அதே நீரைத் தானாகவே நிரப்பிக்கொள்ளும் மரகதக் குவளையிலிருந்து நீர் பருகுவதற்கு அவளின் அழகு ஒப்பாகும். அது முடிவற்றது. இஸ்தான்புல்லின் அழகுக்கு ஒப்பான அழகு அவளுடையது. நாங்கள் சேர்ந்திருந்த பழைய நாட்களைப் பற்றிக் கனவு காண்கையில் ஆனந்தத்தில் சிரிக்கிறேன். ஆனால் எதிர்காலத்தை நினைத்துப் பார்க்கையில் அவளை ஒருபோதும் இனிப் பார்க்க முடியாது என்பதை உணர்கிறேன். இவ்விதம் ஆழமான இரு வேறு உணர்வுகளுக்கிடையேயான இடைவெளியில் விழுந்து கிடக்கிறேன். இதுதான் நான், இவ்விதம்தான் இருக்கிறேன். புகைப்படத்தில் கடந்த காலத்தைக் கண்டு மகிழ்கிறேன். ஆனால் எதிர்காலத்தை நினைத்து அழுகிறேன்."

என்னால் இதற்கு மேலும் பேச முடியாது என்பதை உணர்ந்த குஹெய்லேன் மாமா நான் நிமிர்ந்து உட்கார உதவி செய்தார். சுவரில் சாய்ந்திருக்கச் செய்தார். அங்கிருந்த தண்ணீர் பாட்டிலை எடுத்தார். இன்னும் இரு மிடறுகள் குடிப்பதற்குப் போதுமான நீர் அதில் இருந்தது.

"தண்ணீர் குடி. உன் தொண்டை நனையும். அது உனக்கு நல்லது" என்றார்.

"தலையில் தொப்பியுடனிருந்த ஒல்லியான அந்த மனிதனைப்போலக் கடந்தகாலத்தை நினைத்து நானும் சிரிக்கிறேன் குஹெய்லேன் மாமா. ஆனால் எதிர்காலத்தை எண்ணி நான் அழுவதில்லை" என்றேன்

"காமோ நீ எதைப் பற்றியும் சிரிக்கலாம். எதனையும் வெறுக்கலாம். அது உன் இஷ்டம். வேதனையில் நிலை குலைந்துவிடாமலிருந்தால் சரி" என்றார்.

"வலியைப் பற்றி எனக்குக் கவலை இல்லை" எனச் சாதாரணமாகக் கூறினேன். ஆனால் உண்மை வேறு. என் கால் விரலிலிருந்து இடுப்புப் பகுதிவரை, முதுகுத் தண்டிலிருந்து கழுத்துவரை, நெற்றிப் பொட்டிலிருந்து கன்னம் வரை என் உடலின் ஒவ்வொரு மிகச் சிறிய பகுதியும் மிகக் கடுமையாக வலித்தது. சுவாசிக்கும்போது விலா எலும்புக் கூடு ஏதோ முழுக்கவும் சேதமடைந்துவிட்டது போலவும், திறந்திருந்த ஒரு கண் முன்னால் விளக்குகள் விட்டு விட்டு எரிவதாயும் உணர்ந்தேன்.

மிகுந்த சிரமத்துடன் ப்ளாஸ்டிக் பாட்டிலிலிருந்து ஒரு மிடறு நீரைக் குடித்தேன். தொண்டை எரிந்தது.

ஒரு ரொட்டித் துண்டை என் கையில் வைத்து, "சாப்பிடுவதற்கான நேரம் இது" என்றார் குஹெய்லேன் மாமா.

பாறையைப் போல் கடினமாக இருந்த ரொட்டியைப் பார்த்தவனாக, "இதனை விழுங்குவது மிகவும் சிரமம்" என்றேன்.

"உன்னால் மெல்ல முடியாதா?"

“ஈறுகளில் நிறைய வெட்டுக் காயங்கள் உள்ளன. பற்கள் வலிக்கின்றன.”

“என்னிடம் கொடு. அதனை மென்று உன்னிடம் தருகிறேன்.”

ரொட்டியைத் திரும்ப வாங்கிக்கொண்டார் குஹெய்லேன் மாமா. ரொட்டி நுனியைக் கடித்தார்.

“எவ்வளவு காலமாக நீங்கள் இங்கே இருக்கிறீர்கள்?” எனக் கேட்டேன். ஏதோ மிகப்பெரிய வணிக வளாகத்தைப் பரிசோதிப்பதுபோலச் சிறையைச் சுற்றிலும் பார்த்தேன்.

“நீ வருவதற்கு முன்பு டாக்டரையும் மாணவன் திமிர்த்தேயையும் விசாரணையாளர்கள் அழைத்துச் சென்றார்கள். என்னை இங்கேயே விட்டுவிட்டார்கள்.”

“மாணவன் என்ன செய்கிறான்? அவனுக்குப் பைத்தியம் பிடிக்கவில்லையா? அவன் இன்னும் சரணடையவில்லையா?”

“இல்லை காமோ. இருவரும் வேதனைக்கு எதிராகப் போராடிக் கொண்டிருக்கின்றனர்.”

“குஹெய்லேன் மாமா, இந்த வரிசைகளில் உள்ள சிறைகளில் துன்புறுத்தப்படுத்துவதை எதிர்த்து இன்னும் எத்தனை பேர் போராடிக் கொண்டிருக்கிறார்கள்? விசாரணையின்போது எத்தனையோ சிறைக் கைதிகளை அவர்கள் எனக்குக் காட்டினார்கள். அவர்கள் மண்டியிட்டவாறு அலறிக்கொண்டும் கெஞ்சிக்கொண்டும் இருந்தார்கள். அவர்களைப் பார்க்கப் பரிதாபமாக இருந்தது.”

“சில சமயங்களில் மன்றாடி அலறும் சத்தம் சிறையிலிருந்து வரும்போது நிலைகுலைந்து விடுகிறேன். குற்றத்தை ஒப்புக்கொண்டவர்களும் நம் சகோதரர்கள்தாம் காமோ. அவர்களுக்காக வருந்துவதைத் தவிர நம்மால் வேறு எதுவும் செய்ய முடியாது.”

“வருந்துவதா? அந்த எண்ணத்தை அழித்துவிடுங்கள்! என் கண்கட்டை அவிழ்க்கும் ஒவ்வொரு தடவையும் அந்த மாணவனைக் கொண்டு வருவார்கள் என நினைப்பேன். கண்கள் சிவந்த சித்திரவதையாளர்களிடம் எல்லாரையும்போலக் கெஞ்சி அழும் பரிதாபகரமான அவனது நிலையை அப்போது என்னால் பார்க்க முடியும்...”

“அதைப் பற்றியெல்லாம் நினைக்காதே. இப்போது இந்த ரொட்டியைச் சாப்பிடு.”

மென்று சவைத்த ரொட்டித் துண்டுகளைக் கட்டை விரலாலும் சுண்டு விரலாலும் எடுத்து, பறவையைப் போல் திறந்திருந்த என் வாயில் ஒவ்வொரு கவளமாகப் போட்டார் குஹெய்லேன் மாமா.

மிகுந்த சிரமத்துடன் சாப்பிடத் தொடங்கினேன். நாவில் உணவு இருப்பதை உணர்ந்தேன். வாய்க்கு உள்ளே கன்னப் பகுதிகளில் உணவை வைத்தேன். தொண்டைக் குழியை நனைப்பதற்காக உமிழ்நீரை விழுங்கினேன். நுனி நாக்கினால் ரொட்டியை எடுத்து அதனை என் தொண்டைக்குள்

நழுவி விழும்படி செய்தேன். முட்களை விழுங்குவதைப் போல அது இருந்தது. உணவு கீழே வழுகிச் செல்கையில் உணவுக் குழாய் எரிந்தது.

நன்கு மசித்த ரொட்டியைச் சிறிய உருண்டைகளாகக் கையில் பிடித்து, "இன்னும் கொஞ்சம்" என என்னிடம் நீட்டினார் குஹெய்லேன் மாமா.

"வேண்டாம். கொஞ்சம் பொறுங்கள்" என்றேன்.

"சரி. இப்போது வழக்கம்போல் மூச்சுவிடு."

எனது இடது கை மணிக்கட்டைச் சிறிது உயர்த்தி, "எப்போது இந்தத் துணியைக் கட்டினீர்கள்?" என்றேன்.

"வலிக்கிறதா? அதை இறுக்கிக் கட்ட வேண்டியதிருந்தது."

"வலி, கட்டியதால் அல்ல, காயத்தினால்."

"அவர்கள் உன்னை இங்கு கொண்டுவந்தபோது உன் இடது கை மணிக்கட்டில் ரத்தம் வழிந்துகொண்டிருந்தது. எனது சட்டையின் கைப் பகுதியைக் கிழித்து அந்தத் துணியால் உன் காயத்திற்குக் கட்டுப் போட்டேன். அந்தச் சமயத்தில் பாதி உணர்வே உனக்கு இருந்தது. நினைவிருக்கிறதா?"

"என்மீது ஆணி அறைந்தார்கள். அதுதான் என் கடைசி ஞாபகம்."

"என்ன ஆணி?"

"என் மணிக்கட்டில் சுத்தியலால் ஆணி அறைந்தார்கள்."

"மணிக்கட்டிலா?"

"ஆம்."

"நாசமாய்ப் போக. நம்பவே முடியவில்லை. என்ன மனிதர்கள் அவர்கள்?

"மனிதர்கள்? அவர்கள்தாம் நிஜமான மனிதர்கள் குஹெய்லேன் மாமா. இதை இன்னுமா நீங்கள் உணரவில்லை? இயற்கையை, பூமியை, வானத்தைக் கடவுள் படைத்தபோது மனிதர்கள் எனக்கே உரியவர்கள் என உரிமை கோரினான் சாத்தான். அறிவின் மரத்திலிருந்த கனியை அவர்களுக்கு உணவாக வழங்கினான். அறிவு பெற்றதும் வேறு எந்த உயிரினமும் செய்ய முடியாத ஒன்றினைச் செய்தான் மனிதன். தனது இருப்பை உணர்ந்துகொண்டதே அது. தனது இருப்பை மேலும் அதிகமாக அவன் உணர்ந்தபோது, அவன் இன்னும் அதிகமாய் அதனை வியந்து போற்றினான். தன்னை மட்டுமே நேசித்தான். வேறு யாரையும் அல்ல. கடவுளையும் அல்ல. இறப்பிற்குப் பிறகான வாழ்வின்மீது மனிதனுக்கு நாட்டம் இருந்த ஒரே காரணத்தினால் கடவுள்மீது பற்று வைத்தான். தனது சொந்த வாழ்வையே அளவுகோலாகக் கொண்டு அனைத்தையும் அளந்தான். இயற்கையை மிதித்துச் சேதப்படுத்தினான். உயிரினங்களைப் பூண்டோடு அழித்தான். நேரம் வரும்போது கடவுளையும் அவன் அழிப்பான். இதன் காரணமாகவே உலகில் மிகுந்த வலிமையும் அதிகாரமும் கொண்டதாய்த் தீமை விளங்குகிறது. சித்திரவதை செய்வோரிடம் இதையும் சொன்னேன். சாத்தானுக்குப் பிறந்த

இழிமகன்கள்! ஊசிகளால் என் காதுகளைத் துளைத்து வினோதமான ஏதோ ஒரு பொருளை அதனுள் ஊற்றினார்கள். அது தீயாய்க் கொதித்தது. என் தலையில் துளையிட முயன்றார்கள். பைத்தியம் பிடித்துவிடாதிருக்கப் போராடினேன், என்னைக் கட்டியிருந்த சங்கிலிகளிலிருந்து விடுபட முயன்றேன். தலையைச் சுவரில் மோதினேன். கெஞ்சி மன்றாடுமாறு அவர்கள் கட்டளையிட்டபோது அவர்களைச் சபித்தேன். சில சமயங்களில் வேதனையால் புலம்பி அழுதேன், சில சமயங்களில் உரக்கச் சிரித்தேன். நீங்கள் மனிதர்கள், நீங்கள்தாம் நிஜமான மனிதர்கள். என்னால் முடியுமென ஒருபோதும் நினைத்துப் பார்த்திராத வகையில் ரத்தத்தை உறையவைக்கும் அலறல் சத்தம் என் வாயிலிருந்து வெளிப்பட்டது. என் தலையை நீரினுள் அமிழ்த்தினார்கள். வலியைச் சரியாக உணர வேண்டும் என்பதற்காக என் மனதை விழிப்புடன் இருக்கச் செய்தார்கள். அறுவைச் சிகிச்சை மருத்துவர், கைவினைஞர், கசாப்புக் கடைக்காரர் ஆகியோரைப் போலத் துல்லியமாக வேலை செய்தார்கள். என் ரத்தக் குழாய்களுக்குள் இருந்த அடைப்புகளை அகற்றி வேதனைக்கான பாதையைச் சீர்படுத்தினார்கள். மனிதர்களாக இருப்பதற்குத் தேவைப்பட்டதையெல்லாம் அவர்கள் நிறைவேற்றினார்கள்."

தனது விரலாலும் பெருவிரலாலும் பிடித்திருந்த ரொட்டித் துணுக்கை எனக்குத் தருவதற்காகக் குஹெய்லேன் காத்திருந்தார்.

"மக்களைப் பற்றிய புரட்சியாளர்களின் கருத்து தவறானது. எனவே நான் அவர்களுடன் சேரவில்லை. மக்கள் நல்லவர்களாக இருப்பதில் நாட்டம் கொண்டவர்கள் என்பதும் தீமையிலிருந்து மக்களைக் காக்க முடியும் என்பதும் அவர்களின் நம்பிக்கை. பாதகமான சூழ்நிலைகளிலேயே சுயநலம் வெளிப்படுவதாகவும் கொடூரங்கள் நிகழ்வதாகவும் அவர்கள் கருதுகிறார்கள். மக்கள் தம் மனதில் ரகசியமாக நரகத்தை மறைத்து வைத்துள்ளார்கள் என்பதையும் இந்த உலகை நரகமாக மாற்ற ஒருவரை ஒருவர் பிராண்டிக்கொண்டிருக்கிறார்கள் என்பதையும் அவர்கள் அறிவதில்லை. தவறான இடத்தில் உண்மையைத் தேடித் தங்கள் வாழ்வைப் புரட்சியாளர்கள் வீணடித்துக்கொண்டிருக்கின்றனர். மக்களைக் காப்பாற்ற முடியாது. அவர்கள் மீள்வதற்கான சாத்தியமும் இல்லை. மக்களிடமிருந்து ஓடிவிடுவதே ஒரே வழி" என்றேன்.

குஹெய்லேன் மாமா இரக்கத்துடன் என்னைப் பார்த்தார். திருத்த முடியாத விசித்திரப் போக்குக் கொண்டவன் என எல்லோரையும்போல அவரும் நினைத்தார். நான் பேசுவதைப் பொறுமையுடன் கேட்டார்.

"மக்கள் போகக் கூடாத இடம் என்று ஏதேனும் இந்த உலகில் விட்டு விடப்பட்டுள்ளதா குஹெய்லேன் மாமா? ஆடம்பரமான ஜீப் வண்டிகள், போலீஸ் வாகனங்கள், தொழிற்சாலை ஊழியர்களின் பஸ்கள் என எல்லா ஊர்தி ளிலும் ஏறிச் செல்கிறார்கள். வங்கிகள், பள்ளிக்கூடங்கள், இறை வழிபாட்டுத் தலங்களில் கூட்டங் கூட்டமாய் கூடுகிறார்கள். நகரங்கள், கிராமங்கள், மலைகள், வனங்கள் என அனைத்து இடங்களையும் ஆக்கிரமிக்கிறார்கள். இவ்வளவு நேசத்திற்குரிய உங்களின் இஸ்தான்புல் அவர்களுடையதும்கூட. பொய் சொல்கிறார்கள், திடீரெனத் தாக்குகிறார்கள்.

எல்லா இடங்களுக்கும் செல்வதில் திருப்தியடையாமல், நேர்மையற்ற முறையில் படிப்படியே நமக்குள்ளும் புகுந்துவிடுகிறார்கள். பலாத்காரமாக நமது உடலையும் ஆக்கிரமித்துக்கொள்கின்றனர். எப்படியோ சமாளித்து மனிதர்களிடமிருந்து தப்பி ஓடினாலும் நம்மிடமிருந்தே நாம் எப்படித் தப்பி ஓட முடியும்? நம்மிடமிருந்து நம்மை எப்படிக் காத்துக்கொள்வது? இந்த விஷயம் குறித்துச் சிந்திப்பதற்குப் பதிலாகப் புரட்சியாளர்களும் அரசியல்வாதிகளும் ஆசிரியர்களும் மதபோதகர்களும் முடிவே இல்லாமல் பேசிக்கொண்டிருக்கிறார்கள். தங்களையும் ஏமாற்றிக்கொண்டு பிறரையும் ஏமாற்றுகிறார்கள். அதனால்தான் சித்திரவதையாளர்களை நான் மதிக்கிறேன். பொய் சொல்லும் தேவை அவர்களுக்கு இல்லை; உண்மையை அவர்கள் மறைப்பதில்லை; தீமை செய்யத் தயங்குவதில்லை. எனக்குத் தெரிந்தவர்களில் மிகவும் கண்ணியத்திற்குரியவர்கள் நீங்களே என அவர்களிடம் கூறினேன். அந்தச் சமயத்தில் இறைச்சிக்காக உயிருள்ள விலங்கைத் தனித் தனியாகத் துண்டிப்பதுபோல் என் சதையைத் துண்டு துண்டாக வெட்டிக்கொண்டிருந்தார்கள். உங்கள் மீது உண்மையிலேயே எனக்கு மதிப்புண்டு. உள்ளே எப்படி இருக்கிறீர்களோ அதுபோல் வெளியேயும் இருக்கிறீர்கள். எப்படித் தோன்றுகிறீர்களோ அப்படியே இருக்கிறீர்கள் என்றேன். நான் பேசியது அவர்களைக் கடுமையாகக் கோபமடையச் செய்தது. தங்களின் கட்டுப்பாட்டை இழந்தார்கள். சுவர்களையும் சன்னல்களையும் பலமாக அடித்து நொறுக்கினார்கள். வேதனையில் அலறினார்கள். கதவை ஓங்கிச் சாத்தினார்கள். என் கண்களைக் கட்டிச் சங்கிலியால் சுவரோடு பிணைத்து என்னை அங்கேயே விட்டுவிட்டு வெளியேறினர். அது இரவா, பகலா? வெளி உலகில் வாழ்க்கை எப்படிப் போகிறது? வேகமாகவா, நிதானமாகவா? என்னைச் சங்கிலியால் சுவரோடு பிணைத்த பின்பக்கத்து அறைக்கு விசாரணையாளர்கள் சென்றிருக்கலாம். தொலைபேசியை எடுத்துத் தங்கள் மனைவியரை அழைத்து அவர்கள் அருகே இல்லாததை உணர்வதாகவும், மிகவும் களைப்புடன் இருப்பதாகவும், மற்றொரு கொடுங் கனவிற்கு ஆட்பட்டதாகவும் தொலைபேசியில் மனைவியரிடம் கூறியிருப்பார்கள். போதை கொள்ளும்வரை குடித்து அவர்களின் அணைப்பில் உறங்க விரும்புவதாகக் கூறியிருப்பார்கள். அவர்களின் மனைவியர் நேச உணர்வை அவர்களின் மேல் வெளிப்படுத்தியிருக்கலாம். அவர்கள் நல்ல மனைவியர். அவ்விதமாக இருக்கக் குழந்தைப் பருவத்திலிருந்து அவர்கள் பழக்கப் படுத்தப்பட்டிருந்தார்கள். அதுபோன்ற சமயங்களில் அவர்களின் மனைவியர் மிக மென்மையாகப் பேசுவார்கள். அவர்களின் இதயங்கள் அவர்களின் கணவர்களுக்காக இரங்கும். கணவன்மார் வீடு திரும்பியதும் பாய்ந்து சென்று அவர்களைக் கட்டி அணைத்து முத்தங்களால் அவர்களைத் திணறச் செய்து நெருங்கி அணைத்துத் தங்கள் உடலை அவர்களுக்குத் தருவதாகக் கூறுவார்கள். காமத்தில் தகிக்கும் தேகத்தைக் கணவனுக்குத் தருவதாக வாக்களிப்பார்கள். இது தவிர அவர்களால் செய்ய முடிவது வேறெதுவும் இல்லை. வெளியே இரவா பகலா என அவர்களுக்குத் தெரியாது. அங்கே வாழ்க்கை துரித கதியில் சென்றதா அல்லது மந்தமாகவா? தெருக்களில் கூட்டம் நிரம்பிருந்ததா அல்லது வெறிசோடிக் கிடந்தனவா? மனைவியருடன் பேசி முடித்து, தொலைபேசியைக் கீழே வைத்ததும்

விசாரணையாளர்கள் அமைதி அடைந்தார்கள். தங்கள் வியர்வையைத் துடைத்தார்கள். சுவரருகே சென்று கீழே குனிந்து சிகரெட் பிடித்தார்கள். இதயத்தின் படபடப்பு நிற்கக் காத்திருந்தனர். அவர்களின் கடுங்கோபம் சற்றுத் தணிந்ததும் என்னைச் சங்கிலியால் கட்டிவைத்திருந்த அறைக் கதவைத் திறந்தார்கள். அறையை விட்டுச் சென்றபோது எடுத்துவைத்த அதே எண்ணிக்கையிலான காலடிகளை எடுத்துவைத்து அவர்கள் என்னிடம் வந்தார்கள். அமைதியாகப் பேசினார்கள். காமோ கடந்தகாலம் பற்றி நீ சொல்லியே ஆக வேண்டும் என்றார்கள். உன் கடந்தகால ரகசியங்களை வெளிப்படுத்த வேண்டும், என் கண்கள் கட்டப்பட்டிருந்ததால் என் தலையை உயர்த்தி என் கண் கட்டின் ஊடே இருளை வெறித்தவனாகப் பதில் சொன்னேன். கடந்த காலத்திற்கு அப்பால் என்ன இருக்கிறது என்பதை நீங்கள் கேட்கத் தயாரா? கடவுளாலும் இறந்த காலத்தை மாற்ற முடியாது. அதனை எதிர்கொள்ளும்படி நம்மிடமே அவர் விட்டுவிட்டார். இதற்கு மேலும் என்னிடமிருந்து ஏதாவது கேட்க நீங்கள் தயாராக இருக்கிறீர்களா? நரகத்திலிருந்து வந்த வேசி மகன்களே! தேவடியாப் பசங்களே! எனது சங்கிலியை அகற்றினார்கள். கண் கட்டை அவிழ்த்தார்கள். ஒரு முகம் பார்க்கும் கண்ணாடியின் முன் என்னை உட்கார வைத்தார்கள். ஒரு பிணத்தைப் போன்ற ஒரு முகத்தை நான் பார்க்கும்படி செய்தார்கள். என் முகம்தான்அது. நாங்கள்தான் எதிர்காலம் என்றார்கள். கண்ணாடியில் பார் காமோ. உனக்கு எதிர்காலம் இல்லை. இருப்பது கடந்த காலம் மட்டுமே அதனை நீ எங்களிடம் ஒப்படைக்கப் போகிறாய் என்றார்கள்.

“கண்ணாடியில் நான் கண்ட முகம் நசுக்கப்பட்டு அருவருப்பாகவும் மிக மோசமாகச் சேதமடைந்துமிருந்தது குஹெய்லேன் மாமா. ஒரு காதிலிருந்து ரத்தம் கசிந்துகொண்டிருந்தது, மற்றதில் சீழ் வடிந்தது. ஒரு கண் திறந்திருக்க மற்றொன்று மூடியிருந்தது. புருவங்கள் கீறியிருந்தன. பிளந்திருந்த உதடுகளிலிருந்து எச்சில் வடிந்தது. அது மனித முகமாகத் தெரியவில்லை. முகத்தைப் பிரதிபலிக்கும் கண்ணாடியின் வெளிப்பகுதி நமக்குப் பழக்கமானது குஹெய்லேன் மாமா. கண்ணாடிச் சட்டம் மரத்தினாலோ உலோகத்தினாலோ ஆனது என்பதும் அதன் மினுமினுக்கும் செதுக்கு வேலைப்பாடுகள், பூ வேலைப்பாடுகள் பற்றியும் நமக்குத் தெரியும். ஆனால் அதற்கு உள்ளே? கண்ணாடியின் ஆழத்தில் உள்ள வெறுமை ஒருபோதும் நமக்குப் பரிச்சயமானதாக இருக்க முடியாது. அதன் அடுக்குகளில் உள்ள மாயாஜாலத்தை நம்மால் நினைத்துப்பார்க்க முடியுமா? நான் சிறுவனாக இருந்தபோது வழக்கமாக உள்ளே குனிந்து நீண்ட நேரம் உற்றுப் பார்க்கும் கிணறுபோலக் கண்ணாடி இருந்தது. கிணற்றின் சுவர்களைப் பார்க்க முடிந்தது. ஆனால் ஒரு இருண்ட சுழி கிணற்றின் மையத்தில் வேகமாகச் சுழன்றவாறிருந்தது. அந்தச் சுழிக்குள் நான் மாட்டிக்கொண்டேன். மூச்சு விடப் பிரயாசைப்பட்டேன். நெஞ்சில் பாறையை வைத்ததுபோல வலி அழுத்தியது. நுரையீரல் பிளந்தாற்போல் கட்டுப்படுத்த முடியாமல் இருமினேன். இப்போது நான் செய்ய வேண்டியது என்னவென்று தெரியவில்லை. அருகே இருந்த கண்ணாடியை நொறுக்க வேண்டுமா? அதற்கு அடுத்து நின்றுகொண்டிருந்த விசாரணையாளனின் கழுத்தை நெரிக்க வேண்டுமா? குழந்தையைப்போல மகிழ்ச்சியில் கிறீச்சிட்டேன். பிறகு வெடித்துச் சிரித்தேன். கேளிக்கைக் கண்காட்சியில் கண்ணாடிகள்

கொண்ட கூடத்தில் இருப்பதாக உணர்ந்தேன். நெஞ்சில் இருந்த வலியைப் பொருட்படுத்தவில்லை. கரகரப்பான குரலில் உரக்கச் சிரித்தேன். அறை முழுக்க அது எதிரொலித்தது.”

என்னைப் பேசாதிருக்கச் செய்வதற்கோ என்னவோ குஹெய்லேன் மாமா என் அருகே வந்து மென்று சவைத்த ரொட்டித் துண்டை என் கீழ் உதட்டுக்கு உள்ளே வைத்தார்.

“இதையும் சாப்பிடு. உனக்கு உணவு தேவை” என்றார்.

ரொட்டித் துண்டின் துர்நாற்றம் தாங்க முடியாததாக இருந்தது. குமட்டல் வந்தது. வாயிலிருந்து அதனை வெளியே எடுத்தேன்.

“என்னால் முடியாது. விழுங்க முடியவில்லை” என்றேன்.

“சரி இப்போது வேண்டாம். கொஞ்சம் பொறுக்கலாம்.”

“அங்கே ஸீன் சேவ்டாவைப் பார்த்தேன்” என்றேன்.

“ஸீன் சேவ்டா? விசாரணை அறையிலா?”

அவள் பெயர் காதில் விழுந்தாலே அவர் முகம் பிரகாசமடையும் என்பது எனக்குத் தெரியும்.

“ஆம். கண்ணாடியை எடுத்து ஒரு விசாரணையாளனின் முகத்தருகே கொண்டுசென்றதும் அனைவரும் என்னைக் குரூரமாகத் தாக்கத் தொடங்கினார்கள். அவர்களின் கடுமையான கோபத்தை என்மீது காட்டினார்கள். கவனமாகத் திட்டமிட்டிருந்த சித்திரவதை உத்திகள் எல்லாம் காற்றில் பறந்தன. உணர்விழந்து போகும்வரை என்னை மீண்டும் மீண்டும் அடித்தார்கள். எவ்வளவு நேரம் கழிந்தது என்று தெரியவில்லை. குளிர்ந்த நீரை என்மீது தெளித்தார்கள். உணர்வு திரும்பியபோது நடுங்கியவாறு கான்கிரீட் தரையில் கிடந்தேன். உடல் பாரமாகக் கனத்தது. நன்றாக இருந்த ஒரே ஒரு கண்ணையும் புகை மறைத்திருந்ததால் உலகம் மங்கலாகத் தெரிந்தது. அதனால் உருவங்களை நிழல்களாகவே அடையாளம் காண முடிந்தது. ஒரு மேசை. ஒரு நாற்காலி. நின்றுகொண்டிருந்த நபர்கள். நீளமான சுவர். எனக்கு எதிரே, சுவரின் முனையில் இரண்டு பெரிய தூண்கள். தூண்களுக்கு இடையே தொங்கிக்கொண்டிருந்த உடல். அது யாரெனக் கண்டுபிடிக்க அதற்கு அருகே செல்ல வேண்டும் அல்லது என் கண்ணை மறைத்திருந்த புகையை அகற்ற வேண்டும். கண்ணைத் தேய்த்து அதனைச் சுற்றிலுமிருந்த ரத்தத்தைத் துடைத்தேன். தரையிலிருந்து தலையைச் சற்று உயர்த்தி மீண்டும் முன்னால் பார்த்தேன். இரண்டு தூண்களுக்கு இடையே கட்டப்பட்டிருந்த கம்பியில் ஒரு பெண் தொங்கிக்கொண்டிருந்தாள். இரு புறங்களிலும் கைகள் நீளமாக விரிந்திருக்கத் தோள்கள் கம்பியில் கட்டப்பட்டு மீதி உடல் கீழே தொங்கிக்கொண்டிருந்தது. அவளால் தலையை அசைக்கவே முடியவில்லை. நிர்வாணமாக இருந்தாள். அவள் முலைகளில் ரத்தம் வடிந்துகொண்டிருந்தது. தோள்களிலிருந்து தொடங்கிய வெட்டுக் காயங்கள் வயிறு, வயிறும் தொடைகளும் சேருமிடம், கால்கள் எனக் கீழே இறங்கி மெல்லிய சிவப்புக் கோடுகளைத் தடங்களாக விட்டிருந்தன. தோல்வியை ஒப்புக்கொண்டு பணிந்து போகச் செய்ய விசாரணையாளர்கள் இவ்விதம்

முயன்றார்கள். கண் முன்னால் ஒருவரை மீண்டும் சித்திரவதைக்கு உட்படுத்தி என்னிடம் இரக்க உணர்வை எழுப்ப முயன்றார்கள். இரக்க உணர்வுக்கு மசிந்துவிடும் ஆள் என அவர்கள் என்னை நினைத்தார்கள். மீண்டும் கண்ணைத் தேய்த்துக்கொண்டேன். நன்றாகப் பார்ப்பதற்காகக் கழுத்தை நீட்டினேன். சிலுவையில் அறைந்த புனிதர்போலத் தொங்கிய அந்த உருவம் ஸீன் சேவ்டா என்பதை உணர்ந்துகொண்டேன். அவள் மெலிந்திருந்தாள். இலையுதிர் காலத்து மரத்தின் நுண்மையான இலைபோலப் பூமியிலிருந்து வெகு தொலைவிலும் சொர்க்கத்திற்கு அண்மையிலும் இருந்தாள். தோளோடு சேர்த்துக் கட்டியிருந்த கயிறுகள் கீழே விழாதபடி அவளைத் தடுத்து நிறுத்தவில்லை; மேலே சுவர்க்கத்திற்குச் சென்றுவிடாமல் அவை தடுத்தன. சில நாட்களுக்கு முன்பு விசாரணையாளர்களைப் பொருட்படுத்தாமல் எங்கள் சிறைக்கு முன்னால் வராந்தாவில் மண்டியிட்டவாறிருந்த அதே இளம்பெண்ணா இவள்? கடுமையான அடி உதைகளுக்குப் பின்பும் அசையாது உறுதியுடன் இருந்த அந்தப் பெண்ணா இப்போது கயிற்றில் தொங்கிக்கொண்டிருக்கும் ஸீன் சேவ்டா? அவள் என்னை அடையாளம் கண்டுகொண்டாள். மிகச் சிறிதளவு தன் தலையை மேலே உயர்த்தினாள். நன்றாகப் பார்க்க முடிந்த அவளின் ஒரு கண் விரிந்தது, இதழோரம் சற்றே நெளிந்தது. லேசான சுழிப்புத் தெரிந்தது. புன்னகைக்க முயன்றாள். சக்தி அனைத்தையும் விரைவில் இழந்துவிட்டாள். நிமிர்ந்திருந்த அவள் தலை மீண்டும் நெஞ்சில் சரிந்தது. பார்வையை அவளிடமிருந்து என்னால் விலக்க முடியவில்லை, நிர்வாணமாக இருந்த அவளைப் பார்த்ததில் சங்கடம் எதுவும் எனக்கு ஏற்படவில்லை. விசாரணையாளர்கள் எங்கள் உடலை உடைமையாக்கிக்கொள்வதற்கு முன் உணர்வை ஆட்கொள்ள முயன்றனர். வலு முழுவதையும் புஜங்களில் திரட்டிக் கைகளைத் தரையில் வைத்துச் சற்று நிமிர்ந்து மண்டியிட்டு உட்கார்ந்தேன். நெற்றியிலிருந்த வியர்வையையும் கன்னத்திலிருந்து கீழே கழுத்துவரை இருந்த ரத்தக் கறையையும் துடைத்தேன். அசைவின்றி ஒரு சிலையைப்போல் இருந்தேன். வராந்தா நிசப்தமாக இருந்தது. ஸீன் சேவ்டாவின் உடலிலிருந்து வழிந்துகொண்டிருந்த ரத்தம் கீழே வந்து கால் விரல்கள் வழியே சொட்டுச் சொட்டாகத் தரையில் விழும் சத்தம் மட்டுமே கேட்டது. சூரிய ஒளி, மழை, பனியில் காத்திருக்கும் சிலைபோல நான் அங்கே மண்டியிட்டுக் காத்திருந்தேன். விசாரணையாளர்கள் உறுமினார்கள். எரிச்சலுடன் சபித்தார்கள். சில நாட்களுக்கு முன் எங்கள் சிறை வராந்தாவில் மண்டியிட்டுத் தோழமை உணர்வைக் குறிப்பால் உணர்த்தினாள் ஸீன் சேவ்டா. அதனையே இங்கு நான் நிகழ்த்திக் காட்டுவதாக அவர்கள் நினைத்தார்கள். குனிந்து என் தலைமுடியைப் பற்றிச் சுவருக்குப் பின்புறம் இழுத்துச் சென்றார்கள். எனது தோள்களையும் கைகளையும் மரப் பலகையில் வைத்தார்கள். மெலிதான நீண்ட பளபளப்பான ஒரு ஆணியை எனது இடது மணிக்கட்டில் அசையாமல் வைத்துப் பெரிய சுத்தியல் ஒன்றினால் அடித்தனர். மணிக்கட்டில் அல்ல என் தலைக்குள் சுத்தியலால் அடிப்பதாய் உணர்ந்தேன். வலியால் துடித்தேன். திறந்திருந்த கண் வழியாகவும் மூடிய கண் வழியாகவும் கண்ணீர் பீறிட்டது. உங்களைப் போற்றுகிறேன் என்று விசாரணையாளர்களிடம் சொன்னேன். வேறு யாரும் செய்ய முடியாததை நீங்கள் செய்கிறீர்கள். உங்கள் மனதில் இருப்பதை மிகச் சரியாக வெளியே பிரதிபலிக்கச் செய்கிறீர்கள். சிறைக்

கைதிகளின் இதயத்தை நொறுக்குவதற்கு முன் உங்கள் இதயத்தையே மாதுளம் பழத்தைப்போல உடைத்துத் திறந்து அவற்றைச் சுற்றிலும் சிதறச் செய்கிறீர்கள் என்று சொன்னேன். அவர்கள் என்மேல் வைத்திருந்த கைகளை அகற்றினார்கள். சற்று விலகிப் பின்வாங்கி ஒருவரை ஒருவர் பார்த்துக்கொண்டார்கள். என்னைச் சித்திரவதை செய்வதை அவர்கள் தொடர்ந்தே ஆக வேண்டும். வேறு வழியில்லை. பெட்டியிலிருந்து மற்றொரு ஆணியை வெளியே எடுத்தார்கள். இன்னொரு மணிக்கட்டின்மீது அதைச் வைத்தார்கள். சுத்தியலை மேலே உயர்த்தினார்கள். அந்தச் சமயத்தில் என் கண்கள் மூடிக்கொண்டன. மூச்சு விட முடியவில்லை. உணர்வை இழந்தேன். மயங்கி விழும் முன்னர், ஸீன் சேவ்டாவை என் கண்முன் தொங்கவிட்டது என்னைப் பேசச் செய்வதற்கா அல்லது அவள் முன்னால் என்னைக் கொடுமைப்படுத்தி எனது மணிக்கட்டில் ஆணி அடித்தது அவளை சரணடைய வைப்பதற்கான சூழ்ச்சியா என்ற கேள்வி என் மனதில் கடைசியாக எழுந்தது."

குஹெய்லேன் மாமா காயமுறாத என் மணிக்கட்டைத் தொட்டார். தனது விரல்களால் மூடினார் . ரொட்டியை முத்தமிடுவதுபோல் அதனை முத்தமிட்டார். குனிந்து அவரது நெற்றியை என் மணிக்கட்டின்மீது வைத்தார். அவரின் நெற்றியிலேயே என் மணிக்கட்டு இருந்தது. தன் கண்களை மூடினார். சிறிது காத்திருந்தார். பிறர் வேதனைக்கு மதிப்பளிக்கும் அரிய மனிதர் ஒருவரின் அடக்கம் அது. அவர் இவ்விதம் செய்திருக்கத் தேவையில்லை. என் துன்பங்களை என்னால் சமாளித்துக்கொள்ள முடியும். தன் துன்பங்களைப் பற்றிக் கவலைப்படுவதுடன் அவர் நிறுத்திக்கொள்ள வேண்டும். என் மணிக்கட்டை அவர் பிடியிலிருந்து வெடுக்கென இழுக்க முயன்றேன். அவர் அனுமதிக்கவில்லை. மீண்டும் முயன்றேன். தனது கைகளால் என் மணிக்கட்டை இறுகப் பற்றினார். நான் இருமும்வரை தன் நெற்றியிலேயே வைத்துக்கொண்டார். நான் இருமுவதை நிறுத்தவில்லை என்பதை உணர்ந்தபோது அவர் தன் தலையை உயர்த்தினார். ஒரு குருவிக் குஞ்சை வைப்பதுபோல என் மணிக்கட்டை ஜாக்கிரதையாகத் தரையில் வைத்தார். ஒரு பக்கம் சாய்ந்திருந்த என் உடலை நிமிர்த்திப் பிடித்து என் முதுகைச் சுவரில் சாய்த்து வைத்தார். என் வாயிலிருந்து கசிந்த ரத்தத்தைத் தரையில் கிடந்த சிறு துணியால் துடைத்தார். அந்தத் துணி அவர் சட்டையின் இன்னொரு கைப்பகுதியாக இருக்க வேண்டும். என் கழுத்தையும் நெற்றியையும் அந்தத் துணியால் சுத்தம் செய்தார். பாட்டிலில் இருந்த கடைசி நீர்த் துளிகளை அந்தத் துணியில் ஊற்றி என் உதடுகளை நனைத்தார்.

தலை சுற்றியது. என் கழுத்து நரம்பு துடித்தது. அது இதயத் துடிப்பு அல்ல, காலத்தின் ஓசை. கடந்த காலத்திலிருந்து திரும்பி வந்திருந்த காலம், எதிர்காலத்தின் விளிம்பின் எழுப்பப்பட்டிருந்த அலைதாங்கிச் சுவ[2]ரில் மோதி என் விதியிடம் அங்கேயே என்னைக் கைவிட்டுவிட்டது. காலத்தின் வேகத்திற்கு இணையாக என்னால் போக முடியவில்லை. காலம் அவ்வப்போது கொந்தளிக்கும், பிறகு தனியும். ஒரு நிகழ்கணத்திற்கும்

2. அலைகளின் தாக்குதலுக்கு எதிரான காப்பாகக் கடல் விளிம்பில் எழுப்பப்படும் சுவர்.

முடிவின்மைக்குமிடையே காலம் சுழன்றது. அது என் மனைவி மஹைசரை என்னிடமிருந்து பறித்து வெகு தூரம் சென்றுவிட்டது. போகும்போது அவளின் பெயரை என் கழுத்து நரம்பில் பதித்துச் சென்றிருந்தது. அதனால் என் உயிர் மூச்சு ஒவ்வொன்றிலும் அவளை உணர்கிறேன். ஒருபுறம் கடந்த காலத்தை நினைத்து நான் சிரிக்க வேண்டும் எனவும் மறுபுறம் எதிர்காலத்தை எண்ணி அழ வேண்டும் எனவும் காலம் விரும்பியது.

வானில் ஓர் உலகம் இருந்தது, அங்கே நாங்கள் பிரதிபலிக்கப்பட்டோம், எங்கள் ஒவ்வொருவரின் இரட்டை அங்கே இருந்தது என குஹெய்லேன் மாமா ஒருநாள் கூறியபோது, நான் தலையை உயர்த்தி மழைபெய்து கொண்டிருந்த, கூட்ட நெரிசல் மிகுந்த, பரபரப்பான இஸ்தான்புல்லை இருளில் பார்த்தேன். தெரு வியாபாரிகளின் கூக்குரல் , சாலையில் எண்ணற்ற வாகனங்கள் வெளிவிடும் புகையை உறிஞ்சும் கார் இயந்திரங்களின் உறுமல் சத்தம், பணி நாள் முடிவுற்றதை அறிவிக்கும் மணி ஓசை ஆகியவை காதில் விழுந்தன. வானில் ஒரு முனையிலிருந்து மறு முனைவரை நீண்டு விரிந்திருந்த இஸ்தான்புல், ஆண் பெண் அனைவரையும் விழுங்கி அரைத்துத் தூளாக்கிய பின் அதனை உமிழ்ந்தது. எல்லா இடங்களிலும் அழுகிய மாமிசத்தின் துர்வாசனை அடித்தது. ஒவ்வொருவரும் மற்றவரை அந்நியராகக் கருதினர். யாரும் யாரோடும் பேசவில்லை. ஏனெனில் மக்களும் அவர்கள் வாழும் நகரங்களைப் போலவே இருப்பார்கள். ஒருநாள் காலை மகிழ்ச்சியுடன் கண் விழிப்பார்கள் மறுநாள் கவலையுடன் இருப்பார்கள். காலையிலிருந்து மாலைவரை, மாலையிலிருந்து காலைவரை வேலை செய்தார்கள். அவர்கள் மரணத்தை ஏற்றுக்கொண்டிருந்தார்கள். தங்கள் உள்ளத்திலுள்ள உண்மையை நேருக்கு நேர் எதிர்கொள்வதைத் தவிர பிற அனைத்திற்கும் அவர்கள் தயாராக இருந்தனர். கலங்கிய ஆறுபோல் அவர்கள் தெருக்களில் ஓடினார்கள். களைத்தபோது சதுக்கங்களில் ஒன்றுகூடினார்கள். இந்த மக்களிடையே எனக்கும் ஒரு இரட்டை இருந்தாள். கழுத்தில் சின்னதாக ஒரு சால்வையைச் சுற்றியவாறு கூட்டத்தில் தனியே நடந்தாள். ஒரு கண்ணாடியின் தலைகீழ் பிம்பம்போல அவள் எனது பிரதிபலிப்பாக இருந்தாள். நான் ஆண். அவள் பெண். நான் சஞ்சலம் கொண்டவன். அவளோ அமைதியானவள். நான் அசிங்கம். அவளோ அழகு. நான் கெட்டவன். அவள் நல்லவள். நான் காமோ நாவிதன். அவள் என் மனைவி மஹைசர். நாங்கள் சந்தித்தபோது ஒரே பிம்பத்தின் நிழலில் சரியாகப் பொருந்தினோம். நாங்கள் கவிதை வாசித்தோம். அது எங்கள் இருவரையும் பிணைத்தது. அந்தக் கவிதைகளால் எங்களுக்குச் சொந்தமான, அந்தரங்கமான, ஒரு மொழியைக் கண்டுபிடித்தோம். ஒருவராலும் புரிந்துகொள்ள முடியாத அந்த மொழியில் நாங்கள் ஒருவரோடு ஒருவர் தொடர்புகொண்டோம், செய்தோம். உடலுறவு கொண்டோம். தூக்கத்திலும் கவிதையைக் கனவு காணவும், அந்தக் கவிதையுடன் மறு நாளைத் தொடங்கவும் விரும்பினோம். காலம் எங்கள் மொழியைப் பூமியில் வேர் கொண்டு தழைக்க அனுமதிக்கவில்லை. காலம் எனும் கேடு கெட்ட வேசி.

மஹைசர் என்னைக் கைவிட்டுவிட்டு வீட்டிலிருந்து வெளியேறியதும் தொடக்கத்தில் நான் தேடியது அவளை அல்ல, அனைத்துக் கவிதைகளின் கவிதையை.

என் அம்மாவிடமிருந்து நான் கற்றுக்கொண்ட மொழி எனக்குப் போதுமானதாக இல்லை. அவளின் மொழியிலேயே வளர்ந்திருந்தேன், பெயர்களை மனப்பாடம் செய்தேன், பொருட்களையும் மனிதர்களையும் பெயர்களால் அறிந்துகொள்ளலானேன். மொழி பற்றிய தகவல்கள் உண்மை பற்றியவை என நினைத்துக்கொண்டேன். எல்லோரும் வாழ்வது போன்ற ஒரு வாழ்க்கைக்காக என்னைத் தயார்படுத்திக் கொண்டேன். குறைவான சொற்களில் பேசினேன். அதே எண்ணிக்கையிலான மீதிச் சொற்கள் என் தலைக்குள் மவுனமாக இருந்தன. மொழியை நான் கண்டுபிடிக்கவில்லை. அம்மா மொழிக்குள் எனக்கு உயிர் கொடுத்தாள். ஒரு நாள் என் அம்மாவின் மேசை இழுப்பறையிலிருந்த சில நோட்டுப் புத்தகங்களைத் திருப்பிக்கொண்டிருந்தபோது கையால் எழுதப்பட்டிருந்த கவிதைகளைக் காணும்வரை என் அம்மாவிடமிருந்து பெற்றுக்கொண்ட அந்த மொழியிலிருந்து என்னால் வெளியே வர முடியாதென்றுதான் நம்பிக்கொண்டிருந்தேன். பேனா மையினால் மங்கலாக எழுதப்பட்டிருந்த அந்தக் கவிதைகள் என் தந்தை எழுதியவை. அவரின் கையொப்பத்தையும் அவர் கைப்பட எழுதியவற்றையும் பார்ப்பது இதுவே முதல்முறை. எனக்குத் தெரிந்த சொற்களையே தன் கவிதைகளில் என் தந்தை பயன்படுத்தியபோதிலும், சந்தங்களை மாற்றிக் கவிதைகளுக்குப் புதிய முக்கியத்துவத்தைத் தந்தார். முன்பு ஒருவரும் நினைத்துப் பார்த்திராத புதிய அர்த்தங்களைக் கண்டுபிடித்தார். நித்தியத்துவத்தின் அமுதத்திற்கான லுக்மான் ஹகீமின்[3] தேடல்போல, இருப்பின் தூயமொழியை என் தந்தை தேடியவாறிருந்தார். நட்சத்திரங்களை வானிலிருந்து கீழிறங்கச் செய்து அந்த இடத்தில் கவிதையின் நட்சத்திரங்களை என் தந்தை வைப்பார். கவிதை, காதல் இரண்டும் மரணத்தின் மார்பகத்திலிருந்து பால் உறிஞ்சுவதாக உறுதிபடக் கூறினார். சன்னல் திரையை ஒரு கீறல் அளவு விலக்கிச் சன்னலில் இருந்த உறைபனியை அகற்றி உண்மையின் பாதையைத் திறப்பார். ஒவ்வொன்றாக வேட்டையாடப்பட்டு அழிந்துகொண்டிருக்கும் விலங்குகளைப்போல மெல்ல மறைந்தவாறிருக்கும் கவி இனத்தைச் சேர்ந்தவர் அவர். நான் பிறக்கும் முன்பே அவர் இறந்திருந்தார். ஆனால் விலை மதிப்பற்ற பரம்பரைச் சொத்தாக கவிதைகளை எனக்கு விட்டுச் சென்றிருந்தார். கவிதைகளின் மூலம் ஆசையின் புதை மணலில் மூழ்கிவிடாமல் என்னைக் காப்பாற்றினார். ஆசை ஒரு புதிய கடவுளாக உருவெடுத்தது. கடவுளைப்போல எல்லா இடங்களுக்கும் செல்லவும் எல்லா விஷயங்களையும் கட்டுப்படுத்தவும் முயன்றது. ஆசைக்கு எல்லை இல்லை. மாறாக, கடவுள் பொய்யாயிற்று. ஆசை அதன் மாற்றுருவம் ஆயிற்று. அதனுடன் மனிதர்களின் பொய்மையும் சேர்ந்ததால் வாழ்க்கை தாங்க முடியாததாகிவிட்டது. கவிஞர்களைத் தவிர இந்த நச்சு வட்டத்தை யாரால் உடைக்க முடியும்? இறப்பின் மொழி பேசி, ஆசையின் எல்லையின்மைக்குப் பதிலாக உண்மையின் முடிவின்மையைக் காட்டுவதாக மக்களுக்கு உறுதியளித்த கவிஞர்களன்றி வேறு யாரால் இதைச் செய்ய முடியும்?

---

3. கிறிஸ்து பிறப்பிற்கு முன்னர் ஏறத்தாழ 1100 ஆண்டு வாழ்ந்த புராணிய மருத்துவரும் மருந்தாளருமாவார். எல்லா நோய்களையும் குணமாக்கும் மருந்தையும் நிரந்தரத்துவத்தின் அமிர்தத்தையும் கண்டுபிடித்துவிட்டதாக அவர் நம்பினார்.

ஒவ்வொரு நூலகமாகச் சென்று கவிஞர்களின் மிக அழகிய கவிதைகளைக் கண்டுபிடித்து மஹைசரின் பாதங்களில் அவற்றைச் சமர்ப்பிக்க எண்ணினேன்; அந்தக் கவிதையைத் தேடி நூலகம் நூலகமாகச் சென்றேன். புத்தகப் பட்டியல்களைக் கவனமாக ஆராய்ந்தேன். வாசிப்பறைகளில் புத்தகங்களையும் இதழ்களையும் தேடினேன். குழந்தைகள் கவிதைகளைத் தேடி இலையுதிர் காலத்தின் வெப்பமான நாளில் நகரத்தின் ஆசியப் பகுதிக்குச் சென்றேன். அங்கிருந்த சிலினி சிறார் நூலகத்திற்குச் சென்றேன்.

எனது தந்தையின் உணர்ச்சிப் பாடல்களைப்போல நூலகத்தின் உள்ளே இருந்த முற்றமும் பறவைகள் பாடும் இசையால் உயிர்த் துடிப்புடன் இருந்தது. அங்கிருந்த படர்க் கொடியின் நிழல் நிம்மதியாகத் தூங்கும் உணர்வை எழுப்பிற்று. புல் வெளியும் பக்கச் சுவரும் சந்திக்கும் இடத்தில் பனித் துளியின் நிறத்தில் வர்ணம் பூசப்பட்ட மரப் பெஞ்சு இருந்தது. உருளைக் கற்கள் பரவியிருந்த புல் தரையின் குறுக்கே நடந்தேன். உஸ்குடார் கப்பல் துறையிலிருந்து வளைந்து செல்லும் மலைகளின் மீதேறி இங்கு வந்ததால் உடல் வியர்த்தது. வியர்வையைத் தணிக்கச் சிறிது நேரம் பெஞ்சில் அமர்ந்தேன். சுவருக்கு அப்பால் எங்கும் நிசப்தம். எல்லா இடங்களும் வெறிச்சோடிக் கிடந்தன. தூக்கத்தில் கண்களை மூட இருந்த சமயத்தில் முற்றத்தின் கதவு திறந்தது. பள்ளிச் சீருடை அணிந்த ஒரு சிறுமி பள்ளிக்கூடப் புத்தகப் பையுடன் உள்ளே வந்தாள். மேல் தளத்திலிருந்த நூலகத்திற்குச் செல்லும் படிகளையும் பிறகு என்னையும் பார்த்தாள். தடிமனான மூக்குக் கண்ணாடியின் ஊடே அவளால் என்னை அடையாளம் காண முடிந்ததாவெனத் தெரியவில்லை. என்னருகே வந்தமர்ந்தாள்.

"நீங்கள் யாருடைய அப்பா?" என்றாள்.

"நான் யாருடைய அப்பாவும் அல்ல" என்றேன்.

"பின் யாரை அழைத்துச்செல்ல வந்திருக்கிறீர்கள்?"

"நான் யாரையும் அழைத்துப்போக வரவில்லை."

"அப்படியானால் நீங்கள் புதிய நூலகரா?"

"இல்லை. பழைய நூலகர் என்ன ஆனார்? பணி ஓய்வு பெறுகிறாரா?"

"அவள் இறந்துவிட்டாள்."

பேச்சை எப்படித் தொடர்வது என்று தெரியாததால் சற்றுத் தயங்கினேன்.

"அவள் வயதானவளா?" என்று கேட்டேன்.

"என் தாயாரைவிட வயதானவள். நூலகரான அந்த அத்தை இறந்த இரவில் ஒரு திருடன் நூலகத்திற்கு வந்தான். புத்தகங்களைத் தவிர வேறு எதுவும் இங்கே இல்லை என அறிந்ததும் சுவர்க் கடிகாரத்தைத் திருடிக்கொண்டு ஓடிவிட்டான். இப்போது எங்களுக்குக் கடிகாரம் இல்லை."

"புது நூலகர் வந்ததும் ஒரு கடிகாரம் வாங்கிச் சுவரில் வைப்பார்."

"பழைய கடிகாரம் பத்து நிமிடங்கள் வேகமாக ஓடியது. அதற்கு நாங்கள் பழகிவிட்டோம்."

"புதிய கடிகாரத்தில் நேரத்தைக் கூட்டிவைக்கலாம்."

"வெளியே இருப்பதை மறந்துவிடுங்கள் என்று நூலக ஆன்ட்டி கூறுவது வழக்கம். வெளியே உள்ள நேரத்தை மறந்துவிடுங்கள்."

"உன்னால் மறக்க முடிந்ததா?"

"சில சமயங்களில்."

அவர்கள் எப்படி சமாளித்தார்கள் என்பதை அறிய விரும்பினேன். நேரத்தை எப்படி அவர்களால் மறக்க முடிந்தது? பல நூற்றாண்டுகளுக்கு முன்பிருந்த கற்சுவர்கள் அவர்களை மறக்கச் செய்தனவா? அல்லது சித்திரப் புத்தகங்களா? அல்லது நூலகர் நேரத்தை மறக்கும்படி செய்தாரா?

"என் பெயர் காமோ. உன் பெயர் என்ன?" என்றேன்.

"கீவேன்க்."

"இந்த மூக்குக் கண்ணாடியால் எவ்வளவு தூரம் உன்னால் பார்க்க முடியும்?"

"நீங்களும் மற்ற குழந்தைகளைப் போலத்தான் காமோ அக்பி. என் கண்ணாடியைக் கேலி செய்கிறீர்கள்."

"இல்லை. உன்னைக் கேலி செய்யவில்லை. இரவில் வானத்து நட்சத்திரங்களை உன்னால் பார்க்க முடியுமா என வியந்தேன்."

"இல்லை, என்னால் பார்க்க முடியாது. வானம் வெகு தொலைவில் உள்ளது. அது பனி மூட்டம்போல் தெரிகிறது. சித்திரப் புத்தகங்களில் நட்சத்திரங்களைப் பார்ப்பேன். நட்சத்திர விளக்கப் படங்களில் வட திசையைக் கவனித்துப் பார்த்து நட்சத்திரங்களுக்கு இடையில் இருக்கும் வட துருவ நட்சத்திரத்தை என்னால் கண்டுகொள்ள முடியும்."

"நான் உன் வயதில் இருந்தபோது வட பகுதியை விடவும் தெற்கில் எனக்கு அதிக ஆர்வம் இருந்தது. ஏனென்றால் அது கீழே இறங்குவதை எனக்கு நினைவூட்டியது. எங்கள் தோட்டத்தில் ஒரு கிணறு இருந்தது. என் பிள்ளைப் பருவத்தில் அதன் அருகே நான் விளையாடுவேன். தெற்கு என்ற சொல்லை நான் சொன்னபோது கிணற்றின் கீழே உள்ள அடிப்பகுதியும் பூமியின் ஆழங்களும் நினைவுக்கு வந்தன."

"ஆனால் நூலகம் மேல்தளத்தில் உள்ளது. வாசிக்கும் அறைக்குச் செல்லப் பத்துப் படி மேலே ஏற வேண்டும்."

"நான் வளர்ந்துவிட்டேன். மேல் மாடியிலுள்ள இடங்களும் எனக்குப் பழக்கம்தான். உனக்கு எண்ணுவது பிடிக்குமா?"

"ஆமாம். படிகள், கோடுகள், சன்னல்களை எண்ணுவேன். ஒருபோதும் மறக்க மாட்டேன்."

"கீவேன்க், நூலகத்தை யார் திறப்பார்? உங்களை யார் கவனிப்பார்கள்?"

“பக்கத்தில் இருக்கும் குளிப்பகத்தின் உதவியாளர் நூலகத்தைத் திறந்து மூடுவாள். அவள் எங்களைத் தனியே விட்டுவிடுவாள். நாங்கள் படிப்போம். நூலக ஆன்ட்டி இறந்ததிலிருந்து நாங்கள் சேட்டை எதுவும் செய்வதில்லை.”

“நல்ல பெண். சில நாட்கள் உன்னுடன் சேர்ந்து படிக்கப்போகிறேன்.”

“ இது குழந்தைகள் நூலகம் காமோ அக்பி. இங்கே என்ன படிப்பீர்கள் ?”

“ஏதோ ஆராய்ச்சி செய்கிறேன். கவிதைப் புத்தகங்களைப் பார்க்க வேண்டியதிருக்கிறது. இங்கே நீ என்ன செய்கிறாய்? வீட்டுப் பாடம் இருக்கிறதா ?”

“பள்ளிக்கூடம் முடிந்ததும் தினமும் இங்கே வருவேன். என் அம்மா வேலை முடித்து இங்கு வந்து என்னைக் கூட்டிக்கொண்டு போகும்வரை காத்திருப்பேன். அவள் வரும்வரை இங்கேயே படிப்பேன்.”

பெஞ்சிலிருந்து வழுக்கியவாறு கீவேன்க் தனது முதுகுப் பையைப் பின்னால் போட்டுக்கொண்டாள். படிக்கட்டுகளை நோக்கிச் சென்றாள். அவளைத் தொடர்ந்து சென்றேன். ஓர் அறை கொண்ட சதுர வடிவத்தில் அந்த நூலகம் இருந்தது. பல சிறார்கள் அங்கே படித்துக்கொண்டிருந்தார்கள். புத்தகங்களும் நோட்டுக்களும் திறந்திருந்தன, சுவரை ஒட்டிப் புத்தக அடுக்குகள் வரிசையாக இருந்தன. நூலகம் ஒழுங்காகவும் சீராகவும் இருந்தது. மேசைகள் சுத்தமாக இருந்தன. மழை ஒழுகியதன் அடையாளங்கள் மாடத்தில் தெரிந்தன. அது தவிரக் கறைகள் எங்கும் இல்லை. சன்னலுக்கு அருகே உள்ள மேசையில் கீவேன்க் அமர்ந்தாள். தனக்கு அடுத்திருந்த நாற்காலியில்அமருமாறு எனக்குக் குறிப்புக் காட்டினாள். நான் புத்தக அடுக்குகளை நோட்டமிட்டேன். அறிவியல் வரலாறு பூகோளப் புத்தகங்களை விட்டுவிட்டுக் கவிதைப் புத்தகங்களைக் கண்டுபிடித்தேன். அந்தப் புத்தகங்களிலிருந்து ஒரு புத்தகக் குவியலை எடுத்தேன். கீவேன்க் சுட்டிக் காட்டிய நாற்காலியில் அமர்ந்து காகிதத்தையும் பேனாவையும் சட்டைப் பையிலிருந்து வெளியே எடுத்துக் கவிதைப் புத்தகங்களுக்கு அருகே வைத்தேன். திருடப்பட்ட கடிகாரம் இருந்த அடையாளம் எதிரிலிருந்த சுவரில் வட்டமாகத் தெரிந்தது. அந்த அடையாளத்திற்கு மேலே துருப்பிடித்த ஆணி ஒன்று காரணமின்றித் தொங்கியவாறிருந்தது.

தங்கள் குழந்தைப் பருவத்தை இழந்தது பற்றி மூத்த கவிஞர்கள் எழுதிய கவிதைகளை வாசித்தது, அங்கிருந்த சிறார்களுடன் சேர்ந்து படித்து என இரட்டிப்பு மகிழ்ச்சியை உணர்ந்தேன். அங்கு நிலவிய அமைதியை உள்வாங்கித் தன்மயமாக்கிக்கொண்டேன். புத்தகத்தில் ஒவ்வொன்றாகப் பக்கங்களைத் திருப்பினேன். ஒரு புத்தகம், அடுத்தது என ஒவ்வொன்றாய் வாசித்தேன். என் முன்னாலிருந்த காகிதங்களில் படித்த கவிதைகள் பற்றி சுருக்கமாகக் குறிப்புகள் எழுதினேன். அதுவரை சன்னலுக்கு வெளியே பார்த்துக்கொண்டிருந்த கீவேன்க் தனது புத்தகம், நோட்டுக்கள் முதலியவற்றை மூட்டை கட்டிக் கிளம்பத் தயாரானாள். மாலை நேரமாகிவிட்டதை அப்போதுதான் உணர்ந்தேன். கீவேன்க்கைப் பின்தொடர்ந்து படிக்கட்டுகளில் இறங்கினேன். முற்றத்து வாசல் வழியாக வந்திருந்த தன் அம்மாவை அவள் கட்டிப் பிடிப்பதைப் பார்த்தேன்.

“காமோ அக்பி இது என் அம்மா” என்றாள் கீவேன்க்.

கையில் காகிதத்தையும் பேனாவையும் பார்த்த அவள் என்னை ஆசிரியராகத் தவறாக நினைத்திருப்பாள்.

தன் கைகளை முன்னால் நீட்டி “உங்களைச் சந்தித்ததில் மகிழ்ச்சி மாஸ்டர்” என்றாள்.

“உங்களைப் பார்ப்பதில் எனக்கும் மகிழ்ச்சி” என்று கூறிக் கை குலுக்கினேன். “உங்கள் மகள் மிகவும் புத்திசாலி. படிப்பில் அவளுக்கு மிகுந்த ஆர்வம் இருக்கிறது” என்றேன்.

“நன்றி.”

தாயும் மகளும் கைகோத்தவாறு அங்கிருந்து வெளியேறினார்கள்.

அவர்கள் வெளியே போய்க்கொண்டிருந்தபோது “உனக்கு ஒரு ஆச்சரியம் காத்திருக்கிறது” என்று கீவேன்க்கிடம் அவள் அம்மா சொன்னது என் காதில் விழுந்தது.

சிகரெட்டைப் பற்றவைத்து ஓர் இழுப்பு இழுத்துப் புகையைக் காற்றில் விட்டேன். நீண்ட நாள் அனுபவித்திராத மன நிறைவுடன் நூலகத்தை விட்டு வெளியேறினேன். தெரு வெறிச்சோடிக் கிடந்தது. இடது புறமிருந்த சிலினி பள்ளிவாசலிலும், வலப்புறமிருந்த சிலினி குளிப்பகத்திலும் விளக்குகள் எரிந்தன. பகல் நேரம் சுருங்கி வருவதால் சீக்கிரமே இருட்டத் தொடங்கியது. மாலைப்பொழுதின் வண்ணங்கள் வீடுகளை விரைவிலேயே சூழ்ந்தன. இலையுதிர்காலக் காற்று பால்கனியிலிருந்த துணிகளை வான் நோக்கிப் பறக்கச் செய்தது. சமர்த்தான பூனைபோல் அம்மாவின் பக்கத்தில் பேசாமல் நடந்துகொண்டிருந்த கீவேன்க் மேலே பால்கனிகளைப் பார்த்தாள். தடிமனான தனது மூக்குக் கண்ணாடியினூடே அனைத்தையும் பார்க்க முயற்சி செய்தாள். வெகு தொலைவிலிருந்த சாலை முனையைப் பார்ப்பதற்குத் தலையைத் திருப்பியபோது அம்மாவிடம் சற்று விளையாடலாமே என்ற எண்ணம் வந்தது. பற்றியிருந்த அம்மாவின் கையை விட்டுவிட்டு ஓடத் தொ்டங்கினாள். அந்தக் காட்சி சில ஆண்டுகளுக்கு முன்னர் எங்கோ பார்த்த, ஆனால் ஒருபோதும் மறந்திராத ஓர் ஓவியம்போல இருந்தது. கருப்பு வெள்ளைச் சுவர்களிலும் நடைபாதை மேடையிலும் மஞ்சள் ஒளி பளபளத்தது. மொட்டை மரக் கிளைகள் நீட்டிக்கொண்டிருந்தன. மின்கம்பிகளில் பறவைகள் நின்றிருந்தது அழகிய அணிகலன்போல் தோன்றியது. மரங்கள், பறவைகளுக்கு அப்பால் விளக்கு ஏற்றாத ஒரு விளக்குக் கம்பத்தின் அருகே ஒரு பெண்மணி காத்துக்கொண்டிருந்தாள். நடைபாதை மேடையிலிருந்து கீழே இறங்கிக் கைகள் விரிய நின்றிருந்த அவளிடம் ஓடிவந்த கீவேன்க்கை அள்ளி அணைத்துக்கொண்டாள். சிறிது நேரம் அப்படியே இணைந்திருந்தார்கள். பின்னர் கைகளைக் கோத்துத் தட்டாமாலை சுற்றினார்கள். அவர்களின் பாவாடை காற்றடைத்த பெரிய பலூன்போலத் தெரிந்தது. கீவேன்க்கின் அம்மா கூறியிருந்த ஆச்சரியம் நிச்சயம் இதுவாகத்தான் இருக்க வேண்டும். மூன்று நிழல்களாக மாறி அவர்கள் தெருமுனையில் மறைந்தனர்.

தெரு மீண்டும் காலியானதும் மரங்களும் பறவைகளுமே அங்கே எஞ்சியிருந்தன அப்போது சுயநினைவுக்குத் திரும்பினேன். கீவேன்க்கை அள்ளி அணைத்த பெண் மஹைசர் போல இருந்தாள். அவள் தூரத்திலிருந்தாள், கம்பத்தில் விளக்கேற்றப்படாதிருந்தது. இருளில் பெண்களை மஹைசராகச் சில சமயங்களில் நினைத்ததுண்டு. இப்போது அவள் மஹைசர்தானா என நிச்சயமாகத் தெரியவில்லை. எனினும் பிடித்துக்கொண்டிருந்த சிகரெட்டை வீசி எறிந்துவிட்டு அவர்களைத் தேடி வேகமாய் ஓடினேன். அவர்கள் எங்கு திரும்பினார்கள் என்று தெரியவில்லை. கீழே தெரு முனைகளிலிருந்த பக்கத்துச் சாலைகளைப் பார்த்தேன். அவர்கள் எங்கு திரும்பியிருப்பார்கள் என்பதைக் கணிக்க முயன்றேன். தெரு மூலையிலிருந்த பிரதான சாலைக்குச் செல்லும்வரை விளக்கு எரிந்துகொண்டிருந்த அடுக்கு மாடிகளின் ஒவ்வொரு சன்னலையும் கூர்ந்து பார்த்தேன். இரு வழிப் போக்குவரத்துச் சாலையை அடைந்தேன். முக்கியச் சாலையில் மக்கள் கூட்டம் நிரம்பி வழிந்தது. வழி மாறி அவர்களைத் தவற விட்டுவிட்டதாய் உணர்ந்தேன். திரும்பி அதே சாலையில் கீழே இறங்கினேன். அதே தெருக்களையும் அதே சன்னல்களையும் கவனமாகப் பார்த்தேன். அந்தச் சாலையில் மேலும் கீழுமாக இரவு முழுக்க நடந்தேன். குளிர் அடித்தது. களைத்துச் சோர்ந்தேன். மறுநாள் மதியம் நூலக முற்றத்தில் கீவேன்க்கைப் பார்த்தபோது என் முகம் சோர்வுடன் இருந்ததை என்னால் மறைக்க முடியவில்லை.

பெஞ்சில் அமர்ந்திருந்தேன். முற்றத்து வாசல் வழியாக கீவேன்க் உள்ளே வந்து என் அருகே அமர்ந்தாள். தலைமுடியைப் பின்னிக் கட்டியிருந்தாள். ஏதோ மூன்றாம் வகுப்பிலிருந்தே அவளுடன் சேர்ந்து படிக்கும் வகுப்புத் தோழிபோல என்னுடன் பேசத் தொடங்கினாள்.

“ஏன் மிகவும் களைப்பாக இருக்கிறீர்கள்?” என்று கேட்டாள்.

“நேற்று இரவு வெகு நேரம் வேலை செய்துகொண்டிருந்தேன்” என்றேன்.

“செய்ய வேண்டிய வீட்டுப் பாடம் எனக்கும் இன்று நிறைய இருக்கிறது”

“உனக்கு உதவட்டுமா?”

“நிஜமாகவா?”

“நீ விரும்பினால் நிச்சயமாக உதவுவேன்.”

“அப்படியானால் உதவுங்களேன்.”

“இது ஒப்பந்தம்.”

“வீட்டுப் பாடத்தை முடித்தால் இன்று இரவு சினிமாவுக்குப் போவேன்.”

“ஓ... ரொம்ப நல்லது. உன் அம்மா உன்னைக் கூட்டிக்கொண்டு போகிறாரா?”

“யாசெமின் அப்லா என்னைக் கூட்டிக்கொண்டு போகிறாள். இன்று இரவு நேரப் பணிக்கு என் அம்மா போக வேண்டும்.”

“யாசெமின் அப்லா யார்? உங்களின் உறவினரா?”

“இல்லை அவள் என் அம்மாவின் தோழி. நேற்று வந்தாள். இன்று இரவு அவள் எங்களுடன் தங்குகிறாள்.”

“நேற்று உன் அம்மா சொல்லிக்கொண்டிருந்த ஆச்சரியம் இதுவா.”

“யாசெமின் அப்லா அவ்வப்போது வந்து என்னுடன் நேரத்தைக் கழிப்பாள்.”

“நீங்கள் இருவரும் சேர்ந்து என்ன செய்வீர்கள்? பொம்மை வீடு விளையாட்டா?”

“பூனைக்கு காவல், கண்ணாமூச்சி… இப்படிச் சில விளையாட்டுக்கள்.”

“அப்புறம் எல்லோரும் சேர்ந்து தூங்கிவிடுவீர்கள்.”

“கட்டிப் பிடித்துக்கொண்டு தூங்கிவிடுவோம்.”

“நானும் உனக்கு ஒரு ஆச்சரியம் வைத்திருக்கிறேன்.”

நீண்ட சாக்லேட்டை எனது பையிலிருந்து வெளியே எடுத்து கீவேன்க்கின் சின்னஞ்சிறு கைகளில் வைத்தேன். அவளின் பச்சை நிறக் கண்கள் விரிந்தன. தடிமனான அவள் மூக்குக் கண்ணாடியிலிருந்த ஊடுருவும் லென்ஸும் பச்சையாக மாறியது.

அன்று கவிதைகள் எதையும் வாசிக்கவில்லை. வீட்டுப் பாடம் செய்ய கீவேன்க்கிற்கு உதவினேன். அவள் தந்த சில சாக்லேட்டுக்களைச் சாப்பிட்டேன். ஒரு கதை எழுதவும் மலை, ஆடு, மரம் ஆகிய படங்களை வரையவும் அவளுக்கு உதவினேன். பத்து வினாக்கள் கொண்ட பரீட்சையில் விடை கண்டுபிடிப்பதற்கு அவளுக்குச் சிறிய குறிப்புகளைக் கொடுத்தேன். வீட்டுப் பாடத்தை முடிப்பதற்கு முன்பே சன்னல் வழியே உள்ளே விழுந்த பகல் வெளிச்சம் மங்கத் தொடங்கியதை உணர்ந்தேன். மன்னித்துக்கொள்ளும்படி கேட்டவாறு எழுந்து நின்றேன். முந்தைய நாளைக் காட்டிலும் சிறிது சீக்கிரமாகவே அன்று கிளம்பினேன். புன்னகையுடன் சிறார்களிடமிருந்து விடை பெற்றேன். அவர்கள் என்னை உற்றுப் பார்த்தார்கள். அது எனக்குப் பழகிவிட்டது. கடிகாரம் இருந்த இடத்தைப் பார்த்தபடி சிறார்கள் அமர்ந்திருந்தார்கள். அது இல்லாவிட்டாலும் அதை அவர்கள் சார்ந்திருந்தார்கள். எண்ணிக்கையில் அவர்களில் ஒருவனாகச் சேர்ந்து, இல்லாத கடிகாரத்தின் நேரத்தைப் பின்பற்றிக் கீழே இறங்கினேன். பத்துப் படிக்கட்டுகள் கீழே இறங்கும்வரை கடிகாரத்தின் டிக் டிக் சத்தம் காதில் விழுந்தது போலிருந்தது. சிறிதே திறந்திருந்த முற்றத்து வாசல் கதவு வழியாக வெளியேறினேன். நீண்ட எட்டுக்களாக எடுத்து வைத்துச் சாலையின் குறுக்கே கடந்து எதிரே இருந்த பள்ளிவாசல் முற்றத்தை அடைந்தேன்.பலவீனமான முதியவர் ஒருவர் அங்கே முக்காலியில் அமர்ந்திருந்தபடி மாலைப் பொழுதிற்காகக் காத்திருந்தேன். அவர் அருகே சென்று அமர்ந்தேன்,

முற்றத்து வாசலிலிருந்து பார்த்தால் தெரு நன்றாகத் தெரியும். பெண்கள், சிறார்கள் சிலரை அங்கிருந்து கூர்ந்து பார்த்தேன். வெளியே மகிழ்ச்சியாகக் கயிறாட்டம் ஆடிக்கொண்டிருந்த கீவேன்க்கையும் வேவு பார்த்தேன். நான் எழுந்துகொண்டேன். நிழல் மறைவில் ஒதுங்கி யாருக்கும் தெரியாமல்

அவளைப் பின்தொடர்ந்தேன். அதே சாலையில் நேற்று யாசெமின் அப்லா அவளுக்காகக் காத்திருந்த, விளக்கு ஏற்றப்படாத அதே இடத்திற்கு அவள் செல்வாள் என எனக்குத் தெரியும். எங்களுக்கிடையே போதுமான தூரம் இருக்கும்படி பார்த்துக்கொண்டேன். அவர்களை என்னால் எளிதாகப் பார்க்க முடிந்தது. ஆனால் அவர்களால் என்னைப் பார்க்க முடியாத தூரத்தில் இருந்தேன். கீவேன்க் சிறிது முன்னால் சென்றாள். விளக்கு ஏற்றப்படாத அதே கம்பத்தின் அருகே இருந்து வெளியே வந்த அந்தப் பெண் கீவேன்க்கை அணைத்துக்கொண்டாள். நேற்று அணிந்திருந்த அதே கோட்டை அணிந்திருந்தாள். அவள் வேறு யாருமல்ல; தன் முழு அழகுடனும் மகிமையுடனும் ஒளிர்ந்தவாறிருந்த என் மனைவி மஹைசர்தான். இளஞ்சிவப்பு உதடுகளும் விரிந்த பெரிய கண்களுமாய் அவள் இங்கு இருந்தாள். சுவரில் சாய்ந்தவனாக அவர்களையே கூர்ந்து பார்த்துக்கொண்டிருந்தேன். கீவேன்க்கும் அவளும் நீண்ட நேரம் ஒருவரை ஒருவர் நேசத்துடன் நெருக்கி அணைத்தவாறிருந்தனர்.

என்னை விட்டுச் சென்ற பின் மஹைசர் ஒரு புரட்சிக்காரியாக உருவாகி இருந்தாள் என்பதும், மறைவிடங்களில் ரகசியமாக அவள் வாழ்ந்தாள் என்பதும், தன் பெயரைத் தொடர்ந்து மாற்றிக்கொண்டிருந்தாள் என்பதும் ஏற்கெனவே எனக்குத் தெரிந்ததுதான். இவ்விதமாக அவளின் சமீபத்திய பெயர் யாசெமின். எல்லாம் வீண். தன் அழகை அறியாமலேயே மலர் மலர்வதுபோல, தனது மரணத்தை அறியாமல் இலை உதிர்வதுபோல, தன்னை உணர்ந்தறியாமலேயே என் மனைவி மஹைசர் வாழ்ந்தாள். தூங்கும்போது, தான் ஒரு வனதேவதை என்பதும் படுக்கை விரிப்புக்களில் மந்திர சக்தி வாய்ந்த நறுமணத்தைத் தான் விட்டுச் செல்கிறோம் என்பதும் அவளுக்குத் தெரியாது. ஆனால் எனக்குத் தெரியும். தன் அழகை அவள் அறியாதிருந்ததால் அவளின் அழகைப் பிம்பமாக என் மனதில் உயிருடன் அவளுக்காக வைத்திருந்தேன். இன்று வீட்டுப் பாடத்தில் கீவேன்கிற்கு உதவியபோது, “அழகு என்பது என்ன?” என்ற கேள்வியை எதிர்கொண்டிருந்தால் மஹைசரின் படத்தை வரைந்து அதற்குக் கீழ் “அடைய முடியாத காதல் அல்லது அழகு என்பது தண்ணீர் என்றால் என்னவென்று அறிந்தும் அது கிடைக்காமலேயே போய்விடுவது போன்றது” என்று எழுதியிருப்பேன். என் விஷயமும் இது போலத்தான். தண்ணீர் என்றால் என்னவென்று எனக்குத் தெரிந்திருந்தது. ஆனால் அது எனக்கு மறுக்கப்பட்டது. மஹைசரை என்னால் பார்க்க முடிந்தது. ஆனால் அவள் இல்லாமல் வாழ்ந்தேன். காலத்தை, இஸ்தான்புல்லை, மக்களைச் சபித்தேன். எல்லாரையும் வெறுத்தேன்.

குறுகலான தெருக்களைக் கடந்து பிரதான சாலைக்கு வந்தோம். அவர்கள் முன்னால் சென்றார்கள், அவர்களை நான் பின்தொடர்ந்தேன். நான் ஒரு டாக்சியிலும் அவர்கள் இன்னொன்றிலுமாய் ஒன்றன் பின் ஒன்றாய் பஹாரியே தெருவிற்குச் சென்றோம். அங்கே வாட்டிய சாண்ட்விட்ச்சைச் சாப்பிட்டோம். பின்னர் திரைப்படம் பார்க்கச் சென்றோம். படத்தின் சுவரொட்டியைக்கூட நான் பார்க்கவில்லை. அவர்கள் முன்னால் அமர்ந்திருந்தார்கள். பின் வரிசையில் உள்ள ஓர் இருக்கையில் கதவருகே நான் அமர்ந்தேன். நானும் மஹைசரும் சேர்ந்து கடைசியாகச் சென்ற சினிமாவை நினைவுபடுத்திக்கொள்ள முயன்றேன்.

படம் ஓடிக்கொண்டிருந்த முழு நேரமும் திரையையும் அவர்களையும் பார்த்தவாறிருந்தேன். அவர்கள் திரைப்படத்தில் மூழ்கியிருந்தனர். நான் கடந்த நாட்களின் கனவுகளில் என்னை இழந்திருந்தேன். சினிமா முடிந்து வெளியே வந்தபோது சீதோஷ்ண நிலை மாறிக் குளிரடித்தது. கடுமையான குளிர்காற்று உறைபனிபோல இருந்தது. கூட்டத்தில் நடந்தோம். தெரு வியாபாரிகளிடமிருந்து சூடான கஷ் கொட்டையை வாங்கினோம். கடைச் சன்னல்களினூடே பொருட்களை நோட்டமிட்டோம். தனித் தனியே இரண்டு டாக்சிகளில் ஏறி எங்கள் தெருவிற்குத் திரும்பினோம். பச்சை நிறக் கதவு வைத்த கட்டிடத்தின் முன் அவர்களின் டாக்சி நின்றது. நான் அடுத்த மூலையில் எனது டாக்சியிலிருந்து இறங்கிக்கொண்டேன். சுவர் அருகே நிழல் மறைவில் ஒளிந்து, பல மணிநேரமாக மஹைசரைப் பின்தொடர்ந்து வந்துகொண்டிருந்த சாம்பல் நிறக் கோட் அணிந்த அந்த மனிதனுக்காகக் காத்திருந்தேன்.

மஹைசரும் கீவேன்க்கும் சந்தித்ததிலிருந்து அவர்களைக் குள்ளமான ஒரு மனிதன் பின்தொடர்ந்து சென்றுகொண்டிருந்தான். வெளிநாட்டுப் படங்களில் வரும் துப்பறிவாளன்போல கோட்டின் மடிப்புப் பகுதியை மேலே தூக்கிவிட்டிருந்தான். அது ஒரு மர்மமான தோற்றத்தை அவனுக்குத் தந்திருந்தது. அவனும் டாக்சியில் ஏறினான். திரை அரங்கிற்குச் சென்றான். கடையின் சன்னல்களினூடே பொருட்களைப் பார்த்தான். தொடர்ந்து சிகரெட் புகைத்தவாறு அந்தப் பகுதியைச் சுற்றி நோட்டமிட்டவாறு பரபரப்பாக இருந்தான். அவனை நான் பின்தொடர்வது அவனுக்குத் தெரியாது. பொழுது சாய்ந்ததும் அதே சாலையில் மீண்டும் திரும்பினான். டாக்சியிலிருந்து இறங்கி இன்னொரு சிகரெட் பற்றவைத்தான். பச்சை நிறக் கதவு வைத்த கட்டிடத்தை நோக்கி நீண்ட எட்டு வைத்து வேகமாகச் சென்றான். நடை வேகத்தைக் குறைத்து உள்ளே எட்டிப் பார்த்தான். பையிலிருந்து ஒரு காகிதச் சீட்டை எடுத்து அதில் ஏதோ குறிப்பை வேகமாக எழுதினான். வேலை முடிந்ததும் தனது கோட்டின் பின்புற மடிப்பை மேலே உயர்த்திவிட்டுச் சாலையின் குறுக்கே நடந்தான். தாழ்வான சுவருக்குப் பின்புறமிருந்த பாழடைந்த காலி மனைக்குள் நுழைந்தான். அது இருண்டிருந்தது. நான் அவனுக்குப் பின்னால் சென்றேன். இருள் சூழ்ந்த மரத்தருகே அவன் காத்துக்கொண்டிருந்தான். அவனை அணுகி சிகரெட்டுக்கு நெருப்பு வேண்டுமென்றேன். நெருப்புப் பற்றவைக்கும் லைட்டரைத் தனது பையிலிருந்து எடுத்தான். பல முறை முயன்று கடைசியில் தீயை எரியச் செய்து அதனை என் முகத்தருகே கொண்டுவந்தான். என்னைப் பார்த்ததும் அவனுடைய இன்னொரு கை இடுப்பிற்குப் பாய்ந்து சென்றது. அவனுக்கு முன்பாக வேகமாய்ப் பளபளக்கும் கத்தியை வெளியே எடுத்து அவன் தொண்டையில் வைத்தேன். அவன் முழங்கால்களைத் தாக்கி அவனைத் தரையில் தள்ளினேன். அவன் இடுப்பு பெல்ட்டின் உள்மடிப்பில் வைத்திருந்த துப்பாக்கியைப் பறிமுதல் செய்தேன்.

"நீ யார்? யாரை நீ பின்தொடர்கிறாய்? யாரின் மனைவியை நீ வலைவீசிப் பிடிக்க முயல்கிறாய்?" என்றேன். முதலில் அதிர்ச்சி அடைந்தவன் பின் அதிலிருந்து மீண்டு நிதானமானான். "நான் அரசாங்கம். என்னைப் போக விடாவிட்டால் நீ வருந்துவாய்" என்றான். அவன் குரலில்

நம்பிக்கை தொனித்தது. அவன் முகத்தில் குத்தி அவனை மல்லாக்கக் கீழே தள்ளினேன். என் முழங்காலை அவன் நெஞ்சில் வைத்து அழுத்தினேன். “நீ சாத்தானுக்குப் பிறந்தவன். அரசாங்கத்தின் வேசி மகன்” என்றேன். திருப்தியுறாது இன்னும் ஒரு குத்து விட்டேன். தெளிவில்லாத ஏதோ உறுமல் சத்தம் அவன் வாயிலிருந்து வந்தது. அவை சாபங்களாகவோ அல்லது கெஞ்சுதலாகவோ இருக்கலாம். பலவீனமான அவன் உடல் பதற்றத்தால் இடவலமாக ஆடியது. அவனை இன்னும் அதிகமாக அழுத்த அவன் மேலும் அதிகமாக வளைந்து தன் நெஞ்சை என் முழங்காலிலிருந்து விடுவிக்க முயன்றான். தன் விலா எலும்புகள் முறிந்ததால் கடுமையான வேதனையில் கதறினான். அருவருக்கச் செய்யும் அவன் மூச்சுக் காற்று என் முகத்தில் படர்வதை உணர்ந்தேன். “நீ யார் என்று உனக்குத் தெரியுமா? உன்னால் புரிந்துகொள்ள முடியாத விஷயத்தை உனக்குச் சொல்வேன். என் மனைவி மஹைசர் ஓர் உண்மை. அவளை அழிக்கவந்த நிழல் நீ. உண்மையின் நிழல் பயனற்றது. பயனற்றதிலிருந்து உண்மையைப் பிறப்பித்து அதைப் புத்துருவாக்கும் எதுவுமே அழகான கவிதையாகும். நீ யார் தெரியுமா? உண்மையின் எதிரி” என்றேன்.

அந்த இரவுக்குப் பிறகு இரும்புக் கத்திகள் பாடலை அடிக்கடி பாடத் தொடங்கினேன். ஒரே வாரத்தில் எல்லா இடங்களுக்கும் அவளைப் பின்தொடர்ந்தவாறிருந்த மூன்று தனித் தனி நபர்களிடமிருந்து என் மனைவியை மீட்டேன். என் மனைவி மஹைசர் வெகுளி. தனக்கு உலகம் தெரியுமெனவும் அதனை மாற்ற முடியுமெனவும் எப்போதும் நினைத்திருந்த அவள் ஒரு அலறல் சத்தம் கேட்கும் தூரத்திலிருந்த என் இருப்பை அறியாதிருந்தாள். தனக்குப் பின்னால் மறைந்திருந்த அபாயம்பற்றி ஒன்றுமே தெரியாமல் இஸ்தான்புல் தெருக்களைச் சுற்றியவாறிருந்தாள். பாஸ்ஃபரஸ் கால்வாயின் இரு புறங்களுக்கிடையே முன்னும் பின்னுமாகப் போய் வந்துகொண்டிருந்தாள். பேருந்து நிறுத்தங்களில் காத்திருந்தாள், சிற்றுண்டிச் சாலைகளுக்குச் சென்றாள், நூலகங்களில் சுற்றித் திரிந்தாள். சந்திக்கவிருந்த நபர் வராதபோது பதற்றத்திற்கு ஆளாகித் திரும்பிச் சென்றாள். முன்பு வளமாக இருந்து இப்போது வறிய நிலையிலுள்ள அஸ்குடார் லாலேலி, ஹிராஸ்டு ஆகிய பகுதிகளிலிருந்த பாசி படர்ந்த கூரைகளுடன் இருந்த வசதிக் குறைவான புழுக்கமான வீடுகளில் தங்கினாள். தங்கியிருந்த வீடுகளிலிருந்த செடிகொடிகளையும் குழந்தைகளையும் பேணிப் பாதுகாத்தாள். ஒருநாள் மாலை சிலினி சிறார் நூலகம் இருந்த தெருவிற்குச் சென்று கீவேன்கை மீண்டும் கட்டி அணைத்துக்கொண்டபோது அவர்கள் பெற்ற அதே மகிழ்ச்சியை நானும் உணர்ந்தேன்.

அன்று இரவு கீவேன்க்கின் வீட்டில் மஹைசர் தங்கினாள். மறுநாள் அவள் வெளியே எங்கும் போகவில்லை. கடந்த சில தினங்களாக அவள் உடல் நலமின்றிச் சோர்வுடன் இருந்தாள். அவள் முகம் மெலிந்திருந்தது. அவள் ஓய்வெடுத்துத் தன்னைக் கவனித்துக்கொள்ள வேண்டும். ஒரு நாளாவது அவள் வீட்டிலிருந்ததை நினைத்து மகிழ்ந்தேன். அவள் வீட்டில் ஓய்வெடுத்துக்கொண்டிருந்தபோது நூலகத்திற்குச் சென்று கவிதைகள் வாசிப்பதென முடிவு செய்தேன். மூலைக்கடையில் ஒரு சாக்லேட் பார் வாங்கினேன். தெருவில் மெல்ல நடந்தேன். நான் இப்போது தெருவின் ஒரு

பகுதியாகியிருந்தேன். நூலக முற்றத்தில் கீவேன்க்கிற்காகக் காத்திருந்தேன். சீக்கிரமாகவே வாசல் கதவைத் திறந்து முற்றத்தில் வந்து நின்றாள் கீவேன்க். அவள் முகத்தில் புன்னகை தவழ்ந்தது.

“இவ்வளவு நாட்களாக எங்கே போயிருந்தீர்கள்? உங்களைப் பற்றிக் கவலையாக இருந்தது” என்றாள்.

“நான் மற்ற நூலகங்களுக்குச் சென்றேன்” என்று சொன்னேன்.

“யாசெமின் அப்லாவும் கவலைப்பட்டாள்.”

“யாசெமின் அப்லாவா? யாரைப் பற்றிய கவலை?”

“உங்களைப் பற்றியேதான். வேறு யாரைப் பற்றி என்று நினைக்கிறீர்கள்?”

“அவளுக்கு என்னைத் தெரியுமா? அதாவது நான் இங்கு வந்தது…”

“ஆம். நான் அவளிடம் சொன்னேன்.”

“எப்போது?”

“சென்ற வாரம் நாங்கள் சினிமாவுக்குச் சென்றோம். அந்த இரவு உங்களைப் பற்றிப் பேசினேன். வீட்டுப் பாடம் செய்ய நீங்கள் உதவியதாகச் சொன்னேன்.”

“ஒரு வாரமாக அவளுக்குத் தெரிந்திருக்கிறது.”

“ஆம்.”

“அவள் என்ன சொன்னாள்?”

“உங்களைத் தெரியுமென்றும் உங்களைக் காதலிப்பதாகவும் சொன்னாள்.”

“என்னைக் காதலிப்பதாகச் சொன்னாளா? நிஜமாகவா?”

“நிச்சயமாக.”

“வேறு என்ன சொன்னாள்?”

“நேற்று இரவு உங்களுக்கு ஒரு கடிதம் எழுதினாள். உங்களிடம் கொடுப்பதற்காக அதை என் பையில் வைத்தாள். இதோ பாருங்கள். இதுதான் அது.”

முத்திரையிடப்பட்ட உறையை எடுத்தேன். முன்புறமும் பின்புறமும் அதனைக் கூர்ந்து பார்த்தேன். என்ன செய்வதெனத் தெரியாமல் படபடப்புடன் கொஞ்ச நேரம் அதனைப் பிடித்துக்கொண்டிருந்தேன். நல்லதும் கெட்டதுமாக எல்லாவிதமான சாத்தியங்களும் என் தலைக்குள் விரைந்தோடின. குறும்புடன் சிரித்தவாறு கீவேன்க் என்னைப் பார்த்துக் கொண்டிருப்பதைக் கவனித்தேன். அவளைப் பார்த்துப் புன்னகை செய்தேன். அவள் தலைமுடியைக் கலைத்தேன்.

“இந்த நூலகத்திலேயே மிக அழகான பெண் நீதான்” என்றேன்.

“வீட்டுப் பாடத்திற்காக இன்று ஒரு கவிதை எழுத வேண்டும். எனக்கு உதவுவீர்களா?” என்றாள் அவள்.

“ நான் சீக்கிரம் போக வேண்டும். நீயாகவே இன்று வீட்டுப் பாடத்தை முடிக்க முடியாதா?”

“சரி.”

“நீ போ. போய்க்கொண்டிரு. உனது கவிதையை எழுதத் தொடங்கு.”

“சரி காமோ அக்பி.”

“கலைத் தேவதை உனக்கு அருள் செய்வாள்.”

“நன்றி. ஆனால் எதையாவது நீங்கள் மறந்துவிட்டீர்களா?”

“என்ன சொல்கிறாய் நீ?”

“எனக்காக உங்களிடம் எந்த ஆச்சரியமும் இல்லையா?”

“ஆ... நான் மறந்தேவிட்டேன். உனக்காக இதனை நான் வாங்கி வந்தேன்.”

“சாக்லேட். நன்றி காமோ அக்பி. சாக்லேட் ஆச்சரியங்கள் எனக்கு ரொம்பப் பிடிக்கும்.”

அவள் படியேறி மேலே வாசிப்பறைக்குச் சென்றுகொண்டிருப்பதைப் பார்த்தேன். கடிதத்தைப் பிடித்துக்கொண்டிருந்த என் கைகளில் வியர்வையின் ஈரம் இருந்ததை உணர்ந்தேன்.

அந்த உள்நாட்டுத் தபால் உறையைத் திறந்தேன். ஒரு பக்கத்தின் இரு புறங்களிலும் மஹைசரின் முத்துப் போன்ற கையெழுத்து நிரம்பியிருந்ததைக் கண்கொட்டாமல் பார்த்தவாறிருந்தேன். காதல், அது கூறிற்று, வலி, காயங்கள், ஞாபகம், அது கூறிற்று. பழக்கமான சொற்களை ஒன்றன் பின் ஒன்றாக வரிசைப்படுத்தியிருந்தாள். ஒவ்வொரு சொல்லிலும் ஒரு நீர்ச் சுழியை உருவாக்கியிருந்தாள். வருத்தம், கண்ணீர், கோபம், பிரிவு, கண்ணீர், வருத்தம், மறதி, மன்னித்தல், விதி, மரணம், தனிமை, விதி, வருத்தம், கண்ணீர், மறதி எனத் திரும்பத் திரும்ப எழுதியிருந்தாள். ஏற்கெனவே எழுதியிருந்த சில வாக்கியங்களைப் பின்னர் மீண்டும் கூறியிருந்தாள். தொலைவில் என்பதற்குப் பதிலாக அணுக்கம் எனவும் வாழ்க்கை என்பதற்கு மரணம் எனவும் பிரிவுக்குச் சேர்தல் எனவும் நேர்மாறாக எழுதியிருந்தாள். வேறொரு சமயத்தில் வேறொரு இடத்தில் இந்தச் சொற்களின் அர்த்தம் எனக்குத் தெரிந்திருக்கும்; ஆனால் இப்போது மஹைசர் என்ன சொல்கிறாள் என்பது எனக்கு விளங்கவில்லை. அவளின் மொழி என் தாய், தந்தை பயன்படுத்திய மொழி போன்றதாக இல்லை. அர்த்தத்தை அது அர்த்தமற்றதாகச் செய்தது. பீதியில் பறந்தோடும் பறவைக் கூட்டம்போல அவள் சொற்கள் அனைத்தும் தாறுமாறாகக் கலைந்திருந்தன. ஒவ்வொரு சொல்லின் சிறகையும் முறித்து, அதற்கருகிலிருந்த சொல்லின் சிறகுக்குள் தள்ளினாள். கடந்த காலத்தில் நாங்கள் என்னவாக இருந்தோமோ அவ்விதமாக இருக்கச் செய்ததை அவள் அழித்தாள். அதனுடன் எதிர்காலத்தைத் திறக்கும் வாய்ப்புகளுக்கான கதவுகளையும் தகர்த்தாள். நீ என்னை மறந்து விடவேண்டுமென விரும்புகிறேன். மிகப்பெரிய இந்த நகரில் ஏதோ ஓர் அறைக்குள் சிறைபட்டதுபோல் உணர்கிறேன். நான் உன்னை நேசிக்கிறேன்.

எனினும் நமது கடந்த காலமே நம் தலைவிதி, காமோ. கடந்த காலத்திலிருந்து நாம் தப்ப முடியாது என்று கடிதத்தை முடித்திருந்தாள்.

என்ன மாதிரியான பிரமை இது? அதிக முக்கியத்துவம் எதனையும் தராது, பிற எல்லாச் சொற்களுக்குச் சமதையாகக் காதல் என்ற சொல்லை வைத்தாள். மனசாட்சி கொடுமையாக வதைக்க, அழுது அரற்றினேன். நீண்ட காலமாய் எனக்குள் இருந்து எரிச்சலூட்டிக்கொண்டிருக்கும் அந்தப் பழைய மனசாட்சி! கடிதத்தைத் திரும்ப வாசிக்கையில் என்னை நானே கேட்டுக்கொண்டேன்: இத்தனை துன்பங்களுக்குப் பிறகும் காலத்தின்மீது எனக்கு அதிகாரம் ஏதும் உள்ளதா? பார்க்கவோ கேட்கவோ முடியாத விதியை என்னால் வெற்றிகொள்ள இயலுமா? நான் உள்ளே உடைந்துவிட்டேன்; தனியனாகிவிட்டேன். என் உறக்கத்தைக் கொடுங்கனவுகள் துன்புறுத்தின. தோல்வியுற்ற என் இதயமே! நீண்ட காலமாய் என்னைத் துன்புறுத்தியபடியிருக்கும் அந்தப் பழைய மனசாட்சியே! இதுபோன்ற பயங்கரத்தை யாரால் தாங்கிக்கொள்ள முடியும்? வாழ்வின் கொடூரத்திற்கு எதிராக இவ்வளவு நீண்ட காலம் யாரால் எதிர்த்து நிற்க முடியும்? அவளை மறவாதிருக்கும் உரிமை எனக்குத் தேவைப்படும்போது மஹைசரோ அவளை மறந்துவிடும் உரிமையை என்னிடம் கோருகிறாள். ஒரு கணமும் அவள் முகத்தை என் மனதிலிருந்து என்னால் அகற்ற முடியவில்லை; அகற்றப்பட்டால் நான் நானாக இருக்க மாட்டேன். ஆன்மாவை இழந்தவனாகிவிடுவேன். என் சடலத்தைப் புதைகுழியும் நிராகரித்துவிடும். என் ஆன்மாவில் விஷ அம்புகளை எறிந்தவாறு நீண்ட காலமாக என்னுள் இருந்துவரும் பழைய மனசாட்சியே! மஹைசரை என்னிடமிருந்து நான் நீக்கிவிட்டால் மிஞ்சுவது பிணம்தான். புழுக்கள் கடித்துத் தின்னும் பிணம்.

நாங்கள் ஒருவருக்கொருவர் வழக்கமாக வாசித்துவந்த கவிதைகள் அனைத்தையும் சேகரித்து அவற்றைத் தனது கடிதத்தில் மஹைசர் கரைத்திருந்தாள். அனாதைக் குழந்தைபோல அவள் இருந்தாள். கடுமையான துயரத்தின் காரணமாக அழுது அரற்றியவாறிருந்தாள். தான் ஒரு அறைக்குள் மாட்டிக்கொண்டிருப்பதாகவும் கதவைத் திறந்து தன்னைக் காப்பாற்ற வேண்டுமெனவும் என்னைக் வேண்டினாள். "கதவைத் திறவுங்கள். கதவைத் திறந்து என்னை விடுவியுங்கள்! உங்கள் வழியில் நீங்கள் செல்லுங்கள். நான் என் வழியில் போகிறேன்" என்றாள். வெளியே வர அவள் கடுமையாகப் போராடிக்கொண்டிருந்தாள். சிறிய கை முஷ்டியால் பலமாகக் கதவைத் தட்டியவாறிருந்தாள். தட் . . . தட் . . . தட் "கதவைத் திற!" அவளைக் காப்பாற்றும் சாவி என்னிடம் இருப்பதாக அவள் சொன்னாள். ஆனால் என்ன செய்வதென எனக்குத் தெரியவில்லை. நான் எங்கிருந்தேன் என்பது மறந்துவிட்டது. தூரத்தில் நாய்கள் குரைக்கும் சத்தம் மெல்ல அருகே கேட்டது. இருளில் ஊளையிடும் சத்தத்தை என்னால் கண்டுபிடிக்க முடியும், வெண்ணிற நாய் அலறும் சத்தத்தை என்னால் அடையாளம் காண முடியும். எனக்குக் குளிரடித்தது. நெஞ்சு வலித்தது. தலைக்குள் குரல்கள் எதிரொலித்தன. தட் தட்! தட் தட்!

"கதவைத் திற! சிறைக் காவலரே! கதவைத் திறவுங்கள்!"

எங்கோ ஆழத்திலிருந்து குரல் கேட்டது. அது குஹெய்லேன் மாமாவின் குரல் என்பதை விருப்பமில்லாமலேயே மெதுவாக உணர்ந்துகொண்டேன்.

"கதவைத் திறவுங்கள். என் நண்பன் செத்துக்கொண்டிருக்கிறான் உதவி செய்யுங்கள்."

தட் தட் தட்!

சித்திரவதையால் காயமடையாத நல்ல கண்ணைப் பாதி திறந்து இருளில் பார்த்தேன்.

குஹெய்லேன் மாமா கதவை உடனே திறக்கத் தோதுவாகத் தாழ்ப்பாளை நேராக வைத்து, சிறைக் கதவை ஓங்கித் தட்டிக்கொண்டிருந்தார். நான் மிகவும் பலவீனமாக இருந்தேன். குரல் எழுப்பி அவரை அழைக்க முடியவில்லை. எனது விரலை அசைக்கவும் முடியவில்லை. இயல்பாக மூச்சும் விட முடியாமல் திண்டாடினேன். உஷ் சத்தத்துடன் பெருமூச்சு வந்துகொண்டிருந்தது. அழுது அரற்றினேன்.

குஹெய் லேன் மாமா என்னருகே வந்து குனிந்தார். .

"நீ உயிரோடு இருக்கிறாய். அருமை காமோவே ... நீ உயிருடன் இருக்கிறாய்."

தளர்ந்து தொங்கியிருந்த என் கழுத்தை நிமிர்த்தினார். தரையில் கிடந்த துணியை எடுத்து என் உதடுகளை ஈரமாக்கினார். என் தலைமுடியைக் கோதியவாறு பேசினார். அவர் வார்த்தைகளில் நம்பிக்கை நிறைந்திருந்தது. ஒருநாள் இங்கிருந்து வெளியேறி அனைவரும் சேர்ந்து இஸ்தான்புல்லைச் சுற்றிப் பார்ப்போம் என்றார். இது போன்ற அழகிய கனவுகள் மனமுடைந்த காதலர்களுக்கோ அல்லது மரண தறுவாயில் இருப்போருக்கோ உரியவை. தாம் குஹெய்லேன் மாமா என் கையைப் பற்றினார். நான் இறுதிக் கட்டத்தை நெருங்கிக்கொண்டிருப்பதை அவரால் காண முடிந்தது. மேலே நிலப்பரப்பில் நான் வீணடித்திருந்த காலம் இங்கும் முடிவுக்கு வந்துகொண்டிருப்பதாக உணர்ந்தார்.

இரும்புத் தாழ்ப்பாள் அசையும் சத்தம் கேட்டது. சிறைக் கதவு திறந்தது. சிறைக் காவலரின் கனத்த உருவம் வெளிச்சத்தில் தெரிந்தது.

"டேய் முட்டாளே ... ஏன் சத்தம் போடுகிறாய்?" என்று காவலன் குரைத்தான்.

"எனது நண்பனுக்குக் கடுமையான காய்ச்சல். அவனுக்கு உதவி வேண்டும்" என மேலும் மென்மையாகக் கூறினார் குஹெய்லேன் மாமா.

"அவன் செத்துத் தொலைக்கட்டும். அப்படியாவது அவன் சுதந்திரமாக இருக்கட்டும். நாங்களும் நிம்மதியாக இருப்போம்."

"குறைந்தபட்சம் அவனுக்குக் கொஞ்சம் தண்ணீரும் வலி நிவாரணியும் கொடுங்கள்."

"முட்டாளே, உனக்கே வலி நிவாரணி தேவை. இன்னும் ஓரிரு நிமிடங்களில் விசாரணை அறைக்கு உன்னை அழைத்துப்போக வருவார்கள். எழுந்திரு வா."

சிறைக் காவலனின் மிகப்பெரிய கால்களை அடுத்து வெண்ணிற நாயின் நிழல் தெரிந்தது. சத்தமில்லாமல் மெல்ல அடியெடுத்து வைத்து வராந்தாவிலிருந்து கம்பீரமாய் உள்ளே வந்திருந்தது. வெளிச்சத்தில் பரிசுத்தமான பளிங்குபோல நிற்பதாய் அது தோன்றியது. அதன் கழுத்து அகல விரிந்திருந்தது. காதுகள் வளையாது நிமிர்ந்திருந்தன. வெதுவெதுப்பான கம்பளிபோல் அதன் ரோமம் வால்வரை நீண்டு படர்ந்திருந்தது. ஓநாய் போன்ற அதன் கண்கள் பழைய நாட்களைப்போல என்னைத் துளைத்தது.

வெண்ணிற நாய் இருப்பதையே கண்டுகொள்ளாமல் குஹெய்லேன் மாமாவின் சட்டைக் காலரைப் பிடித்து வெளியே இழுத்தான் சிறைக் காவலன். எங்கள் இருவரையும் சிறைக்குள் தனியே விட்டுவிட்டுச் சிறைக் கதவைத் தாழ்ப்பாள் போட்டான்.

வலு அனைத்தும் என்னிடமிருந்து வற்றிப் போனது. என் கண் மூடியது. முடிவற்ற உறக்கத்தில் அமிழ்ந்துபோக விரும்பினேன்.

வெண்ணிற நாய் மெல்ல என்னை நெருங்கியது. என்னருகே அது படுத்திருந்ததை அதன் மூச்சுக் காற்றிலிருந்து உணர முடிந்தது. வெதுவெதுப்பான அதன் உடல் என்மேல் சாய்ந்திருந்தது. நீண்ட அதன் வால் என் கால்களைச் சுற்றிவளைத்திருந்தது. எங்கள் இருவரின் சுவாசமும் ஒரே சமயத்தில் நிகழ்ந்தது. சுவாசித்திற்கேற்ப இருவரின் மார்பும் ஒன்றாகவே ஏறி இறங்கின. வெதுவெதுப்பாக உணரும்வரை நான் காத்திருந்தேன். எங்களுக்கு நேரம் இருந்தால் அது மணிக்கணக்காக அப்படியே படுத்துக் கிடந்திருக்கும். ஆனால் நேரம் இல்லை. அது தனது தலையை உயர்த்தி இன்னும் அருகே என்னை நெருங்கியது. எனது முகத்தை நக்கியது. தனது குட்டியை அன்பாகத் தடவுவதுபோல ஈரமான தனது இளஞ்சிவப்பு நாவினால் என் உடல் முழுவதையும் மேலும் கீழும் வருடியது. அதனால் என் கண்ணிலிருந்து காதுவரை, நெஞ்சிலிருந்து மணிக்கட்டு வரையான எனது காயங்கள் அனைத்தையும் ஒவ்வொன்றாகக் குணமாக்கியது. என் வேதனை தணிந்தது. துன்பம் நிறைந்த இந்த உலகில் ஒரு மனிதன் தன் கண்களை மூடும்போது வேதனை ஏதுமின்றி மூச்சு விடவாவது வேண்டும். இல்லையென்றால் வாழ்வதன் பொருள் என்ன? வெண்ணிற நாய் கனமான தனது உடலைச் சிறிது நகர்த்தி என் தோள்மீது பெருமளவு சாய்ந்துகொண்டது. வழவழப்பான தனது நாவினை வெளியே நீட்டி எனது குழந்தைப் பருவத்திலிருந்து பெருகி வந்திருந்த பயங்கள்யாவற்றையும் தனது நாவினால் வருடி அவற்றை இல்லாமல் ஆக்கியது. எனக்கு ஆறுதல் அளித்தது. ஒவ்வொரு சுமையிலிருந்தும் என்னை விடுவித்தது. சுமையற்றவனாக உணர்ந்தேன். இளஞ்சூடான அமைதியான நீரில் மிதந்துகொண்டிருப்பது போல் உணர்ந்தேன். வெண்ணிற நாய் போன்று வாழ்க்கையும் என்மீது நேசத்துடன் இருந்திருக்கலாம். நான் வழி தவறியபோது மற்றொரு பாதையை வாழ்க்கை எனக்குக் காட்டியிருக்கலாம்.

பத்தாம் நாள்

குஹெய்லேன் மாமா கூறியது

மஞ்சள் சிரிப்பு

"கப்பலில் வயது முதிர்ந்த ஒரு வரைபடக் கலைஞர் பல ஆண்டுகளுக்கு முன்னர் இறந்துபோன தனது காதலியின் கடிதங்கள் இருந்த சிறிய பெட்டியைத் திறந்து ஒரு கடிதத்தை வாசித்தார். அதில் காணப்பட்ட 'மூன்று ஆப்பிள் பழங்களை அனுப்பி வை. அனுப்புவதற்கு முன் ஒன்றினைக் கடிக்கவும்' என்னும் வரிகளைத் திரும்பவும் படித்தார். டாக்டர், இந்தக் கதையை உங்களிடம் ஏற்கெனவே சொல்லிருக்கிறேனா? உண்மையாகவா? இந்த முறை அந்தக் கதையின் மற்றொரு வடிவத்தைக் கூறுவேன். உலகில் உள்ள கடல்களைத் தேடிப் பயணம் மேற்கொள்வதில் தன் முழு வாழ்வையும் அர்ப்பணித்த வரைபடக் கலைஞருக்கு இரண்டு அதிஷ்டங்கள் பரம்பரைச் சொத்தாகத் தன் தாயிடமிருந்து வந்திருந்தன. ஒன்று: தனிமை; மற்றது: கடிதங்கள் அடங்கிய சிறிய பெட்டி. கடல் பயணத்தின் போது அவர் எதிர்கொண்ட ஒவ்வொரு கண்டத்திற்கும் புதிதாக வரைபடங்களை வரைந்தார். ஒவ்வொரு தீவிற்கும் புதிய பெயரை வரைபடத்தில் குறித்துக்கொண்டார். இப்போது தலை நரைத்து மிகவும் வயதான கிழவனாக இருந்த அவர் தனது இறுதிக் கடல் பயணத்தை மேற்கொண்டார். இத்துடன் கடலுக்குப் பிரியாவிடை தந்து வாழ்வின் எஞ்சிய காலத்தை நிலப்பரப்பில் கழிப்பதென்ற முடிவுக்கு வந்தார். இறந்த பின் தங்களின் ஆன்மாவைக் கடல் அலைகளிடம் ஒப்படைக்கும் மதிப்பிற்குரிய கடலோடிகளைப் போல, தனது இளவயதுக் காதலிக்கு அருகே தன் உடல் புதைக்கப்பட வேண்டுமெனக் கனவு கண்டார். கப்பலின் தனி அறையில் தன்னுடன் இருந்த திசை காட்டி மேலாளரிடம் இந்தக் கனவைப் பகிர்ந்து கொண்டார். திசைகாட்டி மேலாளரைப் பொறுத்தவரை கடலோ, நிலப்பரப்போ எதுவாயினும் குறித்த நேரத்தில்

காரியங்கள் நிகழ வேண்டும். வரைபடக் கலைஞரின் கனவைப் போல இதுவே அவரின் விருப்பமாக இருந்தது. பாக்கெட்டிலிருந்த கடிகாரத்தை எடுத்து அதன் மேலுறையை அன்புடன் வருடியவாறு இந்தக் கடிகாரத்தின் நேரப்படி செயல்படுவேன் என்றார் திசைகாட்டி மேலாளர். கடிகார மேலுறையின்மீது பதிக்கப் பெற்றிருந்த மாணிக்கக் கல் அவரால் விளங்கிக்கொள்ள முடியாத ஒரு குறியீட்டு எண்ணை மறைத்திருந்தது. விளங்கிக்கொள்ள முடியாததாலோ அல்லது அப்படி ஒரு ரகசியம் இருப்பதாக அவர் நம்ப விரும்பியதாலோ அது ரகசியமாக இருந்தது. அந்த இரவில் நட்சத்திரங்கள் வானில் நிறைந்திருந்தன. ஒரு பெரிய அலை கப்பலின் ஒரு புறத்தில் மோதியபோது வெளியே ஏதோ கீறல் சத்தம் வந்ததைக் கேட்டார்கள். வரைபடக் கலைஞரும் திசைகாட்டி மேலாளரும் அவசரமாக அறையிலிருந்து வெளியேறிக் கப்பல் மேல்தளத்திற்குச் செல்லும் படிகளில் மேலேறினார்கள். நட்சத்திரங்கள் பளிச்சிடும் வானத்தைக் கண்டு அப்படியே நின்று கண் கொட்டாமல் பார்த்தார்கள். அவர்களின் முகத்தோற்றம் முழு வாழ்வையும் கடலில் கழித்திருந்த கிழவர்களைப் போன்றதாக இல்லை. வானத்தின் அழகால் வசீகரிக்கப்பட்ட சிறுவர்களைப் போல இருந்தது. மெல்ல நகர்ந்தவாறிருந்த பால்வீதியை உற்றுப் பார்த்தனர். ஓரிடத்தில் ஆறுபோல் வளைந்து சென்றது. அதனை வானில் சுட்டிக் காட்டிய வரைபடக் கலைஞர் அது கடிகாரத்தின் வடிவமைப்பைப் போல இருப்பதாகத் திசைகாட்டி மேலாளரிடம் கூறினார். பாக்கெட் கடிகாரத்தை வெளியே எடுத்து ஒப்பிட்டுப் பார்த்தார்கள். கடிகாரத்தின் மேல் உறையிலிருந்த சிகப்பு மாணிக்கக் கற்கள் ஒளிர்வதைக் கண்டார்கள். வானின் வளைவில் நகர்வதாகத் தெரியும் நட்சத்திரங்களின் துல்லியமான பிரதிபலிப்பாக மாணிக்கக் கற்கள் இருந்தன. கடிகாரத்தின் நேரமும் அடையாளக் குறிகளும் சரியாக இருப்பதாக வரைபடக் கலைஞர் கூறினார். மிக விரைவாய் மேகங்கள் திரண்டு வான்மீது கவிந்தன. கப்பல் பாய்களின் உரத்த சத்தம் கேட்டது. சாட்டையடிபோல் கயிறுகள் விளாறின. சமுத்திரத்தை நோக்கிச் சென்றுகொண்டிருந்த கப்பலை இலையைப் போல் காற்று அலைக்கழித்தது. கடும் வேகத்துடன் கொட்டித் தீர்த்தது மழை. அனைத்துத் திசைகளிலிருந்தும் வீசிய சூறாவளி கப்பலைத் தாக்கிற்று. அவர்கள் பீதியடைந்தார்கள். திகிலுற்று அலறிய கூக்குரல்களுக்கிடையே கட்டளையாய் ஒலித்த கப்பல் தலைவனின் உத்தரவின் பேரில், திட்டமிட்டபடி பயணத்தைத் தொடரக் கப்பல் பணியாளர்கள் போராடினார்கள். கப்பல் பாய்களைச் சரி செய்ய முயன்றார்கள். கயிறுகளை இழுத்துப் பிடித்தும் தளர்த்தியும் அவசர அவசரமாய் அங்குமிங்கும் ஓடினார்கள். மூன்று நாட்களாகியும் வெள்ளம் தணியவில்லை, மேகங்கள் கலையவில்லை. அலைகள்மீது அங்குமிங்கும் அவர்கள் வீசி எறியப் பட்டார்கள். சமுத்திரத்திற்கோ அல்லது அதுவரை போகாத புதிய பகுதிக்கோ அவர்கள் இழுத்துச் செல்லப்பட்டிருக்கக் கூடும். மூன்றாம் நாள் முடிவில் கடல் அமைதியடைந்தது, காற்றின் வேகம் தணிந்தது, வானில் நட்சத்திரங்கள் மீண்டும் தோன்றின, புயல் ஓய்ந்துவிட்டதென நம்பினார்கள். கடலின் எந்தப் பகுதியில் இருக்கிறோம் என்பதைக் கண்டறிய முயன்றார்கள். கிழிந்த கப்பல் பாய்களைப் பழுதுபார்க்கவும், வெளியே சிந்திய குடிநீரைப் பீப்பாய்களில் மீண்டும் நிரப்பவும் வறண்ட துண்டு நிலப் பகுதியை எல்லா இடங்களிலும் தேடினார்கள். தனக்கு முன்னால்

விரிக்கப்பட்டிருந்த வரைபடங்களை ஒவ்வொன்றாகப் பரிசோதித்து, நட்சத்திரங்களைப் பின்தொடர்ந்து கப்பலைச் செலுத்தினான் கப்பல் தலைவன். ஒரு பழைய வரைபடத்திலிருந்த வடிவங்கள் இப்போது வானத்தில் தெரிந்த நட்சத்திரங்களின் அமைவிடத்துடன் ஒத்திசைவாகப் பொருந்தியிருந்ததை இறுதியாகக் கண்டுபிடித்தான். வரைபடத்தின் மூலையில் தன் ஆட்காட்டி விரலை வைத்து, நாம் இங்கே இருக்கிறோம் என்று கூறினான். ஒருநாள் பயணத்திலிருந்த ஒரு தீவை வரைபடத்தில் காட்டி நாம் அங்கே போக முடியும் என மேலும் கூறினான். அருகே நின்றுகொண்டிருந்த வயதான வரைபடக் கலைஞரும், திசைகாட்டி மேலாளரும் ஒருவரையொருவர் பார்த்துக்கொண்டனர். கப்பல் தலைவன் சுட்டிக்காட்டிய ஆகாய நீல நிறத் தீவின்மீது அவர்களுக்குச் சந்தேகங்கள் இருந்தன. காதலில் பீடிக்கப்பட்ட யாரோ ஒரு வரைபடக் கலைஞனால் வரையப்பட்ட பொய்த் தீவுபோல் அது இருப்பதாகவும் அவ்வளவு தூரம் நாம் செல்ல வேண்டாமென நினைப்பதாகவும் கப்பல் தலைவனிடம் அவர்கள் கூறினார்கள். முன்பொரு காலத்தில் சில வரைபடக் கலைஞர்கள் தங்களின் வரைபடத்தில் காலியாக இருக்கும் பகுதியில் ஒரு தீவை வரைந்து அதற்குத் தங்கள் காதலியின் பெயரைச் சூட்டுவார்கள். இவ்விதமாகத் தங்களின் காதலின் அடையாளச் சின்னத்தை இந்த உலகில் அவர்கள் விட்டுச் செல்வதுண்டு. வரைபடங்களில் காணப்பட்ட இத்தகைய பொய்த் தீவுகளுக்குப் பயணம் செய்து ஏமாந்த கதைகள் ஏராளம். கப்பல் தலைவன் சுட்டிக்காட்டிய நீல நிறத் தீவு பற்றிய சந்தேகங்கள் இருந்தபோதிலும் வயதான வரைபடக் கலைஞனும் திசைகாட்டி மேலாளரும் அது பற்றிய கணிப்பு எதையும் கூறவில்லை. இளைஞனாக இருந்தபோது அந்தத் தீவை வரைபடத்தில் வரைந்தது வயதான வரைபடக் கலைஞர்தான் என்பதை இருவருமே நன்றாக அறிவார்கள். கப்பல் தலைவனின் கோபத்திற்கு ஆளாவோம் என்ற அச்சத்தினால் இதனை அவர்களால் வெளிப்படையாகச் சொல்ல முடியவில்லை. துணியால் வாயைக் கட்டிக் கப்பல் தலைவன் அவர்களைக் கடலில் வீசி எறிந்துவிடுவான் என அஞ்சினார்கள். எனவே அந்த இரு நண்பர்களும் தங்கள் அறைக்குச் சென்று பேசியபடி இரவைக் கழித்தனர். தான் காதலித்த அந்தப் பெண்ணை முதன்முதலில் பார்த்தது கிராமத்துச் சந்தையில்தான் என வயதான வரைபடக் கலைஞன் கூறினான். அப்போது நான் வளரிளம் பருவத்தில் இருந்தேன். அவளுக்குக் கடிதங்கள் எழுதினேன். அவளுடைய சகோதரர்கள் நல்லவர்கள் இல்லை. எனவே அவர்களுக்கு அஞ்சி ரகசியமாக அவள் எனக்குக் கடிதங்கள் அனுப்பினாள். அவற்றை மீண்டும் மீண்டும் வாசித்தேன். எனது முதல் சமுத்திரப் பயணத்திற்காகப் புறப்பட்டபோது மறக்க முடியாத ஒரு பரிசை அவளுக்குக் கொண்டுவருவதாகக் கூறினேன். திமிங்கலத்தை வேட்டையாடிப் பணம் சம்பாதித்துப் பயணம் முடித்துத் திரும்பும்போது அவளை எங்கோ தொலைவிலுள்ள இடத்திற்கு அழைத்துச்செல்ல வேண்டும் என்பது என் நோக்கம். எனக்குப் பிரியமான அவள் அழகி, மென்மையானவள், கவர்ச்சியூட்டும் மெலிந்த உடல் வாகு கொண்டவள். நான் கடல் பயணத்தில் வெளியே இருந்தபோது கடுமையான காய்ச்சலில் பல நாட்கள் படுக்கையில் கிடந்தாள். கண்ணாடியைப்போல் உடைந்துபோகும் நிலையில் அவள் உடல் இருந்தது. மரணம் அவள் உடலை வென்றது. கடல் பயணத்திலிருந்து திரும்பியதும் அவள் கல்லறைக்குச் சென்றேன். அவளருகே எனக்கு ஒரு

புதைகுழி தோண்டினேன். என்னிடமிருந்த வரைபடத்தை உற்று நோக்கியபடி பல இரவுகள் நீண்ட நேரம் செலவழித்தேன். ஆள் நடமாட்டமில்லாத ஒரு கடற்கரையில் மிக அழகிய தீவினை நீலநிறத்தில் வரைந்து, என் அன்பிற்கினிய அந்தக் காதலியின் பெயரை அந்தத் தீவிற்குச் சூட்டினேன். இந்த உலகம் சுழன்று கொண்டிருக்கும் வரை என் அன்பிற்கினியவளின் பெயர் கொண்ட, இல்லாத அந்த நீல நிறத் தீவைத் தேடியவாறிருப்பேன். எனது இதயத்தின் இந்தக் கனவுடன் கடல் பயணத்தைத் தொடங்கினேன் என்றார் வரைபடக் கலைஞர். பாய்கள் அற்ற அந்த வெண்ணிறக் கப்பல் அலைகளை மோதியபடி வரைபடத்திலிருந்த தீவை நோக்கி விரைந்து கொண்டிருந்தது. திசைகாட்டி மேலாளரும் விடிந்த பிறகே தூங்கச் சென்றார். கனவுகளின் பூமியில் உறக்கம் மெல்ல இறங்கிற்று. வரைபடக் கலைஞர் வரைந்திருந்த பொய்யான தீவு இருந்த கடல்பகுதிக்கு மாலைப் பொழுதில் வந்து சேர்ந்தபோது 'ஐயோ ... ஜாக்கிரதை' என்ற கூக்குரல் சத்தத்தில் கண் விழித்தனர். "... ஐயோ..." சத்தம் நிலப்பரப்பில் இருந்தா? இது எப்படி சாத்தியம்? வரைபடக் கலைஞரால் நம்பவே முடியவில்லை. கப்பலின் மேல்தளத்திற்கு விரைந்தார். நகரச் சுவர்கள், குவி மாடங்கள், கோபுரங்களுடன் ஆகாய நீல நிறத்தில் பனி மூடிய ஒரு நகரம் ஒளிர்ந்த வண்ணம் மேலெழுந்திருந்ததைக் கண்டார். இஸ்தான்புல் என்றார், இறந்துபோன தன் அன்பிற்கினிய காதலியின் அந்தப் பெயரை முணுமுணுத்தார். எனதருமை இஸ்தான்புல்! தன் கையால் வரைபடத்தில் வரைந்திருந்த தீவு எவ்விதம் உண்மையான நகராக உருவாகியிருக்க முடியும்? வியப்புடனும் பாராட்டுணர்வுடனும் அதை உற்றுப் பார்த்தார். அவரின் முழங்கால்கள் தளர்ந்து தரையில் விழ, திசைகாட்டி மேலாளர் அவரைத் தாங்கிப் பிடித்தார். வரைபடக் கலைஞர் அவரைப் பார்த்துப் புன்னகைத்தார். பலவீனமான, ஆனால் மனம் நிறைந்த புன்னகை. வாழ்விடமிருந்து அதிகமாகவே பெற்றுக்கொண்டதான குறிப்பை அந்தப் புன்னகை வெளிப்படுத்திற்று. நான் பார்த்துக்கொண்டிருப்பது நிஜம்தானா என்றார். கண் முன் காணும் இது, ஒருபோதும் இருந்திராத தீவா? இதனையா என் அன்பிற்கினிய (காதலியான) இஸ்தான்புல்லுக்குக் கொடுத்தேன்? இதமான தென்றல் வீசியது. கடல்பறவைகள் கரையிலிருந்து கப்பலை நோக்கி மெல்ல வழுகியவாறு சென்றன. வரைபடக் கலைஞர் அங்கேயே இறந்தார். பின்னர் கடலோடிகளின் சம்பிரதாய வழக்கத்தின்படி அவருடைய சடலம் எல்லையற்ற கடல் நீருக்கு ஒப்படைக்கப்பட்டது. ஆண்டுகள் கடந்தன. தங்களின் நகரமே உண்மை எனவும் பனி மூடிய கப்பல் பொய்த் தோற்ற மெனவும் நம்பிய இஸ்தான்புல் வாசிகள் வெண்ணிறக் கப்பலின் தலைவன், வரைபடக் கலைஞன், கப்பல் திசைகாட்டி மேலாளர் ஆகியோரைப் பற்றி முடிவே இல்லாது கதைகள் கூறத் தொடங்கினர்."

சிறையில் நான் மட்டும் தனியே இருந்தேன். ஆனால் டாக்டர் என் முன் இருப்பதாகக் கற்பனை செய்துகொண்டு பேசினேன்.

நசுக்கப்பட்ட என் விரல்களால் மிகக் கவனமாகச் உருட்டிச் சுற்றிய சிகரெட்டை டாக்டருக்குக் கொடுத்தேன். தீப்பெட்டியை வெளியே எடுத்து அவரின் சிகரெட்டை முதலில் பற்றவைத்த பின் என் சிகரெட்டைப் பற்றவைத்தேன்.

"தாங்கள் உண்மையிலேயே இஸ்தான்புல்லில் இருப்பதாக இஸ்தான்புல் வாசிகள் நினைத்தார்கள். வெண்ணிறக் கப்பலின் வரைபடத்தில் அவர்கள் வாழ்ந்தனர் என்பது அவர்களுக்குத் தெரியாது" என்றேன். சிகரெட்டை ஆழமாக இழுத்துப் புகையைக் காற்றில் ஊதினேன். "நீங்கள் என்ன சொல்கிறீர்கள் டாக்டர்?" ஒரு தீவை வரைபடத்தில் வரைந்தது, பின்னர் திமிங்கல வேட்டைப் படகு ஒன்றில் பணியாளராகச் சேர்ந்தது, எல்லையற்ற சமுத்திரத்தில் பயணம் செய்தது ஆகியவற்றை எவ்விதம் நீங்கள் கற்பனை செய்தீர்கள்?"

குழந்தைப் பருவத்திலிருந்தே எனது ரகசியத் தீவாக இருந்து வந்திருந்ததும் இஸ்தான்புல்தான். குளிர்கால இரவில் வரைபடக் கலைஞர் பற்றிய கதையை என் தந்தை கூறியபோது என் பள்ளிக்கூடப் புத்தகப் பையிலிருந்து வரைபடத்தை வெளியே எடுத்து அதில் தீவு ஒன்றினை வரைந்தேன். பின் அந்தத் தீவின் மகிழ்ச்சியான கனவுகளைக் கண்டேன். அந்தத் தீவைப் பிரியத்துடன் நேசித்தேன். புரிந்துகொள்வதை விடவும் கண்களால் காண்பதை மக்கள் விரும்புவார்கள் என நான் உணர்ந்த காலகட்டம் அது. உலகின் அனைத்துப் பகுதிகளும் மாறிக்கொண்டிருந்தன. நேரில் பார்க்காமலேயே எவ்விதம் நேசிப்பது என்பதை மக்கள் மறந்தனர். கனவு காண எந்தத் தீவும் அவர்களுக்கு இல்லை, தாம் எதைத் தேடிக்கொண்டிருக்கிறோம் என்பதை அவர்கள் அறியாதிருந்தனர். இந்த நகரை எத்தனையோ ஆண்டுகளாய் நேரில் பார்க்காமல் தூரத்திலிருந்தே நான் எப்படி நேசித்திருக்க முடியும் என்பது அவர்களுக்கு விளங்கவில்லை. வெற்றி என்ற சிந்தனையையே தங்கள் ஞாபகத்திலிருந்து அகற்றியிருந்த அவர்களால் என்னைப் புரிந்துகொள்ள முடியவில்லை. ஒவ்வொரு வெற்றியும் முதலில் ஒரு கனவைப் பற்றிக்கொள்ளும். பின்னர் அது தன் பாதையிலேயே முன் நகர்ந்தவாறிருக்கும். ஏசுநாதரின் பாதை வேறு. மகா அலெக்சாந்தரின் பாதை வேறு. நகரை வெற்றி கொண்டவர் அலெக்சாந்தர். ஏசுவோ நகர மக்களை வெல்ல விரும்பினார். நகரையும் அதிலிருந்த மக்களையும் வென்று அதே நேரம் இரண்டையும் பாதுகாப்பதே எனது கனவாகும். இஸ்தான்புல்லுக்கு அது தேவையாக இருந்தது.

இஸ்தான்புல்லின் அழகை ஒவ்வொருவரும் பேசினார்கள், ஆனால் அங்கே யாரும் மகிழ்ச்சியாக வாழவில்லை. நிச்சயமற்ற தன்மை, சுயநலம், வன்முறை ஆகியவை நகரின் அழகை மறைத்தன. உலகில் மக்கள் தேடியபடி இருந்த அழகு, நேர்மை ஆகியவற்றின் வெளிப்பாடாக இந்த நகரம் இருந்தது. கடவுள் அதற்குப் போதுமானவராக இல்லை. எனவே புதிய பாணி இயற்கையை நகரில் மக்கள் உருவாக்க முயன்றனர். அதற்குள்ளேயே தங்களைக் கண்டடைய விரும்பினர். இதைத்தானே கடவுளும் செய்தார்? தனது முக்கியத்துவத்தைக் கண்டடையத்தானே பூமி, வானம், மக்களை எல்லாம் அவர் படைத்தார்? யுகங்கள் கடந்தன. மாற்றங்கள் நிகழ்ந்தன. ஒழுங்கின்மையும் குழப்பங்களும் கடவுளை வெளியே தள்ளத் தொடங்கின. வெளியே தள்ளினால் அவருக்கு ஓர் இடம் தேவைப்பட்டது. அதனை மக்கள் நகரிலேயே கட்டி எழுப்பினர். தங்களின் சொந்த இயல்பையே பரப்பியவாறிருந்த அவர்கள் தங்களை அறியாமலேயே ஒரு புதிய காலத்தையே உருவாக்கிக் கொண்டிருந்தனர் என்பதை அறியவில்லை.

அங்கே துயரமும் பிறந்தது. அது மக்களின் துயரமல்ல, புதிய காலத்திற்கேற்பத் தன்னை மாற்றிக்கொள்ள முடியாத கடவுளின் துயரம்.

கடலுக்கு அப்பாலிருந்த பழங்குடியினர் தங்கள் பிள்ளைகள் எதிரியால் கடத்தப்பட்டு அடிமையாக விற்கப்படாதிருக்க அவர்களின் முகங்களைக் கீறிக் காயமுறச் செய்து அவர்களின் தோற்றத்தை விகாரமாக்கினார்கள். இவ்விதமாக அவர்களின் பிள்ளைகள் சுதந்திரமாக இருந்தனர். அவர்களின் மொழியில் அருவருப்பு என்பதற்கும் சுதந்திரம் என்பதற்கும் பொருள் ஒன்றுதான். அழகு, அடிமைத்தனம் ஆகிய இரண்டும் ஒரே சொல்லில் வெளிப்படுத்தப்பட்டன. தங்களுடையே நகரை இழந்துவிடுவோமோ என்ற அச்சத்தில்தான் இஸ்தான்புல் வாசிகளும் வாழ்ந்தார்கள். அவளின் அழகை அழிக்கத் தங்கள் சக்திக்கு உட்பட்ட அனைத்தையும் செய்தார்கள். மேலே நிலப்பரப்பிலும் கீழே நிலவறையிலும் அவர்கள் துன்பத்தில் மூழ்கடிக்கப்பட்டார்கள். அவர்கள் தீமையைப் பற்றிக்கொண்டனர். நகரை விகாரப்படுத்துவதைச் சுதந்திரம் என்றனர். தீமையின் இறுதி லட்சியம் அழகை அழிப்பதே என்பதை அவர்களால் உணர்ந்துகொள்ள முடியவில்லை. ஆனால் இஸ்தான்புல் அதனை உணர்ந்துகொண்டது. மக்களின் முட்டாள்த்தனத்திற்கு எதிரான நிலைப்பாட்டினை இஸ்தான்புல் எடுத்தது. தனது அழகைத் தக்கவைத்துக்கொள்ளப் போராடி அந்த நகரம் அனைத்தையும் எதிர்த்து நின்றது.

நன்மை என்பது ஒழுக்கம் சார்ந்தது. சரியாக இருப்பதென்பது கவனமான திட்டமிடல் சார்ந்தது. அழகோ முடிவற்றது. ஒரு சொல்லில், ஒரு முகத்தில், செதுக்கு வேலைப்பாடுகளாகத் தோன்றும் மழை ஊறியிருந்த ஒரு சுவரில் அழகு இருந்தது. யாரோ ஒருவரின் பகல் கனவுகளில் – அவை உருவங்களே அற்ற கனவுகளே ஆயினும் – அவற்றில் அழகு இருந்தது, அறியப்படாத அர்த்தத்தில் அழகு இருந்தது. புதிது புதிதாக வனப் பகுதிகளைக் கண்டுபிடிப்பதில் மக்கள் எப்போது சலிப்படைந்தார்களோ, அப்போதிருந்தே அவர்கள் தங்களின் சொந்த இயல்பை நகரில் உருவாக்கத் தொடங்கிவிட்டார்கள். கண்ணாடி, இரும்பு, மின்சாரம் ஆகியவற்றைக் கண்டுபிடிப்பதில் தங்களின் வாழ்வை அவர்கள் அர்ப்பணித்திருக்கிறார்கள். படைப்பதற்கான ரசனையைப் பெற்றிருக்கிறார்கள். கண்ணாடியில் பார்த்து அவர்கள் தமக்குத் தாமே நான் இயற்கையைக் கண்டுபிடிப்பவன் அல்லன், நகரை உருவாக்குபவன் என்று சொல்லிக்கொண்டார்கள். இயற்கைக்கும் மனிதர்களுக்குமிடையேயான முரணை முடிவுக்குக் கொண்டுவந்து உலகாயதத்தையும் ஆன்மிகத்தையும் அவர்கள் ஒன்றுசேர்த்தார்கள். காலம் இடம் அனைத்தையும் ஒருங்கே கொண்டுவந்தார்கள். நகரை உருவாக்குவதற்கான சிந்தனையில் கடந்த காலத்தை மட்டுமல்ல; எதிர்காலத்தையும் அவர்கள் கணக்கில் எடுத்துக்கொண்டார்கள். இவ்விதமாக நிறைய விஷயங்களை விரைந்து செய்வதில் களைத்துச் சோர்ந்தனர். அவநம்பிக்கை வாதிகளாக அவர்கள் மாறினார்கள். நம்பிக்கையை முற்றிலும் இழந்தார்கள். அழகிலிருந்த அருவருப்பும் செல்வத்திலிருந்த வறுமையும் அவர்களைத் திகைக்கச் செய்தன. முழுவதுமாகக் களைத்துச் சோர்ந்தனர். நகரத்தின் அழகு மரணத்தின் வாசலில் இருந்ததை அவர்களால் கண்டுகொள்ள முடிந்ததா? அப்படியானால் அந்த அழகை மீண்டும் உருவாக்கத் தங்களின் வாழ்வை

அவர்கள் அர்ப்பணிக்க வேண்டும். நகர வாழ்க்கை பயனற்றதாகி வருவதை அவர்களால் உணர்ந்துகொள்ள முடிந்ததா? அப்படியானால் மீண்டும் அதனை அவர்கள் பயனுடையதாக ஆக்கிக்கொள்ள வேண்டும். தீவிரமான உணர்ச்சி முடிவுக்கு வந்துவிட்டதா? அதற்கு மேலும் ரகசியங்கள் என எதுவும் இல்லையா? நகரில் உயிர்த் துடிப்பு மிக்க உணர்ச்சி இருக்குமாறு செய்ய வேண்டும். நகரைத் தாக்கி உருக்குலைப்பதற்குப் பதிலாக அதனைப் புதிதாய் வெற்றி கொள்ள வேண்டும்.

முன்னால் இருந்த வெற்றுச் சுவரை வெறித்தவாறு இவை அனைத்தையும் டாக்டரிடம் சொன்னேன். என் விரல்களுக்கிடையே வைத்திருந்த கற்பனை சிகரெட்டை உதட்டில் வைத்து இழுத்தேன். என் முன்னெச்சரிக்கையையும் மீறிச் சாம்பல் தரையில் விழுந்தபோது பெருமூச்செரிந்தேன். அதனை எனது விரல் நுனியால் எடுக்க முயற்சி செய்தேன். சாம்பல் மேலும் சிறிய துகள்களாகச் சிதறியிருந்தன. மீண்டும் கோபமடைந்தேன்.

விசாரணைக்காகக் கொண்டுசெல்லப்பட்டுச் சிறைக்குத் திரும்பிய போது அங்கே காமோ இல்லாததால் எரிச்சலடையத் தொடங்கினேன். அவனுக்கு என்ன ஆயிற்று எனச் சிறைக் காவலனைக் கேட்டபோது அவன் பதில் சொல்லாமல் கதவை முகத்தில் அறைவதுபோல் சாத்தினான். டாக்டரும் திமிர்த்தேயும் அப்போது சிறையில் இல்லை. இரண்டு நாட்களாக அவர்களை நான் பார்க்கவில்லை. விசாரணைக்காக என்னைக் கொண்டுசென்றபோது அவர்கள் இங்கு வந்திருந்தார்களா என்ற சந்தேகம் வந்தது. அவர்கள் ஓய்வெடுத்தார்களா? சிறிது நேரம் தூங்கினார்களா? அதற்கான அடையாளம் எதனையும் என்னால் காண முடியவில்லை. காலி தண்ணீர் பாட்டில் அதே இடத்தில் அப்படியே இருந்தது. சிறைக் கதவையும் சுவர்களையும் கைகளால் உணர்ந்தேன். ஆனால் ரத்தக் கறை எதுவும் புதிதாகத் தென்படவில்லை. எதிர்ச் சிறையும் காலியாகவே இருந்தது. தரையில் படுத்தவாறு ஒரு பித்தானை அந்தச் சிறைக் கதவுக்கு அடியில் எறிந்தேன். ஸீன் சேவ்டாவிடமிருந்து எதிர்வினை ஏதும் வரவில்லை. காயமடையாத ஒரு காலில் நின்றவாறு பல நிமிடங்கள் காத்திருந்தேன். ஆனால் அவள் சிறையின் கதவுப் பக்கம் வரவில்லை.

துப்பாக்கிக் குண்டு வெடிக்கும் உரத்த சத்தம் தூரத்தில் கேட்டது. சுவர்களுக்கு அப்பால் வராந்தாவைத் தாண்டி இரும்பு வாயில் கதவிற்கு அப்பாலிருந்து வந்த வெடிச் சத்தம் பிரவுனிங் ரக துப்பாக்கிக் குண்டின் ஓசை போல் இருந்தது. வெடிக்கும் ஓசையை இரண்டாவது முறை கேட்டபோது எனது ஊகம் சரி என்பதாக உணர்ந்தேன். இருந்த இடத்திலிருந்து மெல்ல அசைந்தேன். சுவர்களைப் பற்றிப் பிடித்தவாறு சமாளித்து எழுந்து நின்றேன். பாறாங்கற்கள் நிரம்பிய ஒரு சாக்குப் பையை இழுப்பதுபோலக் காயமடைந்த எனது காலை இழுத்தபடி நொண்டியவாறு கதவருகே சென்றேன். சிறைக் கதவின் கம்பிகளை இறுகப் பற்றிக்கொண்டேன். எதையாவது பார்க்கலாம் என்ற நம்பிக்கையில் வெளியே பார்த்தேன். வராந்தா காலியாக இருந்தது. அங்கே வெண்ணிற வெளிச்சத்தில் நிழல்களின் அலைவோ மூச்சு விடும் சத்தத்தின் தடயமோ எதுவும் இல்லை. எந்தத் திசையிலிருந்து குண்டு வெடிக்கும் சத்தம் வந்தது, என்பதை விடவும் வந்தவர்கள் யார் என்ற கேள்வி முக்கியமானது.

இரண்டு சாத்தியக்கூறுகள் என் மனதில் தோன்றின. "இறப்பதும் நல்லதுதான்" என்று கூறியிருந்த டாக்டர்தான் அந்தக் குண்டுகளின் இலக்கா? அல்லது புத்திசாலியான திமிர்த்தேவா? அல்லது கோபக்காரனான காமோவா? அல்லது பிடிவாதக்காரியான ஸீன் சேவ்டாவா? இந்த நால்வரில் ஒருவர் துப்பாக்கியால் சுட்டவரைக் கொல்வதற்கான ஒரு வாய்ப்பாக இதைக் கருதி அவர்களிடமிருந்து துப்பாக்கியைக் கைப்பற்றி வெவ்வேறு வராந்தாக்களில் ஓடிச் சண்டையைத் தொடங்கியிருக்கலாம். எவ்வளவு தூரம் அவர்களால் போயிருக்க முடியும்? வராந்தாக்களுக்குச் செல்லும் வழிகளை அவர்கள் எப்படிக் கண்டுபிடித்திருப்பார்கள்?

இதனை விடவும் மேலான சாத்தியக்கூறு ஒன்று இருந்தது; மேலே நிலப்பரப்பிலிருந்த இஸ்தான்புல் எங்களை மறந்துவிடவில்லை. பெல்கிரேடு காட்டில் நடந்த மோதலில் உயிர் பிழைத்திருந்த இளம் புரட்சியாளர் குழுவில் இன்னும் சிலரும் எஞ்சியிருந்தார்கள். எங்கள் துன்பத்தை முடிவுக்குக் கொண்டுவருவதெனவும் வேதனைக்கு ஆளாகியிருந்தோரை மீட்பதெனவும் அவர்கள் சபதமேற்றிருந்தார்கள். அவர்கள் எங்களுக்கு உதவ முன்வந்தார்கள். டாக்டரின் இளம் மகனும் மைன் படியும் அவர்கள் குழுவில் இருந்தார்கள்.

மீண்டும் குண்டு வெடிக்கும் சத்தம் கேட்டது. குண்டு வெடிக்கும் சத்தம் ஒன்றைத் தொடர்ந்து மற்றொன்று கேட்டவாறிருந்தது. பெரெட்டா, வால்தெர், ஸ்மித் மற்றும் வெஸ்ஸன் குண்டுகளின் சத்தத்துடன் பிரவுனிங் துப்பாக்கி வெடிக்கும் சத்தமும் சேர்ந்திருந்தது. அவற்றின் எதிரொலி வராந்தாவில் கேட்டது. முழு வாழ்வையும் ஹேம்னா மலைப் பகுதியில் கழித்திருந்த எனக்கு வன விலங்கு ஒவ்வொன்றின் குரலையும் பிரித்துணர்ந்து அடையாளம் காண முடியும். அதுபோலக் குண்டுச் சத்தத்தை வைத்து அது எந்தத் துப்பாக்கி என்பதைக் கண்டுகொண்டேன். என் காதுகளைக் கூர்மையாக்கிக் கேட்டேன். ஒவ்வொரு குண்டும் உடலைத் துளைத்து ஏற்படுத்தும் காயமும் வலியும் நினைவுக்கு வர, பதற்றமடைந்தேன்.

என் நண்பர்களைப் பற்றிக் கவலைப்பட்டேன். இப்போது அவர்களின் நிலைமை என்ன? உயிருடன் இருக்கிறார்களா அல்லது இறந்து விட்டார்களா? ஒரே நேரத்தில் இரண்டுமாகவும் இருக்கக் கூடும் என்று நினைத்தேன். அவர்களை நேரில் நான் பார்க்கவில்லை என்பதால் அவர்கள் இறந்தும் உயிருடன் இருப்பதும் சாத்தியம்தான். அவர்கள் சுவாசித்தார்கள். அதே சமயம் தரையில் உயிரற்றுக் கிடந்தார்கள். எங்களை நோக்கிப் போரிட்டபடி வருபவர்களுக்கும் இது பொருந்தும். ஏராளமான ஆயுதங்களுடன் எங்களை நோக்கிப் பாய்ந்து வருபவர்கள் எங்களைக் காப்பாறுபவர்களாக இருக்கலாம், அல்லது எங்களைக் கொல்பவர்களாகவும் இருக்கலாம். எதுவும் தெரியாதவரை எதுவும் நிகழும் சாத்தியங்கள் சமமாக உண்டு. மேலே நிலப்பரப்பிலிருக்கும் உலகிலிருந்து எங்களின் நிலவறைச் சிறைகள் இவ்விதமாகவே தோன்றும். கீழே நிலவறைச் சிறைகளில் நாங்கள் துன்புறுவதாகக் கேள்விப்படும் இஸ்தான்புல் வாசிகள் கவலையுடனும் நம்பிக்கையிழந்த நிலையிலும் அங்குமிங்கும் அலைந்துகொண்டிருப்பார்கள். அவர்களைப் பொறுத்தவரை எங்களுக்கான சாத்தியங்கள் இரண்டு. நாங்கள் உயிருடன் இருக்கலாம் அல்லது இறந்துமிருக்கலாம். நாங்கள் சுவாசித்துக்கொண்டிருக்கலாம், அல்லது தரையில் உயிரற்றும் கிடக்கலாம்.

மேலே நிலப்பரப்பில் இருப்பவர்களின் நிலைமையில் என்னை வைத்து, அவர்கள் என்னை எப்படி பார்ப்பார்கள் என ஒரு கணம் நினைத்துப் பார்த்தேன். எனக்கு எதுவும் தோன்றவில்லை. நான் உயிருடன் இருப்பதாகவும் இறந்துவிட்டதாகவும் ஒரே நேரத்தில் உணர்ந்தேன்.

வராந்தாவின் வெண்ணிற ஒளியால் விட்டில் பூச்சிபோல் ஈர்க்கப்பட்டு ஏதோ யோசனையில் மூழ்கியிருந்தபோது துப்பாக்கிச் சத்தம் நின்றிருந்தது. எங்கும் அமைதி. முன்புபோலச் சிறை நிசப்தமானது. வராந்தாவின் கடைக் கோடியிலிருந்து எந்த நேரத்திலும் யாரேயினும் வரலாம் என்பதுபோலத் தொடர்ந்து காத்திருந்தேன். காயமடையாத ஒற்றைக் காலால் இன்னும் சிறிது நேரம் நிற்பதற்காகக் கதவுக் கம்பிகளை ஆதரவாகப் பற்றிக்கொண்டேன். வராந்தா வெளிச்சம் கண்களைக் கூசச் செய்ததால் கண் சிமிட்டினேன். எங்களுக்குப் பின்னாலிருந்த வராந்தாவின் சிறைக் கதவை யாரோ பலமாகத் தட்டும் சத்தம் காதில் விழுந்தது. “சிறைக் காவலரே” என உரத்த குரல் கேட்டது. பின்னால் இருந்த சிறையில் யாரோ ஒருவருக்கு உதவி தேவைப்பட்டது. “சிறைக் காவலரே” என மீண்டும் குரல் கேட்க வராந்தாவில் என் கவனத்தைக் குவித்துக் காவலன் நடந்துவரும் சத்தத்திற்காகக் காத்திருந்தேன். ‘இப்போது தனது நாற்காலியிலிருந்து சிறைக் காவலன் எழுந்து தனது அறையிலிருந்து வெளியே வந்திருப்பான், நீண்ட எட்டு வைத்து கான்கிரீட் வராந்தாவில் நடந்து வருவான். பின்புறமுள்ள வராந்தாவுக்குச் சென்று சிறைக் கதவருகே நிற்பான். தாழ்ப்பாளை நீக்கி, கதவைத் திறந்து சபிக்கத் தொடங்குவான் எனவெல்லாம் நான் நினைத்தேன். ஆனால் உண்மையில் சிறைக் காவலன் தன் நாற்காலியிலிருந்து அசையவே இல்லை; வராந்தாவில் நீண்ட எட்டு வைத்து நடக்கவில்லை; பின்புறச் சிறையிலிருந்து வந்த குரலுக்குப் பதிலளிக்கவில்லை. இப்போது வராந்தா மீண்டும் அமைதியானது. நான் மிகவும் களைப்படைந்தேன். மேலும் காத்திருக்க முடியவில்லை. சுவரில் சாய்ந்தேன். பாரம் முழுவதையும் காயமடையாத ஒரு நல்ல காலில் வைத்து, மெல்லச் சறுக்கியவாறு தரையில் அமர்ந்தேன். கால்களை அகலமாக விரித்து ஆழமாய் மூச்சை இழுத்தேன்.

மூக்கில் ரத்தம் வடிந்துகொண்டிருப்பதை அப்போதுதான் கவனித்தேன். தரையில் கிடந்த துணியை எடுத்துத் துடைத்தேன்.

தூக்கம் வரவில்லை. நீர் குடிக்காததால் நாக்கு வறண்டிருந்தது.

வெற்றுச் சுவரை வெறித்தபடி நேரத்தைக் கொல்வதைவிட டாக்டரிடம் பேசுவது நல்லதென முடிவு செய்தேன். பையிலிருந்து புகையிலை டப்பாவை வெளியே எடுப்பதாகப் பாவனை செய்தேன். சித்திரவதையால் நசுக்கப்பட்ட விரல்களால் புகையிலைத் தூளைக் காகிதத்தில் சிகரெட்டாகச் சுருட்டிக் கொண்டிருந்தபோது டாக்டர் வீடு சென்று அவருடன் அரட்டை அடிப்பதென முடிவு செய்தேன். பால்கனியில் டாக்டருக்குப் பிடித்தமான இடத்தில் அமர்ந்து பாஸ்ஃபரஸ் ஏரியைப் பார்த்தவாறு அவருடன் பேசிக்கொண்டிருப்பதாகக் கற்பனை செய்தேன். தாராளமாகப் புகையிலை வைத்துச் சுருட்டிய சிகரெட்டை அவருக்கு கொடுத்தேன். எனக்கும் ஒரு சிகரெட்டை ச் சுருட்டினேன். பின்னர் மேசையிலிருந்து லைட்டரை எடுத்து சிகரெட்டுகளைப் பற்றவைத்தேன். சிகரெட்டை ஒரு முறை இழுத்துச் சிறிது நேரம் தம் பிடித்துப் புகையை வெளியே நீல வானத்தில் ஊதினேன்.

குளிர்காலத் தொடக்கத்தில் இஸ்தான்புல்லில் இது ஓர் அரிய நிகழ்வு. காதில் விழுந்திருந்த துப்பாக்கிச் சத்தத்தை மனதிலிருந்து அகற்றினேன். கீழேயிருந்து வந்த கார் சத்தம், தோணிகளின் சங்கொலி, கடல்பறவைகளின் ஆரவாரக் கூச்சல் ஆகியவற்றை உற்றுக் கேட்டேன்.

பால்கனியிலிருந்த உணவு மேசையில் பூத்தையல் கொண்ட துணி விரிக்கப்பட்டிருந்தது. வெண்ணெய் ஊறுகாய் ஈமி[1] காய்கறிக் கலவை முதலியவை வைக்கப்பட்டிருந்தன. ராக்கெட் செடியின் பசிய இலைகள் புத்தம் புதிதாய் இருந்தன. பாலாடை படர்ந்த தயிர், எலுமிச்சைச் சாறு பிழிந்த முள்ளங்கிகள், செதில்களாய் நறுக்கிய மிளகாய் தூவப்பட்ட அவித்த இறைச்சித் துண்டங்கள், மெலிதான துண்டுகளாய் வெட்டப்பட்டிருந்த ரொட்டி, (அவற்றுள் சில துண்டுகள் நெருப்பில் வாட்டப்பட்டிருந்தன). தண்ணீர் சாடியில் தண்ணீர் பாதி நிரம்பியிருந்தது. நீளமான மதுக் கிண்ணங்களில் ஐஸ் கட்டிகள் போடப்பட்ட ரெச்சி மது ஊற்றப்பட்டிருந்தது. கலங்கிய ரெச்சி மது அருமையாகவும் குளிர்ச்சியாகவும் இருந்தது. புகையிலை டப்பா, லைட்டர், சாம்பல் தட்டு அனைத்தும் உணவு மேசையில் வரிசையாய் வைக்கப்பட்டிருந்தன. வெண்ணிற மேசை விரிப்பின் ஓரங்கள் பூத்தையல் கொண்ட ஜரிகையால் பின்னப்பட்டிருந்தது. கடந்த காலத்து மரபின் தொடர்ச்சியை அது காட்டிற்று.

அன்று வெப்பம் மிதமாக இருந்தது. டாக்டர் அமைதியுடனும் உற்சாகத்துடனும் இருந்தார். கீறல் விழுந்த இசைத் தட்டிலிருந்து மரபார்ந்த பழைய துருக்கிப் பாடல் உடைந்த குரலில் வெளியே மிதந்து வந்தது. பாடகி டாக்டரின் மனைவியே. பல ஆண்டுகளுக்கு முன்பே இறந்திருந்திருந்தபோதிலும் அவளின் பாடல்கள் இன்னும் வீட்டில் ஒலித்தவாறிருந்தன.

“என் இதயத்தின் எஜமானன் நீ, இந்த இடம் உன் ஒருவனுக்கே. என் முழுவாழ்வும் கழிந்துவிட்டது, என் தலைமுடி நரைத்துவிட்ட து, நீயே எனக்கு எல்லாமும், நீயே ஆனந்தம், நீயே என் வாழ்வு” எனச் சக்தி வாய்ந்த குரலில் அவள் பாடினாள். பால்கனியிலிருந்து மழைநீர் வடிவதற்கான குழாய் வழியே பாடல் வரிகள் கீழே இறங்கிப் பூமியை நோக்கிப் பாய்ந்தோடின. அடுக்கு மாடி வீட்டிலோ, கீழே தோட்டத்திலோ, தெருவிலோ அந்த ஏக்கத்தை எழுப்பாத எதுவும் எஞ்சியிருக்கவில்லை. தெரு வியாபாரிகள் வழக்கமான குரலில் கூவி விற்றனர். படகை இயக்கும் விசிறியும் கார் சக்கரங்களும் வழக்கமாய் அதே விர்ரென்ற ஓசையுடன் சுற்றின. கீழே கடலில் இறங்கும் படிகளைப் போல வீட்டுக் கூரைகள் வரிசையாய் நின்றன. பாடலின் ராகத்திற்கேற்பக் கடல் அலைகள் ஏறி இறங்கின. ஒன்றன் பின் ஒன்றாய் கப்பலின் மாலுமிகள் கப்பல் சங்கொலியை எழுப்பினார்கள். ஏதோ நாங்கள் அருந்தும் ரெச்சி மதுவைத் தாங்களும் பார்க்க முடிந்ததுபோலவும், நாங்கள் கவனித்துக் கேட்டுக்கொண்டிருந்த பாடலை அவர்களும் கேட்பதுபோலவும் இருந்தது.

---

1. சமைக்கப்படாத, பொடிப்பொடியாக நறுக்கப்பட்ட காரசாரமான காய்கறிக் கலவை (சாலட்). உணவின் தொடக்கத்தில் கொஞ்சமாகப் பரிமாறப்படுகிறது. இதனைத் தீயில் வாட்டிய இறைச்சித் துண்டங்களுடன் – கெபாப் – சேர்த்து உண்பார்கள். துருக்கியில் இந்த உணவு பிரசித்தி பெற்றது.

முதலில் எனக்கும், பின்னர் எதிரே இருந்த கடலுக்கும் மதுக் கிண்ணத்தை உயர்த்தினார் டாக்டர். அவரைப் போல நானும் செய்ததைக் கண்டு புன்னகைத்தார். தனது மதுக் கிண்ணத்திலிருந்து ஒரு மிடறு அருந்தினார்.

"குஹெய்லேன் மாமா, நீங்கள் வந்ததில் மிகவும் மகிழ்ச்சி" என்றார் டாக்டர்.

"எனக்கும் மகிழ்ச்சி" என்றேன்.

"இஸ்தான்புல்லை நன்றாகச் சுற்றிப் பார்த்தீர்களா?"

"நீண்டகாலம் இஸ்தான்புல்லில் வாழ்ந்தேன், பத்து நாட்கள் நிலவறைச் சிறை. அது போதும் எனக்கு."

"கேட்கவே மகிழ்ச்சியாக இருக்கிறது."

"இனி நிம்மதியாகச் சாகலாம் டாக்டர். மனம் அமைதியாக இருக்கிறது."

"மரணத்தைப் பற்றி ஏன் பேசுகிறீர்கள்? நல்லதை நினைப்போம். இதே உணவு மேசையில் சந்திப்பதை வழக்கமாக்கிக்கொள்வோம். பருவகாலம் ஒவ்வொன்றிலும் ரெச்சி மது அருந்தியவாறு இஸ்தான்புல்லின் அழகை இங்கிருந்து பார்க்க இப்போதே உறுதி மேற்கொள்வோம்."

"நல்ல தினங்களின் வருகைக்காக மது அருந்தலாம்."

"நல்ல தினங்களுக்காக"

மதுக் கிண்ணங்களை உரசிக்கொண்டோம்.

எதிரே இருந்த கட்டிடத்தின் மொட்டை மாடியில் காலி நாற்காலிகளையும் துணி காயப்போடும் கம்பிகளையும் கூரை ஓடுகளையும் பார்த்தோம். பனி மூட்டம் எதுவுமில்லை. வானம் தெளிவாக இருந்தது. கேம்லிக்கா மலைக் குன்றின் மேல் சிறு துண்டு மேகம் தவிர நீல ஆகாயமே எங்கும் விரிந்திருந்தது. கினாலி தீவிலிருந்த தோட்டங்களையும் வீடுகளையும் காண முடிந்தது. வலது புறத்தில் சூரியன் இறங்கிக்கொண்டிருந்தான். அவன் முழுவதுமாக மறைவதற்கும் சுடரும் ஆரஞ்சு வண்ணத்தை வானில் தீட்டுவதற்கும் ஏறத்தாழ இன்னும் ஒரு மணிநேரம் இருந்தது.

"மாலை சீக்கிரமே வந்துவிடும், மாயப் போர்வையால் அனைத்தையும் அது மூடிவிடும்" என்றேன்.

"மாயமா? இஸ்தான்புல்லில் என்ன மாயம் எஞ்சியிருக்கிறது?"

"டாக்டர், நம்பிக்கை பற்றி முன்பு ஏற்கெனவே நீங்கள் சொல்லி யிருந்தீர்கள். அதை மாய சக்தியுடன் பொருத்திப் பார்த்தேன். நம்மிடம் இருப்பவற்றை விட மாயமே சிறந்தது."

"நம்பிக்கையோ சக்தியோ எதுவானாலும் சரி; இஸ்தான்புல்லின் அழகைக் காப்பாற்ற அது போதாது. எல்லோரிடமும் இதனை நான் கூறமாட்டேன் குஹெய்லேன் மாமா. உங்களிடமே சொல்கிறேன். மக்கள் களைத்துச் சோர்ந்துவிடுகிறார்கள், இங்கிருந்து வெளியேற விரும்புகிறார்கள்."

“வாழ்வதற்கு ஏற்ற இடமாக இல்லை என்பதால் மக்கள் இந்த நகரை கைவிடுகிறார்கள் டாக்டர். இஸ்தான்புல்லை ஒரு புதிய நகராக உருவாக்குவது ஏற்புடையதா என்பதைக் காட்டிலும் அங்கு வாழ்வது பயனுடையதா என்பது பற்றி யோசிக்க வேண்டும்.”

“இஸ்தான்புல்லின் எந்தப் பகுதியை உருவாக்க வேண்டும்? சேதமடைந்த இஸ்தான்புல்லின் அழகையா?”

“அழகை மீண்டும் உருவாக்குவதே வெற்றிதான் என்று சொல்வதிலும் நியாயம் உண்டு.”

“வெற்றி… இன்னுமா அதில் நீங்கள் உறுதியுடன் இருக்கிறீர்கள்?”

“அதிலென்ன ஆச்சரியம்?”

“ கடந்த பத்து நாட்களாக இங்கே நடந்துகொண்டிருப்பதையெல்லாம் பார்த்த பிறகுமா?”

“பார்த்த பின் எப்போதைவிடவும் இன்னும் உறுதியாக இருக்கிறேன்.”

“இந்த உறுதிக்காக நாம் மதுவருந்த வேண்டும்.”

“இன்று மனதில் தோன்றும் ஒவ்வொன்றுக்காகவும் நாம் மது அருந்தலாம்.”

நாங்கள் அமர்ந்திருந்த நாற்காலிகளில் மகிழ்ச்சியுடன் சாய்ந்தோம். ஒரு சிகப்புச் சால்வை வலது பக்கத்திலிருந்த கூரை உச்சியின் மேல் மிதந்து செல்வதைப் பார்த்தோம். காற்றில் அந்தச் சால்வை கடலை நோக்கிப் போய்க்கொண்டிருந்தது. சில சமயங்களில் அது அங்குமிங்கும் அலைந்தது. மீதி நேரத்தில் நேரே பறந்தது. அகல விரித்த சிறகுகளுடன் வழுகியவாறு செல்லும் பறவைகள்போல அந்தச் சால்வை சென்றது. கட்டடங்களின் உச்சியில் இறங்கும் உத்தேசம் எதுவும் அதற்கு இருப்பதாகத் தெரியவில்லை, கடலை நோக்கிச் செல்வதாகவே தோன்றியது. சால்வையின் சொக்கவைக்கும் சென்னிறத்தில் மனதைப் பறிகொடுத்த நாங்கள் தூரத்து இடங்களையும் நினைத்துப் பார்த்தோம்.

“குஹெய்லேன் மாமா, சில சமயங்களில் நான் குழம்பிப்போகிறேன். பத்து நாட்களாக அல்ல, வாழ்நாள் முழுக்கவும் உங்களை அறிந்திருப்பதாகத் தோன்றுகிறது. நீங்களும் இதுபோல உணர்கிறீர்களா?”

“இருவரும் சேர்ந்து இஸ்தான்புல்லின் மூலை முடுக்குகளிலெல்லாம் உலவியவாறு பல ஆண்டுகளாகப் பேசிக்கொண்டிருந்ததாக நானும் உணர்கிறேன். பேசப் பேசப் பகிர்ந்துகொள்ள இன்னுமிருப்பதாய் நினைத்ததும் உண்டு.”

“நமக்கு வயதாகிக்கொண்டு வருகிறது.”

“எனக்கு ஏற்கெனவே வயதாகிவிட்டது டாக்டர். இந்த விஷயத்தில் நீங்கள் கவனமாக இருங்கள்.”

“ஆனால் சவரக்கத்திபோல் கூர்மையாக இருக்கிறது உங்கள் மூளை. என்னை விடவும் உங்கள் உடல் நலம் நன்றாகவே இருக்கிறது.”

“நான் கற்ற விசயங்களை மறக்கவில்லை என்பது உண்மை. எடுத்துக் காட்டாக: நீங்கள் குறிப்பிட்ட புத்தகம் என் தலையில் பதிந்திருக்கிறது. அதுபற்றி நாட்கணக்காக யோசித்துக்கொண்டிருக்கிறேன்.”

“எந்தப் புத்தகம்?”

“டெக்கமெரான்.”

“புத்தகத்தின் பெயரை மனப்பாடம் செய்திருக்கிறீர்கள்.”

“ஆம். அதனை மறக்கமாட்டேன்.”

“அதிலுள்ள வேடிக்கைக் கதைகளையும் உங்களால் மறக்க முடியாது.”

“டாக்டர் அந்தப் புத்தகத்திலிருந்து நீங்கள் சொன்ன எல்லா வேடிக்கைக் கதைகளும் என் தந்தை ஏற்கெனவே எனக்குச் சொன்ன ஏதோ கதைகளை நினைவூட்டுகிறது. ஒருமுறை சிறிய பயணத்தில் இஸ்தான்புல்லுக்குச் சென்று திரும்பிய என் தந்தை நிலவறைச் சிறையில் தான் இருந்தது பற்றியும் சிறையிலிருந்த ஒரு கடலோடியிடமிருந்து ஒரு தீவுபற்றிக் கேள்விப்பட்டதையும் சொன்னார். அந்தத் தீவின் சம்பிரதாய வழக்கத்தின்படி யாராவது ஒருவர் இறந்தால் அவர் வீட்டில் எல்லோரும் கூடி அழுது ஒப்பாரி வைத்த பின் நள்ளிரவில் வீடு திரும்புவார்கள். பின்னர் துக்க வீட்டிலுள்ள குடும்பத்தைச் சார்ந்தவர்கள் மட்டுமே இருக்கையில் அவர்கள் பேசிச் சிரிக்கத் தொடங்குவார்கள்; இறந்தவர் பற்றிய வேடிக்கைக் கதைகளைக் கூறுவார்கள். ஒவ்வொரு கதைக்கும் வெடித்துச் சிரிப்பார்கள்; இப்படிக் கதைகள் சொல்லிக்கொண்டிருக்கையிலேயே அவர்கள் முகங்களில் கண்ணீர் வரும். அதனை அவர்கள் மஞ்சள் நிறச் சிரிப்பு என்று கூறுகிறார்கள். சாவின் துக்கத்தை மறப்பதற்கான சிரிப்பிற்குப் பொருத்தமான வண்ணம் மஞ்சள் என்பதாக அவர்கள் நினைக்கிறார்கள். இதுபற்றி நீங்கள் என்ன நினைக்கிறீர்கள் டாக்டர்? இந்த மஞ்சள் சிரிப்பிற்கான தேவைதான் மரணம் நெடுங்குவதை உணரும்போது டெக்கமெரானில் உள்ள கனவான்களையும் சீமாட்டிகளையும் வேடிக்கைக் கதைகளைச் சொல்ல வைக்கிறதா?”

“இருக்கலாம்”. என்றார் டாக்டர். ஆனால் தொடர்ந்து பேசவில்லை. கூடத்தில் தொலைபேசி ஒலிக்கவே அவர் எழுந்து அங்கே சென்றார். எங்களிடம் இருப்பவற்றில் சிறந்தது சிரிப்பும் ஒன்று. வாழ்க்கை எங்களுக்குக் கற்றுத் தந்திருந்த பாடங்களில் இதுவும் ஒன்று. பால்கனியில் தனியே அமர்ந்திருந்த நான் இதை என் முன்னால் இருந்த உணவுக்கும் தொடர்புபடுத்திப் பார்த்தேன்: எங்களிடம் இருப்பவற்றில் வெண்ணெய்யும் ஊறுகாயும் சிறந்தவை. சந்தேகத்திற்கு இடமின்றி எங்களிடம் இருக்கும் அனைத்திலும் சிறந்தது ரெச்சி மதுதான். எனக்குள் நானே கேலியாகச் சிரித்துக்கொண்டேன். ஒரு மிடறு குடித்தேன். மதுக் கிண்ணத்தை மேசையில் வைத்து வெள்ளரிப்பிஞ்சு ஊறுகாயைச் சிறிது சிறிதாக வாயில் வைத்தேன். இஸ்தான்புல்லில் வாழ்வது எவ்வளவு அற்புதமான விஷயம் என்றேன். கடல் அலைகளில் சிறிய மீன்பிடிப் படகுகள் மேலும் கீழும் ஆடும் காட்சியில் மனதைப் பறிகொடுத்தேன். கோல்டன் ஹார்ன் கழிமுகத்தின் நீர், பாஸ்ஃபரஸ் நீரோட்டத்துடன் கலக்குமிடத்தில் தீப்பெட்டிகள் ஆடுவதுபோலத் தோன்றுகிறது. மேற்கே பள்ளிவாசல் மினராக்கள், அடுக்கு

மாடித் தொகுப்பு வீடுகளுக்குப் பின்னால் வெளிர் சிகப்பு, கருஞ்சிவப்பு என வெவ்வேறு நிறங்களில் வானம் மாறியவாறிருந்தது. தீவுகள் இருந்த பகுதியில் திடீரெனத் தோன்றிய பனித்திரை இந்தப் பகுதியை நோக்கி வந்துகொண்டிருப்பதாய் உணர்ந்தேன். அது விரைவிலேயே மீன்பிடிப் படகுகளைத் திரையிட்டு மூடும். நெருப்பில் வாட்டிய ஒரு ரொட்டித் துண்டின்மீது ஈமியைத் தடவினேன்.

அப்போது திரும்பிவந்த டாக்டரும் நானும் ரெச்சி மதுவின் கடைசித் துளிகளையும் பருகினோம். மீண்டும் எங்களின் மதுக் கிண்ணங்களை நிரப்பினோம்.

"என் பையன் பேசினான். இன்றிரவு வீட்டுக்கு வரமாட்டேன் என்றான்" டாக்டர்.

"நமது இளம் டாக்டரா? அவன் இங்கு வந்திருக்கலாம். அவனைப் பார்க்க விரும்பினேன்."

"அவனும் உங்களைப் பார்க்க விரும்பினான் குஹெய்லேன் மாமா. உங்களை விசாரித்தான்."

"நன்றி."

"இளைஞர்கள் விரும்பியபடியே எல்லாவற்றையும் செய்வார்கள். அவர்களைப் புரிந்துகொள்ளவே முடியாது. என் மகனுக்கு முக்கியமான ஏதோ ஒன்று செய்ய வேண்டியது உள்ளது."

"அவன் காதலி எப்படி இருக்கிறாள்? மைன் படி…"

"அவள் நன்றாக இருக்கிறாள். அவளையும் நான் இன்னும் பார்க்கவில்லை. அவர்கள் இருவரும் இன்று இரவு இங்கு வருவதாக இருந்தது. அவளை நான் சந்திக்கவிருந்தேன்."

"இப்போது அது சாத்தியமில்லை டாக்டர். அடுத்த முறை சந்திக்கலாம் என நம்புகிறேன்…"

"அடுத்த முறையா?"

இலேசான குடி மயக்கத்தில் இருப்பதுபோல் டாக்டர் சிறிது தயங்கினார். வெளியே கூரை உச்சிகளுக்கு அப்பால் தெரிந்த கடலை உற்றுப் பார்த்தார். இரு கைகளாலும் மதுக் கிண்ணத்தை இறுகப் பற்றிக்கொண்டார். கை விரல்களை இறுகச் சேர்த்துக்கொண்டார். அவர் தலை கீழே கவிழ்ந்திருந்தது. அவரின் தோள்களும் முதுகும் முன்னோக்கி வளைந்து கூனியிருந்தன. அப்போது அமைதியாக இருந்த பாஸ்ஃபரஸின் நீரோட்டத்தை உற்றுப் பார்த்தார். உள்ளேயிருந்து தன் மனைவி பாடுவதை நன்றாகக் கேட்கும் விதமாகத் தன் தலையை ஒரு பக்கம் சாய்த்து வைத்துக்கொண்டார். கண்களை மூடிப் பாடல் வரிகளை அவளுடன் சேர்ந்து முணுமுணுத்தார். சாய்ந்திருந்த அவரின் தலை குனிந்து தோளைத் தொட்டது. அவர் குரல் தணிந்து அமைதியானது. ஆழமாக மூச்சு விட்டார். காத்திருந்தார். அவர் அனேகமாகத் தூங்கியிருப்பார் என நான் நினைத்தபோது, எழுந்து உட்கார்ந்து கண்களைத் திறந்தார். வருத்தத்துடன் என்னைப் பார்த்தார்.

ஏதோ எனது இருப்பையே சந்தேகித்தாற்போல் முதலில் அணுக்கமாகவும் பின்னர் சிறிது விலகியும் என்னை ஆராய்ந்தார். ரெச்சி மதுவை ஒரு மிடறு குடித்தார்.

“நீங்கள் நன்றாக இருக்கிறீர்கள்தானே டாக்டர்?” என்றேன்.

“என் மகன் காதலிக்கும் பெண்ணைச் சந்திக்க விரும்பினேன். மைன் படி இன்று இரவு வர வேண்டும் என்பது என் விருப்பம்.”

“இன்று இரவு எரிமீன் தோன்றினால் அவர்களுக்காக வேண்டிக் கொள்வோம்.”

“நட்சத்திரங்களுக்குப் பதிலாக மூடு பனியைப் பார்ப்போம் என நினைக்கிறேன் குஹெய்லேன் மாமா. உங்கள் மந்திர சக்தி வாய்ந்த இஸ்தான்புல்லை விரைவிலேயே பனி சூழ்ந்துவிடும்.”

குண்டு வெடிக்கும் சத்தம் ஒன்றன் பின் ஒன்றாகப் பல முறை கேட்டது.

அவை எங்கிருந்து வந்தன என்பதை எங்களால் கணிக்க முடியவில்லை. முதலில் எதிர் வீடுகளைப் பார்த்தோம். பின்னர் பால்கனிக் கம்பி வேலிகளில் சாய்ந்து மூன்று தளங்களுக்குக் கீழேயிருந்த தெருவையும் நோட்டமிட்டோம். மாலை நேரத்துப் போக்குவரத்து நெரிசல், விரைவாக ஓடும் பள்ளிச் சிறார்கள், ஒவ்வொன்றாய் எரியத் தொடங்கும் தெரு விளக்குகள் என அனைத்தும் வழக்கம்போலவே நிகழ்ந்தன. தங்களின் பால்கனிகளிலிருந்தோ சன்னல்களிலிருந்தோ யாரும் வெளியே பார்க்கவில்லை. மொட்டை மாடிகளும் மூடிய திரைச் சீலைகளும் மாறாது அப்படியே இருந்தன.

“அவை துப்பாக்கி சுடும் சத்தமா?” என டாக்டர் கேட்டார்.

அவர் கவலைப்படாதிருக்க, “அப்படித் தெரியவில்லை. வெளியே என்ன நடக்கிறது என்பதுபற்றிக் கவலைப்படாமல் ரெச்சி மதுவின் சுவையை அனுபவிப்போம்” என்றேன்.

மதுக் கிண்ணத்தில் பாதியைக் காலி செய்தேன். போதை ஏற மது அருந்தும் உந்துதல் உடனே எழுந்தது. தூரத்துச் சன்னல்களில் அஸ்தமனச் சூரியனின் கதிர் பட்டு வெளிச்சம் பரவுவதை ஏதோ முதன்முறையாய்ப் பார்ப்பதுபோலப் பார்த்தேன்.

“குஹெய்லேன் மாமா, நாம் இருக்கும் இந்த உலகைப் போலவே வானில் ஒரு உலகம் இருப்பதாக உங்கள் தந்தை சொன்னார். ஒருநாள் என் மகனிடம் இதைச் சொன்னேன். அது அவனுக்கு வேடிக்கையாக இருந்தது. ஆனால் வழக்கம்போலவே நான் என்ன நினைத்தேனோ அதற்கு நேர் எதிராக அவன் எண்ணம் இருந்தது. நாம் இருக்கும் உலகைப் போன்ற ஒன்றைக் காணக் கீழே பார்க்க வேண்டும், மேலே அல்ல என்று அவன் கூறினான். கீழே நிலவறை வெகு தூரத்தில் இல்லை, ஓரிரு தளங்கள் கீழேதான் உள்ளது என்றான். அங்கே வேதனை தாளாமல் துன்புற்றுக்கொண்டிருக்கும் மக்கள் அதிலிருந்து மீள்வதற்கான வழியைத் தேடியபடி இருக்கிறார்கள். களைத்துச் சோர்ந்து மிகவும் பலவீனமாக இருக்கிறார்கள். ஏதோ வானத்தைப் பார்ப்பதுபோல் அவர்கள் தலையை உயர்த்துகிறார்கள். நம்மைப் பற்றி கற்பனை செய்து நம்மிடம் உதவி கோருகிறார்கள். நம் ஒவ்வொருவருக்கும்

ஓர் இரட்டை இருக்கிறான். அவன் கீழே நிலவறையில் வாழ்கிறான். உற்றுக் கவனித்தால் அவர்கள் பேசுவதைக் கேட்க முடியும். கவனமாகப் பார்த்தால் அவர்களைக் காண முடியும்."

"இஸ்தான்புல்லில் உள்ள என் தந்தையின் இரட்டை உங்களின் மகனாக இருக்கக் கூடும். அவருடைய மறுபிறவியாக இருக்கலாம். நீங்கள் என்ன நினைக்கிறீர்கள் டாக்டர்?"

ஒரே நேரத்தில் நாங்கள் இருவரும் வெடித்துச் சிரித்தோம். நாற்காலியில் சாய்ந்தோம். என் தந்தை இறந்துவிட்டார். மகன் உயிருடன் இருந்தான். இறப்பிற்கும் வாழ்விற்குமிடையே இருந்த கோட்டில் எங்கள் சிரிப்பின் நிறம் மஞ்சளாக மாறியது. அது ஓர் ஆறுபோல இஸ்தான்புல் கடலை நோக்கி ஓடிற்று. காணுமிடமெல்லாம் விளக்குகள் வரிசையாய்ப் பிரகாசித்தன. டாப்காப்பி அரண்மனையும் மெய்டன் டவரும் விளக்கேற்றப்பட்டிருந்தன. செலிமியே ராணுவக் குடியிருப்புகளும் ஹேதர்பாஷா ரயில் நிலையமும் மூடுபனிக்குப் பின்னால் சிக்கிக்கொண்டன. கப்பல்கள் மெல்ல நகர்ந்தன, தோணிகளின் சங்கொலி நீண்டு ஒலித்தது. மீன்பிடிப் படகுகள் கரை திரும்பிக் கொண்டிருந்தன. பகலும் இரவும், யதார்த்தமும் மாயத் தோற்றமும் குழம்ப ஆரம்பித்தன. ஒவ்வொரு பொருளும் தன்னுடைய எதிர்மறையைத் தனக்குள் மறைத்திருந்தது. பகலை இரவு சூழ்ந்தபோது புதிய யதார்த்தம் வரவிருப்பதன் நற்செய்தியை மாயத் தோற்றம் அறிவித்துக் கொண்டிருந்தது. தனது நிர்வாண உடலைப் பரப்பியவாறு கிடந்த அந்த நகரம் வெள்ளி இழையால் பின்னப்பட்ட பூத்தையல் வேலைப்பாடுடன் கூடிய பட்டுப் போன்ற கம்பளி உரோமத்தாலான போர்வையால் தன்னைத் தானே போர்த்திக்கொண்டிருந்தது. ஒரு மனிதனின் குழந்தைப் பருவத்தைக் கிராமம் அடையாளப்படுத்துகிறது; வயது வந்த பருவத்தின் அடையாளமாக நகரம் இருக்கிறது. மனக் கலக்கமுற்றிருக்கும் வளரிளம் பருவத்துப் பையனைப் போல, இஸ்தான்புல் வாசிகள் வேதனையிலேயே தற்காலிகமாய் இன்னும் வாழ்ந்தனர். அழகிற்கான பொருத்தமான வெளிப்பாட்டினை அறிந்துகொள்ள இயலாதவர்களாக அவர்கள் இருந்தனர். பகலில் பதற்றத்துடன் அலைந்து திரிந்தவாறிருந்த அவர்கள் இரவில் கவலையுடன் உறங்கச் சென்றனர். அழகிய நகருக்கான விருப்பமும் அழகிய வாழ்விற்கான விருப்பமும் ஒன்றுதான் என்பதை அவர்கள் மறந்திருந்தார்கள்.

சிரிக்கையில் டாக்டர் தன்னிச்சையாகக் கைகளை ஆட்டினார். தண்ணீர் ஜாடியில் கை பட்டு அது கீழே விழ இருந்தது. மேசை விளிம்பிலிருந்து ஜாடி கீழே விழுவதற்குள் அதனை எப்படியோ பிடித்துக்கொண்டார். ஈரக் கைகளைத் துடைத்த அவர் மீண்டும் சிரிக்கத் தொடங்கினார். அவரின் மஞ்சள் சிரிப்புடன் எங்களைச் சுற்றியிருந்த ஒவ்வொன்றும் மெல்ல மஞ்சள் நிறச் சாயை கொண்டது. கூஜாவிலிருந்த தண்ணீரும் கூடையிலிருந்த ரொட்டியும் மஞ்சள் நிறமாக மாறியது. எதிரே மொட்டை மாடியிலிருந்த நாற்காலிகளை மஞ்சள் நிறக் காற்று சுற்றி மூடியது. கடலிலிருந்து கரைக்குப் பறந்துகொண்டிருந்த கடல் பறவைகள் மஞ்சள் நிற வெறுமைக்குத் தங்களின் சிறகுகளை ஒப்புக் கொடுத்தன. மஞ்சள் நிறச் சரக்குகளை இஸ்தான்புல் துறைமுகத்தில் கப்பல்கள் இறக்கிக்கொண்டிருந்த சமயத்தில் பாஸ்ஃபரஸ் பாலத்தின் வாசல் இரண்டிலும் மஞ்சள் நிற ஒளி பிரகாசித்தது. வாழும் காலம்

குறுகியது. ஞாபகங்களோ என்றென்றைக்குமாய் நீண்ட காலம் இருப்பவை. மஞ்சள் நிற நிழல்கள் கொண்ட நினைவுகளால் டாக்டரின் ஞாபகம் நிரம்பி வழிந்தது. நகரின் ஒவ்வொரு பகுதியும் வேறொரு காலகட்டத்திற்கு டாக்டரைக் கொண்டுசென்றது. ரெச்சி மதுவின் ஒவ்வொரு மிடறும் வேறு ஞாபகத்திற்கு அவரைக் கொண்டுசென்றது. ஐஸ் போட்ட மதுவின் நிறமும் மஞ்சளாய் மாறியது.

கதவு தட்டப்படும் சத்தம் கேட்டபோது நாங்கள் ஒருவரையொருவர் பார்த்துக்கொண்டோம்.

“ஒருவழியாக அவன் வந்திருக்கிறான்” என்றார் டாக்டர்.

தனது மதுக் கிண்ணத்தை மேசையில் வைத்தார். அவரசப்படாமல் எழுந்து கதவைத் திறக்கச் சென்றார்.

கதவருகே கேட்ட குரல்களை உற்றுக் கேட்டேன்.

“திமிர்த்தே நீ எங்கே போயிருந்தாய்?” என்றார் டாக்டர்.

“நமக்கேற்ற தரமான மீன் எதுவும் இங்கில்லை. கும்காப்பிவரை போக வேண்டியதிருந்தது” என்றான் மாணவனான திமிர்த்தே.

“இங்குள்ள மீன்களுக்கு என்ன குறை?”

“இஸ்தான்புல்லிலேயே சிறந்த மீனைக் கொண்டுவருவதாக உங்களுக்கு வாக்குறுதி தரவில்லையா?”

“மணி ஆறு. இப்போதுதான் நீ வந்திருக்கிறாய்.”

“ஆறு மணியா? உங்கள் கடிகாரத்தின் நேரம் தவறு டாக்டர். என் கடிகாரத்தின்படி ஆறு மணிஆக இன்னும் பத்து நிமிடங்கள் உள்ளன.”

“கேலி செய்வதை நிறுத்து குட்டிச் சாத்தானே. இந்தப் பைகளைச் சமையலறையில் கொண்டுவை.”

“சாலடும் கொண்டுவந்திருக்கிறேன்.”

“சாலட்டை நீ தயார் செய். தாமதமாக வந்ததற்கு அதுதான் உனக்குத் தண்டனை. நான் மீன் வறுக்கிறேன்.”

“மிகவும் மகிழ்ச்சி. குஹெய்லேன் மாமா இன்னும் வரவில்லையா?”

“எல்லோரும் உன்னைப்போலத் தாமதமாக வருவார்கள் என்று நினைக்கிறாயா?”

“இங்கேயா இருக்கிறார்? எங்கே அவர்?”

“பால்கனியில்.”

திமிர்த்தே பரபரப்பாகப் பால்கனிக்கு ஓடினான். அவனை வரவேற்க எழுந்து நிற்கும் வாய்ப்பு எதனையும் தராமல் என் கழுத்தைச் சுற்றிக் கைகளைப் போட்டுத் தலையை என் தோளில் புதைத்துக்கொண்டான். அவன் இதயத் துடிப்பை உணர்ந்தேன். வாழ்க்கை எவ்வளவு பொருத்தமாக இளைஞர்களுக்கு அமைந்துள்ளது என நினைத்தேன். சாவு என்னிடமிருந்து

இஸ்தான்புல்: நிலவறைக் கைதிகளின் நினைவுக் குறிப்புகள் → 231 ←

திமிர்த்தேயை கொண்டு செல்லாதிருக்கட்டும். யாரும் அவனை என் தோள்களிலிருந்து பிரித்துவிடக் கூடாதென்று விரும்பினேன். அவன் இதயத் துடிப்பு சகஜ நிலைக்குத் திரும்பும் வரை காத்திருந்தேன்.

அவன் கைகளை என் கைகளுடன் சேர்த்துப் பற்றிக்கொண்டேன்.

"உன்னைப் பார்த்தால் நீ நன்றாக இருப்பதாய்த்தான் தெரிகிறது. ஆள் கொஞ்சம் பருத்திருக்கிறாய். தலைமுடியை வளர்க்கிறாயா?

"ஆம். உங்களைப் போல் பிடரிவரை முடி வளர்க்கப் போகிறேன்."

"அப்படியானால் நாமிருவரும் சேர்ந்து புகைப்படம் எடுத்துக் கொள்ளலாம்."

"எனக்கும் ஆசையாகத்தான் இருக்கிறது. நாம் இருவரும் சேர்ந்திருக்கும் புகைப்படம் எதுமில்லை."

"உன் கைகள் பனிக்கட்டிபோல் உறைந்துள்ளன திமிர்த்தே."

"வழக்கம்போல."

"உள்ளே போய்க் கம்பளி மேல்சட்டையை அணிந்து கொள். பால்கனியில் எங்களோடு சேர்ந்து ரெச்சி மது அருந்தப்போகிறாய். உனக்குச் சளி பிடித்துவிடக் கூடாது"

"ஒன்றல்ல. இரண்டு மேல்சட்டைகளை அணிந்துகொள்வேன்."

"நல்ல யோசனை."

சூரிய ஒளி கீழே இறங்கியதும் பால்கனியில் பனி பெய்யத் தொடங்கிற்று. கம்பளி மேல்சட்டை அணியாதிருந்ததால் எனக்கும் குளிரடிக்கும்.

"குஹெய்லேன் மாமா, பத்திரிகைகளில் வந்த சூடான கிசுகிசுக்களை யெல்லாம் படித்தேன். சாப்பிடும்போது அதையெல்லாம் சொல்லுவேன். சாப்பிட உட்கார்ந்ததும் உங்களிடம் சொல்வேன். ஒரு பாடகன் இளைஞனாக இருந்தபோது வழக்கமாக மீன் விற்றுக்கொண்டிருந்தான். தன் பால்ய காலக் காதலியுடன் சேர்ந்து மீன் விற்பதற்காக அவன் இப்போது பாடுவதையே நிறுத்திவிட்டான். அரண்மனையின் பொக்கிஷம் இருக்குமிடத்தின் வரைபடம்,இனோனு விளையாட்டரங்கத்தின் கீழ் ஒளித்து வைக்கப்பட்டுள்ளது என்பது பற்றி மீன் விற்பவர்கள் பேசிக்கொண்டது, சமீபத்திய குதிரைப் பந்தயத்தில் முறைகேடு செய்தது யாரென நான் கண்டுபிடித்தது ஆகியவற்றையெல்லாம் நாம் சாப்பிட உடகாரும்போது உங்களிடம் சொல்லுவேன்."

"நீ சொல்வதையெல்லாம் நாங்கள் சந்தோஷமாகக் கேட்போம்." ஆனால் இப்போது நீ போய் டாக்டருக்கு உதவி செய்வது நல்லது. இல்லாவிட்டால் அவர் உன்னைத் தொந்தரவு செய்வார்."

"உடனே போகிறேன்."

கூடத்திற்குள் நுழைந்த திமிர்த்தே மீண்டும் திரும்பி வந்தான்.

"குஹெய்லேன் மாமா நான் கிட்டத்தட்ட மறந்தேபோனேன்."

“என்ன?”

“நாம் சாப்பிடும்போது வம்புப் பேச்சுடன் விடுகதைக்கான பதிலையும் சொல்லுவேன்.”

“எந்த விடுகதை?”

“ஜீன் பே[2], ஃப்லிஸ் ஹனீம்[3] பற்றிய விடுகதை. பத்திரிகைகளின் செய்தியே இதுதான். தோணிப் பயணிகள் நாட்கணக்காக இதுபற்றியே மிகுந்த ஆர்வத்துடன் பேசிக்கொண்டிருக்கிறார்கள். ஹனீம், ஜீன் பேயின் மகளும் மனைவியும் சகோதரியுமாவாள். இதுபற்றி நாம் கேள்விப்பட்டுள்ளோம். ஆனால் ஃப்லிஸ் ஹனீம், ஜிம் பேயின் அத்தையும்தான் என்பது சமீபத்தியச் செய்தி. அது உங்களுக்கு ஞாபகம் இருக்கிறதா?”

“ஆம்.”

“அது எப்படிச் சாத்தியம் என்பதைக் கண்டுபிடித்திருக்கிறேன்.”

“உண்மையாகவா.”

“அதைச் சொன்னால் ஆச்சரியத்தில் நீங்கள் மலைத்துப்போவீர்கள்.”

“உடனே சொல்லு. என்னால் காத்திருக்க முடியாது.”

“ஆனால் எனக்கு ஒரு பரிசு வேண்டும்.”

“என்ன பரிசு?”

“தாமதமாக வந்ததற்கு எனக்குத் தண்டனை என்றால் விடுகதைக்குப் பதில் கண்டுபிடித்தற்காகப் பரிசு தரவும் வேண்டுமில்லையா? என்ன நினைக்கிறீர்கள்?”

“சரிதான். நிச்சயமாக உனக்குப் பரிசு தர வேண்டும். இது பற்றி டாக்டர் என்ன நினைக்கிறார் என்பதையும் பார்க்கலாம்.”

“பரிசு கேட்டுச் சமையலறையில் அவரை நான் வற்புறுத்துவேன்.”

“உனக்கு அதிர்ஷ்டம் அடிக்கட்டும்.”

பால்கனியில் என்னைத் தனியே விட்டுவிட்டு திமிர்த்தே உள்ளே சென்றான். வேதனையையும் துயரையும் ஒவ்வொரு நாளும் உற்பத்தி செய்துகொண்டும் அதே நேரம் நம்பிக்கையையும் கனவுகளையும் உருவாக்கிக் கொண்டுமிருக்கும் இஸ்தான்புல் பற்றிய யோசனையில் ஆழ்ந்தேன். தற்கொலை செய்துகொள்வதற்காகப் பாஸ்ஃபரஸ் பாலத்தில் ஏறும் மனமுடைந்த ஆத்மாக்கள் கடைசி முறையாய்க் காட்சிகளைப் பார்ப்பதுபோல அல்லது முன்பு ஒருபோதும் பார்த்திராததுபோல

---

2. பே – Mr என்ற விளியைப் போல மகனை மரியாதையுடன் அழைக்கப் பயன்படுத்தப்படும் துருக்கிச் சொல். ஒரு ஆணின் பெயருக்குப் பின்னால் இந்தச் சொல் குறிப்பிடப்படுகிறது.

3. ஹனீம் – ஒரு பெண்மணியைக் குறிப்பிட Miss, Mrs, Ms என ஆங்கிலத்தில் பயன்படுத்தப்படுவதைப் போல, ஒரு பெண்ணை மரியாதையுடன் அழைக்கப் பயன்படுத்தப்படும் சம்பிரதாயமான துருக்கிச் சொல். பெண்ணின் பெயருக்குப் பின்னால் ஹனீம் எனக் குறிப்பிடப்படுகிறது.

ஒவ்வொன்றையும் பிரமிப்புடன் உற்றுப் பார்க்கும் காதலர்கள்போல, டோல்மபாச்சி அரண்மனை, செப்பட்சைலர் மண்டபம், கியாலாட்டா பாலம் ஆகியவற்றை உற்றுப் பார்த்தவாறிருந்தேன். வறுமை பீடித்திருந்த அனடோலியன் மலைக் குன்றுப் பகுதியிலிருந்த கேச்செகோண்டு குடிசைப் பகுதிகளை உற்றுநோக்கினேன். வெண்பனி அவற்றைச் சூழத் தயாராக இருந்தது. லட்சக்கணக்கான கூறுகள் கொண்ட நகரம் இஸ்தான்புல். அதன் ஒவ்வொரு கூறும் தன்னளவில் முழு இஸ்தான்புல் ஆகும். முழுமையில் பகுதியும் இருந்தது, பகுதியில் முழுமையும் இருந்தது. அணுக்கம் தொலைவிலும் தொலைவு அருகேயும் இருந்தது. ஒவ்வொன்றும் வளமாகவும் வளமற்றும் இருந்தது.

இந்த நகரில் உடல் வலி ஒவ்வொன்றையும் மனதின் வேதனை பின்தொடர்ந்தது. ஒன்றுபோலவே ஒடுக்குவதாக இருந்தன. கூட்டமும் தனிமையும் மகிழ்ச்சியற்ற காதலின் வலி, வறுமையோடு போட்டியிட்டது. முதுமை வந்த அதே வேகத்தில் வருவாய்க்குள் வாழ இயலாத சிரமமும் வளர்ந்தது. பெருவாரியாகப் பரவும் தொற்று நோயுடன் அச்சமும் பெருவாரியாகப் பரவிற்று. ரத்த நாளங்களுக்குப் பதிலாக தங்கள் தோலுக்கு அடியில் கண்ணாடி ஒளி இழைக் கம்பிகள் ஓடுவதான எண்ணத்தில் சிறார்கள் வளர்ந்தனர். முகம் பார்க்கும் கண்ணாடிகளுக்குப் பதிலாகத் தங்கள் சட்டைப் பைகளில் கால்குலேட்டர்களைக் கொண்டுசெல்லும் முதியவர்கள் பெருகியவாறிருந்தனர். அவர்கள் பேச்சில் வார்த்தைகளின் இடத்தைக் கணக்கும் எண்களும் பிடித்துக்கொண்டன. அன்பு பணமாக மாறிவிட்டதென அவர்கள் கூறினர். ஆனால் தங்களின் கால்குலேட்டரை வெளியே எடுத்துத் தட்டியதும் பணம் ஏன் ஒருபோதும் அன்பாக மாறவில்லை என்பதை அவர்களால் கணிக்க முடியவில்லை. கணக்கும் எண்களும் போதுமானவையாக இல்லை.

உள்ளேயிருந்து டாக்டர் அழைப்பது காதில் விழுந்தது.

“குஹெய்லேன் மாமா, சீக்கிரமாகவே வந்துவிடுவோம். நீங்கள் அதிக நேரம் தனியே இருக்க வேண்டியதில்லை. பொறுமையாக இருங்கள்.”

“நீங்கள் சீக்கிரம் வராவிட்டால் ரெச்சி மது முழுவதையும் நானே காலி செய்துவிடுவேன்”என்றேன்.

காலிக் கிண்ணத்தில் மீண்டும் மதுவை நிரப்பினேன். ஐஸ் கட்டியையும் தண்ணீரையும் சேர்த்தேன். எனது கனவு நகரான அங்கே நான் நேசிக்கும் மனிதர்களின் துணையுடன் பாஸ்ஃபரஸ் ஏரியைப் பார்த்தவாறிருந்த பால்கனியில் அமர்ந்து ரெச்சி மதுவை உறிஞ்சினேன்.

ஒவ்வொரு பருவ காலத்திலும் இஸ்தான்புல் வேறு ஒரு நகரை உருவாக்கிற்று எனவும் இருளிலும் பனியிலும் மூடுபனியிலும் அவள் பிற நகரங்களை ஈன்றெடுத்தாள் எனவும் என் தந்தை சொல்வதுண்டு. ஒரு கோடை நாளில் டுஃபேன் கடற்கரையில் மாணவர் குழு ஒன்று வரிசையாக அமர்ந்து ஓவியம் வரைந்துகொண்டிருந்ததை ஒருமுறை அவர் பார்த்தார். தங்களுக்கு முன் இருந்த மெய்டன்ஸ் டவர், கடற்கரைப் பறவைகள், கடல் ஆகியவற்றை ஒவ்வொரு மாணவனும் உற்று நோக்கி அவற்றைத்

திரைச் சீலையில் வண்ண ஓவியங்களாய்த் தீட்டினான். ஆனால் எந்த இரண்டு ஓவியங்களும் ஒன்றுபோலில்லை. ஒன்றில் கடல் நீல நிறம் கொண்டிருந்தது. மற்றதில் அது மஞ்சள் வண்ணத்தில் இருந்தது. மெய்டன்ஸ் டவரில் இருந்த கன்னி ஓர் ஓவியத்தில் இளமையாகவும் மற்றொன்றில் வயதானவளாகவும் தோன்றினாள். ஒரு ஓவியத்தில் கடல் பறவைகள் சிறகு விரித்துப் பறந்தன, மற்றொன்றில் அவை ஒட்டுமொத்தமாக இறந்திருந்தன. ஓவியங்கள் ஒரே நகரைச் சித்தரிக்கவில்லை, வெவ்வேறு வகையான பல நகரங்களைச் சித்தரித்திருந்தன. மற்றொன்று வெகு தூரம் தள்ளியிருந்ததுடன் அவை ஒன்றிலிருந்து வெவ்வேறு சகாப்தங்களைச் சார்ந்தவையாகவும் அந்த ஓவியங்கள் இருந்தன. பிரகாசமாகவோ அல்லது கருமையாகவோ உற்சாகமாகவோ அல்லது துயரார்ந்தோ அவை தோற்றமளித்தன. ஆனால் என் தந்தை பார்த்த நகரமோ இவை அனைத்தினின்றும் மாறுபட்ட வேறொன்றாக இருந்தது. அப்போதுதான் என் தந்தை சொல்லியிருந்ததைப் புரிந்துகொண்டேன். ஒரு நகரத்தை அதுவாக இருக்கச் செய்வது ஒருவன் பார்க்கும் விதத்தில் உள்ளது. மக்கள் அதனை நல்ல விதமாகப் பார்த்தால் அவள் அழகாகத் தெரிவாள். மோசமாகப் பார்த்தால் அவள் தீயவளாகிவிடுவாள். நகரம் மாறுவதும் அழகாக உருவாவதும் மக்கள் மாறுவதையும் அழகாக இருப்பதையும் சார்ந்துள்ளது.

பல ஆண்டுகளுக்கு முன் என் தந்தை விட்டுச் சென்றிருந்த இஸ்தான்புல்லை நான் பார்த்தேன். முன்பிருந்த அந்த இஸ்தான்புல் பார்வையிலிருந்து மறைந்திருந்தது. மெய்டன்ஸ் டவரின் உடல் அடர் பனிக்குள் மூழ்கியிருந்தது. என் மதுக் கிண்ணத்திலிருந்த ரெச்சி மதுவைப் போல் கடல் வெண்ணிறமாய் மாறியிருந்தது. தோணிகளும் மீன்பிடிப் படகுகளும் கடற்கரையில் ஓய்வாக நிறுத்தப்பட்டிருந்தன. சிவந்த இறக்கைகள் கொண்ட கடல் பறவை மட்டுமே பனி மேகங்களுக்கிடையே தெரிந்தது. தன் சிறகுகளை அகல விரித்துக் கடலிலிருந்து கரைக்கு வழுகியவாறு அது சென்றுகொண்டிருந்தது. தனது உடலை வெறுமையில் விட்டுவிட்டு, வானம் முழுவதையும் ஏகபோகமாய் ஆக்கிரமித்தவாறு கூரை உச்சிகளை நோக்கிக் கீழே இறங்கிற்று. அது கடற் பறவை அல்ல; சிகப்புச் சால்வை என்பதைச் சற்று அருகே வந்தபோதுதான் உணர்ந்தேன். சிவப்புச் சால்வை பனிப் படலத்திலிருந்து வெளியே ஒரு கணம் தோன்றியது, மறுகணம் மறைந்தது. அளவுக்கு மீறி ரெச்சி மது அருந்திவிட்டேனா? எத்தனை மதுக் கிண்ணங்களைக் காலி செய்தேன்? எனக்குள் சிரித்துக்கொண்டேன்.

“டாக்டர்! டாக்டர்!” உரக்கக் கத்தும் குரல் காதில் விழுந்தது.

பழக்கமான அந்தக் குரல் கீழேயிருந்து வந்தது. பால்கனிக் கம்பியின்மீது தலையை வைத்திருந்தேன். கட்டிடத்தின் வாசல் நடைபாதையில் காமோ காத்திருந்ததைப் பார்த்தேன்.

“காமோ!”

“குஹெய்லேன் மாமா! உங்களைப் பார்ப்பதில் மிகவும் மகிழ்ச்சி.”

நான் கை அசைத்தேன்.

“மேலே வா” என்றேன்.

“பிறகு வருகிறேன்” என்றான் காமோ.

“ஏன்?”

“என் மனைவி மஹைசரைச் சந்திக்க பியோக்லு போகிறேன்.”

“அவளையும் இங்கே அழைத்துவா.”

“நாங்கள் இருவரும் வருகிறோம். அவளும் உங்களைச் சந்திக்க விரும்புகிறாள்.”

“நீண்ட நேரம் எடுத்துக்கொள்ள வேண்டாம் இரவு உணவு கிட்டத்தட்டத் தயாராகிவிட்டது.”

“மாணவன் வந்துவிட்டானா?”

“ஆம்.”

“ஸீன் சேவ்டா?”

“சீக்கிரமே வருவாள்.”

“நான் போவது நல்லது. மஹைசரைக் காத்திருக்க வைக்கக் கூடாது.”

“சரி போ. சீக்கிரம் போனால்தான் சீக்கிரம் திரும்பிவர முடியும்.”

காமோ தனது தடிமனான கோட்டுப் பாக்கெட்டுக்குள் கைகளை வைத்து வேகமாக எட்டு வைத்து நடந்துசென்றான். ஏறத்தாழ மூலைக்குச் சென்றபோது அவனை அழைத்தேன்.

“காமோ!”

அவன் நின்று பார்த்தான். அடர் பனியில் நிழலாகத் தெரிந்தான். இருப்பும் இருப்பின்மையும் சேருமிடத்தில் நிதானமான இதயத் துடிப்பிற்கும் கால வேகத்திற்கும் இடையே அவன் நின்றான்.

“நீ இங்கு இல்லாதபோது உன்னை நினைத்துக்கொண்டேன்” என்றேன்.

அவன் புன்னகைத்தான். இரு கைகளையும் அகல விரித்து காற்றைத் தழுவினான். தொலைவிலிருந்தே என்னை இறுக அணைத்தான். உடனே திரும்பிப் பெரியதாய் அடி வைத்து அடர் பனிக்குள் மறைந்தான்.

மதுக் கிண்ணத்தை காற்றில் மேலே உயர்த்தினேன். “இஸ்தான்புல்லே உனது ஆரோக்கியத்திற்காக” என்றேன். “உனது ஆரோக்கியத்திற்காக.”

மேசையில் மதுக் கிண்ணத்தை வைத்தபோது என் மூக்கிலிருந்து ரத்தம் வருவதை உணர்ந்தேன். கீழே உதடுவரை வந்துகொண்டிருந்த ரத்தத்தைக் கைக்குட்டையால் துடைத்தேன். உடையிலும் ரத்தக் கறை உள்ளதாவென்று பார்த்துக்கொண்டிருந்தபோது எனது பதின் பருவத்தில் நான் ஆழமாய் உணர்ந்த வெப்பமான கோடை நாள் நினைவுக்கு வந்தது. ஹேம்னா மலைசரிவின் சமதளப் பகுதியில் ஒரு குதிரையின்மீது வந்துகொண்டிருந்தேன். வெப்பத்தில் மூச்சுத் திணறியவாறு குதிரை ஒரு மாளிகையைக் கடந்தது. மாளிகைக்கு முன்னால் இருந்த நீரூற்றில் நீர் பிடித்துக்கொண்டிருந்த ஓர் இளம் பெண்ணை நோக்கிக் குதிரையை

ஒட்டினேன். அவள் தலைமுடியைப் பின்னிக் கட்டியிருந்தாள். நெற்றியில் கட்டியிருந்த ரிப்பனில் மஞ்சள் நிற நாணயங்கள் தொங்கின. அவள் கை விரல்களில் மருதாணி இட்டிருந்தாள். அவள் சமீபத்தில் திருமணமான பெண் என்பது தெரிந்திருந்தது. ஒரு குவளையில் நீர் கொண்டுவந்து என்னிடம் நீட்டினாள். தாகத்துடன் அதைக் குடித்தேன். குளிர்ந்த தண்ணீரால் என் களைப்பைப் போக்கிக்கொண்டேன். குதிரையும் வேண்டிய அளவு நீர் பருகியது. சூரியன் இருந்த திசையில் குதிரையைத் திருப்பி அங்கிருந்து கிளம்பினேன். மலைக்குன்றின் மீதேறினேன். ஒரு காட்டுப் பேரிக்காய் மரத்தை கடந்தபோது என் சட்டையில் ரத்தக் கறை இருந்ததைக் கவனித்தேன். மூக்கிலிருந்து வழிந்த ரத்தம் என் வெள்ளைச் சட்டையில் சொட்டுச் சொட்டாய் வழிந்திருந்தது. அந்த மணப்பெண்மீது நான் காதல்வயப்பட்டதை அந்த நொடியில் உணர்ந்தேன். ரத்தம் வாழ்வின் அல்லது மரணத்தின் அடையாளம். அந்த வயதில் மரணம் வெகு தொலைவில் இருந்தது. காதல் அருகில் இருந்தது.

புகையிலை டப்பாவிலிருந்து சிகரெட் காகிதத்தை எடுத்தேன். எனது விரல்களுக்கிடையே காகிதத்தை வைத்துப் புகையிலைத் தூளைத் தாராளமாக வைத்துப் பின்னர் அதனைச் சுருட்டினேன். நாக்கினால் காகிதத்தின் ஓரத்தை ஈரமாக்கி ஒட்டினேன். காகிதத்தின் ஈரமான பகுதியை லைட்டரின் நெருப்பினால் காயவைத்தேன். ஒரே இழுப்பில் முழு சிகரெட்டையும் முடித்துவிட ஆசை கொண்டவன்போல சிகரெட்டை வாயில் வைத்து ஆழமாக இழுத்தேன். மூக்கு வழியே சிகரெட் புகையை வெளியே விட்டேன். புகை பிடித்தல் ரத்தக் கசிவை உண்டாக்கும். அதே சமயம் ரத்தத்தை உறையவும் வைக்கும். பின்னால் சாய்ந்தேன். கூடத்திலிருந்து மிதந்துவந்த மரபார்ந்த துருக்கியப் பாடலைக் கேட்க மிகவும் முயன்றேன். ஆனால் விரைவிலேயே பாடலின் ராகத்தை வெளியேயிருந்து வந்த துப்பாக்கிச் சத்தம் மூழ்கடித்தது.

பிரவுனிங், பெரெட்டா, வால்தர், ஸ்மித் & வெஸ்ஸன் ஆகிய ரகத் துப்பாக்கிகள் வெடிக்கும் சத்தம் எதிரொலித்தது. ஒருபுறம் சத்தத்தை மனதிலிருந்து அகற்ற விரும்பினேன், மறுபுறமோ அது எனக்கு நம்பிக்கையைத் தந்தது. ஒவ்வொரு குண்டுச் சத்தமும் காதருகே நெருங்கி வந்துகொண்டிருக்கையில் என்னை நெருங்கி வருவது எது என்பதை அறிய விரும்பினேன். வருவது வாழ்வா அல்லது சாவா? தலையை உயர்த்தினேன். ஆழ்ந்த இருளில் வழுக்கியவாறிருந்த காலப் பறவை கண்ணில் தெரிந்தது. வெளியை முழுக்க அடைத்தவாறு இறக்கைகளை அது அகல விரித்திருந்தது. கடந்தகாலக் காற்றினால் களைத்துச் சோர்ந்திருந்த தனது உடலை நிகழ் கணத்தின் வெறுமையில் விடுவித்திருந்தது. ஒரு இறக்கையில் துன்பத்தின் சாயல், மற்றொன்றில் அழகின் வண்ணம். நான் எழுந்து மேலே கைகளை நீட்டினால் அதனை அடைய முடியுமா? கால் விரல் நுனியில் ஊன்றிநின்று கை விரல்களை நீட்டினால் காலப் பறவையின் கரிய இறகுகளைத் தொடுவேனா?

மிக அருகில் ஒலித்த துப்பாக்கிக் குண்டுச் சத்தம் முன் வாசல் இரும்புக் கதவருகே நின்றது, புகையிலையைத் தாராளமாக வைத்துச் சுருட்டிய சிகரெட் என் விரல்களிடையே எப்போதும் இருக்க விரும்பினேன்.

வாழ்வு, சாவு, துன்பம் எதுவும் எனக்கு வேண்டாம். எனது சுவாசப் பாதையில் சிகரெட்டின் மணத்தை உணர்ந்தாலே போதும். மேசை விரிப்பில் பூத்தையல் சரிகை வேலைப்பாட்டினை, முறுகலாக வாட்டிய ரொட்டித் துண்டின் நிறத்தை, ஐஸ் போட்ட ரெச்சி மதுவின் மணத்தை நினைத்துப்பார்க்க விரும்பினேன். கடற்கரைக் காற்றில் பறப்பதற்காகவே பறந்துகொண்டிருக்கும் சிவப்புச் சால்வையைக் கனவு காண விரும்பினேன். வெறுங்கால்களைக் கம்பளங்களின் குவியல்களுக்குள் வைத்துக்கொள்ள விரும்பினேன். வெண்ணெய்யும் ஊறுகாயும் சாப்பிட விரும்பினேன். அனைவரும் கேட்கும்படியாய் இசையை அதிக சத்தத்துடன் வைக்கவும் கப்பல்களுக்குக் கை அசைத்தபடி பால்கனியில் அமரவும் விரும்பினேன். அது நடக்கவில்லை. துப்பாக்கிச் சத்தம் எப்போது நின்றதோ அப்போது இரும்பு வாயில் கதவின் சத்தம் கேட்கத் தொடங்கியது. ரம்பம் அறுப்பது போன்ற இரும்பு வாயில் கதவு எழுப்பும் சத்தம் வராந்தாவை நிரப்பிற்று.

அசையாமல் அங்கேயே காத்திருந்தேன். கழுத்துவரைதான் கையைத் தூக்கினேன். வலித்தது. தடவி விட்டேன். தலையை இடம் வலமாக ஆட்டிப் பார்த்தேன். நீளமாக வளர்ந்திருந்த நகங்களை உற்றுப்பார்த்தேன். வாரப்படாத தலைமுடியைக் கோதினேன். நெற்றியிலிருந்த ரத்தக் கறைகளைத் துடைத்தேன். கிழிந்த சட்டைக் காலரைச் சரி செய்து அது தோளுடன் இசைவாக இருக்கும்படி மடித்துவிட்டேன். சமதளமற்ற கான்கிரீட் சுவரைக் கை விரல்களால் தடவினேன். குளிர்ந்த காற்று என் கை விரல்களிலிருந்து தோளுக்கும் ,அங்கிருந்து முழு உடலுக்கும் பரவுவதை உணர்ந்தேன். காற்றில் கடல் பாசியின் மணமும் ஈர வாசனையும் இருந்தன. தொண்டை வலித்தது. காதுகள் இரைந்தன. தலைக்குள் நீர்ச் சுழல் சுழல்வதுபோல் இருந்தது. காலப் பறவை இருளில் தன் சிறகுகளை அகல விரித்துச் சென்றுகொண்டிருந்தபோது இரும்பு வாயில் கதவின் சத்தம் வெறுமையில் ஊடுருவிப் பரவிற்று.

தலையை உயர்த்தி எதிரே இருந்த மூடுபனியைக் கடைசியாகப் பார்த்தேன்.

மஞ்சள் வண்ணத்தில் அந்த மூடுபனி அழகாக இருந்தது.

வாழ்வையும் மரணத்தையும் ரகசியமாகத் தனக்குள் வைத்திருந்த இஸ்தான்புல்லின் காலம் பனித் துளிக்குள் உள்ளடங்கியிருந்தது. அது மிக அழகாக இருந்தது.

●

நரகம் என்பது நாம் துன்புறும் இடமல்ல,
நமது துயரத்தைக் கேட்க யாருமற்ற இடம்.

— மன்சூர் அல்-ஹல்லாஜ்

காலச்சுவடு பப்ளிகேஷன்ஸ் (பி) லிட்.
Published by Kalachuvadu Publications (Pvt. Ltd.),
669, K.P. Road, Nagercoil 629001, India
Phone: 91-4652-278525
e-mail: publications@kalachuvadu.com

08/2022/S.No.1109, kcp 3756, 18.6 (1) 9ss